மானுடத்தின் மகரந்தங்கள்

ராஜம் கிருஷ்ணன்

HER Stories

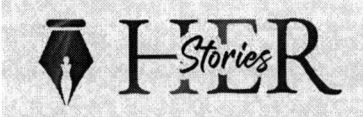

மானுடத்தின் மகரந்தங்கள்

ராஜம் கிருஷ்ணன்

Maanudathin Magaranthangal

Rajam Krishnan

ஹெர் ஸ்டோரிஸ் ஆசிரியர்கள்

நிவேதிதா லூயிஸ், சஹானா & வள்ளிதாசன்

வெளியீடு

ஹெர் ஸ்டோரிஸ்

15, மகாலக்ஷ்மி அபார்ட்மெண்ட்ஸ், 1, ராக்கியப்பா தெரு, சென்னை-600004

📞 +91 75500 98666   ✉ strong@herstories.xyz   🌐 www.herstories.xyz

உருவாக்கம்

கலைடாஸ்கோப், சென்னை 📞 +91 9840969757

HS books # 0025 | Her Stories Classic # 0001

முதல் பதிப்பு

2023 மார்ச்

₹ 300

நன்றி
வ.கீதா
பாரதி
கே.சந்துரு
உமா மகேஸ்வரி

முதல் பதிப்பின்
பதிப்புரை

மகாகவி பாரதியாரின் வாழ்க்கை வரலாற்றினைப் புதிய கோணத்தில் எழுதுவதற்காக திருமதி ராஜம் கிருஷ்ணன் அவர்கள் சேகரித்த தகவல்களிலிருந்து முகிழ்த்தது இந்த நாவல்.

'பிள்ளைக்காதல்' என்ற தலைப்பில் கவியரசர் எழுதியுள்ள சுயசரிதைக் கவிதையை வைத்துப் பல கதைகள் பின்னப் பெற்று, மகாகவியின் நூற்றாண்டு விழாக் காலத்தில் பரப்பப்பட்டு வந்தது. இதைப் பற்றியும் ஏதேனும் தகவல் கிடைக்குமா என்று ஆசிரியை தேடிய காலத்தில் கிடைத்த ஒரு தீக்கங்கு - 'தங்கச்சி நீ இந்த வாழ்வை விடுத்து நேரான குடும்ப வாழ்வு வாழவேண்டும்' என்று பாரதியார் கூறியதாகக் கிடைத்த செய்திதான் இந்த நாவலின் கரு. அந்தக் கருப்பொருளை வைத்துக்கொண்டு ஒரு சிறந்த நாவலைப் படைக்கத் தொடங்கிய ஆசிரியை தமிழ்ச் சமுதாயத்தில் பெண்கள் நிலையையும், அவர்களின் சிந்தனை ஓட்டங்களையும், அரசியல்-பொருளாதார சூழ்நிலைகளால் ஏற்பட்டுள்ள பாதிப்புகளையும் மிகச் சிறப்பாகப் படம்பிடித்துக் காட்டியுள்ளார். தற்போதைய சூழ்நிலையில் பெண்கள் ஆண்களுக்கு அடிமையா அல்லது பெண்கள் பெண்களுக்கேதான் அடிமையா என்ற கேள்வியையும் இந்த நாவல் நம் மனத்தில் எழுப்புகிறது.

"ஓர் ஆணும் பெண்ணும் சேர்ந்துதான் தவறிழைக்கிறார்கள். ஆனால், பெண்ணுக்கு மட்டுமே தண்டனை கிடைக்கிறது, இது ஏன்?" என்ற கேள்விக்கு அமரர் புதுமைப்பித்தன், "பெண் மனித இனம் அழிந்துவிடாமல் காப்பாற்றும் பொறுப்பை ஏற்றுக் கொண்டிருக்கிறாள். அதற்காக அவளுக்கு அளிக்கப்படும் தண்டனைதான் இது" என்று கூறினார். என் அடிமனத்தில் பதிந்து கிடந்த அந்த வாசகம் இந்த நாவலில் மிக அழகாகத் தெளிவுபடுத்தப் பெற்றிருக்கிறது.

ஒரு பெண் அறிவிலும், ஆற்றலிலும், ஏன் பொருளாதார நிலையிலும்கூட எவ்வளவு உயர்ந்திருந்தாலும், சமுதாயத்தில் அடிமையாகவே இருப்பதை இந்தியாவில்தான் காண முடியும்! ஐரோப்பிய நாகரிகம் நமக்கு ஒத்துவராது என்று விட்டுவிடுவோம். நமது நாகரிகம்-பழக்கவழக்கங்களோடு பெரும்பாலும் ஒத்துவரக்கூடிய பர்மா, இந்தோனேசியா, ஜப்பான் போன்ற நாடுகளில்கூட பெண்கள் மாமியார் நாத்தனாரின் கொடுமைக்கு ஆளாகவோ, அன்றி வரதட் சணையால் மணம் செய்துகொள்ள முடியாத நிலைபில் தவிக்கவோ இல்லை.

இந்த நிலையைப் பெண்கள் உணரும்படி செய்ய சிறிதேனும் இந்த நாவல் பயன்படுமென்று கருதுகிறேன்,

கணவனைத் தலையில் சுமந்து சென்ற நளாயினியையும் 'இலங்கைவேந்தன் நாளை இத்தகையன் அன்றோ' என்று அலறிய மண்டோதரியையும் படைத்தது அந்தக் காலத்துக்கு அவசியமாயிருந்திருக்கலாம். இந்தக் கால ஆசிரியர்கள், இந்திரா காந்திகளையும் அருணா அசப் அலிகளையும் பார்வதி கிருஷ்ணன்களையும் பாத்திரமாக்கி படைப்புகளை உருவாக்கினால் பெண்குலம் வாழும். இந்த வழியில் ஆசிரியர் திருமதி ராஜம் கிருஷ்ணன் அவர்கள் ஒரு சிறப்பான படைப்பை உருவாக்கித் தந்துள்ளார். அவருக்கு என் மனப்பூர்வமான நன்றியைத் தெரிவித்துக்கொள்கிறேன்.

சென்னை
28-12-85

கண.முத்தையா
பாரி புத்தகப் பண்ணை

முன்னுரை

அமரகவி பாரதியின் வாழ்க்கை பற்றிய விவரங்களைச் சேகரித்து ஆராயும்போது, அவரது வாழ்க்கையில் நிகழ்ந்ததாகக் கேள்விப்பட்ட ஒரு நிகழ்ச்சியிலிருந்து இந்தப் புதினத்துக்கான வித்து என்னுள் விழுந்தது. உண்மை நிகழ்ச்சிகளின் ஆதாரம் கொண்டு, வாழ்வின் போக்குகளையும் சமூகச் சார்புகளையும் கணித்து, நிகழ்காலப் பிரச்னைகளைப்பற்றிச் சிந்திப்பதும், ஆக்கபூர்வமான முடிவுகளை ஆராய்வதும் எனது இலக்கிய நோக்கம் என்றால் தவறில்லை. ஒவ்வொரு புதினமும், எனது இத்தகைய நோக்கமாகவே உருவாகிக் கொண்டிருக்கிறது எனலாம். வெவ்வேறு களங்கள், வெவ்வேறு வகைப்பட்ட மாந்தர் என்று எனது அனுபவப் பட்டறையில், புதிய புதிய சிந்தனைகளுக்கும் கருத்துகளுக்கும் கருவிகளாகத் திகழ்ந்திருக்கின்றனர்.

இந்த வகையில்தான் 'மானுடத்தின் மகரந்தங்கள்' என்ற இந்த நூலையும், நான் உருவாக்க முயன்றிருக்கிறேன். வித்து, உள்மனத்தில் பதிந்துவிட்டது. ஆனால், சில சமயங்களில் அது வெளியாகி உருவாகப் பல ஆண்டுகளும் பிடிக்கலாம். வித்து, எப்போதோ இருபது ஆண்டுகளுக்கு முன் விழுந்திருக்கலாம். அதற்குப் பிறகு, எத்தனையோ கதைகளை எழுதியிருப்பேன். திடுமென்று ஒருநாள் அந்த வித்து, முளைவிட்டு உயிர்பெற நேரம் வாய்க்கும். ஆனால், இந்தப் புதினம் உடனுக்குடன் வெளிவர, நேரமும் வாய்ப்பும் இசைந்துவிட்டன.

ஆங்கில மொழிவளத்தை முதன்மையாகக் கொண்டு, இந்திய, மற்றும் வளரும் நாடுகளின் இலக்கிய ஆராய்ச்சிக்காக ஒரு நிறுவனம், கர்நாடக மாநிலம், மைசூரில் அமைந்துள்ளது. இந்திய மரபை ஒட்டி, இலக்கியத்துக்கு ஆன்மாவைத் தொடும் ஓசையே பிரதானம் என்ற நோக்கில், இந்த நிறுவனத்தின் பெயர், 'த்வன்யலோகா' என்றே வழங்கப்பெறுகிறது. இதன் அமைப்பாளரும் இயக்குநருமான பேராசிரியர் ஸி.டி.நரசிம்மையா அவர்கள், இவ்வாண்டு ஏப்ரல் மாதத்தில் எனக்கு ஓர் அழைப்பு விடுத்திருந்தார். இந்த நிறுவனத்தில், இலக்கிய ஆக்கம், மற்றும் இலக்கியம் சார்ந்த திறனாய்வு முறைகள், அது தொடர்பான பல்வேறு தலைப்புகளில் ஆண்டுதோறும் இந்தியமொழிகளின் பல்வேறு அறிவாளர், இலக்கியப் படைப்பாளர், சிந்தனையாளர், திறனாய்வாளரைக் கொண்டு கருத்தரங்குகளும் கூட்டங்களும் நடத்தப்பெறுகின்றன. இது தவிர, இந்த நிறுவனத்தில் ஐந்தாறு பேர் தங்கி, இலக்கியம் படைக்கவும், திறனாய்வு, மொழிபெயர்ப்பு ஆகிய முயற்சிகளில் ஈடுபடவும் வாய்ப்புகள்

அளிக்கப்படுகின்றன. இந்த அருமையான வாய்ப்பு, பல்வேறு மொழி அறிஞர், படைப்பாளர் ஒன்றுகூடித், தத்தம் கருத்துக்களைப் பரிமாறிக் கொள்ள நேர்மையாக இருப்பதுடன், நெருங்கி ஒருவரை ஒருவர் அறிந்து கொள்ளவும், இலக்கியப் பரிமாற்றம் செய்துகொள்ளவும் உதவுகிறது. பல்வேறு மொழிகளைக்கொண்ட இந்தியத் துணைக்கண்டத்தின் இலக்கியக்காரர்களை ஒருங்கிணைக்கும் நிறுவனமாகவும் இது திகழ்கிறது.

இந்த நிறுவனத்தில், நான் வந்து ஒருமாதம் தங்கி, எனது நாவலை எழுதலாம் என்று அழைத்திருந்தார் அவர். இந்த அழைப்பு, என்னை சுறுசுறுப்பாக இயங்கச்செய்தது.

'த்வன்யலோகம்' - நகரின் சந்தடிகளுக்கப்பால், அழகிய நந்தவனத்தின் சூழலில் அமைந்த இருப்பிடங்கள், அறிவாலயமாகத் திகழும் நூலகம், சுகமான வாழ்க்கை வசதிகள், நேரமறிந்து உணவூட்டும், தாயைப் போன்று பேணும் அன்பான ஊழியர்கள்.

இத்தனை வசதிகளும் கொடுத்து, எழுதச் சொன்னால் எழுத முடியுமா? அங்கு கால் வைத்ததும் இப்படித்தான் எனக்குத் தோன்றியது என்றாலும், நாவலின் அமைப்பை ஒருவாறு தெளிவில்லாமல் மனத்தில் கொண்டு, அன்றிரவே எழுதத் தொடங்கினேன். நாவலின் கருப்பொருளோ, பெண்ணின் தனிநிலை, சமூகச் சார்புகள், குடும்பப் பொறுப்புகள், மனித உறவுகள் என்ற நோக்கில் விரிய வேண்டும் என்று எடுத்துக் கொள்ளப்பட்டதாகும். த்வன்யலோகத்தில் பத்து நாட்கள் தங்கியதில் பல்வேறு முதிய இலக்கியத் திறனாய்வாளர்களையும், திரு.சிவராம காரந்த் போன்ற படைப்பாளிகளையும் பார்க்க, கேட்க முடிந்தது. ஆனால், மக்களை விட்டு, வாழ்வின் சந்தடிகளை விட்டு, எங்கோ ஒரு மாளிகையில் இருந்துகொண்டு என்னால் எனது படைப்பை நிறைவேற்ற இயலவில்லை. ஒரு படைப்பாசிரியருக்கு, மக்களும், பல்வகைப்பட்ட வாழ்க்கைச் சந்தடிகளும், தூலமாகவோ, சூட்சுமமாகவோ அவர்களுடன் உறவாடும் பண்பும், உட்கொண்டு சிந்திக்கும் பாண்மையும், எழுத அவகாசமும் தேவை என்று கருதும் அனுபவம் பெற்றவள் நான். எனவே, எனது புதினத்தை அங்கே தனியறையில் உட்கார்ந்து தொடர முடியாது என்று கண்டு திரும்பிவிட்டேன் என்றாலும், பத்துநாட்களில் அங்கு தங்கிய அனுபவம், எனது சிந்தனைகளை ஆழமாக்கும் வகையில் அமைந்தது.

ஒரு நாவல் என்பது, மக்களைக் களிப்பூட்டும் சாதனம் என்பதில் எனக்குக் கருத்து வேறுபாடு இல்லை. ஆனால், இந்தக் களிப்பூட்டல் என்பதை, புலன்களைக் கிளுகிளுக்கச் செய்து, அமைதியற்ற உணர்வுகளைத் தூண்டும் சுயநல வேட்கையாக என்னால் கொள்ளமுடியவில்லை. நாவல், இன்றைய நெருக்கடி மிகுந்த சமூகச் சூழ்நிலையில், மக்களின் சிந்தையை ஆரோக்கியமான நிலையில், ஆக்கபூர்வமான செயல்பாடுகளில் நம்பிக்கை கொள்ளச் செய்யும் ஓர் இனிய சாதனமாக அமையவேண்டும் என்று கருதுகிறேன்.

நாவல் என்றால், 'பெண்' பாத்திரம் இல்லாமல் அமைவது மிக அபூர்வம். இந்நாட்களிலோ, 'பெண்விடுதலை' என்ற பெயரில் பற்பல கருத்துகளைப் பல்வேறு ஆசிரியர்கள் வெளியிடுகின்றனர். பெண் மற்றொரு பெண்ணுடன் சேராதவள் என்ற வகையில் நின்ற அவள் தனித்தன்மை இந்நாட்களில் குடும்ப அமைப்புகளில் இருந்து விடுபட்டுப் போகக்கூடிய ஒருசூழல் அல்லது நெருக்கடிகள் முதன்மையாக்கப்படுகின்றன. இதனால் மானுட உறவுகளே குதறிப்போகும் அளவுக்கு வந்திருப்பதால், வன்முறைகளும் சுயநலங்களும் பேராசைகளும் இந்நாள் மாந்தரை ஆட்டிப் படைக்கின்றன.

காட்டுமிராண்டிகளாக வாழ்ந்தபின், மனித நாகரிகம் 'குடும்பம்' என்ற ஓர் அருமையான அமைப்பில் செழித்தது. பெற்றுப் பேணி வளர்க்கும் பெண், இந்திய மரபில் 'தாய்' என்று கவுரவிக்கப்பட்டாள்; போற்றப்பட்டாள். ஆனால், சமூக அமைப்புகள், பெண்ணின் உடற்கூறியலையே பலவீனமாகக் கருதச் செய்து, அவளுக்குக் குடும்ப அமைப்பில் இல்லாத நிலையிலும், அடிப்படை மனித உரிமைகளையும் நலன்களையும் பறித்துவிடும் அளவுக்கு மாறிப்போயின. குடும்பப் பெண்ணுக்கு அறிவுமலர்ச்சி பெறும் உரிமை வழங்கப்பெறவில்லை. மாறாக, இன்னொரு வர்க்கத்தை உருவாக்கி, அவளுக்குக் குடும்பம், தாய் என்ற அடிப்படை உரிமைகளையே மறுத்தது.

இத்தகைய 'தாசி' முறைகளை ஒழிக்க, பல்வேறுவிதங்களில் போராடி, சட்டம் கொண்டு வந்துவிட்டோம். ஆனால், சட்டம் வந்து, இந்த முப்பத்தைந்து ஆண்டுகளுக்குப் பின்னர், பெண்ணை ஒரு போகப்பொருளாகவோ, விலைப் பொருளாகவோ கருதும் நடைமுறை அழிந்திருக்கிறதா என்று பார்த்தால், நினைக்கவே சோர்வும் துயரமும் மிஞ்சுகின்றன. நோவுகளைக் கீறித்தான் ஆற்றவேண்டும். இந்நாவலில் கற்பனைகள் வெறும் மெருகுதான். மற்றபடி, அன்றாடம் நிகழும் நிகழ்ச்சிகளின் உண்மையின் ஆதாரங்களிலேயே 'மானுடத்தின் மகரந்தங்கள்' விரிகின்றன. மானுடத்தின் மகரந்தங்கள் போற்றிப் பாதுகாக்கப்படும்போதுதான் அமைதியும் இனிமையுமான, சமமான

வஞ்சனையற்ற சமுதாயம் மலரமுடியும். அவை சூறாவளியில் சின்னாபின்னமாக அழிக்கப்பெறுமானால், மானுடத்துக்கு உய்வில்லை. குடும்ப உறவுகள், சமூக உறவுகள் பலப்படும்போதுதான் ஏற்றத் தாழ்வுகளும் அநீதிகளும் அழிவதற்கு வாய்ப்புண்டாகும். இத்தகைய கருத்தை நிலைப்படுத்தும் வகையில் இதை உருவாக்கி உள்ளேன். வாய்ப்பளித்த, 'த்வன்யலோகம்' பேராசிரியர் ஸி.டி.நரசிம்மையா அவர்களுக்கு எனது நன்றியைப் புலப்படுத்திக் கொள்கிறேன். எப்போதும் எனது நூல்களை வெளியிட்டு எனக்குப் பேராதரவும் ஊக்கமும் அளித்து வரும் பாரி புத்தகப்பண்ணை அதிபர் திரு.கண.முத்தையா அவர்களுக்கும், ஒரு பெண் என்ற வகையில், எனது படைப்புகளை ஆர்வத்துடன் கணித்து வெளியிடுவதில் பேருதவி புரியும் திருமதி மீனா கண்ணனுக்கும் எனது உளமார்ந்த நன்றியைத் தெரிவித்துக்கொண்டு வாசகர் முன் இந்தப் படைப்பை வழங்குகிறேன்.

ராஜம் கிருஷ்ணன்

1

பொழுது வெம்மை குறைந்து படிகக் குளுமையை வருடி வந்த இளங்காற்றாய், அவள் மேனியைத் தீண்டுகிறது. மதுராம்பா மெள்ளக் கண் விழித்துப் பார்க்கிறாள். உள்வாசலில் போடப்பெற்ற, அறுகோண இரட்டை இழைக் கோலத்தில் ஊசிக்குத்துகள் போல் துளிகள் விழுந்து, கோலத்தைக் கலைக்காமலே ஒரு மாற்றம் செய்திருக்கிறது.

அது தான் இந்தக் குளுமையோ?

அவள் படுத்திருக்கும் இடம் நான்கடி அகலத் திண்ணைதான். ஆனால், இந்தத் திண்ணை தெருவோடு ஒட்டி, தொண்ணூறு பிராயம் கடந்த அவளைக் காட்சிப் பொருளாக்காதபடி, முன்புறம் தலைமறையச் சுண்ணாம்படித்த சுவரும், வாயிலும் பாதுகாப்பாக இருக்கின்றன. ஐந்துக்குப் பதினான்கு, நீளமாக மண் முற்றம். இந்தத் திண்ணை அவளுக்குப் படுக்க, உட்கார மிகவும் பிடித்துப் போய்விட்டது. வீடும், திண்ணையும் மட்டுமில்லை - மனிதர்களும்தாம்! எழுந்து உட்கார்ந்து, விரித்திருந்த பழம் பாயை மெள்ளச் சுருட்டி ஓரமாக வைக்கிறாள். தலையணை போல் கச்சிதமாக மடிக்கப்பெற்ற, பழைய வெண்மைமாறிய துணிப்பத்தையையும் ஓரமாக நகர்த்துகிறாள். மூலையில் சாத்தியிருக்கும் கம்பை எடுத்து ஊன்றிக் கொண்டு உள்ளே செல்கிறாள்.

அடுத்தவீட்டுக் கூடத்தில் பேசுவதெல்லாம், நடை கடந்த உள் முற்றத்தில் துல்லியமாகக் காதில் விழும். சக்குவின் குரல்தான். அவள் குரலில் நிதானமே கிடையாது. அவளும் அறுபது வயசைக் கடந்து விட்டாள். பத்து வயசுச் சிறுமியின் பரபரப்பும், அவசரமும் போகவில்லை.

“அத்தன சக்கரையும் மண்ணில... அவன் பள்ளிக்கூடம் விட்டு வந்தா துவண்டு போயிருப்பன். காச்சல், பத்து நாளா விடாம அடிக்கறது. பரீட்சை வந்து தொலையறது.. எப்படி நிறுத்தி வைக்க? பேபி, போடி! பெரியதெருக் கடையில போயி, நூறு சீனி வாங்கிண்டு வா! போ... ரெண்டுவாளி குச்சியும் கட்டையும் வாங்கி வச்சுட்டுப் போயிருக்காளே, நாலு கட்டையானும் குச்சி

அடுக்கப்படாதா டீ! வெறும உட்கார்ந்து தலை சீவறதும், அழகு பாக்குறதுமாப் பொழுதப் போக்கறே... போ... போயி நூறு சீனி அம்மா கேட்டான்னு பத்துல எழுதிக்கச் சொல்லி வாங்கிண்டு வா!"

குரலில் முதலில் பிரதிபலித்த ஆற்றாமையும், தீவிரமும் இறங்கிக் குழைவாகக் கணிகிறது.

"சரி, காசு குடு!"

வெளியில் செல்ல வாய்ப்பென்றால் பேபிக்குக் குஷிதான்.

"அதான் பத்துல எழுதிக்கோன்னு சொல்லச் சொன்னேனே? அத்தை சம்பளம் வாங்கிண்டு வந்துடுவா. ரசீதுல ஒண்ணு, கையில ஒண்ணுண்ணு குடுத்தாலும் ஒண்ணாந்தேதி காசைக் குடுத்துடறான். இப்ப கையில் கா துட்டில்ல!"

"அப்ப நீயே போய் வாங்கிண்டு வா! நான் போகமாட்டேன்."

"இந்தப் புடவை தலைப்பும், கீழும் கிழிஞ்சு போயிருக்கு. இன்னிக்குன்னு இதை உடுத்திண்டேன். பெரியதெரு ஒரு கோடி போகணும். அந்தப் பெரிய நாடார் வேலாண்டி, மங்களசாமி, வேற எவனானும் உட்கார்ந்திருப்பன். சிறிசா, லட்சணமா ஓடிப்போய் ஓரெட்டு வாங்கிண்டு வாடின்னா.."

"சரி.. போய் வாங்கித்தரேன். நாளைக்கு அத்தை சம்பளம் வந்ததும், எனக்குக் 'கட் ஜாக்கெட்' தச்சுக்கக் காசு குடுக்கணும்! ஆபு கடையில அளவுக்குத் தச்சித் தரா. பன்னண்டு ரூவாதா... டூ-பை-டூ துணி!"

"ஏண்டி, வீட்டு நெலவரம் தெரிஞ்சுதா பேசுறியா? கட் ஜாக்கெட்டாமே, கட் ஜாக்கெட்... தூத்தேறி! எங்கேந்துடீ இந்த வீட்டுக்கு இப்படி ஒரு பொண்ணு பொறந்த? அதது எங்கேந்து வந்ததுன்னு, இப்படிக் காட்டுமா? தலையெழுத்து!"

இந்தப் பிரலாபம் வரும்போது, மதுராம்பாளுக்கு ஊசி குத்துவதுபோல் இருக்கிறது. உள் முற்றத்துக் குறட்டில் கம்பை வைத்துவிட்டு உட்காருகிறாள்.

கூடம், ஒருபுறம் சமையலறை; மறுபுறம் பத்திரமாகப் படுக்க, சாமான்கள் ஏதும் வைக்க, அடக்கமாக ஓர் அறை. இந்த முற்றம் கடந்து இடைகழி; கொல்லை. தள்ளி, பெரிய பாறைக்கிணறு. இந்த வீட்டுக்கும், அடுத்த வீட்டுக்கும் ஒரே கிணறு. இரண்டுமே ஒரு குடி வீடுகள்தாம்... மாசம் இருபது

ரூபாய், பின்னர் நாற்பதுரூபாய் என்று மதுராம்பாளுக்கு

வாடகை கொடுத்துக் கொண்டுதானிருந்தார்கள். கிரியின் கல்யாண சமயத்தில், எட்டாயிரம் என்று கிரயம் போட்டு வாங்கிக்கொண்டார்கள்.

சமையலறையில், கிரசின் ஸ்டவ்வை அணைத்த வாசனை வருகிறது. சுப்பு, இரண்டு டவரா தம்ளர்களில் காபியை எடுத்துக்கொண்டு வந்து குறட்டில் உட்காருகிறாள். அந்த வீட்டுக்கு அவள் குடிவந்தபோது, சுப்புவின் தலைமுடி எப்படிக் கருகருவென்றிருந்தது? பன்னிரண்டு வருஷத்தில் அடையாளமே தெரியாமலாகி விட்டாளே? முகமெல்லாம் சுருங்கி, கன்னம் தளர்ந்து, காதிலிருக்கும் வெள்ளை வைத்த சிவப்புக்கல் தோடு இழிய,

"இப்ப எனக்கென்னத்துக்குக் காபி?"

"என்னமோ, நான் குடிக்கிறதில் உனக்குக் கால்தம்ளர். நிறைய வச்சிருக்கலியே?"

"எனக்குக் காபி வேண்டாம்டி சுப்பு, சில்லுனு ஜலம் கொண்டு வா. பைப்பு ஜலம் வச்சிருப்பியே?"

சுப்பு எழுந்து உள்ளே சென்று, பானையிலிருந்து, ஒரு தம்ளரில் தண்ணீர் கொண்டு வருகிறாள். "ரெண்டு அட்சதையப் போட்டுப் புழுக்கத்தைக் கிளப்பி விட்டிருக்கு. கும்பமாசம் மழ பெஞ்சா குப்பயெல்லாம் பொன்னுன்னு, மலையாளத்துல சொல்வாளாம். இந்த முள்ளுப் பொட்டல்ல மழை பெய்யறதாவது.."

மதுராம்பாள், சில்லென்ற பொருணையாற்றுத் தண்ணீரை அநுபவித்துப் பருகுகிறாள்.

"சக்கு, சர்க்கரை மண்ணுல கொட்டிப்போச்சுன்னு புலம்பிண்டிருக்கா.

அவ என்ன பண்ணுவோ? 'ஆண்டி பெத்தது அஞ்சும் அவலம்'னு ஆயிட்டுது. இந்தப் பொண்ணுக்கு வரும் வருஷம்னாலும் எதானும் ஸ்கூல்ல இடம் கிடைச்சுச் சேர்க்கலன்னா, ரொம்ப சிரமம். அதது வயசில எதுலியானும் வளச்சிப்போடணும். அந்தக் காலத்திலன்னா பத்திலும், பன்னண்டிலும் கல்யாணத்தைப் பண்ணிக்குடுத்து, குடும்பம், மாமனார், மாமியார், குழந்தைன்னு அதிலியே உழல வச்சா. இப்பல்லாம் படிப்பு, உத்தியோகம்னு ஆயிருக்கு. இல்லேன்னா இப்படித்தான்."

மதுராம்பா பேசவில்லை.

ஏனெனில், அடுத்தபக்க மோதல் உரத்த குரலாகிறது. சக்கு,

அந்தப் பெண்ணை வாய் கொண்டமட்டும் திட்டி, அடிக்கிறாளோ என்னமோ?

இது அழுதுகொண்டே கூக்குரலிடுகிறது.

"ஆமா. நான் சினிமாவுக்குத்தான் போவேன். சினிமாவுல சேந்து ஆடத்தான் போறேன்! எங்கம்மா சினிமாக்காரி, நான் சினிமாக்காரி தா."

"சொல்லாதே! சொல்லாதே! கடங்காரி... ஏண்டி வயித்தெரிச்சலக் கொட்டிக்கிற?"

சுப்பு, விறுவிறுவென்று வெளியே சென்று, சண்டையை விலக்கும் வகையில், இடையில் புகுகிறாள்.

"ஏண்டி சக்கு, அவளை அடிக்கறே? இதபாரு, அதட்டு... கை வைக்காதே!"

"சுப்பக்கா.. அவ என்ன பேச்சுப் பேசறா? குலங்கெடுக்க வந்த கோடாலிக் காம்பு போல பேச்சு. எங்களைப்பாத்து, 'சீ'ன்னு ஒரு சொல்லு எழும்பாம குடும்பம் நடத்திண்டிருக்கோம். அந்தப் பழிகாரியும்தான் காலேஜில படிச்சா, ஆஸ்டலிலும் இருந்தா, வேலையும் செஞ்சா. அப்புறம்தான் எல்லாத்தையும் துடச்சு, எந்தக் கடன்காரனுக்கோ அழுதுட்டுப் போய்ச்சேர்ந்தா. இப்ப, ருக்குவும்தான் ஏறக்குறைய ஏழு வருஷமா வேலைக்குப் போறா, குனிஞ்ச தலை நிமிராம. ஒரு மனுஷா முத்துக் கொறிக்க இடம் உண்டா? சினிமா, சினிமா, சினிமா! எங்கேந்தோ இந்தக் குடும்பத்துக்கு இப்படி ஒரு கொடியைப் புடிச்சிண்டு வந்து ஒட்டுப்போட்டுட்டு, அவப்பனும் பொறுப்பில்லாம திரியறான். போனமாசம் நாலாந்தேதி ராவில வந்து செத்தநேரம் தலையக் காட்டிட்டு, ரெண்டுநோட்டைக் குடுத்துட்டுப் போனான். இந்த மாசம், இருபத்தொம்பதாயிட்டது. இன்னம் ஆளையும் காணம். காயிதம் எழுதற வழக்கமும் கிடையாது. அந்தப் பிள்ளையா... பதினாலுவயசுப் பிள்ளையாவா இருக்கு? தினம் காச்சல், காச்சல்ன்னு உருகிப் போறது. வர்றபோதெல்லாம் திர்நேலிக்குக் கூட்டிப் போறேன், நாகர்கோயிலுக்குக் கூட்டிப் போறேன், அந்த டாக்டரைத் தெரியும், இவரைத் தெரியும்னு வாயால் அளப்பதோட சரி. ஏதோ ஒரு கருப்பிலக் கன்னா ஆண் குழந்தை. அது நல்லபடியா வளரணுமேன்னு அடிச்சுக்கறது மனசு. காலம, ஒருவாய் கூடச் சாப்பிடல. மத்தியானம், ரெண்டுநாளும் வாய்க்கு புடிக்கலன்னு கொண்டுக் கொட்டறான்... முன்னல்லாம் சிதம்பரத்துக்கு, இப்படிக் காங்கை வரும். அம்மா என்னமோ சிந்துரம் உறச்சிக் குடுப்போ. இப்ப அதெல்லாம் யாருக்குத்

தெரியுறது?"

ஆரம்பித்தால் மூச்சுவிடக் கூட ஓயாத புலம்பல்.

"பேபி, நீ எப்பப் பார்த்தாலும் சக்கும்மாகிட்ட சண்டை போடலாமா? உனக்கு நல்லதைத்தானே சொல்வா அம்மா?"

"ஆமாம், கடையில முந்நூறுரூபா கடன் இருக்கு, அதுனாலே நான் போயி கடனுக்குச் சர்க்கரை வாங்கிண்டு வரணும். ஆனா, நான் ஆசைப்படும் 'கட் ஜாக்கெட்' தச்சுக்கக் கூடாது!"

இந்தப் பொருமலின் நியாயம் மதுராம்பாளின் உள்ளத்தைத் தொடுகிறது.

சுப்பு வீடு திரும்பி, ஒரு கிண்ணத்தில் சர்க்கரையை எடுத்துக் கொடுத்து அப்போதைக்குப் பிரச்சினையைத் தீர்க்கிறாள்.

சக்கு, மதுராம்பாளின் ஒரே மகள். துளிர்த்த கண்ணீரைத் துடைத்துக் கொள்கிறாள். தாயாரின் முன், வருத்தத்தைக் காட்டிக்கொள்ளக் கூடாது என்ற நினைப்பு.

"சுப்பக்கா.. குஞ்சிதம் வந்ததும், எப்பாடுபட்டுன்னாலும், இவளை எங்கேயானும் நல்ல ஸ்கூல் ஆஸ்டல்ல சேர்த்துடணும். இவ பேச்சும், நடப்பும் சரியில்ல. இப்பதா வெளில எறங்கினா என்னென்ன கோலம்..? சினிமா... இந்த சினிமா கூடத் தேவல. இப்ப என்ன எழவோ வீடியோவாம்... அதும் அங்க செட்டியார் வீட்டில, சிங்கப்பூர்லேந்து கொண்டாந்து கலர்ப்படம் போடறாளாம்... அவா வீட்ல தடித்தடியா ஆம்பிளப் பசங்க. இவ போயிப் பாத்துட்டு, ரா ஒம்பது மணிக்கு நேத்திக்கு வந்திருக்கா. நா என்னத்தைச் சொல்ல?"

"அதது வயசு.. என்ன செய்யறது? அவப்பா வரட்டும். சொல்லுவோம். நல்ல ஸ்கூலோ, ஆஸ்டலோ, எதுவோ பார்த்துப் புடிப்போம். குஞ்சிதமும் எதானும் தெரிஞ்சவாளைப் பார்த்துச் சொல்வான்."

"வையாசியில் எதானும் ஏற்பாடு பண்ணிடலாம். மதுரை காந்தி கிராமத்திலியோ, அதுமாதிரி வேற எங்கியோ போட்டாத்தான் ஒழுக்கமா கட்டுப்பாடு வரும். குடும்பத்தில இருக்கிறதுகளே எப்படி டிரஸ் பண்ணிக்கிதுங்க?"

சக்கு, சர்க்கரைக் கிண்ணத்துடன் செல்கிறாள்.

"அம்மா! காபி ஆறி அவலாப் போயிடுத்து... ஐயோ, சுடவச்சாக் கூட அந்த மணம் போயிடுமே? சம்பு, நேத்திக்குப் புதிசா ஒரு கடயில வாங்கினேன்னு வாங்கிண்டு வந்தா. சிக்கரி கிக்கரி

இல்லாம மணமா இருந்துதே காபி."

"இருக்கட்டும்டி. ஆறினா என்ன?"

சுருங்கிய விரல்கள் தம்ளரில் படிந்து, அப்படி ஒன்றும் சில்லிட்டுவிடவில்லை என்று அறிவிக்கிறது.

"சரி, சூடாத்தான் இருக்கு. நீ பொங்கப் பொங்கக் கலந்திருப்பே.."

காபி நல்ல மணமாக, சர்க்கரை இனிப்பு தூக்கியடித்து அதைக் குறைக்காமல், சிறிது கசப்புடன் ஆரோக்கியமாக இருக்கிறது.

"காபி சுகமாயிருக்கு சுப்பு. நீ போன ஜன்மாவில, எனக்குப் பொண்ணாயிருந்திருப்பே!"

"ஏன்? இந்த ஜன்மாலயே பொண்ணா இருக்கக் கூடாதா? பெத்தாத்தானாம்மா பொண்ணு புள்ளயெல்லாம்?"

"அதுவும் சரிதான். பூலோகத்தில பொண்ணுன்னு கண் முழிச்சிட்டா, அவ கூடவே இந்த வாசனையும் இழைஞ்சிண்டுதான் இருக்கும். வாசனைய வெட்டித் துவைச்சாலும் கூட, அது எங்கோ அவகிட்ட ஒளிஞ்சிண்டிருக்கும். ஏன்னா, இன்னொரு உயிரைச் சுமக்கப் பிறப்பிச்சவ இல்லையா அவ?"

"இப்பச் சுமக்க வாண்டாம்னு ஆயிட்டுதேம்மா?"

"அது சரிதா... சக்குவ நினைச்சுப் பாக்கறேன். சந்தோஷமாத்தான் கல்யாணமாச்சு. கொஞ்ச வருஷந்தான் வாழ்ந்தாள். ஆனால், வயிற்றில் பிறந்தது ஒன்று கூட அப்படி ஒரு வாழ்க்கை பெறல. பணந்தான் வாழ்க்கைன்னு லோகமே ஆயிட்டுது இப்ப. நா இன்னும் என்னென்ன பார்க்கிறதுக்கு இருக்கேன்னு தெரியல. சில சமயம் காது கேக்காட்டப் பரவாயில்லைன்னு தோணறது. கண்ணு தெரியாம இருக்கக்கூடாது. கோடி வீட்டுல அருணாசலம்னு ஒரு புள்ளை வரானே, அவன் தாத்தா, அருணாசல கிரௌதிகள்னு, ஜோதிஷ சாஸ்திரத்தில் பண்டிதர். செக்கச் செவேல்னு,

விபூதியும் ருத்ராட்சமுமா வருவார். அப்படியே தேஜஸ் ஜொலிக்கும். அவரா வாயைத் திறந்து ரொம்பப் பேசமாட்டார். ஒரே பிள்ளை. வாஞ்சி கொலை ஆனதும், இந்தப் புள்ளையை தூத்துக்குடில புடிச்சிண்டு போயிட்டா. 'அடேய்... குழந்தே'ன்னு ஒரே குரல்தான் வந்ததாம், அப்படியே சாஞ்சிட்டாராம்... எதுக்குச் சொல்றேன்னா, சாஸ்திரங்கள் படிச்சவா, முன்னபின்ன நடக்கக்கூடியதெல்லாம் ஓரளவுக்கு அனுமானிக்கிறவா கூட, பந்த பாசங்களை ஜயிக்க முடியிறாப்பல விவேகம் பெறுவதில்ல. இந்த சம்பு, புருஷன் வீட்டிலேருந்து வந்து, ஆபீசுக்குப்

போயிண்டிருக்கு. அவனுந்தான்

வேற கல்யாணம் பண்ணிண்டிருக்கான் போல. அதுக்கு, அதுக்குள்ள விவேகம் வந்திட்டாப்பலத் தோணறது..”

“லோகம் எங்க மாறுகிறதோ இல்லையோ, மாற்றம் தலைகீழ நம்ம வீடுகள்ள வந்தாச்சு. கிரி, ஆசை ஆசையா அது வேணும், இது வேணும்னு பாத்திரம் வாங்கினதும், புடவை வாங்கினதும், சேகரிச்சதும் இப்ப போல இருக்கு. ஆபீஸ்காரால்லாம் சேந்து, வெள்ளியில் விளக்கு வாங்கிக் குடுத்தப்ப, சம்பு கூடச் சொன்னா. கிரி, இந்த விளக்கை வச்சிண்டு, வாங்கி இருக்கிற விளக்கை வீட்டுக்கு வச்சிடு, ருக்குவுக்கும் உதவுமில்லையான்னு.

‘ம்... எனக்கின்னு வாங்கின விளக்கு.. ரெண்டும் ஜோடியா இருக்கும்’னு துடைச்சிக் கொண்டுபோனா! ஒரு வருஷம் வாழ்ந்தாளா?

எங்கியோ முகமறியாத இடத்திலே போய்ப் பிராணனை விட்டுது. அவன்தான், வருஷம் அஞ்சாயிட்டுது, ஒரு திருகாணி கூடத் திருப்பித்தர வேண்டாமா? பொண்ணும் போச்சு, பொருளும் போச்சு. ரெண்டு பேரும் ஒரே சிநேகமா ஒரே பிளாக்ல வேலைக்குப் போனதும், கட்டிண்டு போன டிபனை ஒண்ணாச் சாப்பிட்டுண்டும் இருந்தா. கல்யாணத்தைப் பத்திப் பேசினா, மாமி, சம்புவுக்கு நீங்க இன்னொரு கல்யாணம் பண்ணி வைக்கிறதானாத்தான் நான் கல்யாணம் பண்ணிப்பேம்பளே.. கன்யாகுமரிக்கு உல்லாசப்பயணம் போனா, எங்கிருந்தோ அவனே வந்து வலிய சம்பந்தம் பேசினான். அப்பா வந்தார், அம்மா வந்தாள்; மாத்துவான்னாலும் பரவாயில்ல, பிள்ளை ஐ.ஏ.எஃப்ல ஃபிளையிங் ஆபீசர்னு ஆகாசத்தில பறந்தாள். ஒரே மாசம்தான். "மாமி, எங்கம்மாவுக்கு நானில்லாட்ட சரி வராது, ஆபீசிலேந்து வர அஞ்சு நிமிசம் ஆனாப் பறந்திடுவா. பாட்டி... பாட்டியப் பாத்துக்குங்க! பாட்டி, நீங்க கனகாபிஷேகம் பண்ணிக்க நாள் வரும்!” ன்னெல்லாம் பொரிஞ்சு கொட்டிட்டு, அவங்கூட வண்டில ஏறிண்டு போனாளே, விட்டு மறையலியே...”

மதுராம்பா சிலை போல் அமர்ந்திருக்கிறாள். எல்லாம் நாடகமேடை போல் தான் வாழ்க்கையிலும்... அதில் கயிறை இழுத்துத் திரையை மூடியதும், வேறு வேறு மனிதர்களாக ஆகிவிடுவதால், மீண்டும் பெரியநாடகமாகிய வாழ்க்கையில் ஐக்கியப்பட்டு நடமாடுகிறார்கள்.

மதுராம்பா கைத்தடியை எடுத்துக்கொண்டு, முன்வாசல் முற்றத் திண்ணைக்கு வந்து உட்காருகிறாள். வெயில்

இறங்கிவிட்டாற் போலிருந்தாலும், வெம்மை உள்ளூற வாட்டுகிறது. இரண்டு தூறல், எங்கோ போகிறபோக்கில் இந்த வறண்ட சீமையில் உதிர்த்துவிட்டு, பூமி நனையக் கூடக் கொடுக்காமல் போய்விட்டது. மண், ஐயோ! இன்னும் வருமா, வருமா என்று ஆயிரமாயிரமாய் ஆசை நாக்குகளைக் காட்டிக்கொண்டு, துளிர்விட்ட அந்த ஈரப்போதைக்காக ஏங்கும் வெய்துயிர்ப்பு.

சம்பு, புதுப்பட்டி பிளாக் அலுவலகத்துக்குப் போய்விட்டு வருகிறாள். மணி ஆறடிக்கும் நேரமாக இருக்கும். மாலைநேரத்துக்குரிய அரவங்கள், சைக்கிள் ஒலிகள் எல்லாம் தெருவில் கலகலக்கின்றன. இது தெருவல்ல, அகலமான வீதி. கிழக்கும் மேற்குமான வீதி. கிழக்குக்கோடியில், சிவன் கோயில்; குளம். மேற்குக்கோடியில், எப்போதோ பெரிய ராஜா கட்டிய அரண்மனை இடிந்து கிடக்கிறது. கோயில் குளத்திலும் தண்ணீர் இல்லை. பின்னால் பெரியசாலை, 'பேருந்துத்தடம்', அதற்குரிய இலட்சணங்களாகக் கடை கண்ணிகள், பல்வேறு அரசியல்கட்சிகளின் பாசறைகள், ஊராட்சி ஒன்றியத்தின் தகவல் விளக்கப்பலகை எல்லாம் மதுராம்பாளுக்குக் கேள்விதான். கிரி கல்யாணத்துக்குப் பிறகு, அவள் வெளியே செல்லவில்லை, ஆறு வருஷங்களாகி விட்டன.

அவள் கண்ட ராஜரிகங்கள் இடிந்து தகர்ந்த காலங்கள் மனசில் பதிந்தாற் போன்று, புதிய வளர்ச்சிகள் பதியவில்லை.

இந்த வீதியில் எதிர்ச்சரகு வீட்டாரைக் கூப்பிட்டால் கூட, அவ்வளவு எளிதில் செவியில் விழாது. அதுவும் இந்த வீட்டின் எதிரே, சாமியார் மடம். அடுத்து மாட்டுக்கொட்டில். மாட்டுக்கொட்டிலில் ஒரு கீற்றுக் கொட்டகை முளைத்து, பாரதி வாசகசாலையாக மந்திரி வந்து திறப்புவிழா நடத்தும் கௌரவத்தைப் பெற்றது. மந்திரிகள், அமைச்சர்களாக மாற்றம் கண்ட பிறகு, அது புறக்கணிக்கப் பெற்றது. மீண்டும் சென்ற ஆண்டில், அது பாரதி அறிவகமாக மறுபிறப்பு எய்த, அமைச்சர் வந்து கட்சிக்கொடி ஏற்றித் திறப்புவிழாச் செய்தார். நாள் முழுவதும் ஏதேதோ சங்கீதம் என்ற பெயரில்

இரைச்சல்களும், கூச்சல்களும் செவிகளைத் துளைத்துக் கொண்டிருந்தன. இப்போது ஒன்றையும் காணவில்லை.

“இந்தப்பயலை இன்னும் காணல... சம்பு..!”

சக்கு எள்ளும், அரிசியுமான கூந்தலை அள்ளிச் செருகிக்கொண்டு பரபரப்பாக வருகிறாள். சேலையில் தீக்குச்சிக்குப்பை

ஒட்டியிருக்கிறது. நீலம் மாறி முள்பூத்து விட்ட சாயர்புரம் சேலை. தையல், பல்லுப்பல்லாக...

தனக்கு ஏன் கண்களில் இவை உறுத்தவேண்டும்?

“சம்பு, பள்ளிக்குடம் விட்டாச்சில்ல? இந்த பஸ்லதான் பையன் வருவான்!” கண்கள் அலைபாய்கின்றன.

சம்பு அலுவலகத்திலிருந்து வந்து, முகம் கழுவிப், புதுமைபெற்ற பின், காபியும் கையுமாக வாயிற்பக்கம் வருகிறாள்.

“ஸ்கூல் விட்டாச்சே? முருகன் வரல? சோமு, பாலு எல்லாம் முன்னால ஏறிட்டு வந்ததுங்க?"

கவலைக்கொடி கனத்து மின்னுகிறது. "பின்ன ஏன் வரல? இவளயும் காணல. ஆனா, இவ வர நேரமாகும். டூசன் முடிச்சி அடுத்த பஸ்ஸுக்குத்தா வருவா. ஆறரை இல்லாட்டி ஏழடிச்சிப் போகும். நித நிதம் வயித்தில நெருப்புக் கட்டிக்கிற சங்கடம்..."

“சக்கும்மா, ஆம்புளப் பய அவன் எங்க போயிடுவன்? டிரில்லு ஸ்கௌட்டுன்னு நேரமாகும். இல்லாட்டி மீட்டிங் அது இதுன்னு...” என்று சுப்பு ஆறுதல் மொழிகிறாள்.

“இவெ எங்க அதுக்கெல்லாம் போவா? இவனுக்குத்தா அஞ்சடிக்கு முன்ன உடம்பு காயுதே? பிள்ளை உருகிப் போறான். அதே கவலையா இருக்கு. எட்டு பரீட்சையாச்சே? பரீட்சை முடிஞ்சிடணுமேன்னு பல்லைக் கடிச்சிண்டிருக்கேன். பெறகு, பிள்ளைய நல்ல டாக்டர்ட்டக் காட்டி

வைத்தியம் பண்ணனும். அதான் கவலை. எங்கனாலும் க்ளாசில மயங்கி சாஞ்சு கெடந்து, அவுங்கபாட்டுல இழுத்துப் பூட்டிட்டாங்கன்னா?”

“அப்படியெல்லாம் பூட்ட மாட்டாங்க.. கவலைப்படாதீங்க!” என்று சம்புவும் சொல்கிறாள். "சுண்ணாம்புக்காரத் தெருவில, தமிழ் வாத்தியார் இருக்காரே, போயி கேட்டுட்டு வரலான்னா, இந்த மூதி ஓடிட்டா எங்கியோ. ஓடுகாலி.. ஒரு நேரம் வீட்டில கால்தரிச்சி, ரெண்டுகட்டை குச்சி அடுக்கினமின்னு இல்ல. முக்காத்துட்டுக்குப் பிரேசனமில்ல. பத்து முடிச்சாச்சு. மேக்கொண்டு எதுனாலும் புஸ்தகம், இங்கிலிஷ், தமிழ் படிப்பம்னு இருக்கா? அதுவும் இல்ல!”

சக்குவினால் புலம்பாமல் இருக்க முடியாது. மனதில் எதையும் வைத்துப் பழக்கமே கிடையாது அவளுக்கு. வாசற்படியில் நின்று, அவன் வரக்கூடிய திசையில் விழியைப் பதிக்கிறாள்.

ருக்குதான் மங்கலாகிவரும் தெருவில் தொலைவில் வருகிறாள்.

வழக்கம்போல், தனியாக வருகிறாள். அவளுக்கென்று இங்கே சிநேகிதம் யாரும் கிடையாது. கிரி, தனியாக வந்தே பார்த்ததில்லை. சம்புவும், அவளும் எப்போதும் சேர்ந்துதான் வருவார்கள். அப்போது இந்த பேபியைப், புதுப்பட்டி ஸ்கூலில் ஐந்தில் அவள்தான் சேர்த்தாள். கூடக் கூட்டிக்கொண்டு போவார்கள். ருக்கு, அப்போதே இந்தக் கன்னிமேரி நர்சரியில் சேர்ந்து விட்டாள். அப்போது நூறு ரூபாய்க்கு ரசீது வாங்கிக்கொண்டு, அறுபது ரூபாய் சம்பளம் கொடுத்தார்கள். வெறும் எஸ்.எஸ்.எல்.சிக்கு, இதற்கு மேல் எங்கே சம்பளம் கிடைக்கும்? ஏழுவருஷமாக அவளும் மேலே படிக்கவேண்டும் என்று சொல்லிக்கொண்டிருக்கிறாள். எப்படிப் படிப்பது? நான்கு மணிக்குப் பள்ளிக்கூடம் முடிந்தால், இரண்டு ட்யூஷன். பஸ்பிடித்துவர, ஆறரை ஏழாகிறது. இதில் என்னென்னவோ கைவேலை. புத்தகம் ஒட்டுதல், வண்ணக்காகிதம் ஒட்டல், அத்துடன் ஒரு வாளி குச்சிகளையும் இரவோடு இரவாக அடுக்கிக், காலையில் கட்டைக் கணக்குப்பிள்ளை வரும்போது வைத்துவிடுவாள்.

வாழ்க்கையே இப்படிப் பதிமூன்றுபைசா துட்டாகச் சேர்ப்பதற்குத்தான் இருப்பது போல்!

விளக்கேற்றியாயிற்று.

“ருக்கு, முருகன் இன்னும் வர இல்லையடீ! நீ செத்த சுண்ணாம்புக்காரத் தெருவில போயி, தமிழ் வாத்தியார் வீட்டில...”

இவள் சொல்லி முடிக்குமுன், “இப்படியே போகச் சொல்லுறியா?” என்று எரிச்சலுடன் கேட்கிறாள் ருக்கு.

“நீ இருடி ருக்கு, நான் போய்க் கேட்டுண்டுவரேன் உங்கம்மா இப்படிக் கவலைப்பட்டே கரைஞ்சுபோறா..”

சுப்பு, முன்சுற்றுச் சேலையைத் தளர்த்தி நீவிக்கொண்டு, படி இறங்கிச் செல்கிறாள். ருக்குவை என்றுமே முகமலர்ந்து வரவேற்று, களைத்தவள் என்று காபியோ, எதுவோ கொடுக்கும் பழக்கம் அவள் வைத்துக் கொள்ளவில்லை. அவளும் அதைப்பற்றி வெளிப்படையாகக் குறை கூறியதில்லை. ஒருக்கால், கிரி கிரி என்று கொண்டாடி, ஆசை வைத்து, அவள் மோசம் செய்தபிறகு, இப்படி விட்டேற்றியாக இருக்கக் கற்றுவிட்டாளோ என்று மதுராம்பா நினைத்துக் கொள்கிறாள்.

இந்தக்குழந்தை, இருட்டியாயிற்று, இன்னும் வரவில்லையே?

சுப்புவும் போனாள், போனாள், காணவில்லையே? ஒருவேளை

அப்படியே கோயிலுக்குப் போய் தட்சிணாமூர்த்தி சந்நிதியில் உட்கார்ந்துவிட்டாளா?

மதுராம்பாளுக்கே இருப்புக் கொள்ளவில்லை.

இதயத்துடிப்பு உச்சத்துக்குப்போக, 'கிருக்கிருக்'கென்று, கட்டையனின் ஒற்றை மாட்டுவண்டி, வாசலில் வந்து நிற்கிறது.

தமிழ்வாத்தியாரும், ரைட்டர் ஆண்டியப்பனும் அவனை மெல்ல இறக்கிக் கூட்டி வருகிறார்கள்.

"என்னங்கய்யா புள்ளைக்கி?"

சக்கு, அலறினாற்போல் கேட்கிறாள். "ஒண்ணில்லம்மா.. ஸ்கூல்ல வாந்தி எடுத்தான். அப்பிடியே மேமங்கலம் டாக்டர்கிட்டக் கூட்டிப் போனோம். அவர் ஊசி போட்டிருக்காரு. இதோ, மாத்திரை. காச்சல் இருக்கு. எக்ஸ்ரே படம் எடுக்கணுமின்னாரு. ஆஸ்பத்திரிக்கு சீட்டெழுதிக் குடுத்திருக்காரு... இந்தாங்க."

"அப்பிடிங்களா? நா சொல்லிட்டே இருந்தேன். உக்காருங்கையா" சக்கு பறக்கிறாள்.

"எங்க விசயம் அப்புறம் இருக்கட்டும். பையனைப் படுக்க வையுங்க. வண்டிக்காரனுக்கு ரெண்டுரூபா குடுத்து அனுப்பிச்சிடுங்க!"

ருக்கு, கைப்பையில் இருந்து வண்டிக்காரனுக்குப் பணம் கொடுக்கிறாள். தமிழ்வாத்தியார் செலவு செய்த இருபத்தேழுரூபாய் சில்லறையையும் சம்புவிடம் கேட்டு வாங்கிக் கொடுக்கிறாள்.

அவன் உடம்பு கொதிக்கிறது.

"ருக்கு, அடுப்பைப் பத்தவச்சி, ஆர்லிக்ஸ் கொஞ்சமேனும் கரைச்சிக் குடு. புள்ள கிழிஞ்சநாராப் போயிட்டானே! அய்யா.. அய்யா! முருகய்யா! தலைய வலிக்கிறதாப்பா?"

நன்றாகப் படித்துப், பரீட்சை கொடுத்துப், பேர் சொல்ல வேண்டும் என்று விரும்புகிறாளே, இந்தப் பிள்ளை என்ன செய்யப் போகிறானோ? சக்குவுக்கு ஒரே நம்பிக்கையாக இருக்கும் குருத்து...

▲▲▲

2

மதுராம்பா, இன்றிரவுக்கும் அந்தத் திண்ணையில்தான் முடங்குகிறாள்.

அமாவாசை வரும் பட்சம். முன்னிருட்டு.

குஞ்சிதத்தைக் காணவில்லை. அவன் எப்போதோ வருவான், போவான். வீடு அவனைப் பொறுத்தவரையிலும், எப்போதோ வந்து, இளைப்பாறி, மூச்சு விட்டு விட்டுப் போவதற்கான தங்குமிடம்தான். இந்த அம்மாவையும், புருஷன் வீடு ஒதுக்கிவிட்ட தங்கையையும் தவிர, இழுத்துப் பிடிக்கக்

கூடிய காந்தம் எதுவும் இங்கு இல்லை. வயசு ஐம்பதாகிவிட்டதென்று சுப்பு சொல்கிறாள். சுதந்திரம் வந்தபோது, பத்தாவதில் படித்துக் கொண்டிருந்தானாம்.

"பாட்டி! உள்ளே கூடத்தில வந்து படுத்துக்குங்களேன்? ஃபேன் வைக்கிறேன்?" சம்பு வந்து கூப்பிடுகிறாள்.

“குஞ்சிதம் வரமாட்டானா?”

“அவன் வந்தா உங்களுக்கென்ன? இன்னிக்கென்னமோ கொசு புடுங்கும் போல இருக்கு.”

“ருக்கு கஞ்சியை இங்கியே கொண்டுவந்து குடுத்தா. மணி ஒன்பது ஆயிட்டுதோ? சம்பு, நியூஸ் வைக்கலியா?”

"எதோ புஸ்தகம் படிச்சிண்டிருந்தேன். மறந்து போயிட்டுது. மணி ஒம்பதரை ஆகப்போறது. என்ன நியூஸ்.. பெரிய நியூஸ்? ஏதோ கேக்கணும்னு ஒரு சடங்கு போல பழக்கம். நீங்க உள்ள வரேளா?”"

“இங்கியே இருக்கேனே? கொசுவக் காணல..”

"காணலியா? ஒருவேளை உங்க உடம்பில பசையில்லேன்னு வரலியோ என்னமோ?"

சம்பு உள்ளே சென்று, மேலே தடவிக்கொள்ள ஓடமாஸ் பசையைக் கொண்டு வந்து வைக்கிறாள்.

"விளக்கை அணை!"

இவள் விளக்கை அணைத்துவிட்டுக், கதவைத் தாழிடுமுன்

வேகமாகத் தள்ளிக்கொண்டு பேபி வருகிறாள்.

சம்பு விளக்கைப் போடுகிறாள். "பேபியா?"

கறுப்புத் தாவணியும், தாழ்ந்த கழுத்துடைய கறுப்பு ஜாக்கெட்டும் அவளுடைய சந்தனக்குழம்பான நிறத்தைப் பளிச்சென்று காட்டுகின்றன. பாதம் தெரியாமல் புரளும் அகலப்பூ சீட்டிப் பாவாடை. பொங்கலின்போது,

அடம் பிடித்துத் தைத்துக்கொண்ட புதிய பாவாடை. கருகருவென்று சுருட்டையான கூந்தல். இங்கே சுருட்டை வம்சமில்லை. இது அம்மா வழிச் சொத்து. முன்நெற்றியில் கவர்ச்சியாக அந்தச் சுருட்டையை வளைத்துக் கொண்டிருக்கிறாள். மூக்கும், விழிகளும், உதடுகளும் தீர்க்கமான அழுத்தத்துடன் கூடிய இயல்பைக் காட்டுகின்றன. பதினாறு வயசுக்கு, என்ன உயரம், வளர்த்தி!

மதுராம்பாளை அணைத்துக்கொள்வது போல், மேலே விழுந்து கன்னத்தில் முத்தம் கொடுக்கிறது.

இந்த மாதிரியான சைகைகளெதுவும் அவர்கள் குடும்பங்களில் பழக்கமில்லை.

"என்னாடிமா இப்ப மேல வந்து கொஞ்சுறே? நீ எங்க போயிருந்தே? சாப்பிட்டியா?"

"பாட்டி, நீ எனக்கு டான்ஸ் சொல்லித்தாயேன்?"

சம்பு, முகத்தை வலித்துக்கொண்டு உள்ளே செல்கிறாள்.

மதுராம்பாவுக்குப் பரிதாபமாக இருக்கிறது.

"நீ எங்கே போயிட்டு வர இப்ப? வீட்டில தம்பிக்குக் காய்ச்சல், சக்கும்மா கவலைப்பட்டுட்டு இருந்தா. வயசுவந்த பொண்ணு, பொழுது போனபிறகு எங்கும் போகக்கூடாதுன்னு சொன்னா கேக்க வேண்டாமாம்மா?"

பாட்டியின் கைகள், இதமாக அவள் கூந்தலை ஒதுக்கிப் பரிவைக் காட்டுகின்றன.

"பாட்டி, எனக்கு டான்ஸ் கத்துக்கணும். அப்பாகிட்டச் சொன்னா, அவரும் சரி சரின்னு போயிடறாரு. நீங்க வேணா பாருங்க, பாலாவை எல்லாம் விட பெரிய ஆர்ட்டிஸ்டா நான் வருவேன்..."

பாட்டிக்கு நெஞ்சில் ஏதோ சிக்கிக் கொண்டாற்போல் இருக்கிறது. இந்தப் பெண், இப்படி ஒரே மந்திரமாய்ச் சில நாட்களாகக் கூட்டை உடைக்கும் ஆவேசத்தை வளர்த்து

வருவதை அவள் உணர்ந்திருக்கிறாள்.

"கண்ணு, அதெல்லாம் விட, நீ மேன்மையாகப் படிச்சு, கலெக்டர், ஜட்ஜ். டாக்டர்னு வருவதுதான் உசத்தி. உடம்பக் கொண்டு பெறும் தேர்ச்சியை விட, அறிவினால் பெரிய காரியங்களைச் சாதிக்கணும்னு நினைச்சுக்கோம்மா. இப்ப பாரு, கலெக்டரால்லாம் பெண்பிள்ளைகள் வராங்க! பேபியை அடுத்த வருஷம் எங்கயானும் நல்ல ஆஸ்டல்ல..."

"எனக்கு ஆஸ்டலும் வாணாம், ஒண்ணும் வாணாம்! மெடிக்கல் காலேஜ் ஸீட்டுக்கு, அம்பதாயிரம் குடுக்கணுமாம்! இப்ப ருக்கு அத்தை திண்டாடுற மாதிரி, நூறு ரூபா சம்பளத்துக்கு லொங்கணும். எனக்கு டான்ஸ் கத்துக்கிட்டு பெரிய ஸ்டாராகணும். பத்மினி, சாவித்திரி அவங்களை எல்லாம் போல..."

இந்த ஆசைக்கொடியைத் துவைத்து எறியும் ஆவேசமாக அப்போது சக்கு உள்ளே பாய்கிறாள். "இங்க இருக்காளா? ஏண்டி, இந்நேரம் எங்க போயிட்டு இப்ப பாட்டிகிட்ட வந்து குழஞ்சிண்டிருக்கே? மானங்கெட்ட மூதி, இந்தக் குடும்பத்துக்கு எங்கேந்துடீ இப்படி வந்தே? ஏண்டி... யார் வீட்டில போயி சினிமாவோ எழவோ பாத்திட்டு வரே?"

"யாரூட்டுக்கும் போக இல்ல. ஜயந்தி வூட்லதா இருந்தே. இதபாரு, நீ இப்படீ சொல்லிட்டிருந்தா, நா நிசமாவே ஒருநா மட்றாசுக்கு ஓடிப் போயிருவேன்!"

"போ... போ! ஒழிஞ்சிதுன்னு தலை முழுகிட்டு இருப்பேன்! பொழுது பொழுதா உங்கூட லோலுப்பட முடியலம்மா!"

"பேபி, எங்க போனாலும் அம்மாகிட்டச் சொல்லிட்டுப் போகணுமில்ல? ஜயந்தி ஊரிலேந்து வந்திருக்காளா?" என்று பாட்டி விசாரிக்கிறாள்.

"ஆமா. அவுங்க வூட்ல எல்லாரும் டெல்லிலேந்து வரப்போறாங்க. பூணூல் போடப் போறாங்க.."

"ஆருக்கு?"

"சாரதாப்பாட்டி பேரனுக்கு"

"அப்பிடியா? அதான் விறக, வண்டியோடு வாங்கிப்போட்டு உடச்சிட்டிருந்தானா? சாரதா மாப்பிள்ளைதானே ஆப்பிரிக்காவிலோ எங்கோ வேலைக்குப் போனான்? ஆமா, ஆமா, அவளுக்கு ஒரு புள்ள, பொண்ணு... இங்க வந்து பூணூல் போடுறாங்களா?"

"ஆமா, கிழவி பாக்கணும்னிருப்பா" என்று சுப்பு கருத்துரைக்கிறாள்.

இந்த ஊர்ச்செய்தியில் சக்குவின் ஆத்திரம் சற்றே மாறுகிறது. "சொல்லாம போகலாமா? சரி, சாப்பிட்டுட்டு வந்து படு."

"எனக்கொண்ணும் சாப்பாடு வேணாம். நீ எப்ப பாரு, எதுனாலும் சொல்லிட்டே இருக்கே."

கரிய பெரிய விழிகளில் கண்ணீர் பளபளக்கிறது.

"போடி.. போ! இப்ப எதற்கு அழுகை? வயசுப் பொண்ணாச்சேன்னு கவலைப்படுறா. விவரம் புரிய வாண்டாமா? சக்கும்மா! அவளை ஒண்ணும் சொல்லாதே. போய்ச் சாப்பிட்டுப் படு."

சுப்பு சமாதானம் பேசி அனுப்பி வைக்கிறாள்.

விளக்கணைத்துவிட்டு அவரவர் படுக்கச்செல்கின்றனர்.

பசையைப் பூசிக்கொள்ளவில்லையா... கொசு முகத்தில் வந்து உட்காருகிறது.

மதுராம்பா எழுந்து இருட்டில் நிதானமாகப் பசையைப் பிதுக்கி, மென்மையாகக் கைகளிலும், முகத்திலும் வாசனையை காட்டிக் கொள்கிறாள். எலுமிச்சம்பழ வாசனை!

ஜயந்தி குருசாமியின் பேத்தி. குருசாமி மங்களாம்பாளின் பிள்ளை. அந்தப் பெரிய வீட்டிலிருந்து, எல்லா வாரிசுகளும் எங்கெங்கோ பறந்து போனாலும், குருசாமி மட்டும் இங்கேயே தாசில்தார், மாஜிஸ்திரேட் என்று சுற்றிவந்து விட்டு இங்கேயே ஊன்றிவிட்டான். மூன்று பிள்ளை; மூன்று பெண்கள்... பெரிய குடும்பம்.

அந்தக் காலத்தில் சிங்கம்பட்டி சமஸ்தானத்தில் திவானாக இருந்து, இந்த பெத்தராஜபுரத்துக்கு வந்தாராம், மங்களாம்பாளின் அப்பா! இவளுக்கும் அவர்தான் அப்பா. அவர் முகம், மென்மையும் சாந்தமுமாக இருக்கும் முகம். இப்போது நினைத்தாலும் நினைவில் அப்படியே வருகிறது. ஒரு இழை நரை கூட இல்லாத அந்தக் கட்டுக்குடுமி, நெருப்பாய்ச் சுடர்விடும் கடுக்கண்கள். வெள்ளை வெளேரென்று அந்தப் பாதங்களில் ஒரு துளி அழுக்குக் கூடப் பட்டிருந்ததாக அவளுக்கு நினைவில்லை.

அந்தக் காலத்தில், அவர்கள் வீடு தாழ்ந்து முன்பக்கம் கூரை போட்டதாகத்தானிருந்தது. ஆனால் உள்ளே, விசாலமாகக் கூடம், தாழ்வரை முற்றம். கூடம் வழவழவென்று கருமண்ணிடப்பட்டு,

சிமிட்டிக்கு மேல் இருக்கும். சுவாமி படங்கள், காசி விசுவநாதர் - விசாலாட்சி, சிவனுக்குப் பிட்சையிடும் அன்னபூரணி படங்கள், ஐந்துதலை ஆதிசேடன் குடைபிடிக்கும் சங்கு சக்கரதாரியான மகாவிஷ்ணு... முழுச்சுற்றும் வண்ண வண்ண வளையல் துண்டு கோர்த்த மாலையால் அலங்கரிக்கப்பட்டிருக்கும். அந்த முற்றத்தில், ஒரு நித்யமல்லிகைக் கொடி படர்ந்து கம்மென்று மணக்கும்.

சுவாமி படங்களுக்குக் கீழே, வீணை இருக்கும்; மிருதங்கம், சலங்கை எல்லாம் இருக்கும்.

"ஞானாம்பா! உன் பெண்ணுக்குச் சகல வித்தைகளும் வரும். அப்படி ஒரு ஜாதகம். புதனும், குருவும் உச்சத்தில் அமைவது ரொம்ப சிலாக்கியம். அவளை மடியில் உட்கார்த்தி வைத்துக்கொண்டு, அவர் ஜாதகம் பார்த்துச் சொன்னது இவளுக்கு இன்னமும் நினைவிருக்கிறது.

அரண்மனைத் தாமரைக்குளத்தருகிலும், பெரிய தோட்டத்திலும் சாமிக்கண்ணுவின் சகோதரன் பிள்ளைகள், மங்களம் ஆகியோருடன், அவள் ஓடியாடி விளையாடிய சுதந்திரத்துக்கு அப்போதே தடை விழுந்தது. சுப்புக்குட்டி அண்ணாவி, சாயவேட்டியும், தங்கச்சங்கிலியும் அள்ளிச் செருகிய தலையுமாக வந்ததும், தண்டியம் பிடிக்க நாள் பார்த்ததும், அரக்குத்தட்டில் பழம், பாக்கு, வெற்றிலை, ரூபாய் வைத்து அவளைக் கொடுக்கச்சொல்லி, "கொழந்தே, நமஸ்காரம் பண்ணிக் குடு" என்று அம்மா, சாமிக்கண்ணுப் பெரியம்மா எல்லாரும் விதித்ததும் மங்கலாக நினைவில் நிற்கும் சித்திரங்கள்.

அன்றைக்கு அப்பா, அவர்தாம், மாலையில் அங்குவந்து உட்கார்ந்து அவளை அழைத்து மடியில் வைத்துக்கொண்டபோது அவள் கேட்டாள்.

"அப்பா, மங்களத்துக்கு மட்டும், அண்ணாவி வந்து தண்டியம் புடிக்கலியா?"

"ஞானாம்பா! உன் பெண், பலே சூடிகையாக் கேக்கறா பாரு!" என்று அவர் சிரித்தார்.

"மங்களத்துக்கெல்லாம் தண்டியம் கிடையாது. அவளுக்கு அடுத்தமாசம் கல்யாணம்."

"ஏன் அவளுக்கு மட்டும் கல்யாணம்? எனக்கும் கல்யாணம் பண்ணக் கூடாதா?"

"குழந்தே, நீ ஒருத்தரக் கல்யாணம் பண்ணிக்கொள்ளும்

குலத்தில் பிறக்கல. ராஜாக்களும், பிரபுக்களும் சம்பந்தம் வச்சுக்கற பாக்கியம் இருக்கும்மா உனக்கு.. அம்மா சொல்றபடி கேட்டுக்கோ!"

மகாராஜா சதஸுக்கு அந்தக் காலத்தில் அவள் அம்மா பல்லக்கில் போகும் கௌரவம் பெற்றிருந்தாள். குளோப் விளக்குகள் தொங்கும் மண்டபத்தில், ரோஸில் புட்டா போட்ட கச்சை அணிந்து அம்மா ஆடியதும், பெரிய மகாராஜா கரிய உருவத்தின் பெரும்பகுதியையும் தகதகவென்ற பட்டும், ஜரிகையும், மூடிய உடையுமாக மஞ்சத்தில் சாய்ந்தபடி இருந்த நிலையும், பெரிய சாமரம், பன்னீர், பழங்கள், வாசனைகள் எல்லாம் மெல்ல மெல்ல உணர்வுகளில் எதையோ அறிவிப்பதாகவும் அவள் இளமைக்காலப் பயிற்சிகள் தொடர்ந்தன.

அப்போது தாமரைக்குளத்தருகே பெரியதொரு சித்திரமண்டபம் கட்டினார்கள். சுண்ணாம்பும், சாந்தும் இழைத்து வழவழவென்று தூண்கள் அமைத்து, மண்டபம் கட்டினார்கள். வர்ணங்களைக் குழைத்து, சுவர்களில் வித்தியாதரர்களும், கின்னரர்களும் உலவுவது போல் சித்திரங்கள் தீட்டினார்கள். நடுவில், உயர்ந்த மேடை; அதில் அழகிய, சந்தனமும் தந்தங்களும் இழைத்த ஊஞ்சலில் மஞ்சம் அமைத்தார்கள்.

அதற்குள் முதன்முதலாக மகராஜா வரும் நாள், கோலாகலமான விழாநாள். அப்போது நவராத்திரியா என்பது நினைவில்லை. ராஜா அதில் உட்கார்ந்ததும், அம்மா மங்கள கீதங்கள் பாடி, ஆரத்தி எடுத்ததும் நினைவில் இருக்கிறது. பிறகு, பகல் நேரங்களில் மண்டபத்துக் கதவுகளைப் பூட்டி விடுவார்கள். சில சமயங்களில், வெள்ளைக்காரக் கனவான்கள், 'லேடி'களுடன் அங்கு வருவார்கள். பான்ட்- சங்கீதம் முழங்கும்.

குளக்கரையில், இவளும் பொன்னையாவும் நின்று வேடிக்கை பார்த்திருக்கிறார்கள். அந்த லேடிகளெல்லாம் எப்படி ரோஜாப்பூ மாதிரியே இருக்கிறார்கள்?

"குழந்தை பிறந்ததும், சாராயத்தில் ஊறவைத்துக் காய வைப்பார்கள்!" என்பான் பொன்னையா.

அப்போதெல்லாம் ராஜாவின் தம்பி மகன், சின்ன ராஜாவுக்குப் பதிமூன்று பதிநான்கு வயசிருக்கும். தண்டியப் பூசைக்கு அவனை விசேஷமாக அழைத்து வந்திருந்தார்கள்.

குளக்கரையில் அவள் விளையாடிய நாட்களில், அவனும் சில சமயங்களில் கண்ணாமூச்சி பொத்துவான். மண்டபத்துக் கதவு திறந்திருந்த ஒருநாளில், அவன் இவளை அழைத்துக்கொண்டு

மண்டபத்து ஊஞ்சலில் உட்கார்ந்தான்.

"நீயும் நானும் இப்ப விளயாடலாமா?"

அவன் காதுகளில் சொன்னதும், செய்ய முற்பட்டதும் இவளுள் மலை புரண்டாற்போன்ற அழுகையைக் கொண்டுவர, கூச்சல் போட்டதும், காவலாளி ஓடிவந்ததும், பிறகு இவள் குளக்கரைப்பக்கமே செல்வதில்லை; அரண்மனைக்கும் செல்வதில்லை.

மங்களத்துக்கு ஊரை அடைத்துப் பந்தல் போட்டுக் கல்யாணம் செய்தார்கள். அவள் அம்மாவின் கச்சேரி மட்டுமில்லை, வேறு ஊர்களிலிருந்தெல்லாம் வித்வான்கள் வந்து கச்சேரி நடந்தது. ஊஞ்சல் ஜோடனை, பல்லாக்கு ஜோடனை என்று மங்களத்தின் கல்யாணக் கோலாகலம், அப்போது

இவளுக்குப் பொறாமையாக இருந்தது. வீட்டுக்கு வந்ததும் அழுதாள்.

"ஏண்டி கண்ணு? ஏ அழுற... ஏம்மா?"

துக்கம் வெடித்து வந்தது.

"எனக்கு மட்டும் கலியாணம் பண்ண மாட்டேங்கிறியே? அரண்மனை... அந்தச் சின்னராஜா... எனக்குப் புடிக்கல. அவ வந்து..."

அவன் செய்த அக்கிரமத்தை இவள் பொருமலில் கேட்டதும், அம்மா உள்ளூர மகிழ்ந்தாலும், மகளைச் சமாதானப்படுத்துவதில் ஊக்கம் காட்டினாள்.

"மதுராம்பாவை ஏன் அழைச்சிட்டு வரலேன்னு ராஜா கேட்டார். அவங்களுக்கெல்லாம் உன் அழகு, புத்தி எல்லாத்திலும் ரொம்ப சந்தோசம்டா கண்ணு! உனக்குப் பாரு.. முதல்லியே கட்டிக்காப்பும், அட்டிகையும் குடுத்திருக்காரே! என் கண்ணை, வயிரமாவும், முத்தாவும், பச்சையாவும் இழைச்சிடுவார் ராஜா. காசிலேந்து புட்டாப் புடவை உனக்குன்னு வரும்."

"மங்களாம்பாளுக்கும் கூடத்தான் எல்லாம் போட்டிருக்கா!"

"சீ, அதெல்லாம் இன்னிக்குத்தான்.. அப்புறம், அவ அடுப்படியில் உட்கார்ந்து கருக்குமட்டை எரிக்கவும், சமைக்கவும், மெழுகவும், பெருக்கவும், மாடு கன்றுன்னு பாக்கவும் புழுக்கச்சியாக் கெடப்பா! பணம், நகை நட்டு, பவிசெல்லாம், நமக்குத்தா. நம்ம குலாசாரப்படி நீதா மூத்தபொண்ணு.

ஈசுவரனுக்கே சமர்ப்பணம்னு குருக்களய்யா குடுக்கும்

பொட்டுத்தாலி,

அமங்கலமே கிடையாது. ராஜாவுக்கும், பிரபுக்களுக்கும் சந்தோஷம்

கொடுப்பதும், செல்வமும் சுகமும் அநுபவிப்பதும் நாமதான்!"

"எனக்கு ராஜாவப் புடிக்கல!"

"அபசாரம், அபசாரம்மா... அப்படியெல்லாம் சொல்லக்கூடாது. என் கண்ணுக்கு சாந்திமுகூர்த்தம், ராஜா வந்து நடக்கும். இது நம்ம பாக்கியம். ராஜா நமக்குத் தெய்வம் மாதிரி!"

பாசிப்பச்சைப் பட்டில் கச்சை, சரப்பளி அட்டியல் எல்லாம் அரண்மனையில் இருந்து வந்ததும், 'தீய் தய், தித்தித் தய்' என்று அவளை ஆடவைத்ததும், ஒரு புதிய தாரணைக்குள் அவளைச் சிறைப்பிடிப்பதற்கான கருவிகள் என்பதை உணரும் முதிர்ச்சி ஏது அப்போது?

ஆனால் ஆட்டத்தைவிட, அம்மாளின் அந்த வீணையைத் தொட்டு வாசிக்கையில் அவளையறியாமல் ஊக்கமும், ஈடுபாடும் இருந்தன. நேரம் போவது தெரியாமல் உட்கார்ந்து அதன் தந்திகளை மீட்டுவதும், இழைந்த குரலில் பாடும்போது ஒன்றுக்கொன்று வித்தியாசம் தெரியாத இலயத்துடன் ஒன்றுவதும் அவளுடைய தனி மகிழ்ச்சி...

முப்பத்தைந்து வயசில், கடவுளின் தாலி என்ற மரபை பொய்மை என்று படீலென்று உடைத்துத் தகர்த்துவிட்டு, புறத்தே மங்கலங்கள் என்ற சிறுமைகளைக் களைந்துவிட்டு, அவள் எல்லாம் துறந்து புதிய வாழ்வை

ஏற்றுக்கொண்டபோது, ஒரே ஒரு நினைவான அந்த வீணையை மட்டும் அவள் எவருக்கும் கொடுக்க விரும்பவில்லை.

அவளுடைய நகைகள், சேலைகள் எல்லாம் அரண்மனைக்கே திருப்பி அனுப்பப்பட்டன. அந்த வீடு, புழங்கிய பண்டம், உறவுகள், பழக்கங்கள் எல்லாவற்றையும் அழுக்குச்சீலையைக் களைந்தாற்போல் களைந்து புறப்பட்டாள். வீணை... வீணையை மட்டும், அந்த வீட்டுக்கு அனுப்பி வைத்தாள்.

அப்போது மங்களாம்பா, புருஷனை இழந்து வந்திருந்தாள்.

"அவ எங்க போறாளாம்?"

"அம்மா, இது இங்க இருக்கட்டும்னு சொன்னாங்க!" என்றானாம் மாடசாமி. வந்து சொன்னான்.

இவளும், அவரும் இந்த மண்ணை உதறிவிட்டு இரவோடு

ஒற்றை மாட்டுவண்டியிலேறிச் சென்றார்கள். அப்போது, மீண்டும் இந்த மண்ணுக்கு வர வேண்டியிருக்கும் என்ற எண்ணமே முளைக்க நியாயமில்லை. ஒரு மரபைத் தகர்த்த சிலிர்ப்பில் நனைந்து, போய்க்கொண்டிருந்தாள்.

'கிருக் கிருக்'கென்று ஒற்றை மாட்டுவண்டியின் மந்தகதி, அந்தராத்மாவில் ஒலிப்பது போலிருக்கிறது. மறுபக்கத்து அடுத்தவீட்டில், சோடாபாக்டரி சண்முகத்தின் கரகரத்த குரல் கேட்கிறது. மிதியடிச்சத்தம். இந்த வீட்டில் வந்து கதவை இடிக்கும் ஓசை. குஞ்சிதம்-குஞ்சிதபாதம், குஞ்சிதமாகக் குறுகி, குஞ்சு, குஞ்சான் என்றெல்லாம் சமயத்துக்கேற்றபடி உருப்பெறும். வெளிவட்டத்துக்கு, தோழர் என்.கே.

"கரண்ட் அணைஞ்சு போச்சு!" என்று முணுமுணுத்துக்கொண்டு வந்து சுப்பு கதவைத் திறக்கிறாள்.

"மணி பன்னிரண்டரை ஆயிட்டுது. விளக்கை ஏன் அணைச்சுத் தொலைச்சிருக்கானோ?"

"கேட்டுச்சொல்றேன்." என்ற நையாண்டியுடன் அவன் உள்ளே செல்கிறான்.

"என்னதைக் கேட்டுச்சொல்வதோ? விசிறியுமில்ல.. புழுங்கி எடுக்கறது. கொசுவா அப்பறது."

"இங்க உள்ள முத்தத்துல கூடக் காத்தில்ல. வாசலுக்குத்தான் போகணும்!"

சம்பு உட்கார்ந்துகொண்டு விசிறிக்காம்பு தட்டும்படி விசிறிக் கொள்கிறாள்.

"கயிற்றுக்கட்டிலை அங்கு கொண்டு போடட்டுமா?"

அவன் கயிற்றுக்கட்டிலை, அங்கே திண்ணைக்கருகே முற்றத்தில் தூக்கிவந்து போடுகிறான்.

சம்பு, சமுக்காளம், தலையணை, விசிறியுடன் வருகிறாள். வானில் மங்கலான பிறை நிலவு தெரிகிறது.

"அம்மோவ்! பிசைஞ்ச மோர் சாதத்தை இப்படிக் கொண்டா! விளக்கேத்த வேண்டாம் சிரமப்பட்டு... இப்படியே கையில வச்சிண்டு சாப்பிடுறேன்."

வாசப்படியில் காலை வைத்துக்கொண்டு அவன் உட்கார்ந்து கொள்கிறான்.

"நள்ளிரவில் வந்த சுதந்திரம் இன்னும் விடியவில்லை. நமக்கெல்லாம் இந்திய மரபு சூரியோதயத்துடன் நாள்

தொடங்கும். காலையில் அப்படி வந்திருந்தால், விடிவு நல்லபடியாக இருந்திருக்கும்..."

"குஞ்சிதம்! இப்பல்லாம் பாடுறதக் கேக்கவே முடியல!'' மதுராம்பா எழுந்து உட்கார்ந்து கொள்கிறாள்.

"பாட்டி, பிழைப்பு இப்ப பாட்டா இல்ல... அடிதடி, அக்கப்போர், போராட்டம்னு இருக்கு. இன்னிக்கு என்ன விஷயம் தெரியுமா?"

"என்னவோ?"

ஆனந்தபுரத்தில் புதிசா வந்திருக்கிற போலீஸ் சப்-இன்ஸ்பெக்டர் வீட்டில், ஒரு பொண்ணு வேலை செஞ்சிட்டிருந்திருக்கா. சாதி எல்லாம் ஒண்ணுதா. ஆனா, அவன் படிச்ச பதவியாலே பெரிய சாதி. பெண்சாதி, இவளை வேலைக்கு வச்சிட்டு, பிரசவத்துக்குப் போயிட்டா. அவ, இவளை உள்ளே சேர்க்கமாட்டாளாம். சமயலுக்கு வேற பெண்பிள்ளை, அதாவது ஒரு கிழவி இருந்தாளாம். இவன் சமையலுக்கு ஆள் வேண்டாமென்று கிழவியை அனுப்பிவிட்டு, இந்தப் பெண்ணிடம் அத்துமீறி இருக்கிறான். புருசன் பாவப்பட்டவன், எங்கியோ மூட்டை சுமக்கிறான். மூணு பிள்ளை.. போலீசு அதிகாரியிடம் முறைக்கலாமா? உள்ளே போக மறுத்து, ஓடிவந்து விட்டாள். வேலைக்கே போகவில்லை. மறுநாள் இரண்டு போலீசுக்காரன் குடிசையில் நுழைந்து, வெள்ளி சாமான்களைக் காணோம் என்று கூட்டிப்போய் ஸ்டேஷனில் வைத்து அடித்திருக்கிறார்கள்."

"போறும் போறும்.. அண்ணா! உன் அக்கப்போர்களைக் கேட்டால், கொஞ்ச நஞ்ச நிம்மதியும் போயிடும்."

"போகணும். எல்லோரும் ஏகோபித்து பொங்கி எழுந்து நியாயம் கேட்கணும். வர வர, தினம் இதுபோல் பெண்பிள்ளைக் கேசாகவே வருது. ரொம்ப கஷ்டமா இருக்கு. இப்படி ஒரு பெண்ணுக்குப் பத்திரமில்லாத வகையில் இன்னிக்குச் சமுதாயம் இழிவடைஞ்சிருக்குன்னா, நிம்மதின்னு ஒதுங்கணுமா? நீங்கெல்லாம் படிச்சென்ன? உத்தியோகம் பார்த்தென்ன?"

சுப்பு சாதத்தைப் பிசைந்து கிண்ணத்தில் கொண்டு வருகிறாள். ஒரு ஸ்பூன் போட்டிருக்கிறாள். குடிக்க நீரும் செம்பில் வருகிறது.

"யார்தான் என்ன பண்ண முடியும்? நீ சாப்பிட்டுட்டுப் பேசு!"

"இப்ப என்ன... அந்தப் பொண்ணு போலீஸ் ஸ்டேஷன்ல இருக்காமா?" மதுராம்பா விசாரிக்கிறாள்.

"அப்படித்தான் புருசன்காரன் வந்து சொன்னான்.

மாதர்சங்கத்து மீனாட்சி, இன்னும் பல ஆளுகளைக் கூட்டிட்டு ஸ்டேஷனுக்குப் போய்ச் சத்தம் போட்டோம், பேசினோம். எல்லா அக்கப்போரும் பணம் கொடுத்தால் தள்ளுபடியாகும். நியாயம் எங்க இருக்கிறது? வீட்டில் இரண்டு வயசு, அஞ்சு வயசு, ஆறு வயசுன்னு எல்லாம் பிஞ்சுகள். அவளை வெளியில் கொண்டுவர ஏற்பாடெல்லாம் செஞ்சிட்டு வர நேரமாச்சி. வண்டியுமில்ல, ஒண்ணுமில்லே. ஏதோ லாரி வந்தது. முக்குல வந்து இறங்கினேன். போது விடியறச்ச எழுந்து வரேன்னு சொல்லிட்டு வந்தேன்."

"புதுப்பட்டியா?"

"இல்ல மேல் மங்கலம்."

'நீ சொல்றாப்பல நான் பொங்கி எழுந்து, உங்க மாதர் சங்கத்து ஆளுகளோட சேர்ந்து சத்தம் போடறதுன்னா, வயித்துல சுத்தமா ஈரத்துணிதான். இப்பவே கம்யூனிஸ்ட்கார அண்ணன் கூட நான் இருக்கறதுக்கு எத்தனை விசாரணை, எத்தனை சந்தேகம் தெரியுமா? அதுவும் எங்க ஆபீசர், ஒரு புதுசு.. வழுக்கை வந்திருக்கே? கண்ணாலியே துகிலுரியும் ஜாதி. இப்ப லஞ்சம் எப்படி வாழ்க்கையோட ஒத்துப் போயிட்டதோ, அப்படி இந்த எல்லா இழிவும் சாதாரணமாப் போயிட்டுது! ஒரு சந்தோஷம், நாம இப்படி தாராளமாக உட்கார்ந்து விமரிசனம் பண்ணுறோம்!"

சம்புவின் விவேகமும், அநுபவமும் மதுராம்பாளுக்கு வியப்பும் பெருமிதமுமாக இருக்கின்றன. அடுப்படியை விட்டு வெளியே செல்லும்போது, பெண் தானாகத் தன்னைக் காப்பாற்றிக்கொள்ள முடியும் என்ற அளவில் சுயமாக நிற்கும்போது, மற்ற தைரியங்களும் வரும். ஆனால், அப்படிச் சுயமாக நிற்கவே ஒரு பெண்ணுக்கு வழிகாட்டாத பட்சத்தில்...

பேபியைப் பற்றி, உண்மையில் கவலையாக இருக்கிறது. புதுப்பட்டியில் பத்து முடிந்ததும், பதினொன்றுக்கு சிபாரிசோ டொனேஷனோ வேண்டியிருந்தது. கொடுக்க வழியில்லை. குடும்பத்து வேர், பொருளில்தான் இறங்குகிறது. சாப்பிட்டுவிட்டுக் கிண்ணத்தை உள்முற்றத்தில் போட்டுக் கை கழுவிக்கொண்டு வருகையில், அடுத்த வீட்டிலிருந்து சக்குவின் பிரலாபக் குரல் காதில் ஒலிக்கிறது.

"ஆருக்கு உடம்பு சரியில்ல? ருக்குவுக்கா?"

"விளக்கை ஏத்திண்டு வாடீன்னு சக்கும்மா அலர்றாப்பல குரல் குடுக்கறா?"

“ருக்குவுக்கில்ல. முருகனுக்கு. ஸ்கூல்லே எதோ ரத்தமா வாந்தி எடுத்தானாம். ரத்தம்னு சக்குகிட்ட சொல்லல. அதைப், படிக்கப் போட வேண்டாம்னாலும் கேட்கல. இப்படி ஒரு பெண்ணையும், பிள்ளையையும் வச்சிண்டு இவ அல்லாடறா. போய்ப்பாரு என்னன்னு.. நான், சிம்னிவிளக்கைக் கொண்டு வரேன்.

மனசை சங்கடம் பிசைகிறது.

ஆற்றில் வெள்ளம் அலைமோத, மழை கொட்டி, கரைகள் கரையும்போது, அந்தக்கரையின் ஒற்றைத்தடத்தில் ஈரப்புடவையும், குடமுமாக நடக்கையில், தடுக்கி நழுவி விழுந்துவிடுவது போல் பயம் அலைக்கழிக்கும். மதுராம்பா, இருட்டோடு முழுகிவிட்டு, அந்த லயன் கரையோடு தான் நடந்து வீடு திரும்புவாள். ஒருநாள் கூட நழுவியதில்லை. அவள் வாழ்க்கைக்கு மட்டுமில்லை, அவள் தொடர்ந்த பரம்பரைக்கும், அந்த நிதானமும் உறுதியும் வேண்டுமென்று இப்போது தெளிவாகியிருக்கிறது. பத்துக்கும் எட்டுக்கும் பெண்ணைக் கல்யாணம் செய்து கொடுத்துவிடும் மேல்சாதிச் சூழலில் இரண்டுங்கெட்டானாக, ’பாட்டு சொல்லிக் கொடுக்கும்’ அம்மாளாக இந்த ஊரில் வந்து, அக்கிரகாரமாய் நீண்ட தெருவில் அவள் ஊன்ற, மங்களாம்பாதான் ஆதரவு. இந்த வரிசையே அவர்கள் சொத்தாகத்தானே இருந்தது...!

“அவ பாட்டுக்கு இருந்துட்டுப்போறா! அவளுக்கு இடமில்லைன்னா, அப்புறம் நீங்க என்னடா அப்பாக்குக் கர்மசிரத்தையா தெவசம் பண்ணுவது?” என்றாளாம். ஊரிலும் பல தலைகள் ஆட்சேபிக்காமல் இல்லை. இருந்தாலும், எல்லாம் அமுங்கி, நாளடைவில் சகஜமாகிவிட்டது. அவள் அனுப்பிவைத்த அதே வீணையைப் பன்னிரண்டு வருஷத்துக்குப் பிறகு சுருதி சேர்த்து, முதலில் மங்களத்தின் பெண்வயிற்றுப் பேத்திக்குத்தான் சொல்லிக் கொடுத்தாள். கல்யாணமாகி, புருஷன் சீமைக்குப் போயிருந்தான். அவளும் மங்களம்தான். எத்தனை தலைமுறைகள்... எத்தனை உறவுக்கலப்புக்கள்... எத்தனை சிநேகங்கள் ஒரு மனுஷ வாழ்வில்...!

சக்குவுக்குப் பாட்டில் ஈடுபாடே இல்லை. தமிழ் எழுதப் படிக்கவும், கொஞ்சமாக சமஸ்கிருதமும் தெரியும். படிக்கச் சொன்னால், தூங்குவாள். அப்போதெல்லாம் இந்தத் தீப்பெட்டி ஃபாக்டரி, குச்சி அடுக்கல் என்று ஒரு வாய்ப்பும் கிடையாது. மாக்குமாக்கென்று வேலை செய்வாள். குளத்துத் தண்ணீர் கொண்டுவந்து, பாத்திரம் தேய்ப்பதும், பெருக்கி மெழுகி, துடைத்து என்று வேலை செய்வாள். அயல்வீடுகளுக்குப்

போகக்கூடாதுஎன்றுகட்டுப்பாடு.அதுவும்,இரண்டுங்கெட்டானாக வயசுக்கு வந்தபின், குளத்துக்குப் போவதற்கும் கூடச் சங்கடமாயிற்று.

“கிணத்து ஜலத்துல தோச்சேன். புடவையில அழுக்கே போகல.. பாத்திரமெல்லாம் புள்ளி புள்ளியாயிருக்கு....!”

“அந்தப் பிச்சு அய்யங்கார் இல்லம்மா... அவன், நான் குளிக்கிற சமயம் பாத்து, குளத்தில படில வந்து நிக்கிறாம்மா.”

"அந்த வெங்கு இல்லம்மா? இவாளப் போல இருந்துட்டா தேவல. எழவு... இந்த சாதிலதான் அஞ்சு வயசுல கட்டி, அவன் ஆத்தோட போனான்னு, வெள்ளையும் முட்டாக்குமா மூலைல வச்சுத் தொலைக்கிறான்னு சொன்னா.”

மதுராம்பாளுக்குத் தெரியும், சாதியின் கறை பல தலைமுறைகளுக்குத் துடைக்க முடியாதென்று. இவள் வரனும், மங்களாம்பா மூலமாகத்தான் வந்தது. பையன் ஸ்ரீரங்கத்துக்காரன். இதேமாதிரியான சாதிதான். தாய்- தகப்பனில்லை. மாமாவோ, யாரோ அவனைப் பட்டணத்தில் படிக்க வைத்திருக்கிறார்கள். எஸ்.எஸ்.எல்.ஸி. முடித்திருக்கிறான் என்று சொல்லி வரவழைத்தார்கள். சக்குவும் நல்ல நிறமில்லை.

அப்பாவைப்போல், மேட்டு நெற்றி. ஆனால், நல்ல தாட்டியாக, வஞ்சனையில்லாமல் வளர்ச்சி பெற்றிருந்தாள். ஐம்பது பேரானாலும், சமைத்து இறக்கத் தெரியும். சந்தர்ப்பம்தான் வாய்த்ததில்லை. மங்களாம்பாளுக்கு அவள்மீது அதிகமான பிரீதி. "சக்கு! நீ என்ன அசலா? எதுக்கு ஒதுங்கிருக்கிற?” என்பாள்.

இவள் போட்ட பஜ்ஜி என்றால், இரகசியமாக வைத்திருந்து கொடுக்கச் சொல்லிச் சாப்பிடுவாள். உசந்தசாதியின் முட்கள், ஒன்றா இரண்டா?

பையன் மாநிறமாக, ஒல்லியாக இருந்தான். ஆனால் உயரம், இந்த ருக்கு, அச்சு அவனேதான்.

பிட்சாண்டார் கோயில் சந்நிதியில் கல்யாணம் நடந்தது. சிதம்பரத்தை, அப்போது திருச்சியில் ஏதோ ஏழை ஆஸ்டலில் சேர்த்துவிட்டிருந்தார்கள். அந்தக்காலத்தில் அப்படி வசதிகள் இல்லாமலில்லை. மங்களாம்பாளின் மாப்பிள்ளை ஆதரவில்தான், அவனும் அப்போது கல்லூரியில் சேர்ந்திருந்தான்.

அப்போது சண்டை ஆரம்பித்துவிட்டார்கள். கல்யாணமானபின், பட்டணத்தில் குடித்தனம் வைக்கச்செல்கையில் அவனுக்கு முப்பதோ, நாற்பதோ வருமானம்.

திருவல்லிக்கேணியில் கோயில் பக்கத்துத் தெருவொன்றில், ஒண்டுக்குடித்தனமாய் எட்டுரூபாய் வாடகையில் அவன், வீடு பார்த்திருந்தான். மதுராம்பா, அப்போது போகவில்லை. அடுத்த நான்கு மாசங்களில், குறையாய்ப்போய் கோஷா ஆசுபத்திரியில் சேர்த்துத், தந்தி கொடுத்தபோது, அவளைப் பார்த்துக் கூட்டிவரப் போனாள்.

அவளைப் பார்த்ததும், அந்தப்பிள்ளை எப்படி அழுதான்..! மூன்றுமாசக் கரு உதிர்ந்ததற்கு, முழுப்பிள்ளையை பறிகொடுத்த பெண்ணைப் போல் அழுதான். ”அம்மா, நான் நல்லாதான் கவனிச்சிக்கிட்டேன், ஏன் இப்படி ஆச்சின்னு தெரியல.” பாவம்!

முதற்பிள்ளை பிறந்த சமயத்தில், அவன் காக்கிச்சட்டையை மாட்டிக் கொண்டு, கண்காணாத நாட்டில் சண்டை நடக்குமிடத்திற்குப் போய் இருந்தான். பிறகுதான் தெரியும், அவனுக்குச் சம்பளம் கொடுத்த பயிற்சிக்கூடம், சண்டைக்கு அனுப்பத்தான் ஆட்களைத் தயாரித்ததென்று!

இதோ, இந்த வீட்டின் சமையலறையில்தான் அவனைப் பெற்றாள்.

”மதுராம்பா...! பேரனா? நீ ஜயிச்சுட்டேடீ! ஜயிச்சுட்டே. இன்னிக்கு சாமகா ஆவணியவிட்டம்டீ! எல்லாரும் குளத்தங்கரை மண்டபத்தில், கடம் வச்சுப் பூஜை பண்ணிட்டு வருவா. குருசாமி போயிருக்கான். சர்க்கரையும், கல்கண்டும் வாங்கிண்டு வரச்சொல்லு!” என்று அப்போது மங்களாம்பா வந்து சொன்னது, கண்களை நிறைக்கிறது.

அவள் உண்மையில் ஜயித்திருக்கி’றாளா? இது ஜயமா? அந்தப்பிள்ளை, வேரே ஊன்ற வகையின்றிப், பறித்துப் போட்டுவிட்டுச் சுற்றுகிறான். சண்டைக்குப் போனவன் அது முடிந்து திரும்பி வருவதற்குள், பிள்ளை, பெண் இரண்டும் கூடத்தில் விளையாடப் பிறந்துவிட்டார்கள். இந்த ருக்கு, பின்னும் நான்கு வருஷம் சென்று, காந்தி என்ற ஒளி அணைந்து, ஊரெல்லாம் இருட்டாயிருந்த சமயத்தில் வந்து பிறந்தது.

“ஒண்ணும் கவலைப்படறதுக்கில்ல. இப்பத்தான் எல்லாத்துக்கும் மருந்து இருக்கே? காலம ஆகட்டும், இவனைக் கூட்டிண்டுபோய் எக்ஸ்ரே எடுத்து..” பிறகு எதோ தடைபட்டாற்போல் முட்டிக் கொள்கிறது. அவள் திடுக்கிட்டாற்போல் சுதாரித்துக் கொண்டு, “எக்ஸ்ரே எடுக்க எங்கே

போகணும்?” என்று கேட்கிறாள்.

"காரியம் சுருக்க, நல்லபடியாகணும்னா பணம்... பணம்தான் வேணும்மா. இப்ப நடக்கிறது பணநாயகம். இந்த ஹெல்த்செண்டர், சர்க்கார் ஆசுபத்திரி எங்கும் ஒண்ணும் நடக்காது. பையனை அழைச்சிட்டுப்போய் எக்ஸ்ரே எடுத்து, ட்ரீட்மெண்ட் பண்ணணும்னா, குறைஞ்சபட்சம் இப்ப ஒரு மூணுநாலு- நூறு ஆகும்." மௌனத்திரை விழுகிறது.

அந்தப் பழைய வாழ்க்கையைப் பற்றி, எந்தக் குழந்தையும் இவளிடம் பேபி போல் இதுவரையிலும் கேட்டிருக்கவில்லை. பெண் உடம்பைக் காட்டுவது, விதம் விதமான கோலங்கள் செய்வது எல்லாம் கலை என்று இந்தக் குழந்தைக்கு உணர்த்தப்பட்டிருக்கிறது.

காலையிலும், மாலையிலும் அண்ணாவியின் கைக்கோலுக்கு இசைய, அவள் சிறுமியாக அந்தப் பயிற்சிபெறும் காலை முரண்டியதும், எல்லாச் சிறுமிகளையும் போல் அவள் செல்ல முடியாமல் ஒதுக்கப்பட்டதும், கோலாட்டத்தில் கூட அவள் மற்றகுலக் குழந்தைகளுடன் சேர இயலாதபடி பிரிக்கப்பட்டதும்...

அந்தச் சிருங்கார பதங்கள்...

அவளுக்கு ஒத்துக்கொள்ளவேயில்லை. ஆனால், தங்கத்தைத்தான் உருக்கி அடித்து சன்னமாக இழுக்கப், பாடாய்ப்படுத்துகிறார்கள்.

அம்மாவுடனும் சின்னராஜாவுடனும் கிறிஸ்துமஸ், சென்னைப்பட்டிணம், கச்சேரி என்று போயிருக்கிறாள். நெல்லை, கன்யாகுமரி, தஞ்சாவூர், அங்கே இங்கே... ஆனால், வீட்டுப் பெண்களைப் பார்க்கையில், எங்கேனும் சிறு கூரை வீடுகளில், அடக்கமாக ஒரு திரிவிளக்கு எரியும் வெளிச்சத்தில், ஓர் ஆண்-பெண், குழந்தை என்று கற்பனை செய்கையில் மனம் வதங்கும்.

அந்தக்காலத்தில் வாஞ்சி, துரையைச் சுட்டு தானும் சுட்டுக்கொண்டபோது, வெளியே கிரௌதிகள் பிள்ளை போல், பல பிள்ளைகள்-இவர்கள் தெருவுக்கு வராத இளம் பிள்ளைகள், அப்படி ஒரு வீர-தியாக விளையாட்டில் ஈடுபட்டிருந்தார்கள் என்பது தெரியும். போலீசுகார அய்யங்கார் இளுடைய அம்மாளிடம் வந்து, பாண்டிச்சேரிக்கு மதுராம்பாளைக் கச்சேரிக்கு ஏற்பாடு செய்ய வந்ததாகச் சொன்னான்.

இவளுக்கு போலீசுகாரன் பாண்டிச்சேரியில் கச்சேரி என்றதும், அம்மா சம்மதித்ததும், இதற்கு இணங்கக்கூடாதென்று கோபமான கோபம்.

அங்கே இந்தப்பிள்ளைகள் எல்லோரும் இருக்கிறார்கள்.

"அம்மா! இது பாவம்! நான் வரமாட்டேன்!"

"அசடு, ராஜஸம்மானம் கிடைக்கும். சீமை ராஜஸம்மானம்!"

"வாண்டாம். அதைவிட, என்னைக் கசத்தில் தள்ளிட்டுப் போ!"

"பாப்பா! ஏண்டி இப்படி இருக்கிற நீ? வலிய வரும் சீதேவிய உதச்சுத் தள்ளலாமா? நீ போகலன்னாலும், இது நடக்காமப் போகாது. அவ்வளவு மகிமை வாய்ந்த வெள்ளைக்கார சர்க்கார், அவாளை எதிரிட்டுக்கலாமா?"

"மகா பாபங்களுக்கு நான் உடந்தையா வரமாட்டேன்!"

"பாப்பாக்கு, வர செளகரியப்படாதுங்க. க்ஷமிச்சிக்கணும்" என்று அம்மா கூனிக்குறுகி, அவனைப் போகச்சொன்னாள்.

▲▲▲

3

நன்றாக விடியும் முன்பே, மதுராம்பா கைத்தடியை ஊன்றிக்கொண்டு, இந்த வீட்டுக்கு வந்துவிடுகிறாள். வாசல் திண்ணை ஒன்று மட்டும் தெருவோடு தெருவாக இருக்கிறதே தவிர, மற்றபடி ஒரே மாதிரியான ஓட்டு வீடுதான். அந்தவீட்டை அவர்கள் சொந்தமாக்கிக்கொண்ட பிறகு, செப்பனிட்டு, சமையலறையின் தாழ்வாரம் ஓடு மாற்றி, அப்போதைக்கப்போது வெள்ளையடித்துப், புதுப்பித்திருக்கிறார்கள். இந்த வீட்டுக்கு, அந்த வரிசைகள் செய்ய நாதியில்லை. ஓடுகள் விலகி, மழை வந்தால் கொட்டும். ஆனி, ஆடிக் காற்றுக்கு மண் உதிருகிறது. சுவரில் கிரிஜா தீற்றின சாந்து, மை, சுண்ணாம்பு அடையாளங்கள் கூட இருக்கின்றன. நடுஅறை இருட்டு. இந்த ஓரத்தில் ஒரு பழையகாலத்துப் பிரம்பு மேசை, ஷெல்ஃப், முருகனின் புத்தகங்கள். பை ஆணியில் மாட்டியிருக்கிறது. தீக்குச்சிக் கட்டைகள், குச்சிபோட்டு வரிசையாக மேசைமீது அடுக்கி இருக்கிறாள்.

பையன் முகம் தெரியவில்லை. கோழிமுட்டைச் சிம்னி, 'முணுக் முணுக்' என்று தன்னைக் காட்டிக்கொள்கிறது. காலையிலேயே சக்கு எழுந்து, தண்ணீர் கொண்டுவருகிறாள். ருக்குவும் எழுந்திருக்கிறாள். பேபிதான் 'ஆ' வென்று கை கால்களைப் பரப்பிக்கொண்டு தன்னை மறந்து தூங்குகிறது.

"பாட்டி! இருட்டில எதுக்கு எந்திரிச்சு வரீங்க? கீழ எங்கயானும் தடுக்கிக்கிடுக்கி..." எழுந்து வந்து பாட்டியை ருக்கு உட்கார வைக்கிறாள்.

"ஏம்மா, முருகு ராத்திரி வாந்தி எடுத்தானா?"

"ஆமாம் போல.. வழுவழுன்னு கோழயா..."

"வயித்துக்கு ஒண்ணுங்குடுக்கல?"

"அதா ஆர்லிக்ஸ் வாங்கி வச்சிருக்கே? இந்த வருசம் அவன, இப்படிப் பஸ்ஸில பள்ளிக்குடம் அனுப்பாம நிப்பாட்டி வச்சிருக்கலாம். இந்த அம்மாவுக்குச் சொன்னாப் புரியாது! இப்பவே அவன் பத்து படிச்சி காலேஜிக்குப் போயிடணும்!"

"அவ ஆதங்கம். அவப்பன் படிக்கணும்னு ஆசையான ஆசைப்பட்டா. அவன் படிக்கிறேன் படிக்கிறேன்னு

பள்ளிக்கூடமே போகாம, கண்ட சகவாசமும் பழகிட்டான். அதுபோலப் பையன் ஆயிடக் கூடாதேன்னு..”

“அதுக்கு, உடம்பு நன்னாயிருக்கணுமில்லயா? அப்பவே சீனிவாசன் டாக்டர் எக்ஸ்ரே எடுத்துப்பாத்து ஊசி போடணும்மான்னாரு. இவங்க காச்சல் வந்தா உடனே எதுனாலும் மருந்துக்கடை மாத்திரைய வாங்கிக் குடுக்கறது; சூடு, குளிர்ச்சின்னு கசாயம் வச்சுத் தர்றது; கோயில் பூசாரிகிட்ட மந்திரிச்சிட்டு வர்றது; கயிறு போடுறது... இப்படிப் போறான்னா...”

“அவ என்னடீ செய்யிவா? பெத்தவன் ஒரு சிரத்தை எடுக்காம இருக்கறப்ப, அவ பணத்துக்குத்தா எங்க போவா?”

“ஆமா, அண்ணன் அப்பவே சொன்னாரு. ரெண்டு வருசம் முன்னமே, வள்ளுவர் குருகுலம்னு இருக்கு, கொண்டு சேர்க்கறேன்னு. இந்த அம்மா விட்டாங்களா? தன் காலடில வச்சுண்டு, அப்பா அப்பான்னு சோறூட்டணும். அவனுக்கு ஒரு தயிரியம் இல்ல. வீதில மாடு வந்திச்சின்னா கூட அம்மா முந்தானைல வந்து பதுங்குறான். இங்க என்ன சவுக்கியத்தை நாம பண்ண முடியும்? நான் எதானும் சொன்னா, இவ சம்பாதிக்கிற நூறுரூபா காசுக்குப் பேசறாம்பா..”

கேட்டுக்கொண்டே சக்கு வந்து விடுகிறாள்.

“பாட்டிகிட்ட ஆவலாதி சொல்லியாறதா? சொல்லு!”

“நா ஆவலாதி சொல்லல. நிலவரம் சொன்னேன். பத்து அஞ்சு-நூறு செலவு செய்யாம இந்த சீக்கு குணமாகாது. அண்ணனுக்குப் பொறுப்பு வந்து, பாத்துக்கப் போறான்னு, இந்த மானம் பாத்த சீமையில, மழைய பாக்கறாப்பல பாத்திட்டிருக்கவும் முடியாது. யோசனை பண்ணுங்க.”

சக்கு குடத்தை வைத்துவிட்டு முற்றத்தைச், சாக்கடை ஓரமாகத் தேய்த்துக் கழுவுகிறாள்.

“பேசாம மாமாவுக்கு ஒரு காகிதம் எழுதிப்போட்டா, நிச்சயமா பணம் அனுப்புவார். நமக்கு வீராப்பு என்ன வேண்டிக்கிடக்கு.” போகிற போக்கில் விசிறுவதுபோல் சொற்களை உதிர்த்துவிட்டு, கோழிமுட்டை விளக்கைத் தூக்கிக்கொண்டு, ருக்கு சமையலறைக்குள் செல்கிறாள்.

“அவனுக்கொண்ணும் எழுத வேணாம்! உப்புபோட்டுச் சோறு தின்னும் சுரணை இன்னும் இருக்கு. ஒரு சாவு வாழ்வு கூட மதியாத பொம்பிள. அவன் பொண்டாட்டிக்குத் தெரியாம இங்க வந்து, ஆரோ வாராப்பில, பக்கத்து வீட்டுத் திண்ணையிலே

அம்மாளைப் பாத்துட்டு, கவரில காச வச்சிக் குடுத்திட்டுப் போனான். எனக்கு எப்பிடி இருந்தது தெரியுமா? நானும், எங்குடும்பமும் பிச்சை எடுத்து சீவிக்கிறாப்பல...” கண்ணைத் துடைத்துக் கொள்கிறாள்.

நெஞ்சை முறுக்குவதுபோல்தானிருக்கிறது.

தம்பி தம்பி என்று ஒன்றாக வளர்ந்த பாசமில்லையா?

கூரைவீட்டு மண் பூசிய திண்ணையில், தம்பியை உட்கார்த்தி வைத்துக் கொண்டு, செப்பு வைத்து அவள் விளையாடிய நாளிலிருந்து, தம்பி சட்டையைத் துவைத்து நீலம்போட்டு, டவராவில் நெருப்பு வைத்துப் 'பெட்டி' போட்டுக் கொடுத்ததெல்லாம் நினைவில் முட்டுகிறது. ‘எப்படின்னாலும் தம்பி படிக்கணும்மா’ என்று மங்களாம்பாளிடம், பொழுது பொழுதாக

நினைவூட்டி அல்லவோ ஒன்பதாவதுக்கு திருச்சிப் பள்ளிக்கூடத்துக்கு விடச் செய்தாள்?

அவன் கல்லூரியில் படிக்கப் போனவன், காந்தி சொன்னாரென்று புத்தகங்களை எறிந்துவிட்டுப் போராட்டத்துக்குப் புறப்பட்டுப்போனான் என்றதும், மங்களாம்பா இவளுக்குச் சொல்லி அனுப்பி வருத்தப்பட்டாள்.

"தன் குடும்பநிலை தெரிய வேண்டாமாடி மதுராம்பா? படிச்சுக் குடும்பம் முன்னுக்கு வரணும்னு இல்லாம, தறுதலையா இப்படி யார் பேச்சையோ கேட்டுண்டு போகுமா?" என்றாள்.

மதுராம்பாவுக்குக் கண்ணீர் வந்தாலும், அது கரிக்கவில்லை. 'என் பிள்ளை... என் பிள்ளை, பெரியவர்களெல்லாரும் செய்யும் புனிதமான காரியத்துக்குத்தான் இறங்கியிருக்கிறான்' என்று நினைத்தாள். அப்போது அவனுக்குத் தலைவராக இருந்த காங்கிரஸ்காரரைப் பற்றி ஊரெல்லாம் பேசுவார்கள். அவன் வேலூர்ச்சிறையில் இருக்கிறான் என்று தெரியவந்ததும், மதுராம்பா அவனைப் பார்க்கத் துடிக்காமலில்லை. இருந்தாலும், கல்யாணமான கருத்தரித்த பெண்ணை, கைக்குழந்தைக்காரியை விட்டுவிட்டு, அவள் அண்டி இருந்த வீட்டின் ஆதரவு இல்லாமல் போக, போய்ப் பார்க்க இயலாதவளாகி விட்டாள். ஆனால், சண்டை முடிந்து, கையில் கொஞ்சம் பணத்துடன் வந்திருந்த புருஷனைத் தூண்டி, குழந்தைகளை விட்டுவிட்டு, ஐந்தாண்டுக் கடுங்காவல் தண்டனை அனுபவித்துக் கொண்டிருந்த தம்பியைச் சக்குதான் பார்த்துவந்தாள்.

"அம்மா! ஆசையாப் பிடிக்குமேன்னு நெய்த்தேங்குழல் செஞ்சிண்டு போனனே. அத்த அவங்கிட்டக் கூட நாம குடுக்கக் கூடாதாம்... தம்பி எப்படிச் சிவப்பா இருக்கும்? அந்த மேனியெல்லாம் போயி, எப்படியோ ஆயிட்டது.

எங்கைய எடுத்துக் கண்ணில வச்சிக்கிட்டது. எனக்கே அழுகை வந்திட்டது." என்றெல்லாம் வந்து சொன்னாள். "சுதந்திரம் வந்திடுமாம்ல, அப்ப தம்பி எல்லாம் வெளிய வந்திடுவாங்க. அவங்களுக்கெல்லாம் பெரிய பவரு, பதவி எல்லாம் குடுப்பாங்களாமே?'' என்று வெகுளியாகச் சந்தோஷம் கொண்டாடியவள் அவள்;

சுதந்திரத்துக்குப் பிறகு, ஊருக்கு வந்து ஆறுவருஷங்களுக்குப் பிறகு, தாயை வந்து அவன் பார்த்தநாளில், சக்கு கடைசியாகக் கருவுற்றிருந்தாள். ராமு, கைப்பணத்தைப்போட்டு, பெரியதெருவில் இப்போது வேலாண்டிகடை இருக்குமிடத்தில் பெட்டிக்கடை வைத்திருந்தான். பக்கத்தில் ஒரு டீக்கடையும் அவனே நடத்தினான்.

தம்பி வந்ததும் என்ன செய்யப்போகிறான் என்ற கேள்வி எழுமுன், "தம்பி! நீ மறுக்க சேர்ந்து படிப்ப முடிக்கணும்! என்ன செலவானாலும் நாம பார்த்துப்போம். இப்ப யாரையும் எதிர்பார்க்க வேண்டாம்!" என்றவள் அவள்தான்.

தன் புருஷன் சொந்தமாகக் கடை நடத்தி வியாபாரம் செய்யும் பெருமையில், 'தம்பிக்கு என்ன செலவானாலும் கொடுப்போம்' என்றாள். அவனுக்காக மதுரைக்கோ, திருநெல்வேலிக்கோ சொல்லி அனுப்பி, அந்தக் காலத்துக்கு அருமையாக இருந்த சட்டைத்துணிகள் இரண்டு பரிசாக வாங்கிவரச் செய்திருந்தாள்.

"தம்பி! இது, உனக்குச் சட்டை தச்சுக்க வாங்கியாந்திருக்கார் மாமா. புடிக்கிறதா?"

அவன் முகம் சுருங்க அதைத் தொடாமலே, "இதெல்லாம் மில் துணி. நான் கதர் தவிர, வேறெதுவும் போட மாட்டேன் சக்கு!" என்றான்.

இந்தப் பிள்ளை அவ்வளவு ஆசையுடன் கொடுத்ததை வாங்கிக்கொண்டு, பின்னால் சமயம் வரும்போது இந்த மறுப்பைச் சொல்லியிருக்கலாமே என்று நினைத்தாள் தாயான அவள்.

கல்லூரியில் சேர, தன் கழுத்துச்சங்கிலியை இரண்டாம் பேரறியாமல், புருஷனை விட்டுப் பாங்கியில் கொண்டு வைக்கச்சொல்லிப், பணம் கொண்டுவந்தாள்.

அப்போது சென்றவன்... ஆனர்ஸ் வகுப்பில் சேர்ந்ததும், அந்தப் பெரிய காங்கிரஸ்காரர் அரசியல் தலைவராக பதவிக்கு வர இருந்ததும், அவர் மகளை இவனுக்குப் பேசிமுடித்ததும், இவன் பெரிய பரீட்சைகள் கொடுத்து, நிர்வாகப்பதவியில் ஏறியதும் இவர்கள் தொடர்பில்லாமலே நடந்தன.

கல்யாணத்துக்கு முன் திடுமென்று வந்தான்.

"அம்மா! உனக்குச் சம்மதம்தானே? அவளும் பி.ஏ. படிச்சிருக்கா. எனக்கு மறுக்க எந்த நியாயமும் இல்லை. சக்குவும், நீயும் கல்யாணத்துக்கு முன்னதாகவே வந்துடணும். நான் ஒரு ஜாகை ஏற்பாடு பண்ணிடறேன்." என்றான்.

வெளியே கடுமையான ரேஷனும், பஞ்சமுமாக இருந்த காலம் அது. அது தெரியாத வகையில் கல்யாணம் நடந்தது. கவர்னரும் கூட வந்திருந்தார். கச்சேரி, விருந்து எல்லாம் சிறப்பாக நடைபெற்றன.

ஆனால் மதுராம்பா, எங்கோ ஒரு மூலையில் அமர்ந்திருந்தாள். சக்குவோ, சங்கிலியை மூட்டுப் போட்டுக்கொண்டு வரமுடியாத நிலையில், குழந்தைகளுடனும், இந்த உயர்படிப்பும் பதவியும் இல்லாத சாமானியனான கணவனுடனும் தாயை ஒட்டிக்கொண்டு, முள்ளின் மேலிருப்பது போல் நின்றாள்.

தம்பி மனைவிக்கு எந்தச் சடங்கும் செய்ய, யாரும் அழைக்கவில்லை

அவளை...

"தம்பி சிதம்பரம், நாங்க அப்ப போயிட்டுவரோம். நீ ஊருக்கு வந்து... நம்ம வீட்டில் அவகூட கை நனைக்க வேணாமா?" என்று அவள்தான் அழைத்தாள்.

அவன் சட்டென்று, "அதெல்லாம் ஒரு வழக்கமும் வற்புறுத்த வேணாம். ஏம்மா! நமக்கு என்ன அதெல்லாம்? நாளைக்கே நான் டில்லிக்குப் போகறதா இருக்கு. நீங்க ஆசீர்வாதம் பண்ணுங்கம்மா! எனக்கு எப்ப, யாரைக் கூட்டிட்டு வரணும்னு தெரியும்..." என்று முடித்து விட்டான்.

மதுராம்பா உடனே புரிந்துகொண்டு விட்டாள். பையன் பெரிய வட்டத்துக்கு உரியவனாகிவிட்டான். அவனைத் தன் சுயநலமான குறுகிய பாசங்களில் எதற்குச் சிறைப்படுத்த வேண்டும்? ஆனால் சக்கு பாசமும், ஆசைகளும் சுமந்த பெண்ணாயிற்றே? அவளுக்குத் தாங்காது. சிதம்பரம் லண்டனிலும், ஜப்பானிலும் அயல்நாட்டுத்தூதரகப் பதவியில் இருப்பதைப்

பெருமையாகச் சொல்லிக்கொள்வாள். ஒருமுறை, இதே குருசாமி அவனை டெல்லியில் பார்த்தபோது, அவனிடம் மகனுக்காக அனுப்பிய ஜப்பான் பொம்மையைக் காட்டிக் காட்டிப் பெருமை அடித்துக்கொண்டாள். அவர்களுக்குப் பெண், பிள்ளை, பெண் என்று மூன்று குழந்தைகள் பிறந்ததை அவ்வப்போது தெரிந்துகொண்டதும், அவர்களை எல்லாம் பார்க்காமலே, விசாரித்து எழுதுவாள். ஒரே ஒருமுறை, கன்யாகுமரிக்குக் குடும்பத்துடன் வந்தவன், குழந்தைகளை மட்டும் கூட்டிக்கொண்டு காரில் வந்தான்.

இவள் நிலத்தில் கால் பாவாமல் உபசாரம் செய்தாள்.

“அம்மா! இந்த ரேகா, அத்தையைப்போல இருக்குன்னு குருசாமி அண்ணாவே சொல்றாரு!” என்று பூரித்தாள்.

அவன் சிறிதுநேரம் வந்தாலும், தொடர்ந்து அக்கம்பக்கம், ஊர்ப்பெரியவர்கள் என்று வந்து பார்த்ததால், அரைமணி கூடத் தம்பியுடன் பேசி நேரம்கழிக்க முடியாதபடி ஆனதும், அதையும் கூட பெருமையாகக் கொண்டாடியவள்.

அவளுடைய இத்தனை மேன்மையும் கசப்பாக வெடித்து, உறவையே விஷமாக்கிவிட்டது. ஒரே பக்கத்துச் சுமை, எத்தனை நாட்கள் இனிக்கும்?

அவர்கள் மகளுக்குக் கலியாணம் செய்தனர்; வெறும் பத்திரிகை, பெயருக்கு வந்தது. இவள் புருஷன், அஞ்சும் பிஞ்சுமாக விட்டுவிட்டுக் காய்ச்சல் வந்து இறந்தான். செய்தி கேட்டு, ஒரு துயரக்கடிதம்; செலவுக்குப் பணம் வேண்டியிருக்கும் என்று ஒரு செக். பின்னர், கிரிக்கு வேலை கிடைக்க ஏதோ சிபாரிசு செய்தான். அவள் கல்யாணத்துக்கும் வாழ்த்துக் கடிதம்தான். சாவுக்கும் அதுவே.

சக்குவின் மகனோ, தறிகெட்டு சினிமா உலகிலிருந்து ஒருத்தியைப் பிடித்து வந்திருந்தான். மாமன் என்று உறவு சொன்னாலும், இவன் சார்பு, அரசியலில் குறுகிய வட்டம்-பாமரத்தனமான ஈடுபாடுகளில் இருந்தது. இவன் பெண்ணைக் கட்டியதும் தெரியாது; அவள் ஒருநாழிகை நேரத்தில் மாண்டதும் தெரியாது. ஏதோ இவள், தாயற்ற பேரன், பேத்தியை வைத்துக் கொண்டிருக்கிறாள். அவன் அரசியல் கூட்டத்துடன் சுற்றுகிறான் என்பதுதான் தெரியுமாக இருக்கும். மனசைத் திறந்து காட்டும் அந்தரங்கங்கள் அடைபட்டுப் போனபின், பணத்துக்கா உறவு?

“என்ன பாட்டி! பல் தேய்க்கறியா இன்னும்?”

ருக்கு வெந்நீரைப் பொங்கவைத்துத் தூளைக் கொட்டிவிட்டு, பாலுக்கு லோட்டாவை எடுத்துக்கொண்டு போகிறாள்.

பால்காரி வர நேரமானாலும், இவள் தெருக்கோடியில் சென்றே வாங்கி வந்துவிடுவாள்.

பின்கொல்லை, வெறிச்சிட்டுக் கிடக்கிறது. முருங்கை காய்த்ததும், அவரை படர்ந்ததும், பசுகட்டிக் கறந்ததும் கனவாகிவிட்டன. இந்த வறண்ட நிலத்தையும் கொத்தி, எதையேனும் போட்டு, சக்கு பசுமையாக வைத்திருப்பாள். இப்போது, அந்த வம்சக்கொடியைப் பசுமையாக வைப்பதிலேயே அவளுடைய சக்தி அனைத்தும் மாய்ந்து போகிறது.

"நீ என்னத்துக்கு ஒருகோடி போயிண்டிருக்க? இங்க யாரு வராங்க? கதவ சாத்தித்தான வச்சிருக்கு?" என்று தாயைக் கடிந்தபடி, வாளியில் தண்ணீரை இழுத்து ஊற்றிச், செம்பில் மொண்டு கொடுக்கிறாள். தான் முட்டைச் சாம்பலைத் தேய்த்தாலும், அவளுக்கென்று கடையில் விற்கும் மூன்றரை ரூபாய்ப் பற்பொடியைப், பட்டுப்போல் மென்மையாகிவிட்ட உள்ளங்கையில் தூவுகிறாள். இந்த வயசுக்கு அம்மாவின் பற்கள் எப்படி இன்னும் உடையாமல் இருக்கின்றன!

பால் வெள்ளை-அம்மா! இந்த பேபிக்கு இவ நிறம் எப்படி வந்ததோ? சிதம்பரம் சிவப்பென்றாலும், அது வேறு தினுசு. செம்மையும், கருமையுமான நிறம். இவள் வண்ணத்தையும், சாடையையும் அவர்கள் இருவரும் கொள்ளவில்லை.

இந்த அம்மா, அந்தக்காலத்தில் ரவிவர்மா வரைந்த சரசுவதி, லட்சுமியைப் போலிருப்பாள் என்று மங்களாம்பா சொல்லுவாள். சக்குவுக்குத் தெரிந்து, அம்மாவின் முடி, எழுபது வயசுக்கு மேல்தான் வெளுக்கத் தொடங்கியது. எந்தநாளிலும் பருமனோ, அநாவசியச் சதையோ கிடையாது. இளமை அப்படியே அழகிட்டுக் காய்ந்து, திராட்சை இனிமைபோல் முதிர்ந்திருப்பதாகத் தோன்றுகிறது.

சீலைநுனி சுருங்காமல், ரவிக்கை அலுங்காமல்... இத்தனை பாங்கு, இந்த வயசிலும் வருவது மிக வியப்புதான். அம்மா வீணைவாசிப்பதிலிருந்து, சமைப்பது, பெருக்குவது, துடைப்பது, தலை தேய்த்துவிடுவது என எல்லாவற்றிலும் அந்த மென்மை சுகமாகப் பேசும்.

அவள் பல் துலக்கி, செம்பிலிருந்து நீரெடுத்து, அலுங்காமல் வாய்

கொப்பளிப்பதைப் பார்த்துக்கொண்டே நிற்கிறாள். அம்மா... அம்மாவுக்கு வயதாகிவிட்டது. நூறு எட்டப் போகிறாள். ஒருநாள், அவள் இல்லாமலாவாள் என்பதைச் சக்குவால் நினைத்துக்கூடப் பார்க்க முடியவில்லை. தாயின் அணைப்பில் இருக்கும் கைக்குழந்தையின் ஒட்டுதலாக அவள் சிந்தை இன்னும் அவளைச்சார்ந்தே இருக்கிறது.

சிதம்பரம், தாயை மட்டுமானால் அழைத்துச்சென்று கூட வைத்துக் கொள்வானாக இருக்கும். இவளும், இவளுடைய வாரிசுகளும்தான் அவனுடைய பெண்சாதிக்கு அந்தஸ்துக் குறைவாகப்படுவதாகச் சக்குவுக்கு உள்ளூர ஒரு கருத்து உண்டு.

என்றாலும், அம்மா என்றுமே அதைப் பாராட்டிக் கொள்ளாத விவேகி என்று படுகிறது. "சக்கு! நாகு, கல்யாணம்னு பண்ணிண்டுட்டானேமேடீ?

குற்றாலத்துல பார்த்தேன். பொண்ணு கழுக்கு மொழுக்குன்னு சுருட்டை முடியோடு இருந்தா. எங்க சங்கரன் பார்த்துட்டு வந்து சொன்னான். யாரோ சினிமா புடிக்கிறாளாம். வந்திருந்தானாம்!" என்று, கண்டவர் கேட்டவர் சொன்னபோது நம்பத்தான் முடியவில்லை. வயசு இருபத்திநாலாகல, அதுக்குள்ள கல்யாணமாவது என்று நினைத்தாள். பிறகு, அவனே அவள் கழுத்தில் தாலிச்சரட்டைப் போட்டுக் கூட்டிவந்தபோது, பருப்பும், பாயசமுமாய்ச் சமைத்து பாட்டியம்மாதான் விருந்துபோட்டாள். இரண்டு வீடாக இருந்தார்களே..! மூன்றுநாட்கள் தங்கிக் கொண்டாடிவிட்டு, 'திருநெல்வேலியில் போட்டோ ஸ்டூடியோ வைக்கப்போகிறேன். இனி சினிமா ஒன்றும் இல்லை' என்று சொன்னான். கிரிக்கு, அண்ணன் மனைவியைப் பார்க்கப் பிடிக்கவில்லை. அவள் வேலைக்குச் செல்லும் தைரியத்தில் இருந்தாள். பாட்டியிடம் இன்னமும் வாரம் ஒருநாள் இரண்டுநாள் என்று

வந்து, இரண்டொருவர் வீணை கற்றுக்கொண்டிருந்தனர். ஆயிரம் ரூபாய், கிரிக்குத் தெரியாமல் தெரிந்த இடத்தில் வாங்கி, புரட்டிக் கொடுத்தாள் அவனுக்கு. அதைப் பத்தும், ஐம்பதுமாக அவனிடம் திருப்பிவாங்கப் பட்ட பாடு...!

அவன் தொழிலும், குடும்பமும் சந்தோஷப்படும்படியாக இல்லை. இவள் போகும்போதெல்லாம் அவள் படுத்துக்கிடப்பாள். இல்லையேல், கதவு பூட்டிக் கிடக்கும். முதல் குழந்தை, கல்யாணம் கட்டி ஒன்பதாவது மாசத்திலேயே பிறந்துவிட்டது. அவள்தான் பேபி. ஆஸ்பத்திரியில் விட்டு, பிரசவம் பார்த்து, இவள்தான்

எல்லாம் செய்தாள். குழந்தைக்கு ஒன்றரை வயதாகுமுன், மறுபடியும் வயிற்றில் வந்துவிட்டது. தொழில் நடந்தாலும், அவள் ஊதாரித்தனத்தாலும், பொறுப்பற்ற தன்மையாலும் வருவாய் கட்டாமல், இருவருக்குள்ளும் எப்போதும் சண்டையாக இருந்தது. இந்தப் பிரசவமும் அவள்தான் பார்த்தாள். பிறக்கும்போதே நோஞ்சான். பல்லைக்கடித்துக் கொண்டு ஒருமாசம் இருந்து பார்த்துவிட்டு, ஊருக்கு வந்தாள். அப்போதும் அரிசிப்பஞ்சம், இந்திக்காக மோதிக்கொண்ட களேபரங்கள், எங்கே பார்த்தாலும் உதயசூரியன் கட்சிக்கொடிகள்... வோட்டுக்கேட்க ஆளான ஆட்கள் வருவதும், பேசுவதுமாக அமர்க்களப்பட்டுக் கொண்டிருந்தது. ஸ்டுடியோவில் வேலைக்கிருந்த பயல், பொழுதுவிடியும் முன் இவள் வாசலுக்குச் சாணம் தெளிக்கையில் வந்து, சேதி சொன்னான். "அம்மா! வனிதாம்மா செத்திட்டாங்க, உங்களை உடனே புறப்பட்டு வரச் சொன்னாங்க!"

பழிகாரி, அற்பச் சண்டையோ, எதுவோ... எலிப்பாஷாணத்தைத் தின்று தொலைத்திருந்தாள். மூன்று மாசமாகாத குழந்தை, இரண்டு வயசான முன் பிஞ்சு. போலீசு, கேசு என்று வராமல் தப்ப, பணம் புரட்டிக்கொடுக்க வேண்டியிருந்தது. அவன் துணிச்சல், வீராப்பு எல்லாம் அவளுடன் போனாற்போல், இருளடித்துப் போனான். ஸ்டுடியோவெல்லாம் மூடிவிட்டு, வீட்டோடு வந்து எட்டுமாசம் கிடந்தான். 'அம்மா, அவ என்னை மோகினிப் பிசாசு மாதிரி வந்து கெடுத்து, பழியும் வச்சிட்டுப் போனாளே!' என்று புலம்பினான். இந்தப் பிள்ளைகளை அப்போது, கிரி பார்க்கக் கூடச் சகிக்க மாட்டாள். இவள் கால்களைத்தான் முருகன் வந்து கட்டிக்கொள்ளும். பேபிக்கோ, முகம் துடைத்து, வெறும் ஒருரூபாய்ச் சட்டையைத்தான் போட்டிருப்பாள். சுருட்டை வழிய, அந்த அழகைச் சொல்லி முடியுமா..! இந்தத் தெரு முழுதும் அவளைத் தூக்கிச்செல்வார்கள். அது ஒன்றுதான் தொடர்பு, ஆறுதல்.

அடுத்த ஏழெட்டு மாசங்களில் ஒருநாள் திடுமென்று சிதம்பரம் வந்தபோது கூட, "பாப்பா யாரு? இவதா உம் பேத்தியா?" என்று கேட்டு, தூக்கிக் கொண்டான். காரைக் கண்டதும், 'நானும் காரில் வாரேன்' என்று சுவாதீனமாகப் போய் உட்கார்ந்து கொண்டாள் பேபி. ஊரை ஒருவலம் வந்துவிட்டு, கையில் மிட்டாயும், பிஸ்கோத்துமாய் இறக்கிவிட்டுப் போனான்.

போனவருசம், குஞ்சிதம் கூறினான் "அம்மா! பேசாம உங்க தம்பிக்கு எழுதிப் போடுங்க! சிபாரிசு, பணம் இரண்டும் இல்லாம எதுவும் நடக்காது!" என்றான்.

இயல்பான உறவும் பாசமும் இல்லையென்றானபின், எப்படி எழுத? தாயாரைப் பேண வேண்டியது கடமை. அதற்குத்தான் வருஷாவருஷம், ஆயிர ஆயிரமாகக் கொடுத்துவிட்டுப் போகிறான். இந்த வீடு சொல்லப் போனால் அவனுடையது. அந்தவீட்டை, அவள் பெண்ணுக்காகவே விற்றாள். மதியாதவரிடம் தரம் தாழ்வது கேவலமன்றோ?

இருந்தாலும் அவளுடைய அம்மா, இவர்களுக்குத் தெரியாமல் பையனுக்கு ஒரு கடிதம் எழுதலாம் என, உள்ளூர ஓர் ஆசை சக்குவுக்கு இருக்கிறது.

அவள், இவளுக்குத் தெரியாமல் இதைச் செய்யமுடியும். அவளாகச் செய்யவில்லை. ஆனால், அம்மா விவேகி. நிதானமாக யோசித்துச் செய்வாள். இந்த வீடு, இன்றும் மதுராம்பா அம்மா வீடுதான். மிகப்பெரிய கறையாக இருந்த அடுக்குகளை உதறிவிட்டுத், தனக்கென்று ஒரு கவுரவம் தேடிக்கொண்ட அம்மா! இந்த அம்மாவின் பெண்ணாக அவள் இருப்பதால், அவள் நிழலில் வளர்ந்திருப்பதால், இந்தவீட்டுப் பெண்கள் மீது, எந்தச் சொல்லும் தெறித்திருக்கவில்லை, இதுவரையிலும்.

வெளியிலிறங்கினால் இந்நாளில் எத்தனை கேவலங்கள் காதில் விழுகின்றன?

முற்றத்தில் காலைத் தொங்கப்போட்டுக்கொண்டு, ருக்கு காபியை ஆற்றிக் கொடுக்கிறாள் பாட்டிக்கு.

"அம்மா, காபி குடிச்சிட்டு முருகுவப் பாரு. அடுப்பில வெந்நீர் வச்சிருக்கிறேன்." வாயிற்கதவு ஓசைப்படுகிறது.

"யாரு? வீரம்மாவா!"

"வீரம்மா இல்ல, அப்பேன்"

அடுக்கிய கட்டைகளைச் சுமந்துகொண்டு, அரைநிசாரும் அழுக்குச் சட்டையுமாகச் சிரிக்கிறான். ஒரு கோணியில் தீக்குச்சி, அளவுக்காக வாளி, கூடவே சில்க் சட்டை, காதில் பென்சில், சிட்டை சகிதம் கட்டைக் கணக்குப்பிள்ளை தாமரைக்கனி.

""இன்னிக்கு என்னா! பொழுது விடியுமுன்ன வந்திட்டிய?"

"ஆமா... ஆமா..."

கட்டைகளைக் கொண்டுவைத்து, நோட்டையும் கொடுக்கிறாள்.

"ரெண்டு வாளி போடட்டுமா?"

ருக்கு சற்றே தயங்கிவிட்டு, "ம், போடு..." என்று சொல்கையில், பேபி கண்களைத் துடைத்துக்கொண்டு பார்க்கிறாள். "இந்தாய்யா!

ஒண்ணு போடு போதும்!"

"உன்னக் கேக்கல!"

ருக்கு அவருக்குப் பதில் கூறிவிட்டு, உள்ளே பெரியவாளி நிறையக் குச்சிகளையும், அடுக்காக வெற்றுச்சட்டங்களையும் தூக்கிவந்து வைக்கிறாள்.

முருகன் படுக்கையில் உட்கார்ந்து தீனமாக, "அம்மா" என்று முனகுகிறான்.

"கண்ணு, இத வந்துட்டேன்டா!"

அவள் பித்தளை அடுக்கில் வெந்நீருடன் வருகையில், அவன் ஏதோ ஆழ் உரலில் திப்பிக் கற்களைப் போட்டுக் கோலமாவுக்கு இடிக்கும் ஒலி கிளம்பும்படி இருமுகிறான் மூச்சிறைக்க... கண்களில் நீர் மல்க, குனிந்து கோழை வெளிவரமாட்டாது சங்கடப்படும்போது, சக்கு பாத்திரத்தைக் கீழே வைத்துவிட்டுத் தலையைப் பிடித்துக் கொள்கிறாள்.

குழந்தையின் திணறல் காணச்சகிக்கவில்லை.

விரலைப்போட்டு, அந்தக் கோழையை வெளிப்படுத்துகையில், நரம்புகளெல்லாம் சுண்டிப் போக குலுங்குகிறது. கோழையா... இரத்தம் போலிருக்கே?

'அம்மா...! அம்மா...!"

பரிதாபமான தாய்க்குருவியின் குரலாக இருக்கிறது அது. மதுராம்பா எங்கோ விழிகள் நிலைக்கப் பார்க்கிறாள். "தம்பிக்கு, நான் சொல்றாப்பல கடிதம் எழுது."

▲▲▲

4

குருசாமியின் வீட்டில், பெண், பிள்ளை, பேரன் என்று வந்து கூடியிருக்கிறார்கள். அமெரிக்காவில் இருக்கும் பேத்தி, இங்கு வந்து

பையனுக்குப் பூணூல் போடப்போகிறாள். ஒற்றைக்கண்ணை வைத்துக்கொண்டு பொங்கிப் போடும் சமையற்காரக் கிழவிக்கு,

இப்போது அடுப்படியில் வேலையில்லை. சென்னைப்பட்டிணத்திலிருந்து கூட்டிவந்திருக்கும் பெண்ணைப் பார்த்தால், சமையற்காரி என்று

யார் சொல்லுவார்கள்? குருசாமியின் பெண் மங்களம் சிவராமன்,

சமூகசேவை என்ற அரங்குகளில் பிரபலமானவள். இந்தப்பெண் ஏதோ 'ஹோமி'ல் இருக்கிறாளாம். பார்க்க, துடைத்துவிட்டாற்போல் இருக்கிறாள்.

பதினெட்டோ, பத்தொன்பதோதான் பிராயம். மங்களம், இங்கே ஒரு மாசத்துக்கு ஒத்தாசைக்கு இருக்கட்டும் என்று, அவளைக் கூட்டி வந்திருக்கிறாளாம்.

சமையலறையில், பம்பரமாய்ச் சுழன்று வேலை செய்கிறாள். மேசையில் அவர்கள் கூடி அமர்ந்து வித விதமாகச் சாப்பிடுவதும், வீடியோவில் சினிமா பார்ப்பதும், ஆடுவதும், பாடுவதும்... பேபி இங்கேயே ஒட்டிக்கொள்கிறாள். விமலாவின் பெண் ஜயந்திக்குப் பன்னிரண்டாகிறது. அவளுக்குப் பம்பாயில் நாட்டியம் சொல்லிக்கொடுத்து அரங்கேற்றமும் ஆயிருக்கிறதாம். விமலா தையற்காரன் சிவுவை வீட்டுக்கே கூட்டிவந்து, மிஷினைப் போட்டுக் கொண்டு உட்காரச் செய்திருக்கிறாள். தினுசு தினுசாக வெட்டுவதும், தைப்பதுமாகக் கீழே ஒரு ராச்சியமே நடத்துகிறாள்.

எத்தனை வெளிநாட்டுச் சாமான்கள்! சோப்பு, சீப்பு பவுடரிலிருந்து, சாக்லேட் மிட்டாய் வரையிலும்... பிறந்தால், இப்படி அல்லவா பிறக்க வேண்டும்!

பேபியின் விரல்களில் மினுமினுக்கும் பொன்வண்டு ரோஸ் சாயம், மிக அழகாகப் படிந்திருக்கிறது. ஜயந்தி மாநிறம்தான். அவளைவிட, இவள் விரல்களில் அந்த அழகு... தானே பார்த்துப், பார்த்து பெருமிதம் கொள்கிறாள் பேபி.

ஓட்டு வீட்டில், வெயிலும் புழுதியும் கசகசக்குமே... இங்கே நல்ல மச்சுக் கட்டிடம். மாடியில் குளுகுளுவென்று விசிறி சுழல, வெயிலே தெரியவில்லை. அடிக்கொருமுறை சில்லென்ற பனிக்கட்டி போட்ட ஆரஞ்சுரசம், அல்லது கறுப்புத்திராட்சை ரசம் என வருகின்றன. கேரம் ஆடுகிறார்கள்; பேசுகிறார்கள்: பாடுகிறார்கள்; சிரிக்கிறார்கள்.

குருசாமி அவளைப் பார்த்துக்கொண்டே, "சக்கு பேத்தியா? இங்க இரு நீ பாட்டுக்கு... இவாளுக்கும் ஜதயாயிருக்கே!" என்று கூறிவிட்டார்.

பேபிக்கு, தம்பியைக் கூட்டிக்கொண்டு, அம்மா நெல்லை டாக்டரிடம் சென்றது தெரியாது. காலையில் அவசரமாகக் குளித்துப் பொட்டிட்டுக் கொண்டு வந்தால், இரவு படுக்கச் செல்வதற்குத்தான் வீடு.

ஜயந்தி, டேப்ரிகார்டரில் இசையை முடுக்கிவிட்டு, அதற்கிசைய ஆடுகிறாள். பேபிக்கு அதைப் பார்க்கையில் அவளறியாமல் உடல் வளைகிறது; கால் தாளம் போடுகிறது; கழுத்து அசைகிறது; கண்கள் பேசுகின்றன.

"ஹேய், நீ கத்துக்காமயே நல்லா ஆடுற! ஏண்டி கத்துக்கல?"

அவர்களுக்குப் பிரச்னையா என்ன?

"இங்க எங்கேடி கத்துக்கறது?"

"பாட்டு கூடக் கத்துக்கலியாடீ? உங்க பாட்டி ஊருக்கெல்லாம் வீணை சொல்லிக்கொடுத்தவ. நான் கூடக் கத்துண்டேன். மணி கத்துண்டான். உங்க பாட்டியெல்லாம், ஆடக்கூடத் தெரிஞ்சவதானே?" என்று பல்லிடுக்கில் வெந்த கடலையை வைத்தழுத்தி ரசிக்கும் ஒரு எக்களிப்புடன், ஜயந்தியின் பெரியம்மா மெல்லச் சிரிக்கிறாள். வயிரங்கள் சுடர் பொரிய, அவள் இவளைப் பார்த்து பார்த்து அப்படிச் சிரித்ததன் பொருளொன்றும் பேபிக்குத் தெரியவில்லை.

பாட்டிக்கு அந்தக்காலத்தில் பாட்டு, டான்ஸ் எல்லாந்தெரியுந்தான். அதற்கு ஏன் சிரிக்கவேணும் கேலிபோல்?

"நீ கத்துக்கலாம்டீ . மட்றாஸ்ல, பிரதிபாதேவி 'ந்ருத்ய கலோதயா'ன்னு வச்சிருக்காங்களே, அங்க டேலன்ட்ஸ் உள்ள பெண்களைச் சும்மாவே வச்சு சொல்லிக் குடுக்கறாங்க. கீதே-ராதான்னு இப்ப தாய்லாந்துக்கெல்லாம் போய் ஆடினாங்களே, அவங்க ரெண்டுபேரும் பிரதிபாதேவி வீட்டில பத்துப் பாத்திரம் துலக்கியவளின் பொண்ணுகளாம். ரெட்டையாம்! எப்படிக்

கொண்டுவந்துட்டா?" அவர்கள் பேசப்பேச, பேபிக்கு வெறியே பிடித்துவிடும்போல் இருக்கிறது.

சுருட்டைக்கூந்தலைப் புதிய புதிய பின்னூசிகளினால் விதவிதமாக அலங்கரித்துக் கொண்டு அவள் மகிழச் சந்தர்ப்பம் கிடைக்கிறது. கண்களில் மைதீட்டி, மீன்வால் போல் நீட்டிக்கொள்கிறாள்.

"அடீ... அசப்பில் நீ புது ஸ்டார் போலவே இருக்கேடீ!"

"அம்மா! இவ... அனுஜா மாதிரி இல்ல?"

பேபி பூரித்துப்போகிறாள்.

விமலா அன்று ஒரு புதிய மேக்ஸியைத் தைத்து, ஜயந்திக்குக் கொண்டு வரும்போது, அவள் முகத்தைச் சுளித்துக்கொள்கிறாள்.

"போம்மா! ரொம்ப காரிஷ்ஷா இருக்கு. இந்த கலரே புடிக்கல எனக்கு!"

"ஏன் புடிக்கல? இந்தத்துணி அப்பா ஜப்பான்லேந்து வாங்கிண்டு வந்தது. போட்டுண்டா நன்னாத்தானிருக்கும். ஏண்டி பேபி! இதுக்கு என்ன? கலர், ஆழ்ந்த பச்சை. காரிஷ்ஷா ஒண்ணுமில்லை!"

"நீ சொன்னா? எனக்குப் புடிக்கல. எனக்கு நன்னாருக்காது."

"மூணு நாளா மண்டைய உடச்சிண்டு டிசைன் சொல்லி, அவனையும் பிராணனை வாங்கித் தைக்கச் சொன்னேன். என்னடீ ஜே! இப்படிச் சொல்ற? ப்ளீஸ், போட்டுக்கோடா கண்ணு!"

"இதப்பாரு, இது மாக்ஸியுமில்ல... மிடியுமில்ல... அசிங்கமா இருக்கு! 'பெல்'கை வெச்சிருக்கே... கோமாளி சட்டை போல இருக்கு! போம்மா." அப்படியே மேலே வைத்துக் கொண்டபடியே அதை அவள் நிராகரிக்கும்போது, பேபி இப்படியும் இருக்குமா என்று மலைக்கிறாள்.

தூக்கிப்போட்டதை எடுத்து நீட்டி, தையலைத் தடவிப் பார்த்து, ஆற்றாமைப்படும் விமலா, "பேபி, நீ போட்டுக்கோ. உனக்கு எப்படி இருக்குன்னு பார்க்கறேன்!" என்று நீட்டுகிறாள்.

"போட்டுக்கச்சொல்லு. அவ என்னைவிட உயரம், அவளுக்கு இது மிடி. டைட்டா ஷேப் தெரியும்படி இருக்கும்!"

பேபிக்கு வெட்கமாக இருக்கிறது. போட்டுக்கொள்ள வேண்டும் என்று ஆசைதான். ஆனால், வீட்டில் இதை ஆமோதிப்பார்களா?

ஆசை வென்றுவிடுகிறது. போட்டுக்கொண்டுவருகிறாள்.

"பாத்தியாம்மா? அவளுக்கே அளவெடுத்துத் தச்சாப்பல கச்சிதமா இருக்கு! அடீ, கண்ணாடில பாருடி."

'டிரஸ்ஸிங் டேபிள்' முன் நிறுத்துகிறாள்,

உண்மையாகவே, எவ்வளவு அழகாக, கவர்ச்சியாக இருக்கிறது இந்த டிரஸ்! உடனே ஓர் ஆட்டமாக உடலை வளைத்து, புஷ்பாஞ்சலி போல் ஓர் அபிநயம்.

"இந்த டிரஸ்ஸுக்கு இந்த அபிநயம் எல்லாம் சரியில்லை" என்று சிரித்து ஜயந்தி, உடலை வளைத்து நெளித்துக் குலுக்கி, கவர்ச்சியாக ஆடிக் காட்டுகிறாள்.

அதைப்பார்த்து இவளும் செய்ய, ஒரே சிரிப்பு அலைமோதுகிறது.

இவர்கள் வீட்டில்மட்டும் எந்தத் தடையும் போடுவதில்லையே?...

சென்ற ஆண்டிலேயே தாவணி போடவேண்டும் என்று அம்மா சட்டமிட்டு விட்டாள். ஆனால் 'கட் ப்ளவுஸ்' கூடாது. இந்த ஜயந்தி, பாவாடையே உடுத்துவதில்லை. ஜீன்ஸ், ஸல்வார்கமிஸ், மாக்ஸி, மிடி, கஃப்தான் என்று விதவிதமான மாடர்ன் உடைகள், சினிமாப்பத்திரிகைகளில், நடிகைகள் விதவிதமாக அலங்கரித்துக்கொண்டு தோற்றமளிப்பதைப் போல... இவளுக்கு ஒரு பிரா வாங்கிக் கொடுக்க முனகுகிறார்கள். "அந்தக் காலத்தில், ஒரு கஜம் மல்லு வாங்கி, நாலணா கூலில நாலுபாடி அடிச்சுப் போட்டுப்போம். நா கையால் தச்சிக்குவேன், அதுக்குக் கூடச் செலவில்லாம... ஒரு பாடி, மூணே முக்கானு வாங்கறான்!" என்று சொல்லிக்கொண்டு மட்டமான ரகமாகப் பார்த்து வாங்கிக் கொண்டு வருகிறாள். ருக்கு எப்போதும் அதைக் கொக்கி, பிடிப்பு சரியா இருக்கிறதா என்று பார்த்துக் கொண்டுதான் குளிக்கப் போவாள். இவர்கள் இதெல்லாம் கூட வெளிநாட்டு சாமான்களாக வைத்திருக்கிறார்கள். ஒன்று, அறுபது எழுபது என்று ஆகுமாம்! இந்த மாதிரியான வண்மையான வாழ்க்கை அவளுக்கும் ஏன் கிடைக்கக்கூடாது? எப்படியேனும், இந்தக் கட்டுக்களை அறுத்துக்கொண்டு ஓடி விட வேண்டும். பிரதிபாதேவி, 'ந்ருத்யலோதயா'-இவளுக்கு அழகு, திறமை, கவர்ச்சி எல்லாம் இருக்கின்றன. ஏன் முன்னுக்கு வரக்கூடாது?

பெரிய டான்ஸ் ஸ்டார், புகழ், சினிமாவில் தானாகச் சந்தர்ப்பம் வரும். எடுத்த எடுப்பில் ஹிரோயின் பாகம்!

மனதில் இந்தக் கோட்டைகள் சுகமாக எழும்ப, உடல்மட்டும் கால் தாளத்துக்கிசைய குலுங்கும் ஆட்டத்தில் மென்மையாக ஈடுபட்டிருக்கிறது.

ஜயந்தியின் அண்ணன் விவேக், பூணூல்பிள்ளை சதீஷ், பெரியம்மா எல்லாருமே "சபாஷ்!" என்று கைதட்டுகிறார்கள். சதீஷ் அவனும் வந்து ஆடுவதுபோல் உடம்பை நெளித்து, சிரிப்பை இன்னும் தோற்றுவிக்கிறான். இந்த ரகளைகளை ஓரமாக வந்து நிற்கும் ருக்கு பார்த்துக்கொண்டு, சிறிது நேரமாக நின்றிருப்பதை யாரும் கவனிக்கவில்லை.

"பேபி!"

பேபி அந்தக்குரலில் திடுக்கிட்டு, திரும்பிப்பார்த்துக் கண்களால் வெட்டுகிறாள்.

'ஏ... நா ஒண்ணும் இப்ப வரமாட்டேன்!' என்று கண்களாலேயே மறுக்கிறாள்.

"உன் அப்பா வந்திருக்கிறார் டீ! பின்ன நான் ஏன் இங்க உன்னைக் கூப்பிட வரேன்?"

மந்திரம் உடனே வேலைசெய்கிறது. உள்ளேசென்று உடைமாற்றிக் கொள்கிறாள்.

அப்பா...! இதுதான் சரியான சந்தர்ப்பம். அவரை விடாமல் பற்றிக்கொண்டு, எப்படியேனும் மட்றாஸ் போய்விட வேண்டும். ப்ரதிபாதேவி டான்ஸ்...

விடுவிடுவென்று ருக்கு முன்செல்ல, இவள் படியிறங்கி வருகிறாள்.

வீட்டுக்குள் வந்த பிறகுதான் தெரிகிறது, அப்பாவும் இல்லை; அம்மாவும் இல்லை. அம்மா, முருகனைக் காலையில் அழைத்துக்கொண்டு மேல்மங்கலத்துக்கு ஊசிபோடப் போயிருக்கிறாள் என்று. ருக்குவின் ஸ்கூல் இன்னமும் மூடவில்லை என்றாலும், லீவு போட்டிருக்கிறாள் போலும்! பதிலாக இரண்டுவாளிகள் நிறையத் தீக்குச்சிகள், அடுக்காகச் சட்டங்கள். பேபியின் ஆத்திரம் கரை கடக்கிறது. அந்தத் தீக்குச்சிகளை வாரி இறைக்கிறாள். ருக்குவை எட்டி அடிக்கிறாள்! துப்புகிறாள்.

"ஏண்டி பொய் சொல்லி என்னைக் கூட்டிட்டு வந்த? மூதேவி! மூஞ்சியப் பாரு! உம்மூஞ்சியப் பாத்தா, எதுவும் வராது! குச்சி அடுக்குடி குச்சி! தரித்திரம்.. ஏண்டீ என்னைக் கூப்பிட்டு வந்த? பொய்தான சொன்னே?"

அவள் துப்பிய எச்சில், கையில் படிந்திருக்கிறது. இந்த வெறிப்பிரளயம் அவளை வாயடைக்கச் செய்கிறது சில விநாடிகள்.

"உங்களுக்கெல்லாம் பொறாமை! நா அழகா இருக்கிறேன், நல்லாயிருக்கிறேன்னு பொறாமை! மூதேவிங்க!"

ருக்கு, இப்போது அவளை வசமாகப் பற்றிக்கொண்டு "என்னா பேச்சுப் பேசுற நீ? இரு .. இரு.. இன்னிக்கு அம்மா வரட்டும்! எச்சி துப்பறல்ல? ஏன்டீ கடாமாடு மாதிரி வளந்திருக்க, அவுங்க வீட்டு ஆம்புள எல்லாம் இருக்கயில், ஏதோ ஒரு கண்றாவி கவுனப் போட்டுக்கிட்டு, குதிக்கிற நீ? அசிங்கம்!" என்று கன்னத்தை இழைக்கப்போகிறாள்.

இவள் பெரிதாகக் கத்துகிறாள். "விடுடீ என்னை... நானொண்ணும் இனிமேல் இந்த வீட்டில அடங்கி கிடக்கப் போறதில்ல! பொய் சொல்லி என்ன கூட்டிட்டு வர இல்ல?"

பேபி, பெருங்குரலெடுத்து அழத்தொடங்குகிறாள். அடுத்த வீட்டுக்காரர்களை நியாயத்துக்கு அழைக்கும் யுக்தி அது .

சித்திரை பிறந்து, அக்கினி நட்சத்திரம் தொடங்கி விட்ட நாட்கள். ஒரு பச்சை தங்க முடியாத வெயில்நேரம். கிணற்றில் நீர் எங்கோ ஆழத்தில் போய் விட்டது. பக்கத்து வீட்டில்தான் தொட்டியில், ஆற்றுத்தண்ணீர் குழாயில் வந்து விழும். அதுவும் அடுத்தடுத்து தினமும் வருவதில்லை. சீக்குக்காரப் பிள்ளையின் படுக்கைத் துணி அத்தனையும் ஆழ்கிணற்றில் நீர் முகர்ந்து துவைத்து உலர்த்தியிருக்கிறாள். நாள் முழுதும் உழைத்தாலும், நான்கு ரூபாய்க்கு தேறாத உழைப்பு. அண்ணனாகிய இவள் அப்பன், தலை நீட்டினால், நூறு மிஞ்சினால் நூற்றம்பது... பிச்சை போடறது போல் போடுகிறான். ஜம்பப் பேச்சில் குறையில்லை. அங்கே அந்த அமைச்சர் வந்தான், இங்கே இந்த மாநாடு நடந்தது. அதைக் கவர் செய்ய வந்தேன், இப்ப உடனே போவணும், நம் பிழைப்பு இப்படி ஆயிட்டது என்று ஓடுவான். சில சமயங்களில், கூட எவனயேனும் இழுத்து வந்து நடையில் உட்கார்ந்து புகையாக ஊதித் தள்ளிவிட்டு, அம்மாவோ பாட்டியோ யாரும் பேச முடியாதபடி தங்கிவிட்டுப் போவான்.

வெட்கமில்லாமல் சிதம்பரத்து மாமனுக்குத், தானே எழுதியதற்கு நொந்து கொள்கிறாள். அவர் எந்த நாட்டில் இருக்கிறார் என்பது கூடத் தெரியாது. டெல்லியில் வெளியுறவு அமைச்சகம்தான் அவன் கொடுத்திருக்கும் நிரந்தர முகவரி. அங்கே போய், கடிதம் அவர் கையில் கிடைத்து, அவர் பணம் அனுப்ப எத்தனை நாட்களாகுமோ?

குஞ்சிதத்திற்கு தெரிந்த சிபாரிசில், டாக்டர் ஒருவரிடம் கொண்டுக் காட்டிப் படம் எடுத்தார்கள். முருகனுக்கு நோய்

முற்றிப்போய், மார்க்கூடு எலும்புகள் தெரியவேயில்லை. மேல்மங்கலத்து டாக்டர் சீனிவாசன், ஊசி போட்டிருக்கிறார். மாத்திரைகள் கொடுத்திருக்கிறார். அடுத்தடுத்துப் போக வேண்டியிருக்கிறது. குஞ்சிதத்துக்கும், சம்புவுக்கும், அவள் அம்மாவுக்கும் எவ்வளவு கடன்படுவது? பதினாறுவயசுப் பெண், வெட்கம், நாணம், தெரிய வேண்டாம்?

அவள் அழுகைக்கு எதிராக ருக்கு, ஆத்திரம் தீரக் கீச்சுக் குரலில் கத்துகிறாள். "வெக்கங்கெட்ட ஜன்மம்! அவங்க வீட்டில போயி எச்சிக்கு ஆசப்படுறமாதிரி.." இவளுடைய குச்சிக் கட்டைகள் எகிறுகின்றன. "யாருடீ எச்சி தின்னது? நீங்கதா ! நீங்க!"

மீண்டும் எச்சிலை உமிழ, இந்தச் சத்தம் வலுக்கையில், சுப்பு வந்து விடுகிறாள்.

"என்னடீ ரகளை?"

"பாருங்கம்மா! இவ என்னை எச்சிலைத் துப்பி அடிச்சிருக்கா?"

"சிவசிவா! இப்படியா? ஏன்டீ பேபி, இப்படிப் பண்ணலாமா? அவ உனக்குத் தாய் ஸ்தானம்டீ!"

"தாய் ஸ்தானமில்ல. பொறாமை! என்னை அவங்க வீட்டிலேந்து, பொய் சொல்லி அழைச்சிட்டு வந்து, அஞ்சுவாளி குச்சிய வச்சு அடுக்கச் சொல்றா. நான் சந்தோசமா இருக்கக்கூடாது!"

சுப்பு புரிந்து கொள்கிறாள். "சரி அழாத. இதுக்குப் போயி... நீ வா எங்கூட...

சக்கு போகும்போது, சொல்லிவிட்டுத்தான் போனாள். 'அவ்வீட்டுல போயிக் கிடக்கா, கூட்டிட்டுவந்து எதானும் படிக்கச் சொல்லு!' என்று சொல்லியிருந்ததால்தான் இவள் கூப்பிடப் போயிருக்கிறாள்.

இந்த வாயிற்படிக்குள், பாட்டி இவளை எதிர்பார்த்திருக்கிறாள். வெளி முற்றத்தின் வெப்பத்துக்காக, உள்ளே இடைகழித் திண்ணையில், அமர்ந்திக்கிறாள்.

"வாம்மா பேபி! எதற்கு அழறே?"

மென்மையாகப் பக்கத்தில் இருத்திக்கொண்டு, அவள் ஆற்றாமைக்கு வடிகால் அமைத்துவிடுகிறாள். "பாட்டி... இந்த ருக்கு, என்னைச் சடையைப் பிடிச்சிழுத்து, சுவரில் மோத வந்தா. என்னை அவங்க வீட்டிலேந்து எதுக்குக் கூட்டி வரணும்?"

"போனாப்போறது அழாதே. அங்க யாரெல்லாம் வந்திருக்கா? நீ சாப்பிட்டியா?" கண்ணீரைத் துடைத்துக் கொள்கிறாள்.

54 ● மானுடத்தின் மகரந்தங்கள்

உற்சாகமாகப் பதில் வருகிறது.

"குருசாமி தாத்தாதான், இவங்கல்லாம் இருக்கும்வரை நீ இங்கியே இருன்னு சொன்னாரு. நான் அங்க இருந்தால் என்ன? ஏன் கூப்பிடணும்? என்னால் தீக்குச்சி அடுக்க முடியாது. நான் மட்றாஸ் போகப்போறேன்."

பாட்டி அவள் கையை எடுத்து, அந்தச்சாய நகங்களைப் பார்க்கிறாள்.

"இது அழகாயிருக்கு. முன்னெல்லாம் மருதாணி இட்டு அழகு பண்ணிக்குவோம்..."

"இதை அழிக்கிறதுக்குன்னு ஒரு தனி லோஷன் இருக்கு. தினுசுதினுசான கலர்ல வச்சிருக்கு ஜயந்தி. பாட்டி, பட்டணத்தில் பிரதிபாதேவின்னு பெரிய டான்ஸர் இல்ல? ஏதோ ஒரு ஆர்ட் ஃபிலிம்ல கூட வந்திருக்காங்க. அவங்க இன்டர்நேஷனல் ஃபேம் வாங்கினவங்களாச்சே? அவங்க நிருத்யகலா இன்ஸ்டிட்யூட்ன்னு வச்சிருக்காங்களாம். அழகும், டாலண்டும், பேஸிக் எஜுகேஷனும் இருந்தா சொந்தச்செலவிலேயே வச்சுக் கத்துக் குடுக்கறாங்களாம். நான் அங்கதான் போகப்போறேன். சக்கும்மா வந்து தாட் பூட்டுன்னா நீதான் எம்பக்கம் பேசி ஒத்துக்க வைக்கணும்.."

பாட்டி, அவள் முடியை மென்மையாகத் தடவிக் கொண்டிருக்கிறாள். இவள் மனசின் மோதல்கள் அவளுக்கு நன்றாகப் புரிகிறது.

"நாட்டியம்தான் கத்துக்கணும்னு ஏன் ஆசைப்படறே? நான் தெரிஞ்சுக்கறேன்."

"அப்பத்தான் புகழ் கிடைக்கும். சினிமாவில நேரடியா ஹீரோயினாகலாம். எனக்கு நம்பிக்கை இருக்கு, நான் பெரிய நடிகையா வருவேன்."

"பெரிய நடிகையானாத்தான் சந்தோசமா இருக்கலாம்னு நினைக்கிறியா கண்ணு?"

"ஆமா... காரு, பங்களா, புகழ், போற எடமெல்லாம் ரசிகர்கள்..."

இந்தப் பெண்ணின் மனதை மாற்றுவது அவ்வளவு இலகுவல்ல என்று புரிகிறது. "பேபிம்மா, இப்ப உனக்கு நம்மகிட்ட பணம் வளமை இல்லாததனால், அது உசத்தின்னு தோணுது. பணங்காசு ஆசைங்கறது, எப்போதுமே சந்தோஷத்தைக் கொண்டு வரும்னு நினைச்சுடாதே. பணங்காசுக்கு அட்டியில்லாத காலத்துல, அதைவிடப் பெரிய மதிப்பு ஒண்ணு நமக்கு இல்லாம இருந்தது. குருசாமி தாத்தா வீட்டில் இருக்கும் பெண்பிள்ளைகள், இப்ப

இருக்கிறாப்பல பழகமாட்டாங்க. தெருவில் கண்ணியமாக நடமாட முடியாது. என் காலம், உன்னப்போல இருக்கிறபோது, உனக்கிருக்கும் மதிப்பும் சுதந்திரமும் இருந்ததில்லை கண்ணு... இப்ப உனக்குப் புரியிறாப்பல இல்ல. ஆனா, சினிமா ஸ்டார் ஆகறதுங்கறதுதா வாழ்க்கையில பெரிய லட்சியமா நினைக்கிறது சரியில்லம்மா! சினிமாங்கறது நடிக்கிற உலகம். அது பொய் போலத்தான். எப்போதும் உண்மையாக இருக்கும் அறிவுக்கும், மதிப்புக்கும் நீ ஆசைப்படணும். வெளியழகு நிரந்தரமே இல்ல. உனக்கு ஆதர்சமா, எத்தனையோ உசந்த பெண்களைப் பாத்துக்கணும். முத்துலட்சுமி அம்மான்னு இருந்தாங்க. பெண்கள் டாக்டராகிறதுங்கறத நினைச்சுப்பார்க்க முடியாத காலத்துல, டாக்டருக்குப் படிச்சாங்க. அவங்கல்லாம் தடைகளை மீறி, பெண்களெல்லாம் இழிவு நீங்கணும்னு படாதபாடும் பட்டாங்க. சட்டசபையில முதல்ல போய், பெண்களை இழிவுபடுத்தும் 'தேவதாசி' முறை ஒழியணும்னு தீர்மானம் கொண்டு வந்தாங்க..."

அந்தக்குரல் மிகவும் மென்மையாக இருக்கிறது. கையின் இதமோ, அதைவிட மென்மையாக இருக்கிறது. இவளால் எதிர்க்க முடியவில்லை.

பாட்டியின் நரம்பெடுத்த கையை எடுத்துத் தடவுகிறாள். வெளுத்து, மெலிந்து, தேய்ந்து போயிருக்கிறது. இரண்டு விரல்கள் வீணையின் தந்தி பட்டுப்பட்டுக் காய்த்துப் போயிருக்கின்றன. "பாட்டீ.. நீ வயிரவளை, சரப்பளி எல்லா நகையும் போட்டுக்கிட்டு தெருவில சாமி வரச்சே கச்சை கட்டிட்டு ஆடிட்டு வருவியாமே?"

"உனக்கு யாரு சொன்னது?"

"குருசாமி தாத்தாதான் சொன்னார். நவராத்திரின்னா, அரண்மனையில் பெரிய கொலு ரொம்ப வரிசையா இருக்குமாம். முத்துமணியெல்லாம் இழைத்த மயிலாசனத்தில் சரசுவதியைக் கொலு வெச்சிருப்பாங்களாம்... நீ அங்ககூட ஆடி அவர் பார்த்திருக்காராம்!"

பாட்டி, இதை எதிர்பார்த்திருக்கவில்லை. குருசாமி வெகுளியல்ல என்பதை அறிந்திருக்கிறாள். ஆனாலும், இது எத்தகைய பொய்..!

அவள் அம்மா ஆசைப்பட்டபடி, சதிராட்டத்தில் பெயர் சொல்லவில்லை. மிகச்சிறு வயசில் அவள் கோயிலில், அரண்மனையில் ஆடியிருக்கிறாளே ஒழிய, பாட்டு மட்டுமே பிரபலமாகப் பாடிக்கொண்டிருந்தாள். சாமிக்கண்ணுவின் பெண் கலாவதிதான், சதிர்க்கச்சேரி என்று பிரபலமானவள். பிறகு அவள் பெண் தலையெடுத்ததும், சென்னைப் பட்டிணம்

போய்விட்டார்கள். இந்த வீட்டில் மதுராம்பா மறுவாழ்வு வாழவந்த காலத்தில், முத்துலட்சுமி அம்மாளும், இன்னும் பலரும் குரல் எழுப்பிக் கொண்டிருந்ததால், ஈசுவரசங்கற்பமாக விதிக்கப்பட்டது என்ற மரபை உடைக்கக்கூடிய சாத்தியங்கள் உண்டாயிருந்தன.

மங்களாம்பாளுக்கே குருசாமி இரண்டு பெண்களுக்குப் பிறகு, மூன்றாவது ராமேஸ்வரம் போய்ப் பிறந்த ராமேசனுக்குப் பிறகு பிறந்தவன். ராமேசனுக்குப் பதினான்கு வயசில் ஆத்தூரிலிருந்து பெரிய இடத்துப் பெண்ணைக் கல்யாணம் செய்தார்கள். ஆறே மாதத்தில், ஆற்று வெள்ளத்தில் நீந்தப்போய், மாண்டு போனான். அந்தப் பெண்ணைக் கிரகப்பிரவேசத்தில் ஊஞ்சலில் உட்கார்ந்திருந்தபோது, மதுராம்பா பார்த்த கோலம் இன்னும் மங்கவில்லை. லட்சணமாக வட்ட முகமும், புல்லாக்குமாகக் கிளிக்கொஞ்சும் கோலம். அந்தப் பெண்ணையும், அலங்கோலம் செய்யத்தான் செய்தார்கள். அப்போது அந்தச் சோகத்தில் படுத்த அப்பா, பிறகு நலிந்து போனார். மங்களாம்பாளும் கைமைக்கோலம் அடைந்து வந்தபின், படுத்த படுக்கையானார். அவள் தாய் இறந்து, அந்தச் சில நாட்களில், இவள் ஒரு பெரிய வெள்ளத்தில் அடிபட்டுப் பிழைத்துப் புனர்வாழ்வு கண்டாற் போன்ற முடிவுடன் அவரையும், மங்களாம்பாளையும் பார்க்கப்போனாள். காலையில் ஒன்பது மணியிருக்கும்.

மச்சுக் கட்டிவிட்டார்கள் அப்போது... நடுக்கூடத்தில் வயிறு வீங்கி, நீர்வைத்த நிலையில் அவர் திணறிக்கொண்டு, கட்டிலில் சாய்ந்தாற்போல் அமர்ந்திருந்தார். இவளைக் கண்டதும், அந்த முகத்தில், கண்ணீர் வழிந்தது. மதுராம்பாளுக்குப் பேச நினைத்த சொல்லொன்றும் எழும்பவில்லை.

குனிந்து நமஸ்காரம் செய்தாள். "அப்பா! ஆசிர்வாதம் பண்ணுங்கோ!" இதற்குமேல் நா எழவில்லை.

மங்களாம்பா, உள்மறைவில் இருந்தபடியே எட்டிப் பார்த்தாளே ஒழியத் தலைநீட்டவில்லை. இவள் ரேழிக்குச் செல்லுமுன், சாரதாப்பாட்டி, மங்களாம்பாளின் சித்தி, நீட்டி முழக்கியது செவிகளில் விழுந்தது. "நெடு நெடுன்னு ஒட்டடக் கொம்பாட்டம் கழுத்தில் ஒத்தை ருத்திராட்சமும், தானுமா ஒர்த்தன் உக்காந்திருந்தான் திண்ணைல, எள்ளும் அரிசியுமா நரைச்சுக்கிடக்கு. அவங்கூடத்தான் போப்போறா போல இருக்கு! கலி முத்திப் போச்சோன்னோ? அவாவா தர்மம், குலாசாரம் விட்டு மாறிப்போறா! முப்பத்தஞ்சு வயசுக்கு மேல, இவளுக்கென்ன

வந்ததுப்ப? இவாள்ளாம் குடியும், குடித்தனமும்னா நல்ல குலமாயிடுமோ?"

குரல்கேட்டு தாமதித்து, பிறகு திரும்பிப் பார்த்துவிட்டு விடுவிடுவென்று போனாள்.

குருசாமிக்கு என்ன தெரியும்? இவள் ஆடியதை அவன் பார்த்தானாமா?

"ஏன் பாட்டி? நான் கேட்டா மட்டும் பதில் சொல்ல மாட்டேங்கறே. மகாராஜா தங்கவாழையிலை போட்டுச் சாப்பிடுவாராம். நீ விசிறுவாயாமே?"

கப்பென்று நெஞ்சு இறுகுகிறது. "இதுவும் குருசாமித் தாத்தா சொன்னாரா?"

"ஆமாமா!"

"குழந்தே, அது உசத்தியா? இல்லே. சமூகத்தில, ஈசுவரன்பேரில வச்சிருந்த ரொம்பக் கொடுமையான அநாகரிகமான பழக்கம் அது. குடும்பப் பெண், குலப்பெண்ணுன்னு வச்சு அவளுக்கு எந்த அறிவும், சுகமும் இல்லாத அடிமையாக வச்சா. இன்னொரு பக்கம், தாஸ்யம் பண்ணும் அடிமைக்குலம், இதுக்குக் குடும்ப மேன்மை கிடையாதுன்னு, மிருகமா நடந்துக்க உபயோகிச்சிண்டா. நாட்டியம், ஸங்கீதம் எல்லாம் மேன்மையான கலைகள்னு சொல்றாதான். சங்கீதம் ரொம்ப சிலாக்கியம்னு மட்டும்தான் நான் சொல்லுவேன். அதுக்கு ஆத்மாவைத் தொடும் சக்தியிருக்கு. இந்த ராஜ சபைல, பெரிய பெரிய வித்வான்களெல்லாம் பாடியிருக்கா. மஹா வைத்தியநாதசிவன், சுப்பராம தீட்சிதர் இப்படி... ஆனா, நாட்டியம் பத்தி நான் சொல்லமாட்டேன். ஸ்திரீதர்மம், அவளுடைய கற்பு, தாயாகும் மேன்மை, தேவியே சர்வப்பிராணிகளுக்கும் மாதான்னெல்லாம் உசத்தியாச் சொல்றா. ஆனா, தாஸ்யம் பண்ணுவதற்குன்னு ஒரு அடிமைக் குலத்தை ஈசுவரனே வச்சதாச் சொல்லி, அவளுக்கு இருக்கும் மாத்ருத்வத்தையே காலால் மிதிச்சிருக்கா. நீ, நல்லபடியாப் படிக்கணும். பெண்களுக்கு இன்னும் ஏன் சமூகத்தில அவா நினைச்ச மதிப்பு வரலேன்னு பார்க்கணும். இப்ப பாரு, இந்தத் திண்ணைல படுத்திண்டிருக்கேனே தவிர, போதுவிடிஞ்சா, அங்கே கற்பழிப்பு, இங்கே பெண் சாவு, வரதட்சணைக் கொடுமைன்னு எல்லாம் காதுல படறது. அப்பல்லாம் பொண்ணுங்க படிக்கல. மூணுவயசிலும், அஞ்சு வயசிலும் கட்டிவச்சு, அவன் போனா அந்தக் குழந்தைக்கு முக்காட்டைப் போட்டா. இப்ப அதெல்லாம் இல்ல. ஆனாலும், அப்பக்கூட

இப்படி ஒரு

பொண்ணுன்னா அவளை இப்படித்தான் பாக்கணும்னு சங்கல்பமா உரைச்சிருக்கல. ஒரு பெண்ணைப் பார்த்தால், பார்ப்பவன் முரடனாக இருந்தாலும், அவள் மேல் மரியாதை வரும்படி அவள் நடக்கணும்."

"ஆமா, பின்ன ஜயந்தி வீட்ல மட்டும் என்ன டிரஸ் வாணாலும் போட்டுக்கலாம், ஆடலாம். நட்டுவனார் வீட்டுக்கே வந்து சொல்லிக் கொடுத்து அரங்கேற்றம் ஆயிருக்கு." பேபியின் சிந்தை ஆணி அடித்தாற் போல் அதிலேயே சுழலுகிறது.

பாட்டி ஆழ்ந்த குரலில் நிதானமாகப் பேசுகிறாள்.

"ஆமாம். அவாளுக்குப் பணம், சமூக அந்தஸ்து எல்லாம் இருக்கு. அவளை சினிமாவுல சேர்க்கப்போறதாச் சொல்வாளா? மாட்டா. கொஞ்சநாளைக்கு ஆசைக்கு இதெல்லாம். பத்தொன்பது, இருபது முடிஞ்சதும், லட்சமாக் குடுத்துக் கல்யாணம் பண்ணித்தான் வைப்பா. அவ பெரியம்மா பெண் இந்து வந்திருக்காளா? அவளுக்குக்கூடத்தான் அந்தக் காலத்திலேயே பரதநாட்டியம் சொல்லி வச்சா. ரொம்ப3நன்னாப் பேர் வாங்கினா. கச்சேரி எல்லாம் கூடப் பண்ணினா. கல்யாணம் பண்ணினதும் புருஷன் ஆடக்கூடாது என்று சொன்னானாம். இப்ப மூணு குழந்தை பிறந்தாச்சு!"

"முப்பத்தஞ்சுவயசு வரையிலும் பெரிய சங்கிலியப் போட்டுக்கொண்டு மேலே பார்க்க முடியாதபடி நான் இருந்தேன். வாழ்க்கையில் மின்னல் கதிராக ஒரு மகான் வந்து மேலே பாருன்னு கழுத்துச் சங்கிலியைத் தொட்டுப் பட்டென்று உடைச்சுப் போட்டார். கொட்டடியில் புழுங்கியவள் ஆகாசத்தைப் பார்க்கவும், நல்ல காத்தைச் சுவாசிக்கவும், கஷ்டப்படவும், சுகப்படவும் மேலான ஒரு லட்சியம் இருக்குன்னு தெரிஞ்சிண்டேன்."

பாட்டி அவள் காதுக்கே கேட்கும்படி மிக மெல்லிய குரலில் பேசுகிறாள்.

அவள் என்ன முயன்றும், அவள் கருத்துக்களும் அறிவுரைகளும், கிளர்ந்துவிட்ட ஆசைத்தீயைத் தாண்டி, அவள் உள்ளத்தைத் தீண்டவில்லை.

▲▲▲

5

"அவ எங்க, எழுந்து போயிட்டாளா?"

ருக்குவின் குரல் கேட்டுத்தான் மதுராம்பா சட்டென்று நிமிர்ந்து பார்க்கிறாள்.

"சனியன்... வைய வேண்டாம்னாலும் வையும்படி... அத்தனை குச்சியையும் எங்கெல்லாம் இறைச்கிட்டுப்போனா... இத்தனை நேரமாச்சு!"

"மாமி! ஒரு இருபத்தைஞ்சு பைசா சில்லறை இருந்தாக் குடுங்களேன்.. கழுநீர்க்காரி, முள்ளொடிச்சிண்டு வந்து போட்டுட்டு ஒரு ரூபா குடுங்கறா. எங்கிட்ட முக்காரூபாதா இருக்கு. சாயங்காலமா எங்கேருந்தாலும் கொஞ்சம் முருங்கைத்தீரை கொண்டுவாடி, அம்மா வந்துடுவா, பணம் தரேன்னா, இப்பவே போகணும்னு நிக்கிறா!" வீட்டில் இருப்பதால், அம்மா உடுத்தும் பழைய புடைவையை உடுத்தி இருக்கிறாள். குச்சிகள் ஒன்றிரண்டு புடவையில் ஒட்டிக் கொண்டிருக்கின்றன.

"அம்மாவை இன்னும் காணல?"

"டாக்டர் வெளில எங்கயானும் போயிருப்பாரா இருக்கும். காத்துக்கிடப்பா! வந்துடுவா!"

காசை வாங்கிக்கொண்டு போகிறாள்.

மதுராம்பா, பக்கத்திலிருக்கும் செம்பிலிருந்து சிறிது குளிர்ந்த நீரைப் பருகிவிட்டு, விரலில் கொஞ்சம் நீரைத் தொட்டு நனைத்துக்கொண்டு கண்களை மென்மையாகத் தடவிக் கொள்கிறாள்.

"கிரிதான் பாட்டொண்ணும் சொல்லிக்கமாட்டேன்னா. இந்த ருக்குவுக்கு வீணை கத்துக்கணும்னு ஆசையிருந்ததாம். பேசாம சொல்லிக் குடுத்திருந்தா, ரெண்டு ட்யூஷனாலும் வச்சிண்டிருப்பா. இப்படிப் பதிமூணு பைசாக் கணக்காப் பாத்து, இடுப்பொடியக் குச்சியடுக்கறதப் பாக்கப் பாவமா இருக்கு...!"

பாட்டி பதிலொன்றும் கூறவில்லை.

சக்குவுக்கு நல்ல சங்கீதம் ரசிக்கும் வாசனைகூட இயல்பில் அமையவில்லை. ஆனால், சிதம்பரம் அவ்வாறில்லை. ஏன்

அவர்கள் தந்தை... முப்பத்தைந்து வயசில் அவள் எல்லா உறவுகளும் கசடுகள் என்று உரிந்துவிழ, சங்கற்பம் மட்டுமே என்று நின்றபோது, அவளை ஏற்றுக்கொள்ள வந்தாரே? அதற்கு ஆதாரம் அந்த ஸங்கீதம் தானே..!

கண்களைத் துடைத்துக் கொள்ளும் வகையில் கை செல்கிறது.

அரண்மனையின் வடவண்டைப்புறம், அவர்கள் வீடுகள் இருந்த தெருவே இவள் திரும்பி வரும்போது அநேமாக நசித்து போயிருந்தது. ஆண்டாளு மட்டும் அரண்மனைப்பெண் என்று கிழவியாக வாழ்ந்து கொண்டிருந்தாள் என்று தெரியும். சுயராச்சியம் வந்த அன்று கொண்டாட்டங்கள் நடந்தபோது, பிள்ளை, தேசியப் போராட்டத்தின் தியாகியாகிவிட்ட பெருமையில், ஊரில் பள்ளிக்கூடக் குழந்தைகளுடன் கூட்டத்தில் அவளும் ஊர்வலமாகச் சென்றபோதுதான் அந்தச் சிதிலமான இடங்களைப் பார்த்தாள். இப்போது, அந்த இடம் முழுவதும் ஆண்டாளுவின் சந்ததியாருக்குச் சொந்தமாகியிருக்கிறது. சுத்தமாகக் குழந்தைகள் விளையாடும் இடமாகவும், பெத்தராஜ பூபதியின் பேரைத் தாங்கிய பள்ளிக்கூடமாகவும் இருக்கிறது. பள்ளி இன்னும் உயர்நிலைப் பள்ளியாகவில்லை. இந்த வீட்டுக் குழந்தைகள் அங்குதான் தொடக்கக்கல்வி பயின்றிருக்கிறார்கள்.

என்றாலும், அந்தப்பக்கம், மதுராம்பாவுக்கு நடந்து கொண்டிருந்த காலத்தில் அடிவைப்பது, ஒரு வரம்பை மீறி வந்தபிறகு, ஒரு வாழ்வைக் கழற்றிப் போட்டபிறகு, அந்த இடமாகிய மண்ணை மிதிப்பது கூடத் தகாததான மன உணர்வைத் தோற்றுவித்திருக்கிறது.

கொஞ்ச காலத்துக்கு முன்பு, நாலைந்து வருஷங்கள் இருக்கும், அந்த வீணையையும் கூடச் சிலநூறு ரூபாய்களுக்காக குருசாமி வீட்டுக்கே கொடுத்துவிடும் நிலைமையும் வந்தது. அந்த வாழ்வின் ஒரு சுவடுகூட இல்லை என்றாகி விட்டது. அவள் மட்டும்தான் நினைவுகளைச் சுமந்துகொண்டு இருப்பதாக எண்ணியிருந்தாளே... ஆனால், இந்த பேபி...

உள்ளே பெட்டிக்குள் சுருதி கலைந்து கிடந்த வீணையை, ஏழெட்டு வயசாக இருக்கையில் பேபி பார்த்துவிட்டு, அதை மீட்டுவாள். பிடிவாதமாக அதை வெளியில் எடுத்துத்தரச் சொல்வாள். ஆனால் சக்குவுக்கு வெறுப்பாக இருக்கும்.

"அது ஒண்ணுதாங் கொற, மூதி... நல்லாப் படிக்கணும். இதெல்லாம் வச்சிச் சொல்லிக்குடுத்து கச்சேரி பண்ணப்போறியா? மூடி வைக்கணும் விடுடீ!" என்பாள். சுருதி கலைந்த வீணை

நரம்பின் 'டொய்ங்' என்ற மீட்டல் இப்போது கூடக் காதில ஒலிப்பது போல் இருக்கிறது. சக்குவுக்குத்தான் உண்மையில் அம்மாவின் பழைய வாழ்க்கை பற்றிய நினைவுகளைத் துடைத்தெறிந்து விடவேண்டும் என்ற தீவிரம் இருந்தது. அதற்குக் காரணம், அவள் கலை என்ற உணர்வின் மென்மைகளை, அது இதயங்கடந்து ஆன்மாவின் சுருதியைத் தொட்டு, ஆதாரமான அமைதி இன்பத்தின் சுகாநுபவம் கொடுப்பதைச் சிறிதும் உணர்ந்திருக்கவில்லை. பெண்ணுக்குக் குடும்பம் என்ற சட்டத்தில், உழைப்பும் பொறுப்புமே அவளை இயந்திரமாக்கித் தீர்த்திருக்கின்றனவே... அவளால் அதிகமான மனப்பளுவையும் சுமக்க இயலவில்லை. படபடவென்று கொட்டுகிறாள்; பரபரக்கிறாள்... சக்குவின் உடல் நிலையை நினைத்தால் கூட மதுராம்பாளுக்கு வருத்தமாக இருக்கிறது.

மன உணர்வுகள்- ஆசாபாசங்களை, துன்பங்களை, வேட்கைகளைப் பாராட்டிக்கொள்ளாத விவேகம், உடல் நலத்தைக் காக்கிறது என்பதே அவளது அநுபவமாகியிருக்கிறது. சக்குவுக்கு வரும் தலைவலி, உடல் நோவு, தளர்ச்சி எதுவும் அவளைத் தீண்டியிருக்கவில்லை, சக்குவுக்குத் தோற்றம் கொடுக்கும் ஐந்தாறு பற்களைத் தவிர, ஏனைய பற்கள் விழுந்துவிட்டன. கன்னங்கள் இரண்டும் பழம் சுருங்கி அதுங்கினாற்போல் குழிவிழ, தாடைகள் தொங்க, ஏற்கெனவே சற்றே நீண்ட முகம் இன்னும் அடையாளம், தெரியாமல் நீண்டுவிட்டது.

“சுப்பு! குஞ்சிதம் மேல்மங்கலத்தில் இவளைப் பார்த்து டாக்டரிடம் கூட்டிப் போயிருப்பான் இல்லையா? போனவாரம் போய்விட்டு, இதற்குள் வந்து விட்டாளே? போது மூணடிச்சு, சைக்கிள்காரன் பாலுக்குப் போறானே?"

"வந்துடுவா கவலைப்படாதேம்மா! ஒருவேளை இன்னொரு தரம் எக்ஸ்ரே எடுக்கணும்னு சொல்லியிருப்பார் போல. திருநெல்வேலிக்குப் போயிட்டு வருவாளா இருக்கும். அதெல்லாம் குழந்தைக்கு எதானும் வாங்கிக் குடுப்பா. குஞ்சிதம், அவன் வராட்டக்கூட வேற யாரையும் பாத்துக்கச்

சொல்லிருப்பான், வந்துருவா!”

"வயிற்றில் பிறந்த பிள்ளைகளால் கஷ்டங்களுக்கு விடிவே இல்லைன்னு ஆயிட்டது அவளுக்கு!”

"கஷ்டம் சுகம் எல்லாம் நாம் வந்த வழி!”

சிதம்பரத்துக்குக் காகிதம் எழுதி ஒருமாசத்துக்கு மேலாறது...

அவள்

வாய்விட்டுச் சொல்லவில்லை. ஆனால் சுப்பு புரிந்து கொள்கிறாள்.

"நேத்துக் குஞ்சிதம் சொல்லிண்டிருந்தான். பாட்டியின் பிள்ளையைத்தான் இங்கே கிழக்குப் பிரதேசத்தில் புதிசா ஸ்பெஷல் அட்வைசரோ என்னமோ, அப்படிப் போட்டிருக்கா. அவர் வெளிநாட்டிலிருந்து வந்திடுவார்னு பேப்பரில் வந்ததாமே?"

"அப்படியா?"

"அப்படியானால், ஒருமுறை அவன் இங்கே வந்தாலும் வருவானே?"

மதுராம்பா, அப்போதே அவன் வருவது போன்ற ஒரு தோற்றத்துடன் வாசலில் கண்களை ஊன்றுகிறாள். தெருவே வெறிச்சிட்டுக்கிடக்கிறது.

"நான் போய்ப் பாலை வாங்கிண்டு வரேன். கறந்திருப்பன் இத்தனை நாழி! வெறுக்கு வெறுக்குன்னு உக்காந்திருக்க. காப்பி போடலாம்!"

சுப்பு பாத்திரத்தை எடுத்துக்கொண்டு, உள்கதவை வெறுமே சாத்திவிட்டுப் போகிறாள்.

மதுராம்பா மெல்ல எழுந்து வாயிலில் வந்து, வாளியில் வைத்திருக்கும் தண்ணீரை எடுத்து, மறுபடியும் முகத்தைப் புதுமையாக்கிக் கொள்கிறாள்.

வெயில் இறங்கி இருக்கிறது. வாசற்கதவைச் சாத்தவில்லை. குறச்சிறுவர்கள் இருவர், ஒரு பெண்-ஓர் ஆண், இடையில் ஒருகோவணம், கந்தல்களும், தகரக்குவளைகளுமாக, 'அம்மா' என்று வந்து உடனே இடுப்பை வளைத்து ஆடுகின்றனர். "ஆயாலெங்கடி ஆயோ ஆயோ... ஜிங்கிரிச்சான், ஜிங்கிரிச்சான்.. குருவி மாட்டிக்கிச்சாம்.. ஆகா, குருவி மாட்டிக்கிச்சாம்!"

சொற்களுக்குமேல், அந்தக் குழந்தைகள் ஆடும் ஆட்டம் தான் பெரிதாக இருக்கிறது. உடம்பை வளைத்து நெளித்து, பூச்செடியைக் குலுக்குவது போல் குலுக்கி.. இந்த ஆட்டம், ஆனந்தத்தின் வெளியீடா? இதுவே குழந்தைகள் வளர்ந்திருந்தால், விரசத்தின் இடையே முக்குளிக்கும் ஆட்டம். சிவனைக் காலடியில் போட்டுச் சக்தி ஆடும் ஆட்டமோ? அதுவே பிரபஞ்சத்தின் தொழில்கள் அல்லவோ?

"யம்மா....! எங்கம்மா, புள்ள பெத்திருக்கா, ஒருதுணி, ஒருசோறு...

யம்மா ஒரு துணி குடும்மா.."

தலையைச் சொறிந்துகொண்டு அவர்கள் உள்ளே முற்றத்து வாயிலில் வந்து பார்க்கின்றனர்.

'போ போ' என்று அடித்து விரட்ட மனமில்லை.

"புள்ள பெற்றிருக்காளா? எங்க?"

"அதா, சாமியார் தோட்டத்துக்கந்தாண்ட, ஒரு துணி குடம்மா. துணி...!"

சாமியார் தோட்டம் என்பது, அரண்மனை இடிபாடுகளுக்கப்பால்.. அங்கு ஒரு சந்நியாசி, தோட்டம் வைத்துக்கொண்டு இருந்தாராம். இவளுடைய சிறு வயசில் தாமரைக்குளத்துக்கு அப்பால் அதை பறவைக் கொட்டிலாகக் கண்டிருக்கிறாள். பெரிய பெரிய வலைக்கம்பிச் சுவர்களுள், கிளிகளும் மைனாக்களும் வளர்த்து வந்தார் மகாராஜா. தினமும் அவற்றிற்குக் காலையில் அவரே வந்து தானியமும், பாலும் பழமும் வைப்பார்.

அந்த இடிபாடுகளில், புதிய குழந்தை கந்தற்சுருளில் கிடக்க, தாய், போதுமான துணியின்றி...

இது பொய்யாக இருக்கும் என்று தோன்றவில்லை. சட்டென்று தலைக்கு வைத்திருக்கும் கந்தற்சுருட்டை எடுத்து, "இந்தா" என்று கொடுக்கிறாள்.

இரண்டு குழந்தைகளும், வாங்கிக்கொண்டு செல்கின்றனர்.

வானமே கூரை; பூமியே பாய் என்றாலும், அம்மை பிள்ளைகள்- அப்பனும் இருந்துதானாக வேண்டும்- குடும்பம்!

நம்பிக்கையோடு, அந்தநிமிஷத்தேவைகளுக்கு இரந்து பெறலாம் என்று வந்து, இந்த வெயிலில் தங்கள் வித்தையை அவள் முன் காட்டிக் கவர்ந்தனர். அந்த அம்மாதான் இவர்களுக்கு இப்படி ஆடிப்பாடச் சொல்லி வைத்திருப்பாள். இந்தக் குடும்பங்களில் பிறரைக் கெடுக்கும் பேராசைகளுக்கு இடமில்லை அல்லவா?

தேவைகள், பேராசைகள் ஒரு மனித வாழ்க்கையை விழுங்கிய பிறகு, அந்த உடலும் எப்படி அவதியுறுகிறது என்பதை அவள் நேரடியாகக் கண்டிருக்கிறாள்.

அம்மா... அவள் அம்மா... வீட்டின் பின்புறத் தாழ்வரைக் கட்டிலில் உடலெல்லாம் அழுகும் நிலையில் படுத்திருந்தாள்.

வைத்தியர் உள்ளே வர மறுத்தார். அண்ணாவி, அவளுடைய ஒன்றுவிட்ட சகோதரன், இவள் குரு... அவள் விரைவில்

சாகவேண்டும் என்று மந்திரவாதிகளைக் கூட அழைத்துச் செலவழித்தான் அவன். அந்தக் கதவைத் திறந்து இவள் உள்ளே செல்லக் கூடாது என்று, காவலாய்க் காத்தான். குருவா.. ச்சீ...

”மதுராம்பா, நீ வராதேடி கண்ணு! நீ போ! நீ போயிடு!” என்று பெற்றவள், அவளை வரக்கண்டாலே துரத்திக் கதவை அவளே தாழிட்டுக்கொள்வாள்.

அந்தக் காலங்களில், வீணை ஒன்றுதான் மன உணர்வுகளை வெளியிடும் கருவி. வெளியில் அரண்மனை, கோயில் என்று கடமை பற்றும்போதுகூட நெஞ்சில் தைத்த முட்களின் குருதிப் பீறல்களாய்த்தான் அவள் பாட்டு வந்திருக்கும். அப்போது. ஐப்பசி மாசம் ஒரு நாள், வாடைக்காற்றடிக்கும் அந்தி நேரத்தில், தாமரைக் குளத்துக்கு அருகே அரண்மனைக்குச் சொந்தமான கிருஷ்ணர் கோயிலிலிருந்து அவள் வெளிப்பட்டு வருகையில் நெருப்புக் கண்களும், மீசையும்-முண்டாசுமாய், அவள் அந்த மகாசக்தியைப் பார்த்தாள். தலைகுனிந்து ஒதுங்கிய அவளை, இரு கண்சுடர்கள் தகித்து விடும்படி ஊடுருவினாற் போலிருந்தது. ஒருநிமி டம் ஒதுங்கிப்போனாள். இரண்டாம் நாள்; மூன்றாம் நாள் தொடர்ந்து இதே தரிசனம். அன்று அதிகாலையில் புலர்ந்து புலராத பொழுது, அவள் நீராடிக் கூந்தலை நுனிமுடிச்சிட்டு, கையில் மலர்களுடன் கோயிலுக்குச் செல்லும்போது, திடுமென்று எதிரில் வந்து அந்தக் கண்கள் துளைத்தன. “தங்கச்சி! நீ இந்த வாழ்க்கை வாழ்வது தகாது. மாடும், குரங்கும் மிருகங்கள்... அந்த மிருகங்களுக்குக் கலையின் மேன்மை புரியுமோ? நீ ஒருவனை மணந்து நல்ல வாழ்வுக்குப்போ!”

அவள் உடல் முழுவதும் பாயும் சாட்டைபோல் இந்தச் சொற்கள் எதிரொலிக்கின்றன, இப்போது நினைத்தாலும்... “தங்கச்சி! இந்த வாழ்வு, இது தகாது. போ! போ! போ!”

கோவில் சந்நிதியில் மலர்களை வைத்துவிட்டு, வீடு திரும்பியதெல்லாம் அவளுக்கு நினைவில்லை.

‘இந்த வாழ்வு-இதைவிட்டுப் போ! போ! போ!’

எப்படிப் போவது? எங்கே போவது?...

அவரை, ஊரார் ‘பைத்தியம்’ என்பார்கள். ஆனால், அற்புதமாகப் பாடுவதாகச் சொல்வார்கள். இந்த ஊர் ராஜாவின் பங்காளியான பெரிய ராஜாவின் அரண்மனையில் கூட ஒரு காலத்தில் இருந்தாராம். வந்தேமாதரம் கட்சியில் வாஞ்சி அய்யர் கூட்டாளியாக இருந்து, பாண்டிச்சேரி ஜெயிலில் இருந்ததாகவும், கிறுக்குப் பிடித்ததாகவும் மங்களாம்பா வீட்டில் சொல்வார்கள்.

'பிராம்மணனாகப் பிறந்து, இப்படிக் கெட்டலைய வேண்டாம்!' என்ற சொற்கள் செவிகளில் விழும்.

அந்த மனிதரை நேருக்கு நேர் அவள் பார்த்துவிட்டாள்.

போ! போ! என்ற சொல், மந்திரச்சொல்லாக இருந்தது. பின் தாழ்வரையில் கிடந்த ஜீவன், அவர் சொன்ன மூன்றாம்நாளே விடுதலை அடைந்தது.

இவளுடைய உறவு, சுற்றம் என்று குலத்தார், அம்மையின் சாவுக்கு வந்து கூடினார்கள்.

ஆனால், காசுக்காக இவர்கள் தொடர்புகொண்ட ஒரு மனிதர், அங்கே வரவில்லை.

அரண்மனையிலிருந்து மணிகாரன் வந்தான்.

இவள் அப்போதே, புதுக்கோட்டையிலிருந்து வந்திருந்த ஒன்றுவிட்ட மாமன் இரத்தினத்திடம் ஊரைவிட்டுச் செல்வதாகவும், இந்த அரண்மனை, கோயில், அருவருப்பான வாழ்வு இவற்றிற்கு முற்றுப்புள்ளி வைத்துவிடப் போவதாகவும் சொன்னாள். அவர்கள் குலத்தில், அவர் ஒருவர்தாம் கண்ணியமாக ஆசிரியர் தொழில் செய்து வந்தார். ஞானாம்பாளுக்கு, அவரைக் கண்டாலே பிடிக்காது. சாவுச் செய்தியை, மதுராம்பாதான் எழுதிப்போட்டு அவரை வரவழைத்திருந்தாள்.

"மாமா, எங்கானும் கிராமத்தில கண்ணியமாப் போய் நான் எப்படியானும் பிழைக்கணும். நான் குடும்பமா ஒருத்தரைக் கட்டிக்கிட்டு இருக்கணும் மாமா."

"வயசு முப்பத்து மூன்றாகிவிட்டது. நாடறிந்த அரண்மனைத்தாசி, கல்யாணமா? உனக்குப் பைத்தியமா?" என்று அண்ணாவி அவளை இடித்துக் காட்டினான்.

மாமன், எதுவும் பேசவில்லை. ஆனால், இவளைத் தம்முடன் குடும்பமாக வாழும் வீட்டிற்கு கூட்டிச்செல்ல முடியுமா?

இந்தக்குலத்தில் பிறந்த ஆண்கள், தாம் இழிவான தரகு வேலை செய்தாலும் கூடத், தம் மனைவி பெண்களை மிகுந்த கண்காணிப்புடன் ஒழுக்கமாகப் பார்ப்பார்களே.. இவரோ, அந்த வட்டம் விட்டே விலகியவர்.

"சரிம்மா.. உன் விருப்பம் கவனத்திலிருக்கு..." என்று சொல்லிக் கழன்று கொண்டார். அடுத்ததாக அவள் செய்த செயல், தண்டியம் பிடித்துப் பூசைபோட்ட, குருவாகி ஆடவைத்துப் பின் தரகர் போல் இயங்கிவந்த அவர் முன், ஈசுவரனுக்குப்

பெண்டாகிவிட்டதாகக் கற்பிக்கும் பொட்டுத்தாலியைப் படீலென்று துண்டித்துப்போட் டாள்.

"உனக்குப் பைத்தியம் புடிச்சிருக்கா மதுராம்பா? சாமி உன்னைச் சும்மா விடுமா? என்ன ஆச்சு உனக்கு?"

''ஒண்ணும் ஆகல. நீங்க இனிமே இங்க இருந்தா கொன்னுடுவேனாக இருக்கும்! போங்க!"

சலங்கை, மத்தளம், தாளம், அவருடைய சாமான்கள் எல்லாவற்றையும் தூக்கி வீசினாள். அது வெறியாட்டம்.

அரண்மனைக்குச் சென்று அவர் முறையிட்டிருக்கிறார்.

தூதனுப்பினார்கள். குருக்கள் வந்தார்.

யாரும் வர இயலாதபடி, கதவைச் சாத்தித் தாழிட்டுக் காண்டாள்.

மார்கழி மாச பஜனை, செவிகளில் விழும். கோயிலில் நித்திய பூசை மணியொலி, புல்நுனிகளில் அரும்பிய பனிமுத்துக்கள், பறவைகளின்

ஒலிகள், தாமரைக்குளம் எல்லாமே மாசடைந்த வாழ்வின் அடையாளங்களாகி விட்டனவே!

மதுராம்பா, வாழ்வின் சுமை தீருமட்டும் அழுதாள். வீணையைத் தொடவில்லை. விளக்கேற்றவில்லை.

கலாவதியும், ஆண்டாளும் 'பாவம், அம்மா செத்துப் போனா, சாயங்காலம் கிருஷ்ணர் கோயில் பக்கம் எங்கியோ தனியாப் போயிருக்கா. ஏதோ புடிச்சிருக்கும் போல. கதவல்ல அடச்சிட்டாளாம்!' என்றெல்லாம் செய்திகளைப் பரப்புவதில் உறுதியாக நின்றனர்.

சமையலுக்கு இருந்த சின்னம்மா, இவளுக்குப் பேய் பிடித்திருக்கிறது என்று பயந்துபோய் நின்றுவிட்டாள். பித்துப் பிடித்தவள்போல் பூட்டிய கதவுக்குள் அவள் நடமாடிக்கொண்டு, செய்வதறியாமல் சிலநாட்கள் கழித்து விட்டாள்.

ஏதோ ஒரு நம்பிக்கை 'போ போ' என்று அசரீரிச் சொல்போல் வந்து சொல்லிவிட்டுப் போனார். எப்படி? ஒருத்தரைக் கட்டி.... ஒருத்தரைக் கட்டி...

அந்த ஒருத்தரும் வருவாரோ? மாமனிடம் சொல்லியிருக்கிறாள்.

கடவுளுக்குத் தாலி என்ற அருவருப்பான பொய்யைக் கழற்றிவிட்ட பின், அவளும் ஒரு உத்தமமான பெண். ஒரு தாயாகும் பாக்கியம் உடையவள். அந்தராத்மா நூற்கும் மெல்லிய

இழைகளாகிய நேயங்களினால் குடும்பத்தைத் தாங்கக் கூடியவள் என்று நிரூபிப்பாளோ? எல்லாத் தொடர்புகளும் அற்று, இருட்டுப்பொட்டலில் நிற்பதுபோல் இருந்தது.

தை பிறந்து தங்கச்சூரியனின் வரவு, தெருவெல்லாம் புதிய உற்சாகங்களைக் கொண்டு வந்தது. அவளும் புத்துயிர் பெற்ற நிலையில், வீணையின் உறையை அகற்றி, மெல்ல அதன் தந்திகளை மீட்டிச் சுருதி சேர்த்தாள். என்ன வாசிக்கிறோம் என்ற உணர்வு இல்லை.. சிலந்திவலை பின்னுவதுபோல் ஏதோ சுரக்கோவைகள் சுற்றிச்சுற்றி, குறுக்கே தாட்டு ஸ்வரங்களாய் தாவித்தாவி...

அப்போது பொழுது சாய்ந்து குறுகும்நேரம்.

சட்டென்று ஓருணர்வு, கதவு தட்டப்படுவதுபோல்... வாசலில் அடிச்சத்தம் கேட்டார்போல்...

இவள் மீட்டலை நிறுத்தினாள். சில சமயங்களில் ஆடோ, நாயோ திண்ணையில் ஒதுங்கிய அரவங்கள் கேட்பதுண்டு. சில சமயங்களில், 'பைத்தியம் டோய்' என்று கூக்குரல் எழுப்பும் ஆர்வத்தில் சிறுவர் சிறுமியர்

வந்து, கதவு இடுக்குவழி பார்ப்பதும் அவளுக்குத் தெரியும். சட்டென்று கதவைத் திறந்து, 'என்ன?' என்பாள். எல்லாம் ஓட்டமாக ஓடும்.

ஆனால் இப்போது, கதவு நிசமாகவே மெல்லத் தட்டப்படுகிறது.

மென்மையாக, "மதுராம்பா... மதுராம்பா..." என்று ஒலிக்கும் குரல் கேட்கிறது.

இது பிரமையோ?

அவள் கதவைத் திறக்கிறாள்:

ஒரு நிமிடத்திற்கு எந்த அசைவும் இல்லை.

"மதுராம்பாதானே? நான் சாமிநாதன்."

நெடுநெடுவென்ற உருவம். நெற்றி ஏற்கெனவே அகலம்... அதிலும், குடுமி முன்பக்கம் தளளி, அந்த அகலத்தை இன்னும் மிகையாக்குகிறது. சிவப்புமில்லாத, அட்டைக்கரியுமில்லாத ஒரு நிறம். சிவப்புப் பட்டுக் கயிற்றில் கோர்த்த, ஒற்றை உருத்திராட்சம் தெரிந்தாலும், மூடிய கழுத்துடன்-நீளக்கை வைத்த சட்டையும், மூலைத்தார்பாய்ச்சிய துவைத்த வேட்டியும், செல்வந்தரில்லை எனினும் கண்ணியமிகுந்தவன் என்று சொல்கின்றன.

"என்னிடம் துரைசாமி வந்து சொன்னான்..."

"உள்ளே வாங்களேன்!"

கதவைச் சாத்திவிட்டு, பலகையை எடுத்துப்போடுகிறாள். முற்றத்தில் கால் கழுவ நீரெடுத்துச், செம்பில் வைக்கிறாள்.

அவர் கால்களைக் கழுவிக்கொண்டு பலகையில் உட்காருகிறார்.

இவள் அறுகோண வெற்றிலைத்தட்டில் வெற்றிலைப் பாக்கு எதுவும் இல்லை என்று உணருகிறாள். குளத்துநீர்கூடக் கொண்டு வரவில்லை. வெண்கலச் செம்பைப் பரபரவென்று துலக்கி, அதில் கிணற்றுநீரைக் கொண்டு வைக்கிறாள். பிறகு தூணடியில் நிற்கிறாள்.

"ம்... மதுராம்பா! என்னைத் தெரியுமா?"

அவள் தலையைக் கவிழ்த்துக் கொண்டாலும், தெரியாது என்ற பாவனையில் தலையசைக்கிறாள்.

"உன்னை எனக்குத் தெரியும், மதுராம்பா! எனக்காக,உன் வீணையில் கரஹரப்பரியா வாசிச்சு, 'சக்கனி ராஜ' பாடுவியா? எப்பவும் எனக்காக.... நான் உன் கச்சேரிய மலைக்கோட்டையில் கேட்டேன். பதிமூணு வருஷமாச்சு, ராஜ மார்க்கத்தில உன்னோட நடக்க முடியாது. அந்தப் பாட்டையே, வீணையா குரலான்னு தெரியாத அந்த நாதத்தையே நினைச்சுண்டு இருக்கிறவன். நீ பொட்டைத்தறிச்சுப் போட்டேன்னு சொன்னார் துரைசாமி. என்னைத் தேடிவந்து சொன்னார். நம்ப முடியல. ஈசுவரசங்கல்பம் இப்படியும் இருக்கும்னு நம்ப முடியல..."

அவள் பதிலே கூறவில்லை. அந்த வீணையைத் தூக்கி மடியில் வைத்துக் கொண்டு, கரஹரப்ரியா இராகத்தையே நெஞ்சமாக உருக்கி வார்த்தாள். எத்தனையோ நாட்களுக்குப் பிறகு, வீணையோ குரலோ என்று தெரியாத வகையில் நாதத்தோடு ஒன்றிப்போனாள்.

'இந்த அதிசயமும் உண்டா' என்று வேடிக்கை பார்க்க அப்போது சாமிக்கண்ணு கூட நடையில் வந்து நின்றாள்.

அவர் திரும்பிப் பார்த்ததும், "பூ.. எவனோ பரதேசி போல் இருக்கிறான். கிறுக்குத்தான்!" என்று நிம்மதிப் பெருமூச்சு விட்டவள்போல் அவள் அகன்றது, மதுராம்பாளுக்கு இப்போதும் நினைவில் இருக்கிறது.

"மதுராம்பா! அரிச்சுவடி சொல்லிக்குடுக்கற வாத்தி நான். ஏழுரூபாதான் சம்பளம். அகண்ட காவேரிஸ்நானம், கூரைக்குச்சு, உன்னை வச்சுக் காப்பாத்த முடியும்னு நினைக்கி றேன். யாரோ பெத்து, எங்கியோ வளர்ந்து, ஒண்டியாவே இருப்பேன்னு நினைச்சேன். வயசு நாப்பத்தாறு ஆயிட்டது. அப்பா, மடத்துச்

சமையல்காரனாம். இதுதான் தெரியும்."

அவளுக்கு நெஞ்சம் பாகாய் உருகியது. "சொல்லுங்கோ?" என்றாள் கண்களில் நீர் தளம் கட்ட.

"இன்னும் என்ன சொல்லணும்? உன்னைப் பாக்கறதுக்கு முந்தி, நான் கல்யாணம்னு நினைச்சதில்ல. பாத்தப்புறம் அப்படி ஒரு ஆசை...! கிளியனூர் பெரிய பண்ணை-மடம், பள்ளிக்கூடம் எல்லாம் அவா ஆளுகைதான். கச்சேரிகளும், காலட்சேபங்களும் கேட்டிருக்கேன். பொடி நடையா நடந்து

கோட்டைக்குப் போவேன். எனக்கு நுணுக்கமும், சாஸ்திரமும் தெரியாது. ஆனா, உன்னுடைய அந்தக் குரலும், பாட்டும் மட்டும் என்னால் மறக்க முடியல. அதையே நான் மானசீகமாக் கல்யாணம் செஞ்சிண்டாப்பல இருந்தது. பண்ணையார் பாட்டி கேட்பாள், "ஏன்டா சாமி, ஒரு கல்யாணம் பண்ணிக்க வாண்டாமா?"ன்னு... நான் பேசாமல் போயிடுவேன். அவள் செத்துப் போனப்புறம் யாரும் கேட்கிறதில்ல இப்ப."

அவள் வீணையை நகர்த்தி வைத்துவிட்டு, அவர்முன் குனிந்து நமஸ்காரம் செய்தாள்.

"மதுராம்பா! நான் சொல்றேன்னு, தப்பா நினைச்சுக்காதே. பழைய தொடிசு-சாமான்-அது இது ஒண்ணும் இருக்கக் கூடாது."

"இப்படியே வரேன், எனக்கு என்ன வேணும் இதை விட?"

நகைப்பெட்டி, புட்டாச்சேலை, துணிமணி எல்லாம் குருக்களையும், அரண்மனை மணியகாரனையும் கூப்பிட்டு ஒப்படைத்தாள். வீணை,

அதைப்பற்றிக் கேட்கவும் இல்லை; தயங்கவும் இல்லை. அப்பாவைப் பார்க்கச் செல்லுமுன் அனுப்பிவைத்தாள்.

பிறகு, அந்தப் புதிய ஜன்ம வாழ்வு..!

▲▲▲

6

இரவு எட்டு மணிக்குத்தான் தாயும், பேரனும், குஞ்சிதமும் வந்து இறங்கினார்கள். மருந்து, மாத்திரை எல்லாம் வாங்கிக்கொண்டு தெம்பான சொற்களுடன், தேறிய நம்பிக்கையுடன் சக்கு வந்திருக்கிறாள். அவள் தெம்பு மதுராம்பாளுக்கும் ஆறுதல்தானே! ஒன்பதரை மணிக்கு, அந்த வீட்டுக்கே சென்று கஞ்சி குடிக்கிறாள்.

"இங்கியே படுக்கிறேனே... தலைக்கு எதானும் பழங்கந்தல் இருந்தால் கொடு!"

"நாளே சொல்லணும்னு இருந்தேன். தூள் தூளாப் போனதைச் சுருட்டி வச்சிட்டிருந்தே!"

ருக்கு சொல்லிக் கொண்டே, பழைய உள்பாவாடை மற்றும் சேலைத்துண்டொன்றைச் சுற்றிக் கொண்டுவந்து தருகிறாள். பேபி, அருகில் பாயைப்போட்டுப் படுத்துக் கொள்கிறாள். அவள் சாப்பிடவில்லை. எவருடனும் பேசவில்லை. பாயில் தலையணையில்லாமல் கையை அணைபோல் வைத்துக்கொண்டு, குப்புறப் படுத்திருக்கிறாள்.

முருகன் நன்றாக உறங்குவதால், விளக்கை அணைத்து எல்லோரும் படுத்து விடுகிறார்கள். படுத்ததும், சக்குவும் குறட்டை விடுகிறாள். ருக்கு, சிறிது நேரம் புரண்டு படுப்பது தெரிகிறது. பிறகு, அலமாரியில் வைத்துள்ள கடிகாரத்தின் டிக்டிக் ஒலி மட்டுமே கேட்கிறது.

"வீணையைக் கூட அனுப்பிட்டியே?"

அந்த டிக்டிக் ஒலியின் அணுக்களிலேயே முகிழ்க்கும் மென்பூக்கள்.

"ஆமா, அது பழைய தொடிசில்லையா? அது எதற்கு?"

"ஆனா..."

அவர் பேசவில்லை. தாமே ஒரு வீணை வாங்கிக் கொடுக்க வேண்டும் என்று நினைத்து இருப்பார்.

ஆனால், மதுராம்பாவுக்கு அந்த வாழ்க்கையே வீணையாகவும், அன்றாட நியமங்களே இசையாகவும் இருந்தன.

இரட்டைச்சாரிகளிலும் நெருக்கமாக உள்ள பெரிய தெரு அது.

இவர்கள் அந்தத் தெருவுடன் ஒட்டித்தான் வாசம் செய்தார்கள் என்றாலும், நீண்ட அந்த உயர் குடித்தெருவின் ஓர் ஓரத்தில், எதிர்ப்பக்கம் வீடில்லாத பாழ்மனையாக விரிந்து கிடக்க, இந்த வால்போன்ற வரிசை அனைத்தும் கூரைக்குடிசைகளே. சாணிப்பால், பச்சென்று தெரிய, குளிர்ச்சியாகக் கீற்றுக் கட்டிய திண்ணையுடன் வீடு. வீடு..! மதுராம்பா கனவு கண்ட வீட்டின் பேரின்பத்தை, அந்தக் குடிலில் நுகர்ந்திருக்கிறாள். அவளுடைய புருஷன் சுவாமிநாதன்,

ஊர்க்குழந்தைகளுக்கெல்லாம் அரிச்சுவடி கற்பிக்கும் அரை அசடு.

கழுத்து மணி தெரிய, வெள்ளையும் கருப்புமாக முள்முள்ளான மோவாயும், நார்க்குடுமியும், துவைத்து நீர்க்காவியேறிய சட்டை வேட்டியுமாக வெற்றுக் காலுடன் மடத்துக்குப்பக்கம் நந்தவனத்தருகே இருக்கும் பள்ளிக்கூடத்துக்குப் போகும் கோலத்தில் ஒரு மதிப்பும் இல்லை ஊராருக்கு.

ஆனால், இந்த வாத்தியார், பிள்ளைகளை அடிக்கமாட்டார்; அதட்டமாட்டார். மணலில் எழுதப் பழக்குவார், வாய்ப்பாடு முறைவைத்துச் சொல்லிக் கொடுப்பார். அரைத்துணியை அவிழ்த்துப் போட்டுவிட்டு ஓடிவிட்டால், அதைப் பத்திரமாக அந்தப்பிள்ளையின் வீடு தேடிக் கொண்டு கொடுப்பார்.

“மது! சிவன்கோயில்தெரு வரைக்கும் போயிட்டு வரேன். நடராஜப் பிள்ளை வீட்டுக்குழந்தை, சாயத்துண்டைப் போட்டுட்டுப் போயிட்டான்! நாழியாயிடுத்துன்னா நீ கவலைப்படுவேன்னு சொல்லிப்போக வந்தேன்!’’ என்று சொல்லிவிட்டு, அதை மடித்து இடுக்கிக் கொண்டு போவார். அந்த ஐந்தாறு கூரைக் குடில்களும் தெருவோடு ஒட்டியும் ஒட்டாமலும், உயர்சாதி, மேட்டுக்குடியானாலும் ஒட்டத் தகுதியில்லை என்பதை விளக்குவதபோல், இருந்தன. கிருஷ்ணராயரும், அவருடைய இளைய சம்சாரமும் இவர்களுக்கு நெருக்கமான அடுத்த வீட்டுக்காரர்கள். ராயர் பாரியான உடலுக்குரியவர். நரைத்த முடியை, சிறுமுடிச்சாகப் பின்னே முடிந்து கொண்டிருப்பார். முன்பக்கம பார்த்தால், பாதி வழுக்கையாக மின்னும். காலை விந்தி விந்தி நடப்பார். இவர், கடைவீதியில் ஒருபுறம் சிறு காப்பி கிளப் வைத்திருந்தார். அதிகாலை நான்குமணிக்கெல்லாம் போய்விடுவார். அவர் மனைவி ஸரஸ்வதி ஒல்லியாக, முகம், கன்னத்தெலும்புகள் துருத்திக் கொண்டிருக்க, சிவப்பாக இருப்பாள். பார்க்கப்போனால்,

மதுராம்பாளைவிட அவள் இளையவளாகவே இருப்பாள். அவர்களுக்குக் குழந்தைகள் இல்லை. "ஸரஸ்வதி அம்மா! மதுராம்பாளுக்கு வேற உற்றார் பெற்றாரென்று இல்லை. நீங்க ஸகோதரம் போல..." என்று சொன்னாரென்று அப்படி ஒரு பிரியம் காட்டுவாள். இவளுடைய இரண்டு பிரசவங்களும் அவளுடைய உதவியால் தான் நடந்தன.

இன்னொரு பக்கத்து வீட்டில், காவேரியில் இருந்து கடைவீதியில் உள்ள கிளப்புக்கும் கடைகளுக்கும், ஆஸ்பத்திரிக்கும் தண்ணீரடிக்கும் கந்தசாமி இருந்தான். இவன் தாய், சிறுவயதில் கணவனை இழந்தவளாம். முடியை, வேறு ஒருவன் தொட்டு மழிக்கக் கூடாது என்ற வகையில், தானே தாறுமாறாகக் கத்தரியால் வெட்டிக் கொள்வாளாம். பரம ஏழை. இவளை அந்தப்பக்கத்துத் தெருவினர், சமையல் செய்யவோ, வேறு அடுப்படி உதவிக்கோ கூப்பிட்டுக்கொள்ள மாட்டார்கள். அதனால், அவள் வேளாளர் தெருவில் சமைக்கச் செல்வாள். மதுராம்பா செல்லுமுன், அவள் யாரோ அசைவக்காரர் வீட்டில் கூடச் சமையலுக்கிருந்தாள் என்று சொல்வார்கள். இவளும் மதுராம்பாவுக்குத் தாயாக இருந்திருக்கிறாள்.

இன்னொரு கூரை வீடு, உபாதானமெடுக்கும் ஒரு ஐயங்கார் பாட்டிவீடு. நல்ல ஐயங்காரில்லை, குறைவான சாத்தானி என்று சொல்வார்கள். இரண்டு குமரிப் பெண்கள் மங்கலமிழந்து இருந்தார்கள். அதில் ஒருத்தி, சற்றே புத்தி மட்டான குழந்தை. கருகருவென்று இளமை மின்னும் கவர்ச்சியுடன் இருப்பாள். அய்யங்கார் புடவைக்கட்டில் பழைய சேலை; பாழ் நெற்றி; வாரப்படாத கூந்தல்...

"மாமி..! வாழக்காய்ப்பொடி பண்ணிருக்கேளா? வாசனை வருது!" என்று சிரித்துக்கொண்டு, வாசற்படியில் வந்து உட்காருவாள்.

மதுராம்பாளுக்கு "இந்தக் குழந்தைக்குப் பாட்டுச் சொல்லிக்கொடுக்கலாமே" என்று தோன்றும். கபடமே தெரியாத பட்டுப் பூச்சிபோல் விடுபட்டு, வெளியில் வாசலில் போய்க்கொண்டிருந்த பெண், ஸ்ரீரங்கத்து ஏகாதசிக்குத் தாயும் மக்களுமாகச் சென்றார்கள். அசட்டுப்பெண், திரும்பி வரவில்லை. ஏன் வரவில்லை என்று கேட்க முடியாதபடி நாவில் ஏதோ தடைகட்டியது.

"எச்சுமி காவேரிலே போயிட்டுதாம் மதுராம்பா! என்ன கொடுமை! பாட்டி ஆனா கண்ணீரே விடல..." என்றாள் சரஸ்வதி.

அந்த வீடுகளில் இருந்தவர்கள் அனைவரும் ஒருவருக்கொருவர் உதவிக்கொண்டும், பேணிக்கொண்டும், மனிதநேயத்தைப் பகிர்ந்துகொண்டு வாழ்ந்தார்கள். அவர்களில் யாரும் யாரையும் பற்றி ஆழ்ந்து துளைத்தோ, விமர்சனம் செய்தோ மனித நட்புறவை ஊசிகளால் குத்திக் கொள்ளவில்லை.

இன்னொரு கடைசி வீடு, வெங்கிப்பாட்டியின் வீடு. அவளுக்கு எண்பது பிராயமிருக்கும், தாத்தாவிற்குத் தொண்ணூறு பிராயமிருக்கும். தாத்தா, முழு அழுக்கும் கந்தலுமாக, பொடிநாற்றமும் புழுதியுமாக, ஒரு செம்பை எடுத்துக்கொண்டு கூனிய உடலில் ஒரு ஒட்டுச் சாக்கும் சுமந்தவராக காலையில் கிளம்புவார். நண்பகல் கடந்து, இரண்டு மணிக்கோ மூன்று மணிக்கோ திரும்பி வருவார். செம்பில் அரிசி இருக்குமோ, இருக்காதோ.. சாக்கில், கற்கள் நிறைந்திருக்கும். முதுகுக் கூனல் நடப்பது கஷ்டமாக இருக்கும். கடைவீதியிலும், வேளாளர் தெருவிலும், அங்கும் இங்கும், எங்கும்அவரைக் காணலாம். ஆனால், அந்த நீண்ட தெருவில், எவர் வீட்டிலேனும் பிராமணர் உபாதானம் எடுக்கிறார் என்று மரியாதையுடன் பிடி அரிசி போடுவார்களா என்பது சந்தேகம். ஏனெனில், வாசல் திண்ணையில், அடுப்பு வைத்துச் சமைத்துக் குடித்தனம் செய்யும் பாட்டி, இந்தப் பித்தான கிழவரைச் சபிக்காத நாளில்லை. சொத்து சுகமெல்லாம் சீட்டாடி, தாசி வீட்டில் தொலைத்துவிட்டு, கிழவியை இந்தக்கதிக்கு ஆளாக்கியிருக்கிறார் என்றால், வாழ்த்துவாளா? ஒரே ஒரு மகன் இருந்தானாம். குளிக்கப் போன பிள்ளை, ஆற்றுச் சுழலில் சிக்கி மாண்டானாம். பாட்டி, கிழத்துக்கு உள்ளே அது வைக்கும் அலுமினியம் தட்டில் சோற்றையும் குழம்பையும் கலக்கி ஒரே நேரம் கொட்டுவாள். பிறகு, அது கதவை அடைத்துக் கொள்ளும். பாட்டி கையில் கொஞ்சம் பணம் இருந்தது. அதைத் தயிர்க்காரி, பால்காரி என்று வட்டிக்கு விட்டு, மாசம் இரண்டு மூன்று பெற்றாள். கிழம், அன்றாடம் காற்படி அரிசியேனும் கொடுக்கும்.

இந்தச் சமுதாயம், 'பிராமணத்துவம்' இல்லாதது என்று புறக்கணிக்கப் பட்டாற் போன்ற நிலையில் ஒதுங்கி வாழ்ந்தது. மதுராம்பாளின் பூர்வோத்தரங்களைப் பற்றி இங்கு யாருக்கும் அக்கறை இல்லை. இவர்களிடையே வாழ்வது அவளுக்கு இனிய இசையாக இருந்தது. இவர்களில் யாரும் காவிரியின் 'அந்தணப்படித்துறை'க்கு அதிகாலையில் செல்ல மாட்டார்கள்.

ஸரஸ்வதி காலையில் 'கிளப்'பிலிருந்து வரும் இட்டிலி சாம்பார் சாப்பிட்டுவிட்டு, தலையைப் பின்னிக்கட்டிக்கொண்டு

பத்துமணிக்கு மேல்தான் காவிரிக்குச் செல்வாள். சாவகாசமாக வந்து சமைப்பாள்.

ராயர் பகல் ஒன்றரை மணிக்குத்தானே சாப்பிட வருவார்..

சக்குவும், சிதம்பரமும் அவளால் பேணிக் கொண்டாடி, அன்பு செலுத்தப்பட்ட பிள்ளைகள். மதுராம்பாவும், அவரும் விடியுமுன் இருட்டிலேயே காவிரிக்குப் புறப்பட்டு விடுவார்கள். இவர்கள் வீட்டுக்கு நேராக, அந்தணப்படித்துறை இல்லை. சொல்லப் போனால் அது சுடுகாட்டுத்துறை.

இவளை முதலில் அங்குதான் அவர் கூட்டிச்சென்று காட்டினார். பின்னர் அவர் வந்தாலும் வராதுபோனாலும், மதுராம்பா அந்த நியமம் விட்டதில்லை. காவிரியின் பரிசுத்த நீரும், எல்லாம் எரிந்து போகும் அந்தக் காடும், அவள் வாழ்வின் தூய்மைக்குச் சின்னங்களாக வேரூன்றிப் போயின. அந்தப் பன்னிரெண்டு வருட வாழ்வில், அவளுடைய கனவு நனவாகி, புதிய புதிய வண்ணங்களை இன்பமும் துன்பமுமாகக் காட்டி, அவளது ஆன்ம நிறைவுக்கும் உறுதிக்குமாக வாழ்வைப் புதுப்பித்தது. மரணதண்டனை பெற்றவன், அதன் பிடியிலிருந்து மீண்டபின், மணம்புரிந்து மக்களைப் பெற்று, வாழ்கையில் எவ்வாறு ஒவ்வோர் அணுவையும் அந்த வாழ்வில் அநுபவித்து மகிழ்வானோ, அவ்வாறு அவள் இன்பத்தையும் துன்பத்தையும் குறைவில்லாத நிலையில், இது வாழ்வின் இயற்கை நியதி என்ற விவேகத்துடன் அநுபவித்திருக்கிறாள்.

அம்மைப்பால் சூடு, அந்த நோயினால் உடலை அதிகம் வருத்தாமல் சமநிலைக்கு வைப்பது போல, இவளது முன் வாழ்வு, வாழ்க்கை முழுவதற்குமான சமநிலைக்கான சூடாக இவளைப் பதப்படுத்தி இருந்திருக்கிறது.

ஒரு பெண்... அவள் பெண்ணாகப் பிறந்ததன் இயல்புகள், கடமைகள், சமூக உறவுகள், ஒருவருக்கான ஆன்மநேயத் தொடர்புகள் இதெல்லாம் சொல்லிக் கொடுக்காமலேயே நல்ல குடும்பவாழ்வில் பெண் புரிந்துகொள்கிறாள்.

மலருக்குத், தன்னை ஈந்து காய்க்கும் கனிக்கும் இடம் கொடுக்க யார் சொல்லிக்கொடுக்கிறார்கள்?

ஆனால், அதை மொட்டில் பறிப்பதோ, கிள்ளுவதோ, அதனை நசுக்கிப் போடுவதோ, மனிதர்தாம்!

மதுராம்பா அருகில் தன்னை மறந்து உறங்கும் பேபியை அந்த இருட்டிலும்,

ஆதரவுடன் பார்க்கிறாள். நெஞ்சு பாலாகக் கசிகிறது.

சக்கு அந்தப் பிள்ளையைக் காக்கும் அளவுக்கு, இந்தப் பெண்ணின் உள்ளத்தைப் புரிந்துகொள்வதில்லை. அவளுக்கு அந்த சினிமாத்தன மருமகள் மீதுள்ள வெறுப்பனைத்தும், இந்தப் பெண்ணின் மீது கவிந்திருக்கிறது.

பெண் ஏன் கற்புநிலை மாறிப்போகிறாள்?

"மது, மனைவியின் பாவம் பாதி கணவருக்கு என்பது நமது பழைய வேதநெறியின் நியதி. ஏன் தெரியுமோ? அவளை, அன்பு செய்து காக்க வேண்டியது அவன் கடமை. அந்தக் கடமையில் அவன் தவறிவிட்டபடியினால்தான், அந்தப் பாவமே ஏற்படுகிறது! ஒரு மொத்த சமுதாயத்தை, இந்தப் பாவத்துக்காளாக்கும்போது, அந்தப் பாவம் மொத்த அமைப்புக்கும் உரியது."

அவர் அரிச்சுவடி வாத்தியார். அந்த அரிச்சுவடியில் அவள் உலகையே கற்றுக்கொண்டாள்.

'பேணுமொரு காதலினை வேண்டியன்றோ பெண்மக்கள், கற்புநிலை பிறழுகின்றார்!"

அந்த மகானின் புத்தகம் ஒன்றும் அப்போது அவர் படித்திருக்கவில்லை.

புரிந்துகொண்டு நடந்தார். அவளுக்குப் 'பதி' தெய்வம்...

அவள் மட்டுக்கு அவளைப் பொறுத்து, அவர் மரணமடையவில்லை. அந்த நற்கருத்தாகிய பொறிகளை, அவள் மைந்தன் பெற்றிருப்பான்; மகள் பெற்றிருக்கிறாள். அவர்களுடைய எந்தக் குணங்களில் அவர் வாழ்கிறார் என்பதை அவள் பார்த்து, உணர்ந்து, அந்தத் தெம்பிலேயே முண்டு முடிச்சுக்களுடன், இயலாமை வறுமையுடன் அலங்கோலங்களுடன் வாழ்கிறாள்.

உறக்கமே வருவதில்லை.

தட் தட்.. தட தட.. தட்தட்......

திடுக்கிட்டுச் சக்கு எழுந்திருக்கிறாள். விடிவிளக்கைத் தூண்டிப் பையனைப் பார்த்துக்கொண்டே, வந்திருப்பவன் நாகுதான் என்ற அனுமானத்துடன், "இப்படி ராவில வந்து ராவோட போறதுதா இவன் வேல!" என்று முணுமுணுத்தவாறு செல்கிறாள். முடி அவிழ்ந்து விழுகிறது.

கதவுத்தாழ் நீங்குகிறது.

சற்றைக்கெல்லாம் கூடத்து விளக்கொளி, தூங்குபவர்களை எல்லாம் தூண்டி எழுப்பப் பரவுகிறது. மணி பன்னிரெண்டரை.

நள்ளிரவு பிசாசு! ருக்கு முகத்தை மூடிக்கொள்கிறாள். பிள்ளை, உறக்கம் கலைந்து இருமத் தொடங்குகிறான். சாம்பல்போட்ட துருப்பிடித்த தகரம் ஒன்றை, அவன் கோழை துப்பக் காட்டுகிறாள் சக்கு.

"சிவசாமி சொன்னான். நான், செவகாசிக்கு அமைச்சர் மீட்டிங் கவர் பண்ண வந்தேன். ரா முழுசும் குந்த எடமில்ல... மூணுநாளா நாயலச்சல். 'தோழர் என்.கே. உங்கம்மாளையும், பையனையும் அழைச்சிட்டு வந்து ஆசுபத்திரில ஊசி போட்டுட்டுப்போனாரு'ன்னான். அப்படியே ராமுகிட்ட சொல்லிட்டு, லாரி ஒண்ணப் புடிச்சிட்டு சாத்தூர் வந்து, அங்கேந்து வாரேன். காலம அமைச்சர் மானாமதுரை போயிடறாரு. அதுக்குள்ளாற உங்களை வந்து பாத்திட்டுப் போயிடணும்னு ஓடியாந்தேன். எப்படி இருக்கிறான்? டாக்டர் என்ன சொன்னாரு?"

"என்னத்தைச் சொல்ல?" தகரத்தை அப்பால் தூணடியில் வைத்துப் பழைய பலகைத் துண்டால் மூடுகிறாள். குஞ்சிதம், அதைத் திறந்து வைக்கக்கூடாது என்றான்.

"பிள்ளை பரீட்சையே எழுதல. இப்படி மாபாரதமாப் படுத்திட்டான். ஊசி, மாத்திரை, மருந்து... கையில் கா துட்டுத் தங்குறதில்ல. சாமானல்லாம் என்ன வெல விக்கிது? நீ இப்பிடி வந்து பாத்திட்டு ஓடிப்போற. ருக்குவுக்கு எங்கியோ ஆஸ்டல்ல அஞ்சுநூறு சம்பளம்னு ஏற்பாடு பண்ணுறதா போன தபா சொல்லிட்டுப்போன. அம்புட்டுத்தா. ஒடனே மறந்தாச்சி. அது கெடக்கட்டும்... இப்ப எதுனாலும் சாப்பிடுறியா?"

"சாப்பிடுறியாவா? பசி. இன்னிக்கு மத்தியானமே ஒழுங்கா சாப்பிடல. பன்னண்டு மணிக்கு ஒரு தோசை, காப்பி குடிச்சதுதா. உடனே கிளம்பிட்டேன். எதுனாலும் போடு." கை விளக்குடன் அவள் சமையலறைக்குள் செல்கிறாள்.

மதுராம்பா கண்களை மூடியபடிதான் படுத்திருக்கிறாள். அரைக்கால் பார்வையாக அவனது கோலம் தெரிகிறது.

தலையில் கட்டம்போட்ட துண்டொன்றைச் சுற்றியிருக்கிறான். அழுக்கேறிய- தரை பெருக்கும் யானைக்கால் சராய், அதே கட்டம்போட்ட சட்டை... இவன் குட்டைபீடி புகைப்பவன் என்ற வாசனை துல்லிய இழையாகச் சுவாசத்தில் இழைகிறது.

உள்ளே சோறு இருக்கிறதோ, இல்லையோ...

ருக்கு வீட்டில் இருந்ததால், மாவாட்டி வைத்திருக்கிறாள்

போலும். முட்சுள்ளியை வைத்து எரியவிட்டுக், கல்லைப்போட்டு எண்ணெய் தடவும் ஒலிகள் சுருதி கூட்டுகின்றன.

பக்கத்திலிருக்கும் பெண் பேபி, கப்பென்று மொட்டுப் போல் உட்கார்ந்து கண்களைத் தேய்த்துக் கொள்கிறாள்.

அப்பா வந்திடிச்சா?

அவன் அருகில் சென்று முற்றத்துக் குறட்டில் உட்கார்ந்துகொள்கிறாள்.

கருப்புத்தாவணி சரிந்து, பெண்ணின் புதிய இளமைப் பூரிப்பும், மலர்ச்சியும், அவனைக் கவருகின்றன. கைவிரல்களில் மின்னும் வண்ணப்பூச்சு, இரட்டைப் பின்னலிடையே பாலமாக வாடியும் வாடாமலும் நிற்கும் முல்லைச்சரம், தொங்கும் கனகாம்பரச்சரம், மைதீட்டிய விழிகள்...

இது நம்ம பொண்ணுதானா... என்று ஒரு வியப்புடன் அவன் பார்வை அவளை அளக்கிறது.

"அப்பா...! நானும் இந்தத்தடவை உங்கூட மட்றாஸ் வரேன்."

அவனுடைய வியப்பு இன்னமும் அடங்கவில்லை போலும்! இதற்குள் சக்கு சருகிலை ஒன்றை நீரில் நனைக்க வெளியில் வருகிறாள்.

"என்னத்துக்குடி இப்ப எந்திரிந்து உக்காந்திருக்கிற?"

இது, சமயத்தில் அப்பனிடம் குழையடித்து, பத்தும் இருபதும் சோப்பு சீப்புக்கென்று வாங்கிக்கொள்ளும் என்ற எரிச்சல் அவளுக்கு.

"ஒரு வேலை செய்யிறதில்ல, படிக்கிறதும் இல்ல. எருமக்கடா மாதிரி வளந்திருக்கா. செட்டியார் வீட்டுக்கும், அங்கயும் இங்கயும், சினிமா, ரேடியோ, அது என்ன எழவோ பாக்கப் போயிட்டு, ரா ஓம்பது மணிக்கு வாரா, சொன்னா சுத்தமாக் கேக்குறதில்ல. சினிமால சேந்துடப் போறேன்னு எங்கிட்ட வாயாடறா. எனக்கு என்ன பண்ணுறதுன்னே தெரியல. ருக்குவுக்கும், இவளுக்கும் எந்நேரமும் அடி பிடிதா. அவ பாவம், வயித்துக் கொடும, உழைக்கன்னே பெறந்தா... இவ, அவள ஒரு புழுக்கையா மதிச்சு, என்ன பேச்சுப் பேசுறா.."

"பொய்யப்பா! நா குருசாமி தாத்தா வூட்டுக்குக் கூடப் போகக்கூடாதாம்!"

அவன் காதுகளைப் பொத்திக் கொள்கிறான்.

"இதபாரு பேபி, பெரியவங்ககிட்ட மரியாதை இல்லாம

பேசக்கூடாது. அம்மா, உன்னைப்பத்திக் குறை சொல்லும்படி நடக்கலாமா?"

"போப்பா! பின்ன எந்நேரமும் குச்சி அடுக்கணுமின்னா, ஆருக்குத்தா பிடிக்கும்? எனக்குன்னு எது கேட்டாலும், வாங்கித்தரமாட்டாங்க! எனக்கு இந்த ஊரு புடிக்கல. நான் உங்கூட பட்டணம் வரப்போறேன். நானும் டான்ஸ் கத்துக்கப் போறேன், பிரதிபாதேவி, டாலன்ட்ஸ் உள்ளவங்களுக்குச் சும்மாவே கத்துக் குடுக்கறாங்களாம்!"

"அடி செருப்பால.. டான்ஸாமில்ல, டான்சு! இதபாரு ஆகாததெல்லாம் பேசாத பேபி! உம் மனசில என்னென்னவோ விழுந்திருக்கு. டான்சும் வாணாம், எளவும் வேணாம். நீ நல்லா படிச்சு, மேலுக்குப் பெரிய டாக்டரா வரணும், இல்லாட்டி வேற எதானும் துறையில வரணும், டான்சு, சினிமால்லாம் வெறும் ஏமாத்து. வேற வழி இல்லாம போறாங்க. எனக்குத் தெரியாதா? மொத்தமும் ஒரே பயங்கர ஊழல் சாம்ராச்சியம். அந்தக்காலத்துல என்னப் படின்னாங்க. படிக்காம இருந்திட்டு இப்ப இந்தச் சேத்தில விழுந்து பிழைச்சிட்டிருக்கிறேன். பேபிக் கண்ணு, வாணாம்மா, நீ நல்லபடியா வரணும்!" அவன் பேபியின் கையைப் பரிவுடன் எடுத்துக்கொண்டு ஆறுதலாக மொழிகிறான்.

"எங்க மாமா பாரு, எவ்வளவு உசரத்தில இருக்காரு? படிப்புதான்...

அவுரு மகன் பாரு, டாக்டருக்கு பண்ணி அமெரிக்கா போயிருக்கிறான். மக அஞ்சு, அதுவும் படிச்சு இன்னிக்கு ஐ.ஏ.எஸ். பதவில உக்காந்திருக்கு. என்னை எப்பனாலும் பாக்கும். பாத்தா, 'ஹலோ!'ன்னு கூப்பிடும். நமக்கே கூச்சமா இருக்கும். திருப்பதி பக்கம் போயிருந்தேன் போனமாசம். ஆந்திராவில எங்கோ கலக்டரா இருக்கு. பெண் பிள்ளைகள் பெரிய பதவியில் வருவது சகஜமாப் போயிட்டுது. நீ கெட்டிக்காரி. படிப்புக்குத்தான் கவுரவம் மதிப்பு அல்லாம்.."

சக்கு, சருகிலையில் தோசையை வைத்து, மிளகாய்த்தூளும். ஊறுகாயுமாகக் கொண்டுவருகிறாள்.

வெந்தயம் ஊறவைத்த தோசை மணமாய் மணக்கிறது. கையில் பிடிக்கச் சருகிலை சூடாக இருக்கிறது. அடியில் வைக்க ஓர் அலுமினியம் தட்டைக் கொண்டுவருகிறாள்.

அவன் தோசையைத் தின்றுகொண்டே, மகளிடம் இதமாகப் படிப்பின் அவசியங்களை எடுத்துரைக்கிறான்.

“படிச்சாத்தான் கவுரவமா வேலை பாக்க முடியும். எவனும் மரியாதியில்லாம நடக்கவும் மாட்டான். இல்லன்னா இன்னிக்கு ஒரு பொண்ணு யோக்கியமா இருக்க வழியில்ல. டான்சு கீன்சுன்னெல்லாம் கூடப் பெரிய கௌரவத்தில் இருக்கிறவங்க சொல்லிக் குடுக்கிறாங்க. அது ஒரு கவுரவம். உன்னப்போல இருக்கிறவங்க கத்துக்கப்போனா, கண்ட சோமாரிகளும் கண்ணி வச்சிட்டிருப்பான்!”

“சொல்லு! நல்லாச்சொல்லு. நாம சொன்னா மண்டையில ஏறாது!” என்று சொல்லிக்கொண்டே சக்கு, இன்னுமொரு தோசையைக் கொண்டுவந்து போடுகிறாள்.

“அப்படின்னாலும், நா இந்த ஊரில இருக்கமாட்டேன். என்னை மட்றாசுக்கு கூட்டிட்டுப்போ! அங்க ஆஸ்டல்ல சேத்துவுடு.”

“இப்ப உடனே சேத்துவுடு, கூட்டிப்போன்னா எப்படி? உன் ஞாபகம் எனக்கு இருக்கு. இதா, இப்பக்கூட ராமன்நாயர்கிட்ட உன்னைப்பத்திதா பேசிட்டிருந்தேன். பாலிடெக்னிக்ல எப்படியும் இடம் கிடைக்கும். அது இல்லாம மேலே ரெண்டு வருஷம் படிக்கவச்சி, நீயும் ஐ.ஏ.எஸ். எழுதணும்னு எனக்கு ஆசை. அமைச்சரையே பார்த்துச் சொல்லணும். எதுன்னாலும் ஒரு ஸ்காலர்ஷிப் போட்டு, கோயமுத்தூர்ல இடம் வாங்கிடலாம். எப்படியும் நான் போயி அப்ளிகேசன் ஃபாம் வாங்கிட்டு வருவேன். எதுக்கும் நாயரிடம் சொல்லியிருக்கேன், வருவான். உன்னையும் பாஸ்போர்ட் சைஸ் படம் எடுத்துப்பான். சர்டிபிகேட் எல்லாம் வச்சி, அனுப்பிவைக்கணும்."

பேபிக்கு ‘போட்டோ’என்ற கவர்ச்சி இருப்பதால் பேசவில்லை.

“வேலைன்னு கவுரவமாயிட்டா, கல்யாணம்கூடக் கஷ்டமில்ல. அஞ்சு புருசன் ஓரிசாக்காரர். தெரியுமாம்மா?”

"இருக்கும். நமக்கென்ன அதப்பத்தி? நா எல்லாரிட மும் பிச்ச கேக்குறவளாயிட்டேன்.” புசுக்கென்று அழுகை வந்துவிடுகிறது.

"என்னம்மா நீ? ஏதோ சொன்னா, ஏதோ சொல்லிக்கிட்டு?"

“ஆமா, ஏதோ சொன்னா, ஏதோ சொல்றேன். இந்தப்புள்ள ஏதோ சீக்கு, ஆயிரமாத் தின்னுது. வெக்கமா இருக்கு கடன் சொல்ல..” சட்டென்று நாவைக் கடித்துக்கொண்டு உள்ளே செல்கிறாள்.

தேத்தண்ணீரைப் பாலில்லாமல் சீனியைப் போட்டுக் கொண்டுவந்து வைக்கிறாள்.

“ஏண்டி, ராத்திரி சோறு தின்னாம படுத்திட்ட? உனக்கும், எனக்கும் பசிதாங்குமா? ரெண்டு தோசை ஊத்திருக்கேன், சாப்பிடு!”

பேபி, முழந்தாளில் தலையைக் கவிழ்த்துக்கொண்டு பேசாமலிருக்கிறாள்.

வழக்கம்போல் இரண்டுநூறு ரூபாய் நோட்டுக்களைக் கொடுத்துவிட்டு, அடுத்த பத்து நாட்களுக்குள் மீண்டும் வருவதாகச் சொல்லிவிட்டு, அவன் படுக்காமலே போகிறான்.

"பாட்டி தூங்குது போல, சொல்லிடும்மா. வாரேன்!” பாட்டி கேட்டுக் கொண்டுதானிருக்கிறாள்.

▲▲▲

7

“மதுராம்பா! குழந்தை விசேஷம் பண்றா. நீ வந்து ஆசீர்வாதம் பண்ணணும்!”

குருசாமி படியேறி காலைநேரத்தில் கூப்பிட வந்திருக்கிறார்.

“வாங்க மாமா!”

சக்கு ஓடிவந்து உபசரிக்கிறாள். ருக்குவுக்குப் பள்ளிக்கூடம் மூடிவிட்டதால், சாவகாசமாக ஒரு புதுத் தணியை அளவு பார்த்து வெட்டிக் கொண்டிருக்கிறாள். சம்புவிடம் ஒரு கை மிஷின் இருக்கிறது. அவளிடம் கொடுத்துத் தைக்கச்சொல்வாள்.

"எப்படி வத்திச் சுருங்கிப்போயிட்டே... கண்ணெல்லாம் நன்னாத் தெரியறதோ?”

"பகவான் புண்ணியத்தில் அதெல்லாம் இல்ல. கண் தெரியறது; காது கேக்கறது. நிக்கறியே..."

சக்குவே ஸ்டூலை கொண்டுவந்து போடுகிறாள். அவர் உட்கார்ந்து கொள்கிறார்.

''என்னவோ, நாங்களெல்லாம் டாக்டர், மாத்திரை மருந்துன்னுதான் தள்ளிண்டிருக்கோம். நானானும் தேவலை. இந்த கோபி, வயசு நாப்பதாகலே. ரெண்டு அட்டாக் வந்துடுத்தாம். அமெரிக்காவுக்குத்தான் போறான், காட்டிக்க. சக்கு, உன் பேரனுக்கு டி.பின்னு சொன்னா. இங்க வீட்டில வச்சுக்கறது உனக்கு சிரமம். ஆஸ்பத்திரில விட்டுப் பார்க்கறது தேவலை.”

"என்ன மாமா பண்றது? அதுக்கும் மனுஷா வேண்டாமா?”

“அதுக்கு சொல்லல. நீ என்ன பண்ணுவே பாவம்? அந்தப் பிள்ளையும்தான் குடும்பமில்லாம போயிட்டான். சிதம்பரம் ஏதானும் பணம் அனுப்பறான் இல்லையோ?”

மதுராம்பாவுக்கு இவனை யார் வரச் சொன்னார்கள் என்றிருக்கிறது. தலையை அசைக்கிறாள்.

“பின்ன என்ன செய்வது? சக்கு பிள்ளை போட்டோ புடிக்கிறான்னா... பத்து நூறு எதானும் வருமில்லையா?”

“வரும் மாமா. அமைச்சர் கூடத்தான் போறேன்றான். இருந்தாலும் வீடு, குடும்பம்னா அது தனி தானே. எங்கோ தங்கி, எங்கோ சாப்பிட்டு... இதா போனவாரம் ராத்திரி வந்தான்.

செலவுக்கு வச்சிக்கோன்னு ஐநூறு ரூபாய் குடுத்திட்டுத்தான் போனான். விலைவாசி...” சக்குவுக்குக் கவுரவம் கொண்டாடாமல் இருக்க முடியாது.

“இந்தக்குட்டி, பேபிக்கு டான்ஸ் ரொம்ப நன்னா வரது. அதது வம்சம் இல்லையோ? குரலும் நன்னாயிருக்கு. தேமேனு அந்தமாதிரி எதானும் ஸ்கூலில் போட்டா நன்னா பிரகாசிப்பா..”

நல்லவேளையாக பேபி அப்போது அங்கு இல்லை. காலையில் டைப் அடிக்கச் சேர்த்து விட்டிருக்கிறார்கள். இன்ஸ்ட்டிட்யூட்டுக்குப் போயிருக்கிறாள். ஒற்றைத்தெருவில் புதிதாக யாரோ வந்து வைத்திருக்கிறானாம்.

“எங்கே அவளைக் காணோம்?”

“இன்ஸ்ட்டிட்யூட்டுக்குப் போயிருக்கா... காபி சாப்பிடுங்கோ மாமா!”

எவர்சில்வர் டம்ளர் டவராவில் இருந்த காபி, அவரது அந்தஸ்துக்குரிய இலக்கணங்களுடன் தென்படவில்லை. “வேண்டாம்மா! இப்ப எதுக்கு காப்பி எல்லாம்... நான் குடிக்கறதில்லை. மதுராம்மாகிட்ட நேரச் சொல்லிக் கூப்பிடணும்னு வந்தேன். என் மாதா ஸ்தானம் அவளுக்கு. நல்லது பொல்லாதது எது எங்க வீட்டில வந்தாலும் அவ இல்லாம அது நிறக்காது. இவன் மூணு வருஷமா பம்பாயில் வச்சுப் போடறேன்னு சொல்லிண்டிருந்தான். ‘கூடாது, சாரதா இங்க இருக்கா, தாத்தா அங்க இருக்கார். இங்கதான் போடணும்’னு அவ ஒரேயடியாச் சொல்லிக், கூட்டிண்டு வந்திருக்கா.”

“நடக்கட்டுமே... குழந்தைக்கு எத்தனை வயசு?”

“பதினஞ்சாகப் போறது. அதான்.. சின்னவளுக்கு டான்ஸ் சொல்லி வச்சு அரங்கேற்றம் ஆயிருக்கு. சிவாவின் ஆபீஸ்காரா ரெண்டு அமெரிக்கர் கூட வரதாச் சொல்லியிருக்காளாம். நீ வந்து ஒரு மங்களம் பாடணும்.”

என்ன கொழுப்பு..! இவன் வீட்டுப் பூணூல் கல்யாணமாம்; வந்து மங்களம் பாடணுமாம்! என்னத்துக்குடா பூணூல்? சாஸ்திர தர்மங்கள் அப்படியே கடைபிடிக்கிறீர்களா? இது என்ன சனாதனமா?

மதுராம்பா பேசவில்லை. உள்ளே குமுறலாய்ச் சொற்கள் அடங்குகின்றன.

“இந்தக் குழந்தை சாயங்காலம் டான்ஸ் ஆடறேன்னிருக்கா. அதையும் நீ வந்து பார்த்து, ஆசிர்வாதம் பண்ணணும்.. சுந்தரி

கூட வரது. நீதானே சொல்லி வச்சே? பிரமாதமா வாசிக்கிறா! போனமாசம் கூட மட்றாஸ் டி.வி.ல முழுநேர கச்சேரி பண்ணி ஓகோன்னு பேரு. எதோ அகமுடையானும் பாட்டுல டேஸ்ட் உள்ளவனாக வாச்சிருக்கான்."

மாதா ஸ்தானமாம்... மாதா ஸ்தானம்! அப்படியா பாக்கறே? அந்தப் பச்சைக் குழந்தையிடம், என்னவெல்லாம் சொல்லியிருக்கிறாய்? ஒரு காலத்தில்

இருந்த நிலையை நினைப்பூட்டும் வண்ணம், மங்களம் பாடவேணும் என்று இந்த நூறுவயசுக் கிழவியைக் கூப்பிடுகிறாய்... ச்சை!

அவள் பேசவில்லை. ஏதேதோ அளந்துவிட்டுப் போகிறான் என்று நினைக்கிறாள். தொடர்ந்து, அவர் வீட்டுப் பூணூல் கல்யாணத்தின் ஆரவாரங்கள், இங்கு தூவாணமாய் எட்டாமல் இல்லை. ஒரு பட்டுப் புடவையுடன் சுந்தரி வருகிறாள். வைத்து, நமஸ்காரம் செய்கிறாள். இத்தனை நாட்களிலும் தோன்றியிராத சங்கடம் அவளைக் குறுக்குகிறது.

"என்னத்துக்கம்மா, இதெல்லாம் எனக்கு?"

"அப்படிச் சொல்லலாமா? நீங்கதானே எனக்கு முதல் குரு?"

'குரு... என்னமோ குரு! நான் வயிறுபிழைக்க ஸங்கீதம் சொல்லிக் கொடுக்க வேண்டியிருந்தது!' என்று நினைத்துக் கொள்கிறாள்.

"எனக்கெதற்கம்மா இந்த சரிகைப் புடவையெல்லாம்? வேண்டாம், எடுத்துண்டு போ."

"இருக்கட்டும். குழந்தை ஆசைப்பட்டு வாங்கிண்டு வந்திருக்கா. வர செப்டம்பர்ல அமெரிக்கா, பாரிஸ் எல்லாம் போய்க் கச்சேரி பண்ணப் போறா. ஆசீர்வாதம் பண்ணுங்கோ!" என்று அவள் தாயார் வேறு சொல்கிறாள்.

இவர்கள் அடிக்கடி ஒவ்வொருவராக வரும்போது, குச்சி அடுக்கிக்கொண்டும் கந்தலைக் கட்டிக்கொண்டும் இருக்க முடியவில்லை. முருகனுக்கு இப்போது சிறிது குணம்தான். இருந்தாலும், அவன் நோய்ப்படுக்கையாகத்தான் படுத்திருக்கிறான். வருபவர்களை வராமல் தடுக்கும் வண்ணம், அடுத்த வீட்டிலேயே அவள் இருக்கையை மாற்றிக்கொண்டும், அங்கேயும் வந்து எட்டிப் பார்க்கிறார்கள்.

புதிய புதிய இளவட்ட முகங்கள்...

ஒரு பையன் நெடுநெடுவென்று ஒரு ஜோல்னாப்பையும், பூப்போட்ட ஜிப்பாவும், இறுகப்பிடித்த கால்சராயுமாக வருகிறான். பத்திரிகையில் எழுதுபவனாம். "பாட்டி, நமஸ்காரம்..! உங்கள் பழையகால அநுபவங்களைப் பத்திச் சொல்லணும். அருகிப்போன ஒரு பாரம்பர்யம் பற்றி எழுதுவதாக இருக்கிறேன்..." என்றான். கூட பேபி இருந்தது; குருசாமியின் இன்னொரு பேரன் வந்திருந்தான். அவள் எதுவும் பேசவில்லை.

“பாட்டி! அவங்கள்ளாம் உங்களைப்பத்திப் பத்திரிகையில் எழுதப் போறாங்க.”

“எதுக்கு எழுதணும்? எல்லாரையும் போகச்சொல்லு!" முகத்திலடித்தாற்போல்

சொல்லிவிட்டுத் திரும்பிப் படுத்துக் கொள்கிறாள்.

பேர் பேராக வந்து கூப்பிட்டும், அவள் அந்த வைபவத்திற்குப் போகவில்லை. பேபிதான் முன்னதாகவே அங்கு இருக்கிறாள். இவளுக்காக மட்டுமின்றி, தெரு, ஊரென்று சுப்புவின் வீட்டிலும் வருந்தி அழைத்ததாலும், ஞாயிற்றுக் கிழமையாக இருந்ததாலும், ருக்குவும் சம்புவும் முகூர்த்த நேரத்திற்குச் செல்கின்றனர்.

போய்விட்டு வந்து, கதை கதையாகச் சொல்கிறார்கள். முன்வாசல் பந்தல் கொட்டகையிலேயே அலங்கார ஜோடனைகளாம். பளிச் பளிச்சென்று சினிமா எடுத்துக் கொண்டிருந்தார்களாம். மந்திரங்களைச் சொல்ல, பஞ்சத்து ஆண்டி போன்று உள்ளூர் வைதீகர்கள் யாருமில்லையாம். பட்டணத்திலிருந்தோ பம்பாயிலிருந்தோ மோதிரங்கள், தங்க உருத்திராட்ச கண்டிகைகள், சால்வைகள் என்று சினிமாசாஸ்திரிகள் வந்திருந்தார்களாம்.

வந்தவர்களுக்குப் புடவை, துணிமணிகள் ஓதிக்கொடுத்தலே இரண்டு மணி நேரமாயிற்றாம். பேபிக்கு, அரக்குச் சிவப்பில் எதோ ஒரு மினுமினுத் துணியில் சரிகைவேலை செய்த தரைபுரளும் பாவாடை, கமீஸ், மேலாடை என்று கொடுத்திருக்கிறார்களாம். பிறகு, வெள்ளிப்பாத்திர வரிசை, பிரும்மச்சாரி பிட்சை எடுக்க தங்கக்கிண்ணம், சென்ட்பாட்டில் என்று சம்பு நையாண்டி செய்கிறாள்.

"அந்த அமெரிக்காளுக்கு ஓரத்தில் மேஜை போட்டு, விரிப்புப்போட்டு சாப்பாடு. எனக்கென்னமோ, 'ஷாம்பேன்' உடைத்து வைத்ததாகச் சந்தேகம்.”

“அதென்னமோ, சாப்பாடு ஃபர்ஸ்கிளாஸ்! ஃப்ரூட்சாலட்,

முந்திரி-பாதாம் போட்டு ஒரு கூட்டுபோல்... பட்டாணி-காலிஃபிளவர் கறின்னு விருந்து அருமை!" என்று சம்பு தொடருகிறாள்.

"இன்னும் ராத்திரி இருக்கு பெரிய விருந்து. சாயங்காலம் ஜயந்தி கச்சேரி பண்ணப்போறாளாம். யார் யாரோ வராங்களரம்!"

"எல்லாம் துபாயோ, சவுதியோ அங்கேருந்து வரும் காசு!" என்று சுப்பு உத்தரத்தைப் பார்க்கிறாள்.

சக்குவுக்கு அற்பமான தாபங்கள். இந்த முருகனைக் கூட்டிண்டுபோனா என்ன? குழந்தை ஆசையாக ஃப்ரூட்சாலட் சாப்பிடுவானில்லையா? அவன் என்ன எப்போதுமா இருமிக்கொண்டிருக்கிறான்?

நல்லவேளை, குஞ்சிதம் ஊரில் இல்லை.

"குருசாமியும் சாரதாவும், காரனுப்பி சாயங்காலம் உன்னைக் கூட்டிண்டு வரணும்னு சொல்லிண்டிருக்கா! நீ போய் நாலுவார்த்தை பேசி, குழந்தையை ஆசீர்வாதம் பண்ணனுமாம். அந்த அமெரிக்காக்காரா, உன்னை பேட்டி பார்க்கப் போறாளாம்!"

"கதவை இறுகச் சாத்திட்டுப்போ." என்று பாட்டி திரும்பிப் படுத்துக் கொள்கிறாள்.

ஆனால், தொந்தரவு விடவில்லை.

பிற்பகல் மூன்றரை மணி இருக்கும். கார்வந்து வாசலில் நிற்கிறது.

'அமெரிக்காள்' அந்த ஜோல்னாப்பை பையன், இரண்டு போட்டோக்காரர்கள், குருசாமி, பெரிய பளபளக்கும் கண்ணாடியும் சில்க் சட்டையுமாக பூணூல்காரப் பையனின் அப்பா என்று ஒரு கூட்டம், சுப்பு பாலுக்குச் சென்றிருக்கும் நேரத்தில் நுழைந்துவிடுகிறது.

மதுராம்பாளுக்குப் பக்கத்திலேயே அந்த அமெரிக்கப்பெண்ணும், ஜோல்னாவும உட்கார்ந்து அவள் கால்களைத் தொட்டு வணங்குகின்றனர்.

திடுக்கிட்டு எழுந்து உட்காருகிறாள்.

"மதுராம்பா! குழந்தை எத்தனை ஆசைப்படறான்னு கூப்பிட்டேன். உன்னை அலுங்காம காரில் வச்சு அழைச்சிண்டு போறேன்னா வரமாட்டேன்னுட்டியாமே?"

"நா ஒருத்தி என்னத்துக்கடா அங்க?"

காசித்தும்பை விதை வெடித்து, முகத்தில்

தெறித்தாற்போலிருக்கிறது அந்தப் பதில்.

"அதென்ன அப்படிச் சொல்லிட்டே? இத பாரு, இவா மிஸ் வில்கின்ஸ், இவா

மிஸ்டர் ஹாலி. இவாள்ளாம் நம்ம பூர்வீகக்கலைகள், ராஜரீக அமைப்புகளை ஆராய்ச்சி பண்ண, எத்தனையோ மைலுக்காப்பாலிருந்து இந்தக் கிராமத்துக்கு உன்னைத் தேடிண்டு வந்திருக்கா! உன்னைப் போல விஷயம் தெரிஞ்சவா, பழைய நாளைய ஆசாமி யாரிருக்கா? கார்மேகத்துவீட்டு ஆச்சி இருக்கா, உன்னைவிட இரண்டொரு வயசுத்தான் குறை. என்ன சொல்லத் தெரியும்? என்னிக்கோ செத்துப்போயிட்ட மருமகளப்பத்திக் குறை சொல்லிக்கொண்டு, இன்னும் கோட்டானாட்டம் அதே நிலையில் முழிச்சிண்டு, திண்ணைக்குக் கேடா இருக்கா. நீ ஒரு வார்த்தை பேசினாலும், அது எத்தனை அர்த்த புஷ்டியா இருக்கு?"

வெள்ளைக்காரி... ஒரே வெள்ளை. அவள் தலையும் வெண்மை. பூனைக்கண் அவளுக்கு. ஆண்பிள்ளை போல உயரம், சாயல் எல்லாம். மஞ்சள் படிந்த பல்லைக்காட்டிச் சிரிக்கிறாள். தமிழிலும் பேசுகிறாள். "நீங்கள் ... உங்களைப் பார்த்ததில் ரொம்ப மகிழ்ச்சி அம்மா! மகிழ்ச்சி!" ஒரு கும்பிடு போடுகிறாள்.

"இந்தியக் கலைகள் ஆன்மீகத்துடன் சம்பந்தப்பட்டிருக்கிறது என்கிறார்கள், நீங்கள், அதுபற்றி என்ன கூறுகிறீர்கள் அம்மா?"

"அதெல்லாம் பொய். விசுவாமித்திரர் தவத்தைக் கலைக்க, மேனகை வந்தாள். அது ஆன்மீகமா? ருக்மாங்கதனின் விரதத்திற்கு, ஒரு மோகினி வந்தாள். இப்படியே அடுக்கலாம்.. ஆன்மீகம் என்பது தனி அநுபவம்."

"வொண்டர்ஃபுல்" என்கிறான் ஜோல்னா.

"பின், ராஜாக்கள் கலைகளை வளர்த்தார்கள்; காவியம் இசை, சிற்பம், நாட்டியம் எல்லாம் அந்த அமைப்பில் உன்னதங்களை எட்டின என்பதற்கு, எப்படி விளக்கம் சொல்வீர்கள்?"

"காவியம், சிற்பமெல்லாம் எனக்குத் தெரியாது. அந்தக் காலத்தில் கலைகள்னா, பொதுவா அது ஈசுவரார்ப்பணமாக, அந்த நோக்கத்தில்தான் இருக்கணும்னு கருத்து இருந்திருக்கலாம். ஆனா, நிசத்தில் அப்படி இல்ல. ஸங்கீதம் ஒண்ணைத் தவிர, நாட்டியம், நாடகம் எல்லாம் வக்கிரமான- விதங்களில் பெண்களைக் கேவலப்படுத்தியிருக்கும்பேன். பெண்ணை

உடல்பரமா வச்சு, அவ தலைவனுக்காக உருகி உருகி, அவஸ்தைகளைக் கேவலமாக வெளியிடுவதை ராஜாக்களும், மத்த பணக்கார பிரபுக்களும் பார்த்து சந்தோஷப்படுவதும், அவளைப் பிறகு கருவியாக்கிக் கொள்வதும்

கலையா? நாயக-நாயகி பாவம், ஆன்மீகம்னு ஒரு போர்வை. சின்னச்சின்னக் குழந்தைகளுக்கெல்லாம் இந்த 'பாவ'ங்களைக் கற்பிக்கிறது சரியில்லைன்னு தான் நான் சொல்வேன். பெண் குழந்தைகளை, ஒரு விரசமான வாழ்க்கைக்குத் தயார் பண்ணத்தான் இந்தக்கலை உதவியிருக்கு. இன்னிக்கும் இப்படித்தான் சினிமா-டான்ஸ்னு, ஏதோ ஒரு கேவலமான நோக்கத்தில போயிண்டிருக்கு."

"வெரி குட்....!" என்று ஜோல்னா, ஒத்துப்பாடுகிறான்.

"அப்படியானால், நீங்கள் உங்கள் வாழ்க்கையில் அந்தப் பரம்பரையை உடைத்து வந்தீர்கள். அதற்கு என்ன காரணம் என்பதைச் சொல்வீர்களா?"

இதை அந்த 'ஹாலி' ஆங்கிலத்தில் கேட்க, பெண்ணே மொழி பெயர்க்கிறாள்.

"காரணம் என்ன காரணம்... குழந்தை பிறந்ததும், தாய்ப்பால் குடிக்க எப்படிக் கற்றுக் கொள்கிறது; பேசத் தொடங்குகிறது; ஓடுகிறது; விழுகிறது இதற்கெல்லாம் என்ன காரணம்? தாய் கட்டிப்போட்டால் அழுகிறது; தன் சக்தியை உபயோகித்து அறுத்துக்கொள்ளப் பார்க்கிறது. என்ன காரணம்?"

அவள் அவர்கள் முகங்களைப்பார்க்க அஞ்சினாற்போல் குனிந்திருக்கிறாள். இந்தப்பதில் அவர்களுக்குத்திருப்தியளிக்கவில்லை என்பது வெளிப்படை. இந்தக் குருசாமி எதையோ சொல்லி, இவர்களை இங்கே கூட்டி வந்து, அவள் உள்ளத்திலிருந்து மாமணியாய்ப் போற்றிவரும் இரகசியத்தைக் கொண்டு வந்து, வெளிச்சங்களுக்கு இரையாக்கப் பார்க்கிறார்கள். இந்தக் கும்பல் கடந்தகால வாழ்க்கையை எதற்கு ஆராயப் போகிறது? படிப்பினைக் கற்றுக்கொள்ளவா? இல்லை. அவர்கள் செய்த தவறுகளைச் செய்யாமல் மேன்மை பெறவேண்டும் என்பதற்கா? இல்லை. பின் எதற்கு? ஓ.. இவளே இப்படி இருந்தாள்... இதுதான்... இதுதான்... என்று காட்டுவதற்காக. இதை வைத்து வியாபாரம் பண்ண..!

"அதுமாதிரியா இதுவும்? திடீரென்று நீங்கள் ராஜ ஆதரவுகளை முறியடித்துக் கொண்டு பொட்டுத்தாலியைத் தூக்கி எறிய வேண்டுமானால், அது இயற்கையாகத் தோன்றவில்லையே?"

குருசாமியின் பேரன் கேட்கும் கேள்வி.

“ஏன் இயற்கை இல்லை? கட்டிப்போட்ட எந்த ஜீவனும் செய்யக்கூடியதுதான் அது. காஞ்சுபோன நெத்து வெடிப்பதற்குப் பெரிய தூண்டுகோல் வேண்டாம். படார்ன்னு எப்பவேணா வெடிச்சுப்போயிடும். அப்படி நேரம் காலம் வந்தது.”

“வெரி இன்ட்ரஸ்டிங்!”

ஜோல்னா இந்தப் புகழுரையுடன், “பாட்டி? நீங்கள் மஹாகவியை எப்போது பார்த்தீர்கள்?” என்று தன்னை மிகுந்த சாமர்த்தியசாலியாக எண்ணிக் கொண்டு கேட்கிறான்.

மதுராம்பா தூக்கிவாரிப்போட்டாற்போல் பார்க்கிறாள். ஒரு கணம் சினம், ‘தீ’ பரப்புவதுது போல் கடுமை தோன்றுகிறது. “நான் பார்த்ததில்லை. எப்போதும் பார்த்ததில்லை!”

“அவர் சின்ன வயதில் குளக்கரையில் திரிவாராமே? அப்போது பார்த்திருக்கிறீர்களா?”

"எப்போதும் இல்லை.”

”அவர் ரெட்டியாபுரம் ராஜாவிடம் வேலை பார்த்தபோது?”

"தெரியாது, தெரியாது, தெரியாது. நான் எப்படிப் பார்ப்பேன்? இதுவேறு சமஸ்தானம்; அதுவேறு சமஸ்தானம்..."

“அவர் இங்கெல்லாம் திரிவாராமே? இந்தச் சாமியார்மடத்தில் வந்து உட்கார்ந்திருப்பாராமே!”

“எனக்குத் தெரியாது.”

அதில் கோபம் தெரியவில்லை. ஆனால் கத்தியால் கோடு கிழிக்கும் கூர்மை இருக்கிறது.

“இல்லை பாட்டி, அவர் உலகம் போற்றவேண்டிய மஹாகவி. நம்ம ஊரும் தொடர்பு கொண்டிருக்கிறதென்றால், நமக்குப் பெருமை இல்லையா? உங்களுக்குப் பெருமை இல்லையா? இந்த அம்மா, அவரைப் பற்றி ஆராய்ச்சி செய்கிறாள். உங்களுக்குத் தெரிந்ததைச் சொல்லலாம் அல்லவா! புத்தகம் அமெரிக்காவில் வெளிவரும். உங்களைப்பற்றி அதில் விவரம் இருந்தால், எங்களுக்குப் பெருமை இல்லையா?”

“அதுதான் சொல்லிவிட்டேனே... எனக்குத் தெரியாது. நான் கட்டுப்பட்டு இருந்தேன். அதை உடைச்சிட்டுப் போனேன். இது வாஸ்தவம். இதுக்குமேல, ஏன், என்னன்னு ஏன் தூண்டித் துளைக்கிறேள்? உங்களுக்குப் பெருமைன்னா இருக்கட்டும். என்னிடம் அண்ட வேண்டாம்! என்னை யாரும் புகழ வேண்டாம்!” சிறிதுநேரம் அந்தக் கோட்டுக்குப் பின், எவருக்கும் குரலெழுப்ப

நா எழவில்லை. அமெரிக்கப்பெண் இலேசுப்பட்டவளல்ல.

"அம்மா! நாட்டியம், சிருங்கார ரசத்துக்குத்தான் சரி; அபிநயத்துக்குப், பதம் என்று சொல்கிறார்கள். அதுபற்றி உங்கள் கருத்து?"

"என் கருத்து முதலிலேயே சொல்லிவிட்டேன். கலைகள், எல்லாரும் ஸந்தோஷப்படணும்னு ஒரு நாளும் இருக்கல. ராஜாக்களின் வக்கிர ஸந்தோஷங்களுக்கு ஒருசார்பாப் பொண்ணுங்களை ஈசுவரன் பேரைச் சொல்லி, உபயோகிச்சிண்டு இருந்தா. இப்ப அதையே எல்லாப் பொண்ணுகளும் செய்யலாம்னு, சினிமா மூலமா சின்னப் பொண்ணுகளை எல்லாம் தூண்டிக்கொடுத்துண்டிருக்கா. திரும்பத் திரும்ப ஏன் கேக்கிறாய்? ஸங்கீதக் கச்சேரிக்குன்னு பொம்மனாட்டியைக் கூப்பிட்டு ஏற்பாடு பண்ணினது கூடக் கேவல எண்ணத்துக்குத்தான். ரேடியோவில பாட்டுன்னு வரப்பதான் அது சிலாக்கியமா எனக்குப்படறது."

"பாட்டி, ப்ளீஸ், ஒரே ஒரு வேண்டுகோள். நீங்கள் அவர் பாட்டுகளை அற்புதமாப் பாடுவீர். நான் கூட நீங்க சொல்லித்தந்து, பாரதி பாட்டுப் போட்டியில் பிரைஸ் வாங்கியிருக்கேன். ஒரு திருக்குறள் புத்தகம் குடுத்தா. உங்களை மாதிரி அந்தப் பாட்டெல்லாம் இப்ப பாடுறவங்க இல்ல. இப்ப நீங்க ஒரு சின்னப்பாட்டுப் பாடினா, நாங்க டேப் எடுத்துப்போம்" என்று குருசாமியின் பேரன் வேண்டுகிறான்.

"எனக்கு இப்ப பாட வராது. நான் பாடுவதை விட்டு, பத்து வருஷத்துக்கு மேலாகிறது. பாடலுக்கு, மனநிலை முக்கியம். அது இப்ப இல்ல. நீங்க வீணா எதுக்கு இப்படி ஒரு கிழவியைத் தொந்தரவு பண்ணணும்?"

"வெரி ஸாரி.."

"தயவு செய்து ஒரே ஒரு ஐயம், விளக்கமாக வேண்டும். உங்களைத் தொந்தரவு பண்ணுவதற்கு மன்னிக்க வேண்டும். இந்தியத் தத்துவங்கள் சில சமயங்களில், ஒன்றுக்கொன்று முரணாக இருக்கின்றன. காளி, நடனம் ஆடினபோது, காலைத்தூக்கி ஊர்த்துவநடனம் ஆடினார் சிவன். அதனால் காளி, வெற்றிபெறவில்லை. ஆனால், இதே காளி, சிவனைக் கீழே போட்டுத் துவைத்துக்கொண்டு நடனம் ஆடுகிறாள். இதுபற்றி ஏதானும் சொல்ல முடியுமா?"

"நான்தான் முதலிலேயே சொன்னேனே? பெண்ணை ஆடவைப்பதற்கும், உயர்ந்த தத்துவார்த்தங்களுக்கும் சம்பந்தமே கிடையாது, நடைமுறையில் இவளுடைய ஜன்மமே உடம்பு...

உடம்பு... அவ்வளவுதான். அந்தத் தத்துவமாகவே அது இருக்கலாம். காளி, சிவனை கீழே போட்டுக்கொண்டு நடனமாடுற படம், கல்கத்தாவிலிருந்து இங்க கூட வாங்கிண்டு வந்திருந்தா. சிவன் ஜடம்; காளி சக்தி. பிரகிருதி ஜடத்தின் மேல் சக்தி இயங்கிண்டே இருக்கு. இப்படித்தான் சொல்லுவா. நீங்கள்ளாம் படிச்சிருப்பேள்.

காளி, சிவன் காலைத் தூக்கினதுக்காகக் கீழே தள்ளி, மேலே நின்னு ஆடறான்னு சொல்லி, அதுக்கும், இதுக்கும் ஓட்டுப்போடறது சரியல்ல."

"ரொம்ப நன்றி. வணக்கம் அம்மா!"

அந்தப்பெண் எழுந்திருக்குமுன், "உங்களுடன் ஒரு படம் எடுத்துக்கொள்ள ஆசை.."

பேபி பாட்டியின் மறுபுறத்திலும், இந்தப் பக்கம் அமெரிக்கப் பெண்ணுமாக, குறட்டில் உட்காரவைத்து படம்பிடிக்கிறார்கள். இவர்கள், பேசிக் கொண்டிருக்கும் நேரத்தில் பேபி பளீரென்று அவர்கள் வீட்டில் கொடுத்த சிவப்பு உடையை அணிந்து, கூந்தலை இரட்டைப் பின்னலாக இருந்ததைக் கலைத்து, வாரி, முன்புறமும் விரித்தவாக்கில் போட்டுக்கொண்டிருக்கிறாள்.

படம் எடுத்தானதும், பலபல நன்றிச் சொற்களுடன் கூட்டம் கலைந்து போகிறது.

சக்குவுக்கு, பேபியின் நடவடிக்கை கோபமூட்டினாலும் அடக்கிக்கொள்ள வேண்டியிருக்கிறது. தட்டு நிறைய, ஆப்பிளும், திராட்சையும், வாழைப்பழங்களுமாய் எடுத்துக்கொண்டு, இவர்கள் வீட்டுக்குத்தான் வந்தனர். பாட்டிக்கென்று இனிப்புப்பண்டங்கள், ஒரு செம்பில் பால்

பாயாசம்...

அவர்கள் சென்றபின், இரண்டு பழங்களையும், பாயசத்தையும் விட்டு எடுத்துக்கொண்டு அம்மாவிடம் செல்கிறாள் சக்கு. "அம்மா, பாயசம் நன்னாருக்கு. ஒரு வாய் குடிக்கிறியா?"

"ஏது?"

"அவாதான் கொண்டு வச்சிருக்கா"

"குழந்தைகளுக்குக் கொடு! பாடறதுக்குத்தான் மனநிலைங்கறதில்ல...

பாயசம் குடிக்கவும் அதுவேணும்!" என்று முணுமுணுக்கிறாள்.

▲▲▲

8

கோடை போய், பள்ளிக்கூடம் திறந்துவிட்டார்கள். முருகனுக்கு இன்னமும் நல்ல குணமாகவில்லை. நான்கு நாட்கள் காய்ச்சலில்லாமல் இருந்தால், அடுத்து ஐந்தாம்நாள் எப்படியோ அனல் வந்துவிடுகிறது. பரீட்சை எழுதாததால், அவன் ஒன்பதாம் வகுப்புக்குப் போகவும் முடியாது. எனவே, இந்த ஆண்டு அவன் படிப்பு போனதுதான்.

ருக்குவுக்கு பள்ளிக்கூடம் திறந்து, பத்து ரூபாய் சம்பளம் அதிகமாக்கி இருக்கிறார்கள். ட்யூஷன் நான்கு ஏற்றுக்கொண்டிருக்கிறாள். பஸ்ஸுக்கே மாசம் ஐம்பது அறுபதாகிவிடுகிறதே?

இருந்தாலும், சாரல் எடுக்கும் சமயத்தில், வெம்மை இந்தப் பொட்டலிலும் கொஞ்சம் குறையும்தான். புதிய நம்பிக்கைகளாக இந்தக் கிராமத்திலும் குழந்தைகள் துளித் துளியாகச் சீருடை, நீலமும் வெள்ளையுமாகப் போட்டுக் கொண்டு பள்ளிக்குப் போகிறார்கள். அடுத்த வீட்டு சண்முகத்துக்கு, ஒவ்வொரு வயசு வித்தியாசத்தில் உழக்குழக்காய் நான்கு இருக்கிறது. ஐந்தாவதுதான் பெரியாசுபத்திரியில் பெற்று, ஆபரேசன் செய்து கொள்ளப் போவதாகச் சொல்லியிருக்கிறாள். நாலும் பெண்கள்...!

ஊரார் கவலை எல்லாம் நமக்கெதற்கு என்று ஒருசமயம் தோன்றும். ஆனால், திண்ணையில் அல்லது கூடத்து மூலையில் உடல் முடங்கினாலும், உள்ளம் உலகம் முழுவதும் எங்கெங்கோ போய்த்தங்குவதும், தடவுவதுமாக இருக்கிறதே..!

சிதம்பரம் கடிதம் எழுதி, ஆயிரம் ரூபாய் பணமும் அனுப்பியிருக்கிறான். தாய்நாட்டின் கிழக்கு மூலையில் பெரிய பொறுப்பான பதவியில் போட்டிருக்கிறார்களாம்.

அவனை நினைக்கும்போது ஓர் ஆறுதல்.

“சுப்பக்கா, குஞ்சிதத்துக்கிட்ட இந்தப் பணத்தைக் குடுக்கிறேன். இது அம்மாளுக்கு அவபேரில் வங்கில கிடக்கட்டும். இல்லாட்டி, என்

கையி, ஓட்டக்கய்யி... எப்பவும் ஒண்ணில்லாம போயிடுது!” என்று சக்கு வருகிறாள்.

"நீ என்ன கன்னாபின்னான்னா செலவழிக்கிற? குடும்பம்னா அப்படித்தான். நான் சொல்றதக் கேளு. உருப்படியா, ருக்கு காதுக்கு ஒரு ஸ்டட் வாங்கிப் போடு முதல்ல. எத்தனை பணம் வந்தாலுந்தான் போறாது!"

"அதுவும் சரிதான். ஆனால், அம்மா என்ன நினைப்பாளோ..."

அம்மாவைப் பார்க்கிறாள் சக்கு.

"அம்மாவை எதுக்குப் பாக்கறே? அம்மா என்ன சொல்லப்போறா? பொன் திருகாணிகூட இல்லாமல், ஒரு கல்யாணத்தை நினைச்சுக்கூடப் பார்க்க முடியாது. அப்படியே இல்லைன்னாலும், இந்தப் பணம் அவள் காதில் பொன்னாக இருந்துவிட்டுப் போகட்டுமே!"

ருக்குவின் காதில் வெள்ளித் திருகாணிதான் கிடக்கிறது. பேபிக்குத்தான் பொன் வளையம். அது போதாதென்று சிமிக்கி வேறு வாங்கிக் கொடுத்திருக்கிறான் அப்பன்.

ருக்குவுக்கு ஆசைகள் இருக்கிறதா என்பதையே அறிய முடியவில்லை. இது வேண்டும், அது வேண்டும் என்றே கேட்டிராத பெண். மேலே படிக்க வேண்டும் என்ற ஆசையைத்தான் சொல்லிக் கொள்கிறாள். சம்புவிடமோ குஞ்சித்ததிடமோ புத்தகங்கள் கேட்டு வாங்கி, முன்பெல்லாம் படிப்பாள். இப்போது, எதற்குமே நேரமில்லை.

"ஆமாம். அவ காதுல ஒரு திருகு வாங்கிப்போடு நட்சத்திரமாட்டம்,

சிவப்போ, பச்சையோ கல்வச்சு அடிச்சுப்போடு!"

இதொன்றும் ருக்கு அறியாள். அடுத்த பத்துநாட்கள் சென்றபின், ஒரு நாள் காலை சுப்புவையும் அழைத்துக்கொண்டு சக்கு சென்று, எழுநூற்றுச் சில்லறை ரூபாய் கொடுத்து, நடுவில் மூன்று சிவப்புக்கற்கள் இழைத்து, வளைந்த இதழ்களுடன் கூடிய பூப்போன்ற திருகாணி ஒரு ஜோடி வாங்கி வருகிறாள். அல்வா, கொடிமுந்திரி, காராசேவு, பேபிக்கு ஒரு ஜாக்கெட்துணி,

அம்மாவுக்கு நல்ல ஈரிழைத்துண்டு என்று சாமான்களுடன் திரும்பி வருகின்றனர்.

ருக்கு வீடு திரும்பிருக்கவில்லை. அடுத்தவீட்டு வாசல், முற்றம் எல்லாம் ஏதோ கிராமத்து மக்கள் குழுமியிருக்கின்றனர். பெண்களும் இருக்கின்றனர்.

சக்கு, முருகன் சாப்பிட்டானா, படுத்திருக்கிறானா என்று

பார்க்க அவசரமாக அடுத்தவீட்டினுள் நுழைகிறாள். பேபிதான் அதிசயமாக உட்கார்ந்து, ருக்கு வாங்கிவைத்துச் சென்றிருக்கும் குச்சிவாளியைப் பக்கத்தில் வைத்துக் கொண்டு, சட்டத்தில் குச்சி அடுக்கிக்கொண்டு இருக்கிறாள். சக்குவுக்கு அவள் கண்களையே நம்பமுடியவில்லை.

"என்ன இன்னிக்கு? மழைதான் கொட்டப்போறது!"

முகத்தைக் கோணி அழகு காட்டிவிட்டு, பேபி மறுபடியும் தன் வேலையில் முனைகிறாள். ஒரு குத்து எடுத்துக்கையால் தட்டிவிட்டு இழுத்தால், அதனதன் வரைகளில் குச்சிகள் அமர்ந்துகொள்கின்றன.

"உனக்கு ஜாக்கெட்துணி வாங்கிண்டு வந்திருக்கேன் பாரு!"

சக்கு, அந்தப் பழைய ஹான்ட்பேகைப் பத்திரமாக இருட்டு அறைக்குள் பெட்டியைத் திறந்து வைத்துவிட்டு, வயர் பையிலிருக்கும் பொட்டலங்களை எடுக்கிறாள். காகிதப்பையைத் திறந்து துண்டையும், இவள் துணியையும் எடுத்துக் காட்டுகிறாள்.

"ஒரு மீட்டர் வாங்கினேன். பத்தொன்பது ரூபா சொன்னான். புடிச்சிருக்குதாடீ?"

"ஜாக்கெட்டுக்கு ஒரு மீட்டர் என்னாத்துக்கு? என்னக் கூட்டிட்டுப் போயிருக்கலாமில்ல? பிங்க்கலர். இதுல எனக்கென்ன மேட்சிங்கா இருக்கு?"

"சுப்பக்காதான் சொன்னா.. நன்னாயிருக்கும்டீன்னு. மேலே தொங்கத் தொங்கப் பெரிய சட்டையாத்தானே இப்பப் போட்டுக்கறா பாஷனா. தீவாளிக்கு வாங்கின பாவாடைக்கு இது சரியாயிருக்கும்னா!"

"ஆமா. அது ஒண்ணுதா... இப்பவே அது பழசாப் போயாச்சு."

"சரி, உனக்கு வாணாம்னா, கெடந்துட்டுப் போறது. முருகனுக்குத் தைக்கிறேன்!"

"எனக்கென்னம்மா வாங்கிண்டு வந்தே? சாக்லட் கேட்டேனே?"

"முருகா! உனக்குப் பாரு, அல்வா வாங்கிண்டு வந்திருக்கேன். சாக்லட் என்னென்னவோ பேர்சொல்லுறான். எனக்குத் தெரியலடா கண்ணு."

"த்ரீ ஸ்டார்."

அவளுக்குத் தெரியாதா... முழுசாக நான்கு ஐந்து என்று ஒரு சாக்லேட்டுக்குக் கொடுக்க முடியுமா? அதை எண்ணித்தான், அரைகிலோ கொடிமுந்திரிப் பழமும், அல்வா கால்கிலோவும்

வாங்கி வந்தாள்.

வாங்கி வந்தும் யாருக்கும் திருப்தி இல்லை. இந்தக் குழந்தைகள் சந்தோஷப்படும்படி கூட நடக்க முடியவில்லை.

தம்பிக்கும் சோறு போட்டு, அவளும் சாப்பிட்டிருக்கிறாள். அடுப்படியைத் துடைத்து வைத்திருக்கிறாள். குச்சி அடுக்கியிருக்கிறாள்.

குழந்தைகள் நல்லவர்கள். அந்த வயசின் ஆசைகள் ஆற்று இழுப்பாக இழுத்துச்செல்கிறது. நல்லது கெட்டது தெரியும் பருவமா இது?

பஸ்ஸில் பேபியின் டீச்சர் லில்லியைப் பார்த்தாள். "ஏம்மா, பேபி எங்கே படிக்கிறா?" என்று விசாரித்தபோது, "பாலிடெக்னிக்கில் சேரணும்னு பார்த்தாள், கிடைக்கவில்லை. இந்த வருசம் அவப்பாவே கொண்டுபோய்ச் சேர்ப்பதாகச் சொல்லியிருக்கிறான், மதறாசில்" என்றாள்.

ஊரில் எல்லாப் பள்ளிக்கூடங்களும், கல்லூரிகளும் திறந்து அவரவர் மகனையும், மகளையும் அழைத்துக்கொண்டு பள்ளிக்கூட, காலேஜ் வாசலில் தவம் கிடப்பதை அவளே பார்த்தாள். ஆனால், நாகுவிடம் இருந்து ஒரு கடிதமும் வரவில்லை. இந்த வருஷமும் இந்தப்பெண்ணை எப்படி வீட்டில் வைத்துக் கொண்டிருப்பாள்?

பசிக்குச் சோற்றைக் குழம்பை ஊற்றிப் பிசைந்து, ரெண்டு வாய் போட்டுக் கொள்கிறாள். நெஞ்சிலேயே நிற்பது போலிருக்கிறது. தண்ணீரை ஊற்றி விழுங்கிவிட்டு, உள்ளே சென்று அந்தச் சிறு வெல்வெட்பெட்டியை எடுத்துக் கொண்டு பக்கத்து வீட்டுக்குள் நுழைகிறாள்.

ஒரு முப்பது ஆட்களுக்குக் குறையாது. சாதாரணமாகக் கூலித்தகராறு அது இது என்று தீப்பெட்டித் தொழிற்சாலை ஆட்களோ,வேறு எந்தத்தொழிற்சாலை ஆட்களோ சலபுலவென்று பேசிக்கொண்டு வந்து குஞ்சிதத்தை அழைத்துப்போகக் கூடியிருப்பார்கள். இது ஏதோ மயானகாண்டமாக இருக்கிறது. ஒருகிழவி, மூலையில் குந்திக் கண்ணீர் வடிக்கிறாள். இரண்டு 'கொமரு'கள், கிழிந்த ரவிக்கை தெரியாமல் மூடிக் கொண்டு மூலையோடு மூலையாய் நிற்கிறார்கள். சிவந்த விழிகளும் புஸ்தி மீசைகளுமாக, சிலும்பிய தலையும், எணணெய் வழியும் முகங்களுமாகச் சில ஆண்கள், திண்ணைமூலையில் சுருண்ட அட்டைபோல் அம்மா. சக்கு உள்ளே செல்கிறாள். சுப்பு பெரிய வட்டையில் தேயிலைத்தூளைப் போட்டு வடிகட்டிக்

கொண்டிருக்கிறாள்.

"குஞ்சான் எங்கே?"

"அவன் இன்னும் நாலஞ்சு பேரைக் கூட்டிண்டு எம். எல். ஏ. வைப் பார்க்கப் போயிருக்கான்."

"என்ன சமாச்சாரம்?"

"என்ன சமாசாரம்... வழக்கமானதுதான். கூலி அதிகம் கேட்டானாம். ஏற்கனவே கடனும் வாங்கியிருக்கானாம். பொண்டாட்டி சோறுகொண்டு போனாளாம். எசமானன் பம்ப் ரூமில சாப்பாட்டை வச்சுட்டு இவ வருமுன்ன உள்ள வந்துட்டான் புடவையை உரிக்க. வேலை செஞ்சிட்டுச் சோறு திங்க வந்த பிள்ளைக்கு ஒண்ணும் அப்ப தெரியாது. வீட்டுக்கு வந்ததும், அது சொல்லி அழுதிருக்கு. இவன் அரிவாளை எடுத்துண்டு போனானாம். ஆனா, இவன் திரும்பி வரல. இவா சனம்பூரா அவன் வீட்டைச்சுத்திண்டு நியாயம் கேக்கப் போயிருக்கா. கம்மாய்க்கரையில பொணம் கிடந்ததாம். போலீசு, விசாரணை, சாட்சி, சம்மன் இல்லையா? கல்யாணமாயி ஆறுமாசம்தான் ஆகறதாம். கிழவி இருக்கா, ரொம்ப மோசமாம் அவன். கழனியில் வேலை செய்யிற எந்தப் பொம்பளையும், அவன் கூப்பிட்டாப் போயிடணுமாம்! லோகம் எங்க போறதுன்னே தெரியல."

வெல்லத்தூளைப் போட்டு தேநீர் வட்டையையும், இரண்டு தம்ளர்களையும் சுப்பு அங்கே கொண்டு வைக்கிறாள்.

இரண்டு கொமரில் ஒருத்திதான் இப்போது சேதப்பட் டவள். வாயில்லாப் பூச்சியாக, அடித்தால் அழத் தெரியாதவளாக இருக்கிறாள். ஓர் ஆண் பெண்ணுக்குக் காவல்; கல்யாணம் என்பதே பாதுகாப்பு. அந்த ஆணினால் இந்தப் பாதுகாப்பு கொடுக்க முடியாதபடி இருக்கிறது.

ராஜாக்களும், மன்னர்களும் அந்தப்புரம் வளர்த்தகாலம் போய்விட்டது. அவர்களுக்கேனும் ஏதோ நியமம், நீதி என்ற ஒரு வரைமுறை பெயருக்கு இருந்தது. இப்போது எதுவும் இல்லை. எல்லா வரைமுறைகளும் போக, எல்லா உணர்வுகளும் கட்டவிழ்த்து விடப்பட்டிருக்கின்றன. கொழுத்தவன் எவனும், இப்படி நசுக்கிக்கொண்டு சவாரி செய்யலாம்.

அவர்களிடையே சென்று, 'அம்மா அங்க வாயேன்' என்று கூப்பிட முடியவில்லை. அம்மா இப்போது வரவும் மாட்டாள்.

இந்த மாதிரி சமாச்சாரம் கேட்டால், மனதினைப்

பேயறைந்தாற்போல் ஒடுங்கிப்போய்விடுகிறாள்.

'சக்கு. இத்தனை வயசுக்கு நான் என்னத்துக்கு இருக்கேன்' என்று புலம்புவதாக அந்த முகம் இவ்வளவு கீறலைக் காட்டுகிறது. வாய்விட்டு என்றைக்குமே அம்மா அரற்ற மாட்டாள். வானில் புழுக்கமாக மேகம் குவிந்து ஒரு இலை ஆடாதபடி குமுக்குகிறது. அடித்துக் கொட்டினால் தேவலை. இந்த மண்ணில் மழை விழுவது கொடை. இந்த நாளில் கொடை ஏது, மண்ணாங்கட்டி...! இந்த ஊரில் எரிச்சலும், வறட்சியும்தான் பழக்கம். எப்போதேனும் இப்படி புழுக்கிவிட்டு, இரண்டு தூறலைப் போட்டுவிட்டுப் போய்விடும்.

ஒருவாளிகுச்சி முழுவதையும் பேபி அடுக்கிவிட்டாள். முருகன் தானே பழைய சீட்டுக்கட்டொன்றை வைத்து விளையாடிக்கொண்டிருக்கிறான்.

கூடத்தைக் கூட்டித் தள்ளிவிட்டு, பேபி முகம் கழுவி, கையில் ஒரு புத்தகத்துடன் பவுடர் போட்டுக்கொண்டு, வெளியில் நிற்கிறாள். சக்கு பையனுக்கு ஆர்லிக்ஸ் கரைத்துக்கொடுக்கிறாள்.

"பேபி, காபி வச்சிருக்கேன். குடிச்சிட்டுப் போம்மா. இன்ஸ்ட்டிட்யூட்டுக்கா போறே?"

"காபி வாணாம்."

"ஏன்? அலுவா-சேவு எடுத்துக்கயேன்?"

"வாணாம்."

"ஏன்டீ கோவமா? வாணாம்னு சொல்லமாட்டே? ஒடம்புக்கு எதானுமா இருக்கா?"

சக்கு அவள் கழுத்தில் விரல்களை மடித்து வைக்க முயலுமுன், அவள் மறுத்துத்தள்ளுகிறாள்.

"எனக்கென்ன? ஒரு சுக்குமில்லே. எனக்கு எதானும் வந்தா தா நீங்க சுகமா இருப்பீங்களே..."

மையெழுதிய கண்கள் கலங்கத் துயரம் முட்டுகிறது.

சக்கு நெகிழ்ந்து போகிறாள். இல்லாக் கொடுமையன்றோ இந்தக் குழந்தையின் மனம் நோகும்படி பேச வேண்டியிருக்கிறது?

"ஆமா, அதுக்குத்தா ஓடி ஓடி உழைக்கிறோம். அசடு போலப் பேசாதே. வாடி கண்ணு! உனக்குப் பிடிக்கும்னுதானே அலுவாவும், காராசேவும் வாங்கிண்டு வந்தேன்? உனக்கு எந்த ஸ்கூல்ல சேரணுமோ சொல்லு, சிதம்பரத்து மாமாவுக்கு எழுதி, சிபாரிசு பண்ணி எழுதச் சொல்றேன். பண்ணுவார்"

“நா இங்கியே படிக்கப்போறதில்ல. இங்க விட்டு ஒழியணும். எனக்கு இந்த ஊரும், சனங்களும் கண்டாலே புடிக்கலே.”

"சரி. அப்பாவும் சொல்லிட்டுப்போயிருக்கானே, கடிதாசி போடுவான்; இல்லாட்டாப் புறப்பட்டு வருவான்.”

பேபியின் மாறுதல், சக்குவுக்குத் தன்னையே நொந்துகொள்ளச் செய்கிறது. புதியதாக வாங்கிய காதுத்திருகாணியைக் காட்டினால், ‘எனக்கு’ என்று பிடுங்கிக் கொள்வாள். தெரியவேண்டாம் என்று வைத்திருப்பதே முள்ளாக உறுத்துகிறது.

ருக்கு பள்ளியிலிருந்து வருகையில், அவள் வீட்டிலில்லாதது பிரச்னையைத் தீர்த்துவிட்டது. "நன்னாருக்கா போட்டுண்டு பாரேன்.”

ருக்கு அதைப் பார்க்கிறாள். “இப்ப எதுக்குப் போட்டுக்கணும்? அது பேய் போலக் கத்தும்!”

"அப்படிச் சொல்லாதடி. அதுக்கு கபடம் கிடையாது. பாரு, நான் வரதுக்குள்ளே சமர்த்தா எல்லா வேலையும் செஞ்சு, ஒருவாளி குச்சியும் அடுக்கியிருக்கு! உனக்கு இன்னிக்கு ராத்திரி குச்சி கிடையாது."

“அவளுக்குக் கபடம் கிடையாதுங்கறயா? காலமதான் இன்ஸ்ட்டிட்யூட்டுக்குப் போனாளே? இப்ப என்ன? ரெண்டு நேரம் டைப் அடிக்கவிட, அவன் மாமனா?”

“காலம போச்சா இன்னிக்கு?”

“போது விடிஞ்சு ஏழுமணிக்கில்ல இவளுக்கு டைம்?"

"என்னமோ, பேப்பரைச் சுருட்டிண்டுதான் போனா!”

"மெயின்ரோடில் சைக்கிள வச்சிண்டு ஆகாத போகாத விடலைகள்ளாம் கண்டமானிக்கும் பேசிண்டு நிக்கிறதுங்க... கவனிச்சுக்கோ!"

பேபி, போன அரைமணிநேரத்துக்குள் திரும்பி வந்துவிடுகிறாள்.

“ஏம்மா, காலம நீ டைப் அடிக்கப்போனல்ல? அப்ப கிளாஸ் இல்லையா?”

“ஆமா. அப்ப மிசின் சரியாயில்ல. இப்ப கொஞ்சநேரம் அடிச்சுட்டுப் போலாம்னு சொன்னாரு... இப்பவும் சரியாயில்ல.”

மறுநாள் காலையில், கட்டைக் கணக்கப்பிள்ளை வரும்போது, இவள் கூட நான்குவாளி குச்சி வாங்கிக்கொள்கிறாள்.

இந்த மாறுதல், வீட்டில் ஓர் அசாதாரணமான மாறுதலைக்

கொண்டுவந்து விட்டாற் போலிருக்கிறது.

நாகுவுக்கு மகளை நினைவுபடுத்தி, அவளை எப்படியேனும் பட்டணத்தில் படிக்கச் சேர்த்துவிடவேண்டும் என்று, சக்குவே எழுதிப் போடுகிறாள்.

ஆனி முழுதும் ஓடி, ஆடியும் பிறந்துவிட்டது. நாகு வரவில்லை. ஒரு சிநேகிதனிடம் பணமும், கடிதமும் கொடுத்தனுப்புகிறான்.

"பாலிடெக்னிக்கில் சேர அப்ளிகேசன் பாரம் வாங்கி, நாளை தபாலில் அனுப்புகிறேன். எல்லாம் தயாராக வைத்துக் கொண்டிருக்கவும். நான் அடுத்தவாரம் வந்து, கூட்டிச் செல்கிறேன்."

"எனக்கொண்ணும் பாலிடெக்னிக் வாணாம்! ப்ளஸ் டூ வுக்கு ஏற்பாடு பண்ணச்சொல்லுங்க...!"

"பாலிடெக்னிக்தான் இப்ப ரொம்ப டிமான்ட். எதுன்னாலும் படிக்கலாம். அக்கௌன்டன்ஸி, இல்லை... எலக்ட்ரானிக்ஸ், சிவில் என்ஜினியரிங்..."

"போர்!"

"சரி, உங்கப்பனுக்கு நீயே கைப்பட எழுதிக்குடு!" அவள் கடிதம் எழுதிக் கொடுக்கிறாள்.

நாலைந்து நாட்கள் சென்றபின், ருக்கு பள்ளிக்குச் சென்ற பிறகு, பேபி சாப்பிட உட்கார்ந்ததும், "அம்மா நா ஒண்ணு கேப்பேன். நீங்க மறுக்கக் கூடாது!" என்று பீடிகை போடுகிறாள்.

குழந்தை எவ்வளவு சமர்த்தாக விவரம் புரிந்தவளாகிவிட்டாளே என்ற பரிவுடன் சக்கு, "நீதான் சமர்த்தாயிட்டியே, நான் மாட்டேன்னு சொல்வனா? நீ கேளு... என்ன வேணும்? நீ ஒருவாரமா குச்சி அடுக்கியிருக்கே. உனக்கே காசைச் சேர்த்துவச்சுக்கோ. ஆசைப்பட்டதை வாங்கிக்கோ."

"வந்து... சரோஜா, அவங்கம்மால்லாம் குத்தாலம் போறாங்க. சாரலுக்கு என்னையும் கூப்பிடறாங்க. அவங்கத்தை வீடு இருக்கு. நானும் போறம்மா!"

மாணிக்கம் பிள்ளையின் மகள் சரோஜா, கிரியுடன் படித்தவள். கல்யாணமாகி இப்போது பங்களூரிலோ, எங்கோ இருக்கிறாள் என்றுதான் தெரியும்.

"சரோஜா வந்திருக்கிறாளா?"

"இங்கதான இருக்கா? அவ மாப்பிள சவுதிக்கிப் போயிருக்காரு."

ராஜம் கிருஷ்ணன் ● 99

சவுதி... சவுதி... சவுதி! அங்க என்ன எழவு, பணம் தெருவில் கொட்டிக் கிடக்கிறதா? சின்னது சிறிசெல்லாம் பெண்சாதி, குழந்தையை விட்டுவிட்டு இப்படிப் போக?

போகக்கூடாது என்று தடுக்க முடியாதபடி தருமசங்கடமாக இருக்கிறது.

"ஏம்மா, நீ புறப்பட்டுப்போக, அந்தண்ட உங்கப்பன் வந்தால் என்ன செய்ய?"

"சனி, ஞாயிறுதானே... திங்கக்கிழமை வந்திடுவனே? ப்ளீஸ்... போறம்மா!"

ஓ... இதற்குத்தான் பணம் சேர்த்துக்கொண்டாளா?

மாணிக்கம்பிள்ளை வீடெல்லாம் மிகப்பெரிய இடம் என்று சக்குவுக்கு ஒரு தாழ்வுமனப்பான்மை உண்டு. அந்தக் காலத்தில் அவர் தங்கை, அம்மாளிடம் வந்து பாட்டுக் கற்றுக்கொண்டாள். 'டெபுடி கலெக்டர்' என்று பெரிய கௌரவம் உள்ள வீடு. மாணிக்கம்பிள்ளையும் ஏதோ பெரிய வேலையில் இருந்துதான் பென்சன் வாங்கிக்கொண்டு ஊரில் வந்து இருக்கிறார். அவர் சம்சாரம், வயிரமுகப்பு அஞ்சுவரிச் சங்கிலியும், சுடர்விடும் தோடு மூக்குத்திகளுமாக அசைந்து அசைந்து வருவாள். இந்த நகையில்லாத் தாழ்வே சக்குவை அவர்கள் வீட்டில் போய் எதுவும் கேட்க இயலாமல் தடுத்துவிடுகிறது.

"சரி, பாட்டிட்ட நீயே போய்ச் சொல்லிட்டுப்போ!"

வயர்பையில் குருசாமி வீட்டில் கொடுத்த புதிய உடைகள், பிடித்தமான பாவாடை, மற்றும் சீப்பு, சோப்பு உடைமைகளுடன், சிறு பர்சில், அவள் பணத்துக்கு மேல் அம்மா பத்துரூபாய் போட்டு ஐம்பதுரூபாயாகக் கொடுக்கிறாள்.

சுப்பக்காவிடம் கூட, சக்கு தெரிவிக்கவில்லை.

"தனியே எதுக்குடீ அனுப்பறே, காலம் கெட்டுக் கிடக்கு!" என்று அவள் சொல்லிவிட்டால் தட்ட முடியாது. சக்குவுக்கு எந்தத் தைரியமும் இல்லை. தாயில்லாமல், தகப்பன் பிரியம் தெரியாமல் எதோ வளருகிறது. மாணிக்கம் பிள்ளை வீட்டாருடன் என்றால், தடுக்க வேண்டாமே என்று "பாட்டியிடம் சொல்லிட்டியா கண்ணு?" என்று மட்டும் கேட்கிறாள்.

"பாட்டிட்ட சொல்லிட்டேன். போயிட்டு வாரேம்மா!"

வாசலில் அவள் சென்று தெருத்திரும்பி தலைமறையும் வரையிலும், சக்கு நிற்கிறாள்.

மதுராம்பா இரவு கஞ்சி குடிக்கத்தான் வருகிறாள்.

"ஏன் சக்கு? பேபி எங்கே போறது? போயிட்டுவரேன் பாட்டின்னு காதோடு வந்து சொல்லி முத்திட்டுப் போனாளே?"

"மாணிக்கம்பிள்ளை வீட்டு சரோஜா எல்லாரும் குற்றாலம் போறாளாம். நானும் போயிட்டு, திங்கக்கிழமை வரேம்மான்னுது, கெஞ்சித்து. வேற யாரானுமானா வாணாம்ன்னிருப்பேன். சரோஜா அகமுடையான் சவுதிக்குப் போயி, அவ இங்கதான் இருக்காளாம்?"

ருக்கு இதைக் கேட்டுவிட்டுச் சிலிர்த்துக்கொள்கிறாள். "என்னிக்குப் போறா குத்தாலத்துக்கு?"

"ஏன், இன்னிக்குத்தான்.. இவ போறப்ப நாலரைமணி இருக்கும்."

"நான் பஸ்ஸை விட்டிறங்கிப் பாத்துண்டே வரேன். அவா வீட்டுக் கதவு ரெண்டு நாளா பூட்டிக்கிடக்கு. காவக்காரன் செவந்திலிங்கம்தான் இருக்கான்!"

"எல்லாரும் போயிருப்பா."

"அது சரி. உம் பொண்ணுமேல உனக்கு நம்பிக்கை இருந்தா சரி. பஸ்ல போறாளா? கார்ல போறாளா... தெரியுமா?"

"நீ எதையானும் சொல்லிக் கலவரப்படுத்தாதே. குழந்தைய நாமே எப்பவும் முரண்டி முரண்டிக் கரிச்சுக் கொட்டினா, அதுவே அதுக்கு வெறுப்பாப் போயிடும். இப்ப அவ ரொம்ப சமர்த்தாயிட்டா."

ருக்கு பேசவில்லை. மதுராம்பாளுக்கும் மனசு அமைதியாக இல்லை.

வெள்ளி, சனி, ஞாயிறு ஓடி, திங்கட்கிழமை விடிந்து விட்டது. ருக்கு வழக்கம்போல் சம்புவுடன் சேர்ந்து கொள்கிறாள், பஸ்ஸுக்குச் செல்ல.

நேரம் விறுவிறுவென்று ஓடுவது போலிருக்கிறது. அம்மா வந்து குளித்து, சாப்பிட்டேன் என்று பேர் பண்ணிவிட்டு, அடுத்தவீட்டுத் திண்ணைக்குப் போகிறாள்.

சக்கு வீடு முழுவதும் துடைத்துப், பெருக்கி, முருகனின் படுக்கையை-துணிமணிகளைத் துவைத்து உலர்த்தி, எல்லா வேலைகளையும் செய்த பின்னரும் பதினொன்றரை தானாகியிருக்கிறது. ஏதோ உச்சக்கட்டத்திற்குச் செல்வது போல் ஒரு பரபரப்பு.

ராஜம் கிருஷ்ணன் ● 101

காலையில் அல்லது நண்பகலில் சாப்பிட்டபின் புறப்பட்டு, மாலை நேரத்தில் வந்து விடுவார்கள் என்று நினைத்துக் கொண்டவளாக வாயிலில் வந்துநின்று பார்க்கிறாள். பள்ளிக்குழந்தைகள், வழக்கமான சைக்கிள்காரர் என்று தெரு அவளுடைய பரபரப்பையும் இறுக்கத்தையும் கூட்டுகிறது. சண்முகத்தின் பெண்சாதி வாசலில் நின்று தலைகோதுகிறாள்.

வயிறு குவிந்து ஆறுமாசத்துக்குக் குறைவில்லை என்று விள்ளுகிறது.

"பேபி ஊருக்குப் போயிருக்குங்களா? காங்கல?"

"இதா வந்திடுவா."

"அதா எங்கூட்டாம்புள சொன்னாக. பஸ்ஸில ஏறிட்டுப் போவுது, எங்க போவுதோன்னு..."

"குற்றாலம் போயிருக்கு. மாணிக்கம்பிள்ளை மக சரோஜா கூட..."

"அப்படீங்களா? இந்தப்பொண்ணு, அவ சொன்னா பாடம் படிப்பா. சனி, ஞாயிறு புஸ்தகம் எடுக்கல. அடம்... டீச்சருகிட்ட அடி வாங்கிட்டு வந்திருக்கா!"

இதொன்றும் கேட்கப் பிடிக்கவில்லை. பஸ்ஸில்தான் போனாளா?

பொழுதுபோய், தீப்பெட்டி ஆபீஸ் குழந்தைகளின் வண்டி போய்விட்டது. ருக்குவும் வந்துவிட்டாள். இவள் வாயிலிலேயே நிற்கிறாள்.

வயர்பையைத் தூக்கிக்கொண்டு, சுருட்டை முடி பம்மென்று வழிய, அவள் சிரித்துக்கொண்டு வரவில்லை. அந்தப் பேச்சை எடுக்கவே சங்கடமாக இருக்கிறது.

ருக்கு இயந்திரம்போல் இயங்குகிறாள். முருகனை பழைய பாடத்தில் எதையேனும் எழுதச் சொல்வாள்; கணக்குப் போடச் சொல்வாள். பகலில் அவன் செய்து வைத்திராவிட்டால் கடிந்து கொள்வாள்.

'"ஏன்டா, நாள்பூரா இங்கே இந்தச் சீட்டை வச்சிண்டு கழிக்கிற..? அம்மா! இவனைப் பேசாம எங்க ட்யூடோரியல்ல கொண்டு சேத்துக்கலாம். அவங்க ஃபெயிலானவங்களுக்குப் பாடம் நடத்தறாங்க. அடுத்த வருசம் பரீட்சை எழுதணுமுல்ல இல்லாட்டி கழிசடையாயிடும்."

சக்குவுக்கு இருப்புக்கொள்ளவில்லை. வாசலில் சுப்பக்கா

நிற்கிறாள்.

"குஞ்சிதம் இருக்கானா?"

"இப்பத்தான் வந்தான் குளிக்கிறான்."

"மாணிக்கம்பிள்ளை வீட்டில போயி, அவா வந்துட்டாளா குத்தாலத்திலேந்துன்னு பார்க்கணுமே?"

"கவலைப்படாதேடீ! வந்துட்டா உடனே ஓடிவந்துடுவா. அனுப்பாம இருக்கணும். அனுப்பிச்சுட்டு என்ன கவலை? ஸ்கூல் கீல் எதுவுமில்ல. சாரல் நன்னாருக்கும், கூட ரெண்டுநாள் இருப்பாளா இருக்கும்!"

"அவ இருக்கிறதப்பத்தி இல்ல. அவப்பன் திடும்னு வந்து நின்னா, என்னைன்னா சண்டை பிடிப்பன்?"

"கவலைப்படாதே, வந்துடுவா!"

குஞ்சிதத்தை மறுபடியும் போய்ப் பார்த்துவிட்டு வா என்று சொல்ல அவளுக்கு மனமில்லை.

அதிகாலையில், அவன் எங்கோ கிளம்பிப்போய்விட்டதாகத் தெரிகிறது.

ருக்கு பள்ளிக்குச் செல்கையில், இவளே நினைவூட்டுகிறாள்.

"கதவு திறந்திருந்தா விசாரி! தகவல் இருந்தா வந்து சொல்லிட்டுப்போ!"

ருக்கு பதில் கூறவில்லை. திரும்பி வரவுமில்லை.

சக்குவே சிவன் கோயிலுக்குச் செல்வதுபோல், சுற்றிக்கொண்டு மாணிக்கம்பிள்ளை வீட்டுப்பக்கம் செல்கிறாள். இந்த வறட்சியில், எத்தனை பூஞ்செடிகள்...! ஏதோ ராஜாவீடு போல் அல்லவோ வண்ணமும் கண்ணாடிகளுமாக இழைத்திருக்கிறார்கள்..!

உள்வாசல் கதவு பூட்டித்தான் கிடக்கிறது. காவற்காரன் யாரேனும் இருந்தால் விசாரிக்கலாம் என்று, வெளிகேட்டின் பக்கம் நின்று உள்ளே பார்க்கிறாள். ஓர் அல்சேஷன்தான் குரைத்துக்கொண்டு வருகிறது. பின்னே முண்டாசு கட்டிய காவற்காரனும் வருகிறான்.

"யாரம்மா?"

"வந்து... அவங்கல்லாம் குற்றாலத்திலேந்து இன்னும் வரலியா?"

"பெரியம்மா, பெரியய்யா எல்லாம் மட்றாசுக்கில்ல போயிருக்காங்க?"

ஆ! சுதாரித்துக் கொள்கிறாள். "சின்னம்மா?"

ராஜம் கிருஷ்ணன் ● 103

”சரோஜம்மா, அவங்க மூத்தாரு மக சடங்கு செய்யணும்னு திர்நேலி போயிட்டாங்க.”

“இல்ல, எங்க பொண்ணு பேபி, சின்னம்மா கூடப் போறேன்னு போச்சு.”

“அவங்க விசாளக்கிழமையே போயிட்டாங்க, ஆளு வந்து சேதி சொல்லி...”

உள்ளம் நொறுங்கினாற்போல் சக்கு குலுங்கிப் போகிறாள் என்றாலும், வார்த்தைகள் சிதிலங்களாகக்கூட வெளிவராதபடி விழுங்கிக்கொள்கிறாள்.

ஒருவேளை திருநெல்வேலிக்குத்தான் கூட்டிச்சென்றிருப்பாளோ?

இரண்டு நாட்கள், மூன்று நாட்கள், செவ்வாய், புதன், வியாழனும் விடிந்து பன்னிரண்டு மணியாகிவிட்டது.

தபால்காரன் வாசலில் நிற்கும் சக்குவிடம், ஒரு கார்டைக் கொடுத்துவிட்டுச் செல்கிறான். கார்டு...!

ஆவலுடன் வாங்கிப்பார்க்கும் சக்குவுக்கு, உடனே ஆவல் வடிந்துபோகிறது. பின்புறம் திருப்பிப் பார்க்கிறாள். மிஸஸ் மதுராம்பாள், ராஜவீதி, பெத்தராஜபுரம் போஸ்ட் என்று ஆங்கிலத்தில் அவளுக்கு இத்தனை

நாட்களாகப் பிரியமாயிராத கையெழுத்தில் எழுதியிருக்கிறது. கார்டும் ஆங்கிலந்தான்.

’மைடியர் கிரானி’ என்று அச்சான கையெழுத்தில் விளித்திருக்கிறார்கள். நெருக்க நெருக்கமாகக் கார்டு முழுவதும், மறுபக்கமும் அடைத்துக்கட்டி எழுதியிருக்கிறது.

இவ்வளவு அழகாக பேபிக்கு இங்கிலீஷ் எழுதத் தெரியுமா?

எடுத்துக்கொண்டு அடுத்த வீட்டுக்குள் ஓடுகிறாள்.

▲▲▲

9

முருகன்தான் ஒருமாதிரி விஷயத்தைப் புரியவைக்கிறான்.

கீழே 'ரேகா' என்று கையெழுத்துப் போட்டிருக்கிறது. எழுத்து கிறுக்கலாக இல்லாததால், ஓரளவுக்கு சில சொற்களைப் புரிந்துகொண்டு,

புரியாதவற்றை ஊகித்துக்கொண்டு, சக்கு பரபரக்கிறாள்.

"அம்மா! உம் பேத்தி ரேகாம்மா... இங்க வரதா எழுதியிருக்கா!"

மதுராம்பா பரபரப்படையவில்லை. "பேபி, அங்க போயிருக்காமா? மட்றாஸிலிருந்தா கடிதம் வந்திருக்கு?"

ஒருவேளை அப்படி இருக்குமோ? குற்றாலத்துக்கு அவங்களும் போயி, இவளும் பார்த்து... கடிதத்தின் மேல் என்ன ஊரென்று தெளிவாகத் தெரியவில்லை. ஆனால், முதல் எழுத்து கே என்றிருக்கிறது. குற்றாலத்துக்கு 'ஸி'தான் முதலெழுத்து இருக்கும்; கடைசி எழுத்தும் எம்மில் முடியவில்லை.

அன்றைய பொழுதுக்கு, மாலையில் முதலில் சம்பு வரும் வரையிலும் இந்தப்புதிர் பழைய கலக்கத்துக்கு மாற்றாக இருக்கிறது.

சம்பு கார்டை வாங்கித், திருப்பித் திருப்பி பார்க்கிறாள்.

இது ஆந்திரப்பிரதேசம் கொத்தகூடம்ங்கற எடத்திலிருந்து வந்திருக்கு. பாட்டியின் பேத்தி ரொம்பப் பிரியமும், ஆவலுமாக வராளாம். அவ என்னவோ இந்தியக் கிராமங்களும், பிரபுத்துவ மரபுகளும்னு எதோ ஆராய்ச்சி பண்றாளாம். ரெண்டு சிநேகிதிகளையும் கூட்டிண்டு வராளாம். திலீப் ஸிங், மைக்கேல்னு எழுதியிருக்கா. அது மிஸ்டரா, மிஸ்ஸா என்னன்னு புரியல. ரேகா கையெழுத்து...

மதுராம்பாளுக்கு இது மகிழ்ச்சியாகவே இருக்கிறது என்றாலும், கண்ணாடித் துண்டுகள் போல், இந்தச் சின்னஞ்சிறு பெண் எங்கே போனாளோ என்ற உறுத்தல் நினைவுகளைக் கிழிக்கின்றனவே....!

"இந்தச் சமயத்தில் குஞ்சான் இல்லாமல் கஷ்டமாயிருக்கு சுப்பக்கா! அவன் எங்கே போயிருக்கிறான்? எப்ப வருவான்?"

"அவன் என்னமோ மகாநாடுன்னு வாயில் ஈ புகுந்தது

தெரியாமல், போயிண்டிருக்கான். எப்ப வருவானோ? அவ எங்கும் போயிருக்கமாட்டா. அப்பாவிடம்தான் புறப்பட்டுப் போயிருப்பா. அவன் அட்ரசுக்கு ஒரு தந்தியக்குடு!" என்று சுப்பக்கா சொல்வதும் ஆறுதலாக இருக்கிறது.

ருக்குவோ, "எனக்கு அவள் நன்னடத்தைபத்தி அப்பவே சந்தேகம். எனக்கு நினைவு தெரிஞ்சு, அவள் இப்படி இருந்ததில்லை. குலைக்கிற நாய் கம்முனு இருந்தால், அது சந்தேகத்துக்குரியது. எங்கம்மா அப்படியே உருகிட்டா, குழந்தை குழந்தைன்னு... அப்படியே வினை. நீங்க சுபாவத்தை மாத்த முடியாது, தெரிஞ்சுக்குங்க!" என்று வெடிக்கிறாள்.

'இந்தச் சனியனுக்கு அவள் அழகாக இருக்கிறான்னு பொறாமை!' என்று தோன்றுகிறது சக்குவுக்கு.

''அது சரி... அம்மா, வீட்டில சாமானமெல்லாம் சரியாயிருக்கான்னு பாரு! பொட்டியத் திறந்து பாத்தியா!"

ருக்குவுக்கு பரிவுமில்லை, இரக்கமுமில்லை.

"வாழக்காய்பொடி பண்றேளா மாமி" என்று கேட்டுக்கொண்டு வந்து உட்காரும் எச்சுமியின் முகத்திலுள்ள பேதமை மதுராம்பாளுக்கு நினைவில்

வருகிறது. அந்தக் குழந்தை, உண்மையில் காவேரியில்தான் போனாளா?

அந்தக் காலத்தில் வேறென்ன சொல்வார்கள்? ஸ்ரீ ஜயந்திக்கு ஜங்கு ஜங்கென்று மாவிடிக்க, அந்த மேட்டுத்தெரு வீடுகளுக்கெல்லாம் போகும்.

வக்கீல் சாத்திரி ஒருவன் உண்டு. அவன் கீழ்ப்பார்வையும், உருத்திராட்ச

வேசமும் இப்போதும் மதுராம்பாளுக்குக் கண்முன் நிற்கிறது. அகமுடையாள் அக்கரைக்கு உடன் பிறந்தான் வீட்டுக்குப் போயிருந்தாளாம். என்ன ஆயிற்றோ, ஊருக்கழைத்துப்போய், ஏதோ மருந்தைக் கொடுத்திருக்கிறாள். பச்சைக்கொடி நச்சுப்பால் பட்டுத் துவண்டாற்போல் துவண்டு, மண்ணுக்குப் போயிற்று. அந்தப் பிச்சைத்தாய், காவேரியின்மீது பழியைப் போட்டாள்.

காவேரி! நீ சத்தியமாய் ஓடிக்கொண்டிருந்தாய். உன்னையும் அசத்தியமாக்கி விட்டார்கள்.

உதயசூரியனைக் கருமேகம் விழுங்கிவிட்டாற்போல் பேபியின் சமாசாரம் அவர்களுடைய கணநேரங்களின் ஆழமற்ற

மலர்ச்சியையே கொண்டுபோய்விட்டது.

ருக்கு சந்தேகப்பட்டாற்போல், அவள் தன்னுடைய இரு காதணிகளையும் கொண்டுபோயிருக்கிறாள். புதிய திருகாணி பற்றி அவளுக்குத் தெரியும்படி வைத்திருக்கவில்லை. எனவே, அவள் அதை எடுக்கவில்லை. "பேபியைக் காணவில்லை. அங்கே வந்திருக்கும் செய்தியறிந்தால், உடனே தந்தி கொடுக்கவும்." என்று கடிதாசி எழுதிப் போட்டாளே. அதற்கும் பதில் ஒன்றும் வரவில்லை.

சக்குவுக்கு முள்முள்ளாகப் பிடுங்குகிறது நினைவுகள்..

இவளுக்கென்ன கூச்சமும், கௌரவமும்? அன்றே மாணிக்கம்பிள்ளை வீட்டுக்குப்போய் கேட்டிருக்கமாட்டாளோ? தெரிந்து, அறிந்து, ஆழக்குளத்தருகே குழந்தையை விளையாட விட்ட முட்டாள்தனத்தைச் செய்தாளே...!

இந்தக் குடும்பம் கரையேற, எத்தனை சோதனைகளைத் தாங்க வேண்டியிருந்தது? இன்று எவரேனும், எவரையேனும் அப்படி ஒரு வசைச் சொல்லை உச்சரித்தாலே எண்சாணும் ஒரு சாணுக்கு குறுகிப் போகிறதே..

வெகுநாட்களுக்கு சக்குவுக்கு அம்மாவைப் பற்றியும், பரம்பரை பற்றியும் ஒன்றும் தெரியாது. அம்மா அந்த காலத்தில் 'கருகமணித்தாலி' போட்டுக் கொண்டிருப்பாள். சக்கு, சிறுமியாகத் தம்பியைக் கையில் பிடித்துக் கொண்டு, அந்தக் கூரை வீடுகளுக்குள்தான் சிநேகமாக இருந்து அறிந்திருந்தாள். ராயர் மாமா பகடாவும், அல்வா போட்டால் அல்வாவும் கொண்டுவந்து கொடுப்பார். ராயர் மாமி, வரலட்சுமி விரதம் செய்வாள். அம்மா 'பாக்யாதலக்ஷ்மி பாரம்மா!' என்று பாடியதும், ஆரத்தி எடுத்ததும் விசேஷமாகப்பட்டதில்லை. ராயர்மாமிதான் கொலுவும் வைப்பாள்.

அம்மாதான் சன்னக்குரலில் எவ்வளவு நன்றாகப் பாடுவாள்?

அப்பாவுக்கு இரவெல்லாம் இருமத் தொடங்கும். கல்பானையில் தூதுவளை கொண்டுவந்து, கசாயம் போட்டுக்கொடுப்பாள்.

"மதுராம்பா, சேதுவார பாடேன்... தூங்கிடுவேன்!" என்பார். அம்மா

பாடுவாள். பாட்டு எப்போது முடியும் என்று தெரியாமல், இவளே தூங்கி விடுவாள். இவள் பள்ளிக்கூடம் போய்ப் படிக்கத் தொடங்கிய நாட்களில், அப்பாவின் இருமலும், கபமும் அதிகமாகிவிட்டன. லோக்கல் பண்டாஸ்பத்திரியில் போய்,

குண்டு டாக்டரிடம், "அப்பா ரொம்ப இருமறா மாமா. நல்ல மருந்தா குடுங்கோ!" என்று சொல்வாள்.

"இருமறாளா? யாரு, சாமி வாத்தியார் பொண்ணா நீ? நல்ல மருந்தாக் குடுக்கறதுக்கு என்ன தருவே?" என்றார்.

வீட்டில் வந்து அம்மாவிடம் சொன்னாள்.

"நீ போக வேண்டாம். ராமுவிடம் சீட்டைக் குடுத்து அனுப்பறேன்" என்றாள்.

அந்த டாக்டருக்கு வீட்டில் மாமி என்று யாரும் கிடையாது. ராயர் மாமா கடையிலிருந்து இட்டிலி, சாம்பார், சட்டினி எல்லாம் போகும். கந்தசாமியின் அம்மா, சமைத்துவைக்கப் போவாள். ஒருவேளை, 'வீட்டிலிருந்து சாதம் குழம்பு கொண்டுவந்து தருகிறாயா' என்று கேட்டாரோ?' என்று அப்போது அவள் நினைத்தாள். அம்மா, ஏன் தன்னைப் போகவேண்டாம் என்று சொன்னாள் என்று தெரியவில்லை.

பிறகு, என்ஜினியர் ஒருவர் மாற்றலாகி வந்தார். அவர் பெண் குஞ்சு, அந்தக் கிறிஸ்தவப் பள்ளியில் இவளுடன் படிக்கச் சேர்ந்தாள். அவர்கள் வீடு, தெருவின் நடுவே மிகப்பெரிய மச்சுவீடு. இரண்டுகட்டு வீடு. வாசலில் லாஸ்தர்களும், பியூனுமாக இருப்பார்கள். சிறு பேபி ஆஸ்டின் கார் வேறு இருந்தது. குஞ்சுவின் அப்பா, வழுக்கை மின்ன, செவசெவ என்று வாசல் சாய்வு நாற்காலியில் ராஜாவைப்போல் சாய்ந்திருப்பார். குஞ்சுவின் அம்மா, வயிரங்கள் டாலடிக்க, காலிறங்கிய பட்டுச்சேலையணிந்து, ஊஞ்சலில் அமர்ந்திருப்பாள். சக்கு, கூசி கூசிக்கொண்டு அங்கே செல்லக்காரணம், அவர்கள் வீட்டு கிராமஃபோன்தான்.

அந்த மாமி வயிரங்கள் மின்ன, குடைவிரித்த அந்த அதிசயப்பெட்டியை முன்னால் வைத்துக்கொண்டு, 'கீ' கொடுத்து, 'பிளேட்' போடுவாள். 'பித்தந்தெளிய மருந்தொன்றிருக்குது... சிதம்பரம் போகாமலிருப்பேனோ... மதிச்சயத்தில குடியிருக்கிறது...' என்றெல்லாம் பாட்டுக்களைக் கேட்கையில் சக்குவுக்கு அதிசயமாக இருக்கும்.

அவர்கள் வீட்டில், 'பிளேட்' போடுகிறார்கள் என்று, தினமும் இவள் போகத் தொடங்கியதும், ஒருநாள் இவள் காதுபட அந்த மாமி, குஞ்சுவைத் திட்டினாள்.

"எதுக்குடீ தினமும் அவளை வரச்சொல்ற? சாதிகெட்ட சாதி! வாத்தியானே என்னமோ சாதியாம். நாப்பது வயசுக்கு

எங்கேந்தோ இழுத்துண்டு வந்து, குடுத்தனம் பண்றானாம்! இங்கே கண்டவர்ளையும் வரச்சொல்லாதே குஞ்சு!"

இவளுக்குச் சுருக்கென்றது, "நாங்க ஒண்ணும் சாதி கெட்டவா இல்லை மாமி! நாங்களும் பிராமணாதான்!"

"பிராமணாதான் எல்லாரும். இப்ப என்ன அதுக்கு? பிளேட் வைக்க ஊசி தீந்து போச்சு. கோட்டைக்குப் போனாத்தான் ஊசி!" என்றாள்.

சக்குவின் மென்மையான உணர்வுகளில் ஊசியால் குத்தி விட்டார்கள். வீட்டுக்கு வந்ததும், அவள் விம்மி விம்மி அழுதாள்.

"நம்மாத்தில ஒரு கிராமஃபோன் வாங்கி வைக்கணும் அப்பா..!" என்று அப்பா மடியில் தலை வைத்துக்கொண்டு விசும்பினாள்.

அப்பா அவள் தலையை மென்மையாக வருடியவராக, கிராமஃபோன் எதுக்கு? உங்கம்மாவை விட அது நன்னாப் பாடுமா?" என்றார்.

"போப்பா, நம்மாத்திலும் கிராம ஃபோன் வாங்கணும்."

"வாங்கினாப் போச்சு. அழாதேடி குழந்தை. முப்பது ரூபாய்தானே?" என்று அம்மா சமாதானம் செய்தாள்.

முப்பது அணாவைக் கூடச் சேர்க்க முடியாமல், அப்பாவுக்கு சீக்கு அதிகமாயிற்று. நாட்டு வைத்தியர் ஒருவரிடம் காட்டி, வில்வாதி லேகியம் செய்முறை அறிந்து, அம்மாவே அடுப்படியில் சட்டியில் வில்வக்காய் ஓடுகளைப் போட்டுக் காய்ச்சி, லேகியம் செய்து கொடுத்தாள். இடைச்சிரங்காயி முட்டைரசம் கொண்டுவந்து கொடுப்பாள். தவிட்டை வறுத்து செங்கல்லைக் காய்ச்சி ஒத்தடம் போடுவாள். சக்குவுக்கு அப்பா சிரமப்படுவதையும், அம்மா வாய்திறவாமல் அவருக்கு எல்லாம் செய்வதையும் பார்க்கையில் அழுகையாக வரும்.

வெந்நீரைக் கூஜாவில் விட்டு எடுத்துக்கொண்டு, மெள்ள மெள்ளப் பனி நாட்களானாலும் பள்ளிக்கூடம் போவார். அதிகமாக வெயிலடித்தாலும் அவருக்கு ஒத்துக்கொள்ளாது. ஆனால், அந்த இருமலில்லாத நாட்களிலோ, அவர்கள் மிகச் சந்தோஷமாக இருந்தார்கள். தம்பி, அப்பா பள்ளிக்கூடத்தில் தான் அரிச்சுவடி படித்தான். "நான் கொண்டு வாரேம்பா!" என்று கூஜாவை எடுத்துக்கொண்டு, சிலேட்டையும் தூக்கிக்கொண்டு, சாயவேட்டியும், சட்டையுமாக அவன் புள்ளிபோல் நடந்து செல்வது, இன்னமும் சக்குவுகது மறக்கக் கூடியதாக இல்லை.

அவளுடைய அம்மா மட்டுமில்லை, அந்தக்கூரைவீட்டுக்காரர்கள்

யாருமே கோவில், சுவாமி என்று தினமும் சென்றவர்களில்லை. வாசலில் சாமி வரும். தேங்காய் உடைத்துக், கற்பூரம் காட்டி, குருக்கள் தருவதை, அப்பா வாங்கி வருவார். அம்மா திண்ணையை விட்டிறங்காமல் ஒத்திக்கொள்வாள்.

கல்யாணம், மற்றும் சீமந்தம் வளைகாப்பு என்று அந்தப் பெரியதெருவில் யார் வீட்டில் என்ன விசேடமானாலும் மேளம் கொட்டிக்கொண்டு கூப்பிட வருவார்கள். அம்மா மட்டுமில்லை, மற்ற பெண்கள் யாரும் சென்றதாகச் சக்குவுக்கு நினைவில்லை. ஆனால் சக்குவும், தம்பியும், மற்ற குழந்தைகளுடன் பந்தலில் சென்றமர்ந்து சாப்பிட்டுவிட்டு வருவார்கள்.

அப்போது ஒருதரம் சங்கராச்சாரிய சுவாமிகள் வந்தார். மடத்தில் இறங்கப் போகிறார், தெருக்காரர் எல்லோரும் பாதபூஜை, பிட்சை செய்யப் போகிறார்கள் என்று வீட்டுக்கு வீடு பணம் வசூலித்தார்கள். வக்கீல் குமாஸ்தா வெங்கு, வீட்டுக்கு வீடு வந்தான். அப்பா எட்டணா கொடுத்தார்.

"சுவாமிகள் நடந்து இப்படித் தெருவில்தான் வரார். வீட்டுக்கு வீடு பூரணகும்பம் கொடுக்கணும்." என்று சொல்லிப்போனான்.

"அப்படீன்னா என்னப்பா?" என்று கூட சக்கு கேட்டாள்.

அந்தக் காலையில் அம்மாவும், அப்பாவும் விடியுமுன் ஸ்மசானத்துறைக்குப் போய்க் குளித்துவிட்டு வந்துவிட்டார்கள். பொழுது விடியுமுன் அவளையும் தம்பியையும் எழுப்பி, வாய்க்காலில் குளித்துவிட்டு வரச் சொன்னார்கள். அம்மா மடிப்புடவை உடுத்துக்கொண்டு, திண்ணை ஓரம் வழக்கம்போல் நின்றாள். அப்பா, தேய்த்துப் பளபளப்பான செம்பில் பூரணகும்பம் வைத்துக்கொண்டு, வாசலில் பஞ்சகச்ச மடிவேட்டியுடன் பட்டை பட்டையான விபூதியுமாக நின்றார்.

அம்மா, அய்யர் புடவையோ, அய்யங்கார்கட்டோ உடுத்தியதில்லை. ராயர் மாமி போல் வெளிக்கச்சமும் கிடையாது. சாதாரணமான மாம்பழக் கட்டுத்தான் உடுத்தியிருப்பாள். இப்போதுபோல் உள்பாவாடையெல்லாம் ஏது? பட்டையான கொசுவங்களைத் திரட்டி உள்மடிப்பில் வைத்து உருட்டி மாம்பழம்போல் அடக்கிவிடுவாள். இது சக்குவுக்கு அந்த நாட்களில் பார்க்கவே வியப்பாக இருக்கும். தோளைத் திறந்த நாளே கிடையாது. அழகாகத் தலைப்பு மடிவிட்டு உடுத்துக்கொண்டு, அம்மா அன்று தூண்மறைவில் நின்றாள். அம்மாவுக்கு எப்போதும் இரண்டே புடவைகள் தாம் உண்டு. மூன்றாவது பழையதாக இருக்கும். மூட்டைக் காரன் கொண்டு

வருவான். சுங்கடி அல்லது கீற்றுப் போட்ட புடவை... ஒன்றரை, இரண்டு, அல்லது மூன்று ரூபாயிருக்கும்.

சுவாமிகள் தெருவோடு மடத்துக்குப் போனதும் அங்கே பாதபூஜை பிட்சை ஏற்பாடாகி இருந்தது. அனைவரும் அங்கு போகவேண்டும், சுவாமிகளிடம் தீர்த்தம், ஆசீர்வாதம் பெறவேண்டும் என்று வெங்கு ஊர்ப்பெரியவர்களான மேலிடத்தில் விதித்த சட்டம் என்று அறிவுறுத்திவிட்டுப் போயிருந்தான்.

அம்மா, ராயர் மாமி செல்வதால் உடன் செல்வதாக இருந்தாள். அன்று ஓட்டல் அடைப்பு. இவர்கள் கதவைப் பூட்டும் சமயம் வெங்கு விரைக்க விரைக்க வந்தான்.

"ஏங்காணும்! முன்னமே சொல்லிட்டுப் போனேனில்லையா? ஏடாகூடமா ஒண்ணும் நடக்கக்கூடாதுன்னு... மூளையிருக்கா? வக்கீல் சார் கேக்கிறார். ஏண்டா சொல்லல? சாமிநாதன் அகமுடையாள் மாம்பழக்கட்டும் தானுமா நிக்கிறா, அநாசாரங்கறார். இப்ப பாவமாயிட்டது. சுவாமிகள் பிச்சை எடுக்காமல் மூணுநாள் நிராஹாரமாக இருக்கறதுன்னா பாவம் ஆரைச் சேரும்? உம்மைச் சொல்லிக் குத்தமில்ல! தெருவில விட்டு வச்சது தப்பு!"

வெடித்துவிட்டுப் போய் விட்டான். அம்மாவின் சாதி மேலுள்ள சந்தேகம் வெகுநாட்களாக இவர்கள் எண்ணங்களில் கனிந்து, இப்படி ஒரு சமயம் வந்ததும் படீரென்று வெடித்துவிட்டது. அப்பா அப்படியே திண்ணையில் உட்கார்ந்து அன்று இருமினார். அம்மா பூட்டிய கதவைத் திறந்து விட்டு அவரை ஆசுவாசம் செய்தாள். அன்று ராயர் மாமியும், மாமாவும் யாருமே மடத்துக்குப் போகவில்லை.

இந்த அவமானத்துக்குப் பிறகு, சக்கு காவேரிக்குப் போனாலே எல்லாரும் ஒருமாதிரியாகப் பார்ப்பார்கள். படித்துறையைக் குத்தகைக்கு எடுத்திருக்கும் சில வெள்ளை முட்டாக்குகள் அவளைக் கண்டாலே, "போடி எட்ட... சாதிகெட்டதுகளுக்கெல்லாம் போது விடியறச்ச என்ன காவேரி?" என்று வெடிக்கும்.

இந்த சம்பவத்துக்குப் பிறகு, அவளும் வாய்க்காலில்தான் குளிப்பாள்.

அப்பா இருமி இருமி, எலும்புக்கூடாகி, ஒருநாள் அதிகாலையில் அடங்கிவிட்டார்.

அம்மா என்ன செய்வாள்?

சக்குவுக்குப் பன்னிரெண்டு வயது. தம்பி பத்து வயசு. பெரியவளாகும் வயசில், கல்யாணம் பண்ணாமல், சாதி தெரியாமல் பெண்ணை வைத்துக் கொண்டு அங்கே எப்படிக் குடும்பம் செய்வாள்?

புதுக்கோட்டை இரத்தின மாமா அப்போது காலமாயிருந்தார். அப்பா, அவர் மறைவுச்செய்தி கேட்டு போய் வந்தார். மற்றபடி இவர்களுக்கு யார் உறவினர் உண்டு? நெருக்கமான ராயரும், அவர் மனைவியும் அம்மாவைத் தேற்றினார்கள்.

"மதுராம்பா! இப்ப என்ன குடி முழுகிப் போச்சு? ஒண்ணா இருந்துடலாம். ஏதோ உழைக்கிறோம், சாப்பிடுகிறோம்..." என்றாள் மாமி.

ஆனால், அம்மாவுக்கு அந்த ஊரில் பிறகு இருக்கப்பிடிக்கவில்லை.

பொன்னையா மாமன், அம்மாவின் பாட்டியின் தங்கை வழி மாமன். அப்போது சென்னையில் இருந்தார். அவருடைய மூத்த மகள் பிரபலமான நாட்டியக்காரியாக இருந்தாள். யாரோ செல்வந்தரின் சம்பந்தம், புகழ் எல்லாம் இருந்தன. ஆனால் விலாசம் தெரியாது. மீண்டும் அந்தச் சேற்றில் போய் உழலுவதா?

எனவே ஊருக்கு, மங்களாம்பாள் விலாசத்துக்குத்தான் ஒரு கடிதம் எழுதிப் போட்டாள். இந்த மாதிரி இரண்டு குழந்தைகளுடன் நிற்பதாகவும், அந்த நிழலில் வந்து தங்க முடியுமா என்று கேட்டும் சுருக்கமாக அம்மாவே எழுதினாள்.

ஒரு மாசம் ஒரு பதிலும் வரவில்லை. பொன்னையா மாமன் திடுமென்று புறப்பட்டு, விசாரித்துக்கொண்டு வந்தார்.

கோடைக்காலம். காவேரியில் மணல் நிறைந்து விளையாட நன்றாக இருக்கும். ஆனால், 'நீ காவேரிக்குப் போக வேண்டாம்' என்று அம்மா சொன்னதற்காக சக்கு மனம் நொந்து உட்கார்ந்திருக்கையில், ஒற்றைமாட்டு வண்டியில் அவர் இறங்கி வந்தார்.

சில்க்சட்டை, தங்கப்பித்தான், மோதிரங்கள், கடுக்கன்..

அவர் திண்ணையில் உட்கார்ந்தார்.

அம்மா அதிகமாகப் பேசாமல், ''இப்படி நிர்க்கதியா விட்டுட்டுப் போயிட்டார். உனக்கு ஊரில மங்களாம்பா சொன்னாளா?" என்றுதான் கேட்டாள்.

"ஆமாம். நான் ஏன் வந்தேன் தெரியுமா?"

"சொல்லு."

"பேசாம என்னோட மதறாஸ் புறப்பட்டு வா. இப்பல்லாம் சினிமால நல்ல புகழ், எதிர்காலம் எல்லாம் இருக்கு. உன் வித்தையை இப்படிக் கூரைக் குச்சில வந்து பாழடிச்சிட்டியே? இந்தப் பொண்ணுக்கு எதானும் சொல்லி வச்சிருக்கியா?'' என்றார்.

"அண்ணா, நான் இப்படியே பட்டினி கிடந்து செத்தாலும் சாவேன். மறுபடியும் அந்தச் சகதிக்கு வரச் சொல்றியா?"

"என்ன அசட்டுத்தனம் இது? இப்ப கண்டவங்களும் சீர்திருத்தம் அது இதுன்னு பேசிட்டுத்திரியறாங்க! ஆண்டவனாகப் பாத்து நமக்கு விதிச்சதை மறுத்தால், என்ன நடக்கும் தெரியுமா? நீ என்ன சாயுச்சியத்தக் கண்ட இப்ப? எந்தப் பக்கிரியோ, கஞ்சா மயக்கத்தில என்னனெவோ உளறினான்னு பொட்டறுத்துப் போட்டுட்டு, இந்த சீக்குக்காரப் பாப்பானக் கட்டினியே, என்ன ஆச்சு? உனக்குத் தெரியுமா? ராஜாத்தி, இப்ப கௌம்பியிருக்கிற சீர்திருத்தக்காரங்கட்சில சேந்துட்டுக், கலியாணந்தாம் பண்ணிப்பேன்னா; பொட்டு வாணான்னா. மூத்த பொண்ணு வுடலாமா? வுட்டா.... கலியாணம் பண்ணி, மறுவருசம் தலைப்பிரசவத்தில செத்துப்போச்சி..."

அம்மா அசையவில்லை.

"நீபேசாம புறப்பட்டுவா. பாப்பா பெரிய வீட்டிலதா இருக்கு. இந்தப் பொண்ணுக்குப் பாட்டு, டான்சு பழக்கலாம். நீயும் கச்சேரி பண்ணலாம். ரொம்ப வயசானாப்பில கூடத் தெரியல பட்டணத்தில..."

"ச்சீ!" அம்மா நெருப்புக் கக்குவதுபோல் கத்தினாள்.

"துப்பின எச்சில முழுங்கச் சொல்ற! ச்சீ! நீ போயிடு! நான் ரெண்டு பிள்ளைகளுடன் பிழைப்பேன். மானமாப் பிழைப்பேன். உன் முன்னாடி, நீங்க சொல்ற ஈசுவர சங்கல்பம் பொய்யினு உடைப்பேன். என் மனசு பரிசுத்தமாயிருந்ததுன்னா, நான் கேட்ட சொல்தான் தெய்வ சங்கல்பம் என்பதை மெய்யாக்கிக் காட்டுவேன்!"

சக்குவே அந்தக்குரலில் அதிர்ந்து, பயந்து போனாள்.

அந்த மாமன் வாங்கிவந்த அல்வாப் பொட்டலத்தை அப்படியே தூக்கி எறிந்தாள். அம்மா..! இவள் அம்மா..! இவள் நிரூபித்துக் காட்டிக் கொண்டிருக்கிறாள்.

இவள் வாக்கு, மனம், எல்லாம் உண்மை. அதனால்

மங்களாம்பாள் புறப்பட்டு வரச்சொன்னாள். வீணையைத் தூசி துடைத்தாள். ஓர் அப்பழுக்கு ஒட்டாமல், இந்த ஊரில் தலைமுறைகளைக் கண்டிருக்கிறாள்.

இப்போது... இந்தப்பெண் என்ன பெயரைக் கொண்டுவரப் போகிறாள் என்று தெரியவில்லையே..!

இரவில் அந்த அம்மாவும் புரண்டு புரண்டு படுக்கிறாள். விசிறிக்கட்டையின் ஒலி கேட்கிறது.

இந்தப் பொண்ணு சிநேகிதப் பொண்ணுகளைக் கூட்டிண்டு வரேன்னு

எழுதியிருக்காளே, என்னிக்குன்னு எழுதிருக்கா?"

"தெரியலியேம்மா?"

"என்னமோ அதிசயமா எழுதிருக்கு. ஒருநா தங்கினா படுக்கக்கூட நல்ல எடமில்ல. குருசாமியாத்தில எல்லாச் சவுரியமும் இருக்கு. இப்ப சாரதாவும் அவனுந்தானே இருப்பா? ஆமாம்... காலம வேலாயி வரட்டும், கேட்டுண்டு வரச் சொல்றேன். இங்க அதுங்களுக்கு கக்குசு கூட சரியில்லை. இந்த ஃபேன் சத்தம் போடுதுன்னு ஆறுமுகம் ரிப்பேர் பண்ணித் தாரேன்னு தூக்கிட்டுப் போய் மூணுமாசமாச்சி. என்னப் பாத்தா பேசாம போறான்..."

"காகிதத்தில என்னிக்குன்னு எழுதிருக்கான்னு பாத்துக்க முதல்ல.."

"எப்ப வருமோ? வீட்டில காபிப்பொடி, சர்க்கரை, எண்ணெய் சாமானமெல்லாம் தட்டில்லாம வாங்கி வச்சுக்கணும். சமயத்துக்கு இந்தக் கடங்காரி கூட இல்ல. இப்படிப் பண்ணிட்டாளே? குருசாமி வீட்டில் அடித்த அலைதான், இவளை டான்சு, டான்சு என்று பித்துப்பிடிக்க வைத்தது. எவளோ, பிரதிபாதேவியாம்... சும்மா சொல்லிக்கொடுக்கிறாளாம்! சும்மா சொல்லிக் கொடுப்பாளா? சொன்னால் புரிந்துகொள்ளமாட்டாளா? தலைவிதியா?"

சக்கு எப்போது தூங்கினாள் என்று தெரியவில்லை.

காலையில் குஞ்சிதத்தின் குரலில்தான் கண் விழிக்கிறாள். அவன் இந்தக் குறட்டில் கையில் காபியுடன் உட்கார்ந்திருக்கிறான். ருக்கு, காபி கொடுத்திருக்க மாட்டாள். வீட்டிலிருந்தே காபியுடன் வந்திருக்கிறான்.

"நீங்க கவலைப்படாதீங்க நான் இன்னிக்கு மட்றாஸ் போறேன்.

அவளை எங்கே இருந்தாலும், காதைப்புடிச்சி இழுத்துட்டு வரேன்! இந்த சினிமா, கண்ட பத்திரிகைகள், போஸ்டர் இதெல்லாம்தான் இன்னிக்கு இவளைப் போல பெண்ணுங்களைப் புடிச்சு ஆட்டறது. நான் அப்பவே சொன்னேன். பேசாம, ஓராயிரம் டொனேஷன் குடுத்திருந்தா போனவருஷமே ப்ளஸ்டூல சேர்த்து ஒருவருஷம் முடிஞ்சிருக்கும். மெத்தனமா இருந்துட்டீங்க. துறுதுறுப்பா இருக்கிறவங்களைச் சும்மா இருக்கச் சொன்னா, அது சாத்தான் பட்டறையாய்ப் போறது..''

''உனக்கு நான் என்னதான் செய்யப்போறனோ? எம் பெத்தபுள்ள பொறுப்பத்துப் போனான்.''

"இதெல்லாம் என்ன புதிசு....!"

காபியைக் குடித்துக்கொண்டே குஞ்சிதம் எழுந்து செல்கிறான்.

▲▲▲

10

குஞ்சிதம் பட்டணம் புறப்பட்டுச்சென்று ஒருவாரமாகி விட்டது. பேபியைப் பற்றி துப்பு எதேனும் கிடைத்ததாகக் கடிதம் அல்லது செய்தி எதுவும் வரவில்லை.

முள்ளின் கூர்மை அமிழ்ந்து பாசி பிடித்தாற் போல் மழுங்கிப் போனாலும், அது இருக்கும் உணர்வு, வீட்டின் இலக்கங்களில் ஒரு கனத்தைதான் கூட்டியிருக்கிறது. நாலைந்து நாட்களாகப் பையனைக் கவனிக்கவில்லை. அவனுக்கு மாத்திரைகள் வாங்கவில்லை. மறுபடியும் அன்றிரவு உடல் காய்கிறது.

முருங்கைக்கீரையும், குழம்புமாக வற்புறுத்திப் பகலில் சோறிட்டிருந்தாள். அதை அப்படியே வாந்தி எடுக்கிறான்.

“வயித்தில ஒண்ணில்ல. நாளக்கித்தா டாக்டரிட்ட கூட்டிண்டுப் போகணும். கொஞ்சம் ஆர்லிக்ஸ் குடிக்கிறயா கண்ணு?”

"எனக்கு ஜூஸு வோணும். ஆரஞ்சி ஜூஸ்... டாக்டர் நிதம் குடிக்கச் சொன்னாரே!"

திடீரென்று இரவு எட்டுமணிக்கு ஆரஞ்சி ஜூஸு கேட்கிறானே? அவள் எங்கே போவாள்? முன்னதாக இப்படி ஒரு எண்ணமே இல்லை. சம்புவிடம் சொல்லி அனுப்பியிருந்தால் வாங்கி வந்திருப்பாள்.

"நாளக்கிக் காலம வாங்கிண்டு வரச் சொல்றேண்டா. இப்ப எங்கன்னு போக?" இரவு நேரத்தில் கேட்கிறானே என்று ஓர் ஆதங்கம் வேறு.

“ருக்கு, நீ கொஞ்சம் பாத்துக்கோ, பஸ் ஸ்டாண்டுக் கடை எதிலானும் இருக்கான்னு பார்த்து ஒரு பழம் வாங்கிண்டு வரேன்...!"

எட்டணாவும் நாலணாவுமாகத் தேடி எடுத்துக்கொண்டு விடுவிடென்று குறுக்குச்சந்தில் நுழைந்து போகிறாள். மனிதர் முகம் தெரியாத இருட்டு, பெரியவீதியில் போட்ட குழல் விளக்குகள் பாதி அணைந்து கிடக்கின்றன. தனியாக மாணிக்கம்பிள்ளையின் வீடு. ஒரே விளக்கொளி... வாசலில் பளபளவென்று கார் நிற்கிறது. கோலாகலமாக இருப்பது போல் யார் யாரோ வாசல்வழி, சன்னல்வழி மாடியில் தெரிகிறார்கள். மனசுக்குள் ஒரு தவிப்பு. இந்தப்பெண் இருப்பாளோ? குருசாமி

வீட்டில் ஒட்டிக் கொண்டாற்போல் ஒட்டிக் கொண்டாளோ?

வாசற்படியில் கால் தயங்குகிறது. வீட்டுத்தோட்டம் குரோட்டன்சுச் செடிகளும், கொடிகளுமாக பசுமை இருண்டிருப்பதால், அவர்கள் வீட்டு வெளிச்சம் அவர்கள் வட்டத்துக்கப்பால் விசிறியடிக்கவில்லை. ஸரோஜா ஒருத்தியைத்தான் அவள் கண்டால், கேட்க முடியும். இடையில் நல்ல புடவை கூட இல்லை. வாராத தலை. காது மூக்கில் ஒன்றும் கிடையாது... எப்படி காரைத்தாண்டிப் பஞ்சையாகப்போய் முகத்தைக் காட்டுவாள்?

வந்திருந்தால் வீட்டுக்கு வந்துவிடுவாள் அவளே...

விரைந்து, கடைப்பக்கம் செல்கிறாள். பெட்ரோமாக்ஸ் விளக்கொளியில் திராட்சை, ஆப்பிள், ஆரஞ்சு அடுக்குகள்...

"ஏப்பா, அந்த ஆரஞ்சு, சாத்துக்குடிப்பழம் என்ன விலை?"

"ஒண்ணு ஒரு ரூபா!"

அநியாய விலை சொல்கிறான். அதுவும் அலட்சியம்...

"ஒண்ணு எடுத்துக் குடு...!"

அவன் கொடுப்பது தோல் காய்ந்து சுருங்கி இருக்கிறது.

"இதுல சாறு இருக்குமோ என்னவோ? இதுவா ஒரு ரூபா?"

"இப்ப ஏதும்மா சீஸன்? பழமே கிடையாது. வேணுன்னா வாங்கிட்டுப் போங்க. எவ்வளவு வேணும்? அரைடஜனா?"

"ஒரு பழம் போதும்."

"ஒண்ணுதானா? சரி எடுத்திட்டுப் போங்க.."

"வேற குடு..."

"என்னம்மா நீங்க!"

அவன் அலுத்துக்கொண்டு சிறியதாக ஒரு பழத்தை எடுத்துக் கொடுக்கிறான்.

"இது சின்னதா இருக்கே? பத்துபைசா குறச்சிக்கோ!"

ஒருவழியாகத் தொண்ணூறு பைசாவுக்குப் பேரம் பேசி வீட்டுக்குத் திரும்பி வருமுன் பேபி வீட்டுக்கு வந்திருப்பாளோ என்ற சபலம் அடித்துக்கொள்கிறது.

வீட்டில் மஞ்சளாய் பல்ப் அழுது வழிய, ருக்கு அசுத்தமான தரையைத் துடைத்துவிட்டு, சிறிது ஃபினைல் தெளித்திருக்கிறாள். அந்த நெடிதான் மூக்கைத் துளைக்கிறது.

ஒருக்கால், காலையில் வருவாளாக இருக்கும் என்று நம்பிக்கையை வைத்துக்கொண்டு படுக்கிறாள். காலையில் கழுநீர்க்கார வேலாயி, சாணி கொண்டுவந்து கொல்லையில் போட்டுச் செல்கையில், "ஆருவரப் போறாங்கம்மா!" என்று கேட்கிறாள்.

குருசாமி வீட்டுக்குச் சொல்லி அனுப்பியது பிறகுதான் நினைவுக்கு வருகிறது.

"பொறந்தவன் மக டீ, ரெண்டு சிநேகிதப் பொண்ணுகளைக் கூட்டிட்டு வராப் போல... அவங்கல்லாம் வகையா-வரிசையா இருக்கிறவங்க. டவுனில புழங்கினவங்க. அதான் சொல்லி அனுப்பிச்சேன். ராவில படுக்கக், கொள்ள இருந்திட்டா, பகல்ல இங்க இருந்துக்குமே?"

"அதான்... கேட்டாரு. ஏம்மா, பேபி எங்க? ஊருக்குப் போயிருக்கா?"

"ஆமாண்டி, ஊருல எல்லாரும் கேக்கறாங்க. அவப்பா அங்க காலேஜில சேர்க்கிறேன்னு காகிதம் போட்டான். இவ போறேன்னு குதிச்சா. தனியா அனுப்பமாட்டேன்னே, மாணிக்கம்பிள்ளை வூட்ல போறாங்க, துணைன்னு போனா... போயிச்சேந்து, ஒரு காயிதம் எழுதல. அவுங்கல்லாம் கூட வந்துட்டாங்க." என்று சொல்லிக்கொள்கிறாள்.

"அது ரொம்ப வெளயாட்டுப்புத்தி" என்று சொல்லிவிட்டுத், தொட்டி நீரை வழித்துக்கொண்டு போகிறாள். கறுப்பு உளுத்தம்பருப்புக் கழுவினால்தான் கழுநீர். நாலைந்து நாட்களாக அரைக்கவில்லை.

ஊர்க்காரர் கேட்கும் கேள்விகளுக்கு மென்மையாக, நம்புவது போல் பதில் சொல்ல வேண்டியிருக்கிறது.

வாசலில் தினமும் தபால்காரன் வரானா என்று பார்ப்பதே இப்போதெல்லாம் ஒரு அன்றாட நியமமாகி விட்டது. காலையில் அவள் பையைத் தூக்கிக் கொண்டு, 'அம்மா!' என்று வருவது போன்ற கற்பனையிலும் பிரமையிலும், முருகன் வாயிலெடுத்ததும், அவனுக்கு அனல் காய்ந்ததும் கூட உணர்வில் பின்தங்கிப் போகின்றன. ருக்குதான் பள்ளிக்குச் செல்லும் முன், "மாத்திரை வாங்கிட்டு வரட்டுமா, சீட்டுக் குடு..!" என்று நிற்கிறாள்.

"துட்டிருக்கா?"

"நாளக்கு குச்சிக்காசு பதினாறுரூபா போல வரும். இன்னிக்கு சம்புகிட்டத்தான் சொல்லிக் குடுப்பேன்.. மாத்திரை என்ன

வெல?"

"அவனக் கூட்டிண்டு போனா, ஆசுபத்திரில நரசம்மாவே குடுப்பா. மனசே
சரியில்ல. இவ இப்படிப் பண்ணிட்டாளே..."

"நீ ஏம்மா, அதையே நினைச்சிண்டிருக்கே? தைரியமாத்தானே போயிருக்கா? குஞ்சிதம் போயிருக்காரே, எல்லாம் நல்லபடியாப் பாத்து, சேதி கொண்டு வருவார். சேதி வராததால சுபம்னு எண்ணிக்கோ! மனசைப்போட்டு ஏன் வருத்திக்கிற?"

கயிற்றுக் கட்டில் தொய்ந்து கிடப்பதால், முருகன் கீழேதான் படுத்திருக்கிறான். ஒருவேளை, அந்தப் பெண்கள் வந்தால், இவனும் கீழே பாயும் படுக்கையுமாக இருந்தால் நன்றாக இருக்காதென்று எண்ணியவளாக, சாப்பிட்டு முடிந்ததும், சற்றுப் படுக்கத்தோன்றாமல் அந்தக் கயிற்றை அவிழ்த்து இறுக்கிக் கட்டுகிறாள். வேலை முடியுமுன் பொழுது சென்றதே தெரியவில்லை. வேலாயி பாலெடுத்துக்கொண்டு வரும்போதுதான் எட்டுகிறது.

சர்க்கரை, ஆர்லிக்ஸ் தீர்ந்துவிட்டது. காபித்தூள், துவரம்பருப்பு, நூறுகிராம் தேங்காயெண்ணெய், அரை கிலோ கடலெண்ணெய் எல்லாம் வாங்கிவந்து வைக்க வேண்டுமே..!

அம்மாவிடம் போய், இந்த வீட்டில் அவளை வந்து உட்கார்ந்திருக்கச் சொல்லி விட்டு, சக்கு எண்ணெய்க்குப்பி, வயர்பை, சிட்டை எல்லாவற்றையும் எடுத்துக்கொண்டு கடைக்கு விரைகிறாள். கிழக்கே அரண்மனை லாயங்கள், வசந்தமண்டப இடிபாடு எல்லாவற்றையும் பார்த்துக்கொண்டு, காளிகோவில் தெருவைக் கடந்து, நாடார்கடைப்பக்கம் நடக்கையில் அவள், மூன்று இளைஞர்கள் அந்நியமாக அந்தத் தெருவில் நடந்துவரக் காண்கிறாள். மூவரும் சாயம் வெளிறிய அழுக்குவண்ணச் சராயும் மேலே பனியனும்

அணிந்திருக்கின்றனர். முதுகுகளில் மலை ஏறுபவர்கள் சுமப்பதுபோல், பெரிய பெரிய பை மூட்டைகளை மாட்டிக் கொண்டிருக்கிறார்கள். ஒருவன் கறுப்பாக இருக்கிறான். கழுத்தில் சிறு வெள்ளிச்சங்கிலி தெரிகிறது. இன்னொருவன் சாயிபாபா முடி மாதிரி பம்மென்று வைத்திருக்கிறான். அடுத்த கிராப்பு, அருகில் வரும்போது வித்தியாசமாக, பெண்ணோ என்று நினைக்கும்படி இருக்கிறது. சந்தேகம் முகத்தில்தான் தெரிகிறது, உடம்பு குச்சியாக இருக்கிறது. பெண் என்பதை உறுதியாக்குபவளாக அவர்கள் மூவரும் அருகில் வருகையில், கிராப்பு ஒல்லி,

"ஆண்ட்டி, ப்ளீஸ், மதுராம்பா வூடு, எப்டிப் போவணும்?" என்று கேட்கிறது. இனிய மென்மையான குரல்.

சக்குவுக்குத் துருக்கென்று உணர்வு குத்துகிறது. "நீ... நீங்க யாரு?"

"ஷி இஸ் மை கிரான்ட் மா. அதா பாட்டி... அவங்க புள்ளயோட மவ நான். அவங்கவூடு எப்டீப் போவணும்...?"

அடிப்பாவி...! இதென்ன கோலமடீ! இவர்களையா வீட்டில் எதிர்பார்த்திருக்கிறாள்?

திகைத்தவள் சுதாரித்துக்கொள்ளச் சில நிமிடங்கள் பிடிக்கின்றன.

"எங்கேந்து வரீங்க?"

"நாங்க இப்ப திருநெல்வேலி- அங்கேயிருந்து வரோம். பஸ்ல..."

இதற்குள் பஸ்நிறுத்தத்திலிருந்து இவர்கள் சுற்றுவழியில் வருவதைப் பின்தொடர்ந்து வரும் மருதராசு, "உங்கூடுதா ஆச்சி! கூட்டிட்டுப்போங்க...!" என்று இளிக்கி றான். செந்தில் மாட்ச்வொர்க்ஸில் மருந்தரைக்கும் பயல். தனது பத்திரிகை, சினிமா அறிவின் காரணமாகச் சிரித்துக்கொண்டு, "இப்பிங்க நம்முருக்கு வாராங்க!" கருத்தும் தெரிவிக்கிறான்.

சக்கு இதை நீட்ட விரும்பாமல், "இப்படிப் போங்க. பெரியவீதி வரும். முன்னால ஓடுபோட்ட திண்ணை, அடுத்து செவுரு வச்ச ஒத்தை வாசல், ரெண்டுவீடு சேர்ந்தாற்போல இருக்கும். போங்கோ" என்று சொல்லிவிட்டுக் கடைக்கு விரைகிறாள்.

நாடார்கடையில் இந்த அந்நியர்களைப் பற்றிய பேச்சுத்தான் அப்போதைக்கு அடிபட்டுக் கொண்டிருந்திருக்க வேண்டும். பெரிய தொந்தியுடன் வேலாண்டி உட்கார்ந்திருக்கிறார். கல்லாவில், கடை நாடாரின் மூத்த மகன் பால்வண்ணன் மீசை கிருதாவும், தங்கச்சங்கிலியுமாக அமர்ந்திருக்கிறான்.

பற்றுச் சிட்டையைக் கல்லாவில் வைத்து, "காபித்தூள் கால்கிலோ, சர்க்கரை ஒரு கிலோ, கடலெண்ணெய் அரை கிலோ, தேங்காயெண்ணெய் நூறு, துவரம்பருப்பு அரை கிலோ..." என்று பட்டியலைச் சொல்கிறாள்.

பால்வண்ணன் கால்களை ஆட்டிக்கொண்டிருப்பதால், உடலும் அதை எதிரொலிக்கிறது. "வீட்டுக்கு விருந்தாளிங்க வந்திருக்காப்போல இருக்கு? லே, எண்ணத்தூக்கை எடுத்துட்டுப்போயி கடலெண்ணெய் அரைகிலோ போட்டுக்கிட்டு வா!"

"ஏம்மா, பேபி ஊரில் இல்லியா? காங்கல..?"

"மட்ராசுக்கு அவப்பன் காயிதம் எழுதிக் காலேஜில் சேரக் கூட்டிண்டுட்டான்.."

“அதா, நீங்க மாணிக்கம்பிள்ளை வீட்ல விசாரிச்சதா சந்தனம் சொன்னான். அன்னைக்கு நாலரை பஸ்ஸில் ஏறிச்சின்னு நம்ம காசி சொன்னானே அப்படீன்னு விசாரிச்சேன்..."

"அவள நா தனியா ஏத்திவிடக் கூடாதுன்னிருந்தே. மாணிக்கம்புள்ள வீட்ல போறாங்க, போறேன்னு பிடிவாதமாப் போனா. காகிதம் வர்ற வரையிலும் கவலையாயிருந்தது..."

“காயிதம் வந்திடிச்சா?”

“உம்... நல்ல பருப்பாப் போடப்பா! போனதடவை பருப்பு வேகவேயில்ல. சோடாவப்போட்டு வேகவைச்சேன்!”

"நயம் கான்பூர் பருப்புங்க! எந்தத் தண்ணிலயும் வேவும்!"

"இப்பல்லாம் ஆரு அதெல்லாம் பாக்குறாங்க! ப்ரெசர்-குக்கர் வந்திடிச்சில்ல!" என்கிறார் வேலாண்டி.

இவள் சாமான்களை எடுத்துக்கொண்டு விரைந்து வருகிறாள்.

இவர்கள், தங்கள் வீட்டில் ஓரிரவுக்கு மேல் தங்க மாட்டார்கள் என்று கற்பித்துக்கொள்கிறாள். இவர்களைக் குருசாமி வீட்டுக்கு அனுப்பும் எண்ணம் வேரோடு மாய்ந்து விடுகிறது.

ரேழியில், இவர்களுடைய கனத்த முரட்டுக்காலணிகள் வரிசையாகக் கழற்றி வைக்கப்பட்டிருக்கின்றன. சுமைகள், ரேழித்திண்ணையில்...

மற்ற இருவரும் முற்றத்தில் நிற்க, ரேகா, பாட்டியின் மடியில் உட்காராத குறையாகப் பாட்டியைத் தழுவிக்கொண்டு நெருங்கி உட்கார்ந்திருக்கிறாள்.

இவள் பிறக்கும்போது என்ன வண்ணம், இயல்பு என்று தெரியாதபடி மேனி கருத்திருக்கிறது. தலையை, இப்படியா மாரியம்மன் கோயிலில் மொட்டை போட்டுக் கொண்டவளைப்போல் ஒட்ட வெட்டிக்கொள்வாள்? முருகன், ‘முடியில் பேன் வந்து தொலைகிறது.. காய்ச்சல், கடுப்பு, சிறிது ஒட்ட வெட்டிக்கொள்’ என்றால் குதிப்பான். வயசுப்பெண், இருபத்துநாலு, அல்லது அஞ்சுக்கு இருக்கும். கிள்ளி எடுக்கச் சதை இல்லை; ஒருகுன்றிமணி தங்கமில்லை; வெள்ளியில்லை. அந்தப் புள்ளையாண்டானேனும் ஒரு வெள்ளிச் சங்கிலி போட்டிருக்கிறான்..!

அவள் சாமான்களை வைத்துவிட்டு வருகையில், அந்த இரண்டு பையன்களும் 'நமஸ்தே' என்று கரங்கூப்புகின்றனர்.

"ஹாய் ஆன்ட்டி!" நீங்கதா ஆன்ட்டின்னு இப்பதா தெரியுது..."

ஒரு இனிமையான சிரிப்பு, கூரிய மூக்கு, நீண்டகண்கள். இப்போது பார்த்தால், இவள் பாட்டியின் ஜாடையாகவே இருக்கிறாள். நிறம்தானில்லை. அருகில் வந்து அணைத்துக்கொண்டு, பப்பர்மிட் வாசம் தெரிய கன்னத்தில் முத்தம் கொடுக்கிறது. "வெரி ஸ்வீட் ஆன்ட்டி... என் லட்டர் கிடைச்சிச்சின்னு பாட்டி சொல்லிச்சு. ஆன்ட்டி, நா இவளவில உன்னைப் பாத்திச்சு. இப்ப, அடையாளமே தெரில..."

சக்குவுக்கு என்ன சொல்வது என்று புரியவில்லை.

"மீட் திலீப் ஆன்ட்டி... இது, மிக்கேல்... என் பிரண்ட்ஸ்..." மற்ற இரண்டு பேரும் இங்கிலீஷில் மென்மையாக ஏதோ பேசுகின்றனர்.

பாட்டிதான் மகளின் சங்கடத்தையும் சரளமாக்குகிறாள்.

"உங்கம்மாவுக்கு நீ இங்க வரது தெரியுமாம்மா?"

"ஹாங்... ஐ டோன்ட் கேர்! ஐம் இன்டிபென்டன்ட், பாட்டி! ஓ.. எனக்கு எத்தினி சந்தோசம் தெரியுமா? இட்ஸ் ஸ்வீட், லவ்லி." மறுபடியும் பாட்டிக்கு முத்தம்.

"நீங்கல்லாம்... ஒண்ணாப் படிக்கிறீங்களா?"

"ம்... படிச்சிருந்தோம். ஃபிரண்ஸாயிட்டப்புறம் வேற வேற படிச்சாலும், இப்படி ஒண்ணா எக்ஸ்பீரியன்ஸ ஷேர் பண்ணிப்போம். திலீப் எம்.ஏ.ஃபிலாசபி பண்ணுது. மிக்கேல் சயன்ஸ் படிச்சிட்டு, ஆர்ட்டிஸ்டாயிருக்கு. நா... நாந்தான் பிரிமிடிவ்ஃபோக்ஸ் ஸ்டடி பண்ணிட்டிருக்கிறேன். கிரிஜன்-மலமேல இருக்கும் ஃபோக்ஸ், காடுகளில் இருக்கும் ஃபோக்ஸ் எல்லாருடனும் தங்கி

இருந்து பார்ப்போம். இட்ஸ் வொன்டர்ஃபுல்..."

மதுராம்பாளுக்குப் புரிந்துகொள்ளச் சிரமமாகத்தான் இருக்கிறது என்றாலும், ஏற்றுக்கொள்கிறாள்.

"அப்பாவும், அம்மாவும் இந்தியாவுக்கு வந்தப்புறம் நீ எப்பப் பார்த்தே?"

"ஐ டோன்ட் நோ பாட்டி, அவங்க கூட எனக்குக் கனெக்ஷன் இல்ல. தே டோன்ட் லைக் மி, ஐ டோன்ட் கோ!"

"அஞ்சு, தெலுங்கு தேசத்தில் இருக்கான்னு சொன்னா"

“இருப்பா..! ஐ டோன்ட் நோ!”

இவளிடம் எதுவும் கேட்கக் கூடாது என்று தோன்றவில்லை. பாட்டிக்கு அதிர்ச்சியாக இருக்கிறது,

சக்கு அடுப்பை மூட்டி, உலையைப் போடுகிறாள்.

“காபி போடட்டுமா?" என்று உத்தேசமாகக் கேட்கிறாள்.

“"எஸ் பிளீஸ்... காபி குடுங்க.”

மூன்றும் ஒன்றுக்கொன்று பார்த்து ஏதோ பேசிக்கொள்கின்றன.

பரபாவென்று மூட்டைகளைத் திறந்து அழுக்குத்துணிகள், சோப்பு, குவளை என்று எடுத்துக்கொண்டு, திலீப், பின்பக்கம் கிணற்றை நாடிப்போகிறான்.

இவள் காபியைக் கலந்து போகணியில் கொண்டு வருகையில் முருகன் ஒரே கும்மாளியுடன், முழுசாக ஒரு த்ரீஸ்டார் சாக்லெட் வைத்துக்கொண்டு சப்பிக் கொண்டிருக்கிறான்.

“"ஏதுரா?”

"அவங்க குடுத்தாங்க. இதா த்ரீ ஸ்டார்”

“ஏன்டா? முழுசும் நீயே தின்னா உடம்புக்காகுமா?"

“ஒண்ணும் பண்ணாது ஆண்ட்டி.. லெட் ஹிம் ஹேவ் இட்!"

படக்கென்று இன்னொரு பரலை உடைத்து, பாட்டியின் வாயில் போடுகிறது. பிறகு, அவள் வாயிலும் போட வருகிறது. சக்குவுக்கு இந்தக் குழந்தைத்தனத்தில் சிரிப்பு வருகிறது.

“இருக்கட்டும்மா..." என்று கையில் வாங்கிக்கொள்கிறாள்.

“ஓ... நோ... சாப்பிடணும்.” பலவந்தமாக ஒருதுண்டை வாயில் திணித்து விட்டுக் காபி போகணியை வாங்கி வைத்துக்கொள்கிறாள். மிக்கேலும், பாட்டிக்கு மறுபுறம் குறட்டில் அமர்ந்து இவள் தம்ளரில் ஊற்றித்தரும் காபியை உதடுகளில் வைத்து ருசிக்கிறான்.

"ஓ... காஃபி வொன்டர்ஃபுல்!”

அவன் ரேகாவைப் பார்த்துத் தலையை ஆட்டுகிறான்.

"ஏம்மா, காபி சரியாயிருக்கா? நல்லதூளாக் குடுன்னேன். நீங்க நிச்சயமா இன்னிக்கு வருவீங்கன்னு தெரியாம போச்சு. இல்லாட்டி கூடப் பால் வாங்கியிருப்பேன். கறுப்பா இருக்கா காபி?”

“ஓ, இல்ல ஆன்ட்டி... ரொம்ப நல்லாயிருக்குன்னு மிக்கேல் சொல்லுது!”

பிறகு அவள் முற்றம் கடந்து பின் ரேழிபக்கம் நோக்கி, "ஹாய் திலீப்! காஃபி.." என்று குரல் கொடுக்கிறாள். துணிகளுக்குச் சோப்புப்போடும் திலீப் வெற்றுச்சல்லடமும், சதையில்லாத ஆனால் கட்டுமஸ்தான இறுகிய உடல் தெரிய வருகிறான். சிவப்பாக இருந்து, வெயிலும் மழையும் பட்டுக் கறுத்திருக்கிறான் என்று புரிகிறது. இருபது வயசு இருந்தால் அதிகம். காபியை வாங்கிக்கொண்டு, குறட்டில் உட்கார்ந்து, ருசித்து அருந்துகிறான். இதற்குள் சக்குவுக்கு, 'வொன்டர்ஃபுல், லவ்லி, நைஸ்' என்ற சொற்கள் பாடமாகிவிட்டன. "ஹேவ் ஸம் மோர் மிக்கி!" என்று, அவனிடம் ரேகா இன்னும் சிறிது ஊற்றுகிறாள்.

"இன்னும் கொஞ்சம் கலந்து தரட்டுமா?"

"நோ.. மிச்சம் இருக்கு. தாங்க்யூ!" சிரிப்பு அப்படியே நெஞ்சை அள்ளிக் கொண்டு போவதுபோல் இருக்கிறது.

இவள் சொல்லியும் கேட்காமல், பாத்திரத்தையும் தம்ளர்களையும் கிணற்றடியில் கொண்டு சென்று, துலக்கிக் கழுவிக்கொண்டு மிக்கேல், உள்ளே அவள் உருளைக்கிழங்கு சீவுவதைப் பார்த்தவாறு கொண்டு வைக்கிறான். "நீ எதுக்குடா பிள்ளை இதெல்லாம் செய்யணும்!" அவள் கேட்பது சொல் விளங்கவில்லை எனினும், பொருள் புரியாதா?

புன்னகையுடன், அவள் அரிவாள்மணையைப் பற்றிக்கொண்டு, தான் உதவுவதாகச் சொல்கையில், ருக்கு ஓசைப்படாமல் எட்டிப் பார்க்கிறாள். மிக்கேல் அவளைப் பார்த்து ஒரு புன்னகைக் கும்பிடு போட்டுவிட்டு நகருகிறான்.

ருக்கு பின்பக்கம் போகுமுன், "அவங்கல்லாம் வந்திருக்கா. ரேகாவும், சிநேகிதங்களும்.."

"ஆம்பள சிநேகமா?"

சக்கு பதில் ஏதும் சொல்லாமல், உருளைக்கிழங்கை நறுக்குகிறாள். அடுப்பை இழுத்துச், சோற்றை இறக்கிச் சரிக்கிறாள்.

ருக்கு, வாளி நீரை எடுத்து முகத்தில் ஊற்றிக்கொள்கையில், ரேகா பின்புறம் அந்த இருட்டும் நேரத்தில் கிணற்றடியில் நீச்சல் உடை போன்ற அற்பமான உடையுடன் குளித்துவிட்டு, மொட்டை முருங்கையையும், வேம்பையும் இணைக்கும்படி ஒரு நைலான் கயிற்றைக் கட்டுகிறாள். திலீப் துவைத்துப் பிழிந்த அவர்களுடைய உடைகளை உலர்த்துகிறாள்.

ரேகா, அதே உடையுடன் உள்ளே வருகையில், ருக்கு முகத்தைத் திருப்பிக் கொண்டு சமையலறைக்குள் காபி குடிக்க வருகிறாள்.

“கருமம் என்ன எழவும்மா! இதென்ன குடித்தனக்காரங்க வீடா?”

“நீ ஒண்ணும் பேசாதே ருக்கு. அதுங்க பிரியமா வந்து பாட்டி, அத்தைன்னு கொண்டாடுறப்ப வராதேன்னு சொல்லவா?”

“அதுக்குன்னு இப்பிடியா? நானும், சம்புவும் இந்த ஊரில் இத்தன வருசமா போய்வரோம். இதுவரை ஒரு பய எங்க பின்னாடி வந்து எதுவும் பேசினதில்ல. இன்னைக்கு காளிகோயில் பக்கம் ஒரு பய, ’இப்பிப் பொம்பிளங்க போறாங்க டோய்’னு கத்துறான். இங்க வந்தப்புறம்ல விஷயம் தெரியறது?”

இதற்குள் அரைகுறையாக ஒரு லுங்கியைச் சுற்றிக் கொண்டு, ஓர் ஒற்றைப் பணியனுடன் ரேகா உள்ளே வந்து விடுகிறாள்.

“ஆன்ட்டி! இட்ஸ் வெரி ரிஃப்ரெஷிங். நான் ஹெல்ப் பண்ணும் ஆன்ட்டி... இது... ஸாரி, இவுங்க யாரு ஆன்ட்டி?”

இப்படிக் கேட்குமளவுக்கு, உறவுத் தொடர்புகள் இல்லாமலே போய்விட்ட நிலையை எண்ணி ஒரு கணம் நொந்து கொள்ளும் சக்கு, உடனே நினைவு வந்தாற்போல் புன்னகை செய்கிறாள்.

"இவதா ருக்மணி. உனக்கு அத்தை மக. இந்தவீட்டுப் பொண்ணு; முருகனுடைய அப்பா, என் மகன்; இவ, மகள்.”

"பின்ன, கிரின்னு ஒரு கஸின் இல்ல எனக்கு? முன்ன நா வந்தப்ப என்னைத் தூக்கிட்டுப்போனாங்க. லவ்லி ஃபேஸ், எனக்கு நினைப்பிருக்குது..”

“அவதா போயிட்டாளே? இவளும் அவ மாதிரிதான்... உனக்கு நினைப்பில்ல..”

"அப்புறம், அப்பா சொல்லும், பேபி... அது யாரு?”

சக்கு, துடிதுடித்துப் போகிறாள். ருக்குவுக்கு எரிச்சல்.

இப்படி ஒரு விவஸ்தைகெட்ட பெண்ணை அனுப்பி எதற்கு உறவு கொண்டாடி வயிற்றெரிச்சல் கொட்டிக்கொள்ள வேண்டும்?

“உன் அப்பா, பேபின்னு சொல்லுவாரா?”

"அப்ப ஒருக்க நான் டென்த் படிச்சிட்டிருந்தது. ‘ஊரில பேபி, லவ்லி சைல்ட். நீ பார்த்தா வுடமாட்டே’ன்னாரு. எனக்கு கிட்ஸ்ன்னா, ரொம்ப ஆச அப்ப..”

"இப்ப?” என்று கேட்கத் தோன்றவில்லை.

கரிபிடித்த சமையலறை இருட்டில், மஞ்சள் வழியும் பல்ப்;

தணலாகும் அடுப்பு; சரித்து வைத்த கரிப்பானை...

இந்தச் சூழலில் இப்படி வந்து அண்ணன் மகள் உட் கார்ந்து, அவள் இதயத்தோடு நெருங்கி வந்து, அம்மையில்லாத போனாலும், முலைப்பால்தான் தேவை என்று மேல் துணியை முண்டிப், பாலுக்கு அலையும் வறிய குழவியை நினைப்பூட்டுமா?

"பேபி, இப்ப மட்றாசுக்குப் போயிருக்கா. அவ டென்த் முடிச்சிட்டா. அவப்பா மேல படிக்க வைக்கக், கூட்டிப் போயிருக்கிறான். பேபிக்கும், முருகனுக்கும் சின்ன வயசிலேயே அம்மா போயிட்டா.."

"ஓ... ஐ வுட் லைக் டூ ஸீ ஹர், மட்றாஸ்ல எந்த காலேஜில படிக்கிது ஆன்ட்டி?"

"தெரியலியேம்மா...!"

வெம்மை இதயத்தைப் பிளந்துகொண்டு வருவது போல் வந்தாலும், அடக்கிக் கொள்கிறாள்.

'இப்ப, உன்னைக் கண்டதற்குக் குதிப்பாளே!' என்று மனம் அழுகிறது. சமையலறையில் உட்கார்ந்து, பானை சரித்து வைத்திருக்கும் பாங்கை அதிசயிக்கிறாள்.

"நான் ஹெல்ப் பண்ணும் ஆன்ட்டி!"

"நீ என்னம்மா பண்ணுவ? இப்ப ஒரு நொடில சமையல முடிச்சிட்டு வந்திடுவேன். நீ போயிப் பாட்டிகூடப் பேசிட்டிரு!"

திலீப், தீக்குச்சி அடுக்கும் கட்டைகளைப் பரிசீலனை செய்கிறான். ருக்குவிடம் அவன் ஆங்கிலத்தில் கேட்க, அவள் விளக்க முயலுகிறாள்.

தனது ஆங்கில அறிவை இன்னும் வளர்த்துக்கொள்ள வேண்டும் என்ற ஓர் உத்வேகத்துடன், அந்தத் தீப்பெட்டித் தொழிற்சாலை ஐந்து கிலோமீட்டர்களுக்குள் இருப்பதாகவும், அன்றாடம் கணக்கப்பிள்ளை கொண்டுவந்து கொடுத்துவிட்டு, அடுக்கிய குச்சியை வாங்கிப் போவான் என்றும், இவர்கள் தொழிற்சாலைக்குப் போகவேண்டியதில்லை என்றும் கூறுகிறாள். மிக்கேல், முருகனிடம் சீட்டுக்கட்டை வைத்துப் பலவகையான வேடிக்கைகள் செய்து, அவனை மகிழ்ச்சியிலும் வியப்பிலும் ஆழ்த்துகிறான்.

மதுராம்பாளுக்கு, எல்லோரும் சந்தோஷமாக இருக்க ஒரு மந்திரச்சீலை விழுந்தாற்போல் தோன்றுகிறது. அரை தம்ளர் பாலாய் இருக்கிறது, முழுத்தம்ளர் இல்லையே என்று இப்போது

நினைப்பானேன்?

அடுக்கிய கட்டையில் குச்சிகளைக் கலைத்துவிட்டு, ருக்கு வைக்கும் நேர்த்தியை திலீப் விந்தையுடன் பார்த்துத், தானும் செய்ய முயலுகிறான்.

"ஸிஸ்டர்! கெட் மீ ஸம் ஸ்டிக்ஸ் டுமாரோ, வித் ப்ரேம்ஸ், ஐ'ல் டூ தெட்!"

"திலீப்! இட்ஸ் நாட் ஈஸி ஆஸ் யூ திங்க்... யு ஹேவ் டு லேர்ன் இட்!"

ரேகாவின் சிரிப்பு கிணுகிணுவென்று மிக இனிமையாக ஒலிக்கிறது.

எல்லோரையும் வட்டமாக உட்காரவைத்து சாப்பாடு போடப், போதுமான தட்டுகள் இல்லை. இந்த இரவில், பசுமையான வாழை இலைக்கு எங்கே போக? கொல்லையில் வேலி ஒன்றும் இல்லை. வாழை எதுவும் இப்போது வைக்காமல், தையல் இலையிலேயே காலம் தள்ளுகிறார்கள். சாப்பிடும் தட்டுகளை யார் வீட்டில் சென்று இரவல் கேட்க?

"ருக்கு இங்கே வாயேன்."

ருக்கு எழுந்து வருகிறாள். "குருசாமி வீட்டில போயி, ரெண்டெல இருந்தா வாங்கிண்டு வாயேன்.. அவர் வீட்டில் இருக்கும்."

"நான் போக மாட்டேன். அந்தக் கிழம், ஆயிரம் கேள்வி கேட்கும்... ஏன், தையல் இலை இல்ல?"

"அத்த எப்படி வைக்க?"

"ஏன், நான் தையல் இலையப் போட்டுக்கிறேன். என் தட்டு, பேபி தட்டு, இன்னொரு தட்டு இருக்கு. அவங்களுக்கு வையி. இல்லாட்டி, நான் அப்புறமா சாப்பிடுறேன்!" அதுவும் சரிதான்,

பாட்டியின் இருபக்கங்களிலும் ரேகாவும், முருகனுமாக உட்காருகிறார்கள். இன்று, அவனுக்கு காய்ச்சல் அடிக்கிறதா என்று கூடப் பார்க்கத் தோன்றவில்லை. அடுத்து மிக்கேலுக்கும், திலீப்புக்கும் இரண்டு தட்டுகளையும் வைக்கிறாள்.

"ப்ளீஸ் கம்!" என்று ருக்கு அவர்களை அழைத்து, தம்ளரில் தண்ணீர் வைக்கிறாள்.

பாட்டிக்கு பாதம் வைத்த பேலா ஒன்றும், சிறு தட்டும் வைத்திருக்கிறாள்.

ரேகா அதைக்கூட எடுத்து, வியப்புடன் பார்க்கிறது.

"வாட் எபௌட் யூ, அன்ட் ஆன்ட்டி?" என்று மிக்கேல் கேட்கிறான்.

"ஆஃப்டர் வார்ட்ஸ்..."

"வொய் வீல் ஆல் ஈட் டுகெதர்"

"உங்களுக்குப் போட்டுட்டு நாங்க சாப்பிடுகிறோம் தம்பி.."

"ஓ நோ.."

அவளையும் உட்கார்த்துகின்றனர். அடுக்களையில் இருக்கும் சோற்றுப் பானையை திலீப் கொண்டு வருகிறான். அப்பளம் பொரித்து வைத்திருக்கும் அலுமினியம் தாளக்கூடையையும், தண்ணீர்ச் செம்பையும் ரேகா கொண்டு வந்து வைக்கிறாள்.

"வேரிஸ் யுவர் ப்ளேட்?"

ருக்கு, தையல் இலையை நனைத்துப் போட, "ஓ... திஸ் லீஃப் ப்ளேட்! நாங்க காட்டில இதுபோலத்தான் சாப்பிடும். எங்களுக்குக் கூடப் பிடிக்கும்."

"பிடிக்கும்னா, நாளைக்கு நல்ல எலையா பாத்து வாங்கிட்டு வந்து போடுறேன்."

சோற்றையும், கத்திரிக்காய் பிளந்து போட்ட பருப்புக்குழம்பையும், உருளைக்கிழங்கு கறியையும், ரசித்துச் சாப்பிடுகிறார்கள். திலீப், சோற்றை அழகாக அணைபோல் கட்டி, நடுவில் குழம்பை ஊற்றிக்கொண்டு, சுத்தமாகச் சாப்பிடுகிறான். அவர்களே எடுத்து ஊற்றிக்கொண்டு,

'அருமை அருமை' என்று சாப்பிடுகின்றனர்.

பாட்டி, இரவில் கஞ்சிதான் குடிப்பாள். இன்றோ, 'துளி சாதமே சாப்பிடறேண்டி' என்றாள். 'அமிர்தமாக இருக்கு' என்று மனம் முணுமுணுக்கையில், அந்தப் பெண்ணின் கவடில்லாத முகம் அதில் மின்னுகிறது.

இந்தக்குழந்தைகள், பத்துநாட்கள் முன்பு வரக் கூடாதா? ஒரு திருப்பமே நேரிட்டிருக்கும். இந்தக் கிராப்புத்தலையும், சராயும், வித்தியாசம் என்று கூசும் பெண்ணிக்குரிய நாணமில்லாமையும் முதலில் எப்படியோ இருந்தாலும், இப்போது எந்த மாயம் அவர்களை இழுத்து ஒட்டுகிறது? அந்த இரண்டு குழந்தைகளும் யார் யாரோ... பாஷை இல்லை, சாதி, சமயம் எதுவும் இல்லை. 'குழந்தைகளா....!' என்று மதுராம்பாளின் உணர்வுகள் பாலாய்ப் பெருகி, அவர்களைத் தன் இதயத்துடன் அழுத்திக்கொள்கின்றன. சக்குவை, அவள் சொந்தப்பெண்ணும், பிள்ளையும் 'இப்படி நீயும்

உட்கார்ந்து சாப்பிடு' என்று சொன்னார்களோ?; இவ்வளவு அருமையாகக் கொட்டிப் புகழ்ந்தார்களோ?; இப்படி, இருப்பதைப் பகிர்ந்து கொண்டார்களோ?

சாப்பிட்டு முடிந்ததும், கரிப்பானை முதல் அவளுக்கு விடாமல், கிணற்றடியில் போட்டுத் துலக்கிக் கழுவி, சுத்தம் செய்து... கிணற்றடியில் விளக்குக் கூடக் கிடையாது.

"வேண்டாண்டா தம்பிகளா! எனக்கு எப்படியோ இருக்கு. ஏம்மா, ரேகா சொல்லும்மா... நீ இந்த வேலை எல்லாம் செய்யணுமா?"

"ஆன்ட்டி, வி ஆர் யூஸ் டு தீஸ் கைன்ட் ஆஃப் வொர்க்ஸ். நாங்க காட்டில போறப்ப, நாங்களே இப்படிச் சமைத்துச் சாப்பிடும்."

சாப்பிட்டு முடியும்வரை, படுக்கை பற்றிய எண்ணம் இல்லை என்றாலும், பாட்டி வழக்கம்போல் பக்கத்து வீட்டில் படுத்துக்கொள்ளட்டும். ருக்குவும் வேண்டுமானால் போகட்டும். கட்டிலில் ரேகா படுத்துக்கொண்டால், அந்தப்பக்கம் இரண்டு பையன்களும்... இல்லை. ரேழியில் கட்டிலைப்போட்டு இந்தப் பெண் படுத்தால், அவர்கள் கூடத்தில் வரிசையாகப் படுத்துக் கொள்ளலாம் என்று, சக்கு மனசுக்குள் படுக்கைத் திட்டம் போடுவதொன்றும் தேவையாக இருக்கவில்லை. அவர்கள் வெகுநேரம் பேசுகிறார்கள்.

பாரதநாட்டின் பல்வேறு பகுதிகளில் நடந்துசென்ற அநுபவங்கள் குறித்து, மலை ஏற்றம் குறித்து, மழையில் அகப்பட்டது குறித்து, காட்டு மக்களின் விசித்திர வழிபாடுகள் குறித்து...

ருக்குவுக்கு அவர்களுடன் ஆங்கிலத்தில் உரையாடி விஷயங்கள் தெரிந்து கொள்வது, சுவாரசியமான புதிய புத்தகம் படிப்பதுபோல் இருக்கிறது. மிக்கேல் மூட்டையில் இருந்து ஒரு நீண்ட புல்லாங்குழலை எடுத்து வருகிறான். அதிலிருந்து அவன் ஒரு நாடோடி இசை மெட்டை எழுப்புகிறான்.

அம்மம்மா... கானகத்து இருளிலே, துணைதேடி ஆன்மாவே கூவும் நீரொலியாக அது நெஞ்சில் வந்து படிகிறது. பாட்டியின் உள்ளத்தில் அந்த அலைகள் மெல்ல மெல்ல வந்து படியும்போது சிரிப்பு உண்டாகிறது. "மது! சேதுலார பாடறியா?"

பல தெலுங்குப் பாடல்களுக்குப் பொருள் தெரியாது, பலருக்கும். ஆனால், உள்ளமே உருகும்போது ஸாஹித்யம் எதற்கு?

திருவிடைமருதூராரின் நாதசுரம், மாரியம்மன் கோயில் உற்சவத்தில் கேட்கும். அந்தக்கூரை ஒட்டுத் திண்ணையில், இரவின் நிசப்தத்தில் அந்த ஒலிப்பூக்கள், அந்தச்சுரங்கள் தேனாய் தீயாய்க் குழைந்து, உருகிக் கண்களில் ஆனந்தக் கண்ணீரைச் சுரப்பிக்கும். அப்படி, இது என்ன குழல்..! கம்மென்று தொடங்கி, மின்னலாய், பாம்பாய், ஆன்மாவின் கூவலாய்...

அவன் வாசித்து முடிந்ததும், ருக்குதான் கையைத் தட்டுகிறாள்.

“மெலோடியஸ்!"

“திலீப், கிரான்ட் மா இஸ் எ ஃபேமஸ் வீணா ப்ளேயர் அன்ட் வோகலிஸ்ட் ஆல்ஸோ!”

"ரியலி? க்ரேட்! வில் ஷி ஸிங் ஃபார் அஸ்?”

“ஓ... பாட்டி! மிக்கேல் கேக்குது, நீங்க ஒரு பாட்டுப் பாடுவீங்களான்னு...”

பாட்டி மனம் தளும்ப மௌனமாக இருக்கிறாள்.

“ப்ளீஸ் பாட்டி”

அம்மா வாயைத் திறந்து பாடிக் கேட்டு எத்தனையோ வருடங்களாகிவிட்டன.

கிரி போனபிறகு, அந்த வீட்டில் பாட்டொலி சுத்தமாக இல்லை. அதற்கு முன் முருகனைத் தாலாட்டக் கூட அம்மா பாடியிருக்கிறாள். பேபியை மடியில் போட்டுத் தட்டிக்கொண்டு, பாடியிருக்கிறாள். 'ஆறிரண்டும் காவேரி-அதன் நடுவே ஸ்ரீரங்கம்-சுவாமி தன் கையினாலே தந்த என் திரவியமே' என்று பாடுவாள். பாட்டி தன் இசையை, மேடை போட்டுக் காட்டி வாணிபம் செய்யவில்லை. இது அவசியம், ஆத்மார்த்தம். அவளுடைய ‘ஆடியன்ஸ்,’ பாட்டு சொல்லிக்கொள்ள வரும் குழந்தைகளும், அவளுமேதாம். அவள் பாட்டு தனக்குள்ளே, தான் மகிழ்ந்து கொள்ளும் விதத்திலேதான் முகிழ்ந்து

மலரும்.

சக்குவுக்கு ஆச்சரியம்! அம்மா பாடுகிறாள்.

"எங்கிருந்து வருகுவதோ?- ஒலி
யாவர் செய்குவதோ?- அடி தோழி!
குன்றினின்றும் வருகுவதோ?- மரக்
கொம்பினின்றும் வருகுவதோ?- வெளி
மன்றினின்றும் வருகுவதோ?- என்றன்

மதி மருண்டிடச் செய்குதடி-இஃது

ஏறக்குறைய, அவன் குழல் எழுப்பிய ஒலியின் விளக்கமாக இதுவும் இருக்கிறது. சக்குவுக்குக் கண்கள் நிறைந்து அழுகை வருகிறது.

ருக்குவுக்கு, இந்தப்பாட்டு யாருடையது என்று தெரியவில்லை. இதை விரித்து ஆங்கிலத்தில் பொருள் கூற ஆசை இருந்தாலும் சக்தியில்லை,

“ஓ... ரியலி க்ரேட்! இட் டச்சஸ் த ஹார்ட்! வாட்ஸ் மீனிங்?”

“இதெல்லாம் அந்த மகானின் பாட்டு. உன் குழலைக் கேட்டதும், இதுதான் பாடத் தோணித்து.”

அந்த மகான் என்று, பாட்டி யாரைச் சொல்வாள் என்று ருக்குவுக்குத் தெரியும். விளக்கம் கொடுக்க முயலுகிறாள்.

“அப்பா சொல்லும், அப்பா பாரதி பாட்டெல்லாம் ரொம்ப நல்லாப் பாடும்.

ஒருக்க லண்டன் இந்தியாஹவுஸ்ல கூடப் பாடினாராம்.”

“அவனுக்கு எல்லாப் பாட்டும் தெரியாது. ஆனா, அந்தக்காலத்துல தேசியப் பாட்லெல்லாம் கேட்டுக் கத்துண்டான். அப்பல்லாம் இப்படிப் புஸ்தகம் ஏது? ரொம்பப் பழைய புஸ்தகம். அவர் காலமானோன்ன போட்டாளே, அப்ப உங்க தாத்தா எழுதித் தருவிச்சார். அதுல எல்லாமில்ல. பகவத் கீதை புஸ்தகம் - அதுவும் தருவிச்சார்.” நேரமாவது தெரியாமல், இந்த நேரம் நீடிக்கிறது. முருகன் தூங்கி விட்டான்.

சக்கு எழுந்து, ரேழியில் கட்டிலைக் கொண்டுபோடத் தூக்குகிறாள்.

"அவங்க ரெண்டு பேரும் ஒருத்தர் ரேழித் திண்ணையிலும், இன்னொருத்தர் கட்டிலிலும் படுக்கலாம். அந்த ஃபேனை, அவங்கிட்டக் கேட்டு நாளைக்கு வாங்கிட்டு வரணும் ருக்கு!”

“ஓ... டோன்ட் பாதர் ஆன்ட்டி! வீ வில் ஸ்லீப் இன் த அவுட்ஸைட் வராந்தா. இட்ஸ் பிக் இனஃப்.”

சக்குவுக்குப் புரியவில்லை. ருக்குவோ, திண்ணையில் அவர்கள் இருவரும் படுப்பார்களோ என்று நினைக்கிறாள்.

மிக்கேல், இதற்குள் ரேழி விளக்கைப் போட்டு, நீண்ட தார்ப்பாய் விரிப்பை எடுத்து, திண்ணை ஓரத்தில் தட்டி போல் கட்டி, மறைக்கிறான். ஆளுக்கொரு விரிப்பாக மூவரும் அடுத்தடுத்து விரித்துக் கொள்கின்றனர்.

"நீ உள்ள வந்து படுத்துக்கலாமே ரேகா? கொசு பிடுங்குமே?"

"டஸ்ன்ட் மேட்டர் ஆன்ட்டி, எங்கிட்ட கிரீம் இருக்கு." ஓடோமாஸ் குப்பியைப் பிதுக்கித் தடவிக் கொள்கின்றனர். திலீப், காற்றுத் தலையணைகளை ஊதி

வைக்கிறான்.

"ஓ.கே, குட்நைட் ஆன்ட்டி!"

முன்பக்கத்து பல்பை அணைக்கச் சொல்லிவிட்டுப் படுத்துக்கொள்கிறாள்.

கதவை வெறுமே சாத்துவதா! இவர்கள், இரவு எழுந்திருக்க மாட்டார்களா?

இது... இந்தக் கிராமத்துப் பார்வைக்கு மட்டுமில்லை, இவர்களுக்கே பொருத்தமாகப் படுகிறதா? நமது நெறிமுறைகள் எல்லாம் தப்பா? இரண்டு ஆண்கள், இவள்... ச்சே! நினைக்கவே முடியவில்லையே? ஊர் கொல்லென்று பேசுமே?

ருக்கு ஏதோ முணுமுணுக்கிறாள். பிறகு, அவளே கதவை சாத்தித் தாள் போடுகிறாள். உள்ளே வந்து விளக்கை அணைத்துவிட்டுப் படுக்கிறார்கள்.

சக்கு, வெகுநேரம் தூங்காமலிருந்தாலும், நான்குமணிக்குள் விழித்துக் கொள்கிறாள்.

கதவைத் திறக்கிறாள்.

ஓரத்தில் மிக்கேல்; பிறகு திலீப்; இந்த ஓரம், இவள்...

எல்லாம் நீட்டி வைத்த கட்டைமாதிரி உறங்குகின்றனர்

வாசலில் சாணியக் கரைத்துத் தெளித்துவிட்டு வருகிறாள்.

▲▲▲

11

காலையில் விடிந்தது தெரியாமல் மதுராம்பா உறங்குகிறாள். சுகமான ஒரு கனவு. புரட்டாசி மாசத்தின் காலைப்பொழுது என்று உணர்வு சொல்கிறது. சிறுமியாக ஒட்டியாணம், புல்லாக்கு எல்லாம் போட்டுக்கொள்ளாமல் அரண்மனைக் கோயில் நந்தவனத்தில் ஓடித்திரிவதாக நினைவு. திடீரென்று, காடு வருகிறது.

நெஞ்சிற் கனல் மணக்கும் பூக்கள்- எங்கும்

நீளக்கிடக்குமலைக் கடல்கள்- மதி

வஞ்சித்திடுமகழிச் சுனைகள்- முட்கள்

மண்டித்துயர் கொடுக்கும் புதர்கள்

ஆசை பெறவிழிக்கும் மான்கள்- உள்ளம்

அஞ்சக்குரல் பழகும் புலிகள்- நல்ல

நேசக்கவிதை சொல்லும் பறவை

நேசக்கவிதை சொல்லும் பறவை...

அடுத்த அடி தெரியவில்லை. அந்த அடியைத் தேடிக்கொண்டே போகிறாள். பொட்டல் வெளி... வெறுமை... அங்கே... ஐயோ! பேபி.. பேபியில்லவா

கருப்புத்தாவணியில் மயங்கிக் கிடக்கிறது?

ஓடிச்சென்று மடியில் அள்ளிப் போட்டுக்கொள்கிறாள்.

தண்ணி... கொஞ்சம் தண்ணி கொண்டாங்களேன் தண்ணி... அய்யோ! இங்கே தண்ணி கிடையாதா?

அவளால் குரலெழுப்ப முடியவில்லை, முட்டி மோதி... ஆண்டவனே, இத்தனை வயசுக்குப் பிறகு ஊமையாகிவிட்டாளா?

“அம்மா... அம்மா... அம்மா...!”

சக்குதான் தொட்டு எழுப்புகிறாள்.

“என்னம்மா சொப்பனம் கண்டியா?”

சே...!

தண்ணீரைத் தொட்டு கண்களைத் துடைத்துக்கொள்கிறாள்.

காலையிலெழுந்தபிறகு எத்தனை பேருக்கு இந்த வீடு, முக்கியத்துவம் பெற்றுவிட்டது? வேலாயி, கட்டைக்கணக்கப்பிள்ளை... வாசலில் சைக்கிள்காரன் பால்கொண்டு செல்கையில், தார்ப்பாய் கட்டியிருப்பதை வந்து வேடிக்கைப் பார்த்துட்டு சும்மா போகவில்லை. "ஆரம்மா வந்திருக்காங்க!" என்று விசாரிக்கிறான். சண்முகம் பல்லில் குச்சியை வைத்துக்கொண்டு நடையில் நின்று பார்க்கிறான்.

மதுராம்பா வீடு, மதுராம்பா வீடு என்று, வேறு ஒரு வகையில் சபலப்பட்டுத் திண்ணையில் வந்து எட்டிப்பார்த்த சொத்தைக்கடலைக் குமட்டலை, அவள் என்றோ மறந்துவிட, "டீச்சர் இருக்காங்களா? சக்கு மாமி?" என்று கேட்கும் கௌரவத்துக்கு ஐக்கியப்படுத்திக் கொண்டார்களே?இப்போது, மீண்டும் ஓர் இகழ்ச்சிக்குறியா?

"மதுராம்பா..! சிதம்பரத்தின் பொண்ணு வந்திருக்காமே? சக்கு சொல்லி அனுப்பிச்சா, அங்க வந்து தங்கிக்கட்டும்னு, நான் பார்வதிட்ட மூணுநாளா ஃபிரிஜ்ல பால் வச்சிரு, எப்ப வருவாங்களோன்னு சொன்னேன். பாத் அட்டாச்டா ரெண்டு ரூமை ஒழிச்சி வச்சிக், கட்டிலெல்லாம் கூடப் போட்டு வைக்கச் சொன்னேன். இங்கேயே என்னத்துக்குச் சிரமப்பட்டுண்டு இருக்கணும்? நாம என்ன அந்நியமா..?" சக்குவுக்குக், கடுகிலும் கடுகாகிப் போனாற்போல் இருக்கிறது. மதுராம்பா கோபத்தை அடக்கிக்கொள்கிறாள்.

"நான் முதல்ல சிதம்பரத்தின் பொண்ணுன்னதும், கலெக்டராயிருக்கா ஒத்தி, ஏதோ ஒரிசாக்காரனைக் கல்யாணம் பண்ணிண்டிருக்கான்னு சொன்னாளே, அவளோன்னு நினைச்சேன். கல்யாணமாகாத பொண்ணு, சிநேகிதப் பொண்ணுங்களோட வராங்கன்னா... பொண்ணுகளா, பிள்ளைகளான்னு தெரியாம இந்தக்காலத்தில டிரஸ் பண்ணிக்கிறதுங்க.."

பல்வரிசை வைத்திருப்பதால்அவன் வாய், இன்னும் அகலமாகச் சிரிக்கும்போது, மதுராம்பாளுக்கு விகாரமாகத் தெரிகிறது.

"காலம, மாடுகறக்க வந்தான், செவத்தையன். ஹிப்பிங்க வந்திருக்காங்க, அப்படீன்னான். விஷயம் கேட்டுட்டுப்போலாம்னு வந்தேன்."

இப்போது, வாசலிலிருந்து எழுந்துவரும் ரேகா, படியில் நின்று இந்தக் கிழத்தை ஒருகணம் பார்க்கிறாள். பிறகு பேசாமல் கொல்லைப்பக்கம் செல்கிறாள்.

"போறாளே, இவளா சிதம்பரத்தின் பொண்?"

இதற்குள் திலீப், மிக்கேல் இருவரும் விரிப்புகளை மடித்துத், தங்கள் பைகளில் கச்சிதமாக வைக்கின்றனர். தார்ப்பாய் மறைப்பையும், அவிழ்த்து மடித்துவிட்டனர்.

குருசாமி, இந்த ஆண்பிள்ளைகளுடனா அந்தப் பெண்... என்று ஒரு விரசமான நோக்கைப் பதிக்கிறார்.

"மதுராம்பா, கலி முத்திப்போச்சுன்னா... பின்னயும் பின்னயும் உனக்கேவா சோதனையா வரணும்?"

"எனக்கொன்னும் சோதனையில்லை குருசாமி. போது விடிஞ்சு, உனக்கு இதுதானா விசாரம்? அவாவா, தங்கள் தங்கள் காரியங்களைப் பார்த்துண்டு போறத விட்டுட்டு இதென்ன? உள்ளுக்குள்ள ஊத்தைய வச்சிண்டு மேல சென்ட்டைப் போட்டுக்கறவாளுக்கு, அது பொய்னு சொல்றவாளைப் பிடிக்காது. கிணத்துத்தவளை நாம. லோகத்தில் என்னென்னவோ, எப்படி எப்படியோ மாறியிருக்கு. புரிஞ்சிக்கவே முடியாதபோது அபிப்பிராயம் சொல்ல என்ன யோக்கியதை இருக்கு?"

இது காரமானதாக உறைக்கிறது.

ருக்கு, "காபி சாப்பிடுங்கோ மாமா?" என்று கொண்டு வருகிறாள்.

"உன் பாட்டிக்குப் பேத்தியச் சொன்னா என்ன கோபம் வரது பாத்தியோ? நான் சொல்லல. தெருவில போற முனியாண்டியும், பக்கிரியும் கூடக் கேக்கிறார்கள். ஒரு கிராமம், சமுதாயம்னு அததுக்குக் கட்டு, நியதி எல்லாம் இருக்கில்லையா? நாம, அது மத்திலதானே இருக்க வேண்டியிருக்கு? அந்தந்த கௌரவத்துக்குத் தகுந்தாப்பல நடக்காம என்ன செய்ய?" இவர் இலகுவில் கிளம்பும் உத்தேசத்துடன் வரவில்லை. காபியை அரையாக வட்டையில் விட்டுவிட்டு, "எடுத்துண்டுபோ. எனக்கு ஒரு வாய் போறும்" என்று எடுத்துக்கொள்கிறார். "நம்மாத்திலும் குட்டிகள் இந்த ஜீன்ஸ், அது இது எல்லாம் போடறதுதான். ஆனா, அதிலும் ஒரு வரைமுறை இருக்கில்லியா? சிதம்பரத்தின் அகமுடையாள் அந்தக்காலத்து ஜஸ்டிஸ் சப்தகிரியின் பேத்தியாச்சே? அடேயப்பா! அவ பாட்டி... அவளுக்குன்னு ஸ்பெஷல் தறி, அய்யம்பேட்டையிலிருந்து கொண்டு வருவானாம், ரெட்டை பார்டர் பட்டுப் புடவை மேல, என் ஆத்துக்காரிக்கு ரொம்ப மோகம். மட்றாஸில, ம்யூஸிக் அகடமி கச்சேரில பாத்துட்டுக்கேட்டாளாம். "ஹூம்.. உங்களுக்கு இந்த மாதிரிப் புடவையா? அது எங்களுக்கு மட்டும்தான்... ஸ்பெஷல் துணி!"

என்றாளாம். புள்ளை, காங்கிரசில் சேந்து கதர் கட்டிண்டான் அது இதெல்லாம் வேற விஷயம் . ஏன், சிதம்பரத்துக்கு லலிதாவக் குடுக்கப்பிடாதுன்னு ஒத்தைக்காலால நின்னு பாக்கலியா? கிழவி சாகிறவரையிலும், புடிச்சபுடிய விடல... அவ பேத்திதானே? இப்ப எதுக்குச் சொல்றேன்னா, அவா வம்சத்துப் பொண் இப்படிப் பாடி-பரதேசியாட்டமாப் போறான்னா, தலவிதி தானே?"

மதுராம்பா குச்சியை எடுத்துக்கொண்டு எழுந்து, பின் பக்கம் செல்கிறாள். ருக்குவும், திலீப்பும் ஏதோ பேசிச்சிரிக்கிறார்கள். முதல்நாள் இரவு உலர்த்திய துணிகளை நன்றாக மடித்து வைக்கிறாள் ரேகா.

"ராத்திரி துணியெல்லாம் எடுக்கலியா?"

"எடுக்கல. நல்லவேளையா திருட்டொண்ணும் போகல...!"

பல்துலக்கிய வாயுடன், "குட்மார்னிங்!" என்று பாட்டிக்கு ஒரு முத்தம் கொடுக்கிறாள்.

குருசாமி இங்கு, எழுந்திருக்காத முருகனுடன் தனித்து விடப்படுகிறார்.

"சக்கு! இந்த பேபி, மட்றாசுக்கா போயிருக்கு? போய்ச்சேர்ந்து, காகிதம் வந்ததா?"

"மாமா"

சமையலறையில் இருந்து வருகிறாள்.

"காகிதம் வரல. குஞ்சிதம் போயிருக்கான், எங்கேருந்தாலும் கூட்டிண்டு வரேன்னு..."

"த்ஸொ... த்ஸொ... பாவம்! அவ, டான்சில சேரணும்னு புடியா இருந்தா. அதது வம்சம். இப்பபாரு, எங்காத்துல டான்செல்லாம் கூடாதுன்னுதான் அதுக்கு இஷ்டமேயில்லை. அவ அம்மாமார் ஆசை, எல்லாரும் போறாளேன்னு அஞ்சு பத்து ஆயிரம் செலவுபண்ணி அரங்கேத்தம் பண்ணி, முடிப்பா. இவ அப்படியில்ல. அந்த வழியில விட்டிருக்கணும். இப்ப பாரு, இந்தமாதிரி

வரதுகளைக் கட த்திண்டு போகவே கும்பல் இருக்காம்... பாவம், உனக்கு இதெல்லாம் வரணுமா?"

"ம், காலம் எப்படியோ போறது. கூச்சநாச்சம், வயசு எல்லாம் கழட்டிப் போட்டுட்டு 'லிவிங் டு கெதர்'னு வந்திருக்காம். கல்யாணம்ங்கறதுக்கு அர்த்தமே இல்லயாம். அது இப்ப நம்ப ஊருக்கு நம்ம வீட்டுக்கு வரணுமா! உங்கம்மாவுக்கு எத்தனை

மனக்கஷ்டம்? வாயத் திறக்கமாட்டா, பாவம்! என்னமோ விசாரிச்சுட்டுப் போகணும்னு தோணித்து. வரேன்..." என்று மீண்டும் தொடர்ந்து ஊசிகளாகக் குத்துகிறார்.

உண்மையில் இந்த நோக்கில் பார்த்தால் சீரணிக்க முடியவில்லை என்றாலும், அவர்கள் வீட்டில் இருக்கையில் அன்பு மயமான ஏதோ ஒன்று கவிந்து கொள்வது போலிருக்கிறது. ருக்குவும் கூட முதலில் முகம் சுளித்தாலும், அவர்களுடன் பழகுவதில், பேசுவதில் ஆர்வம் உடையவளாக மகிழ்ச்சி காட்டுகிறாள். பாட்டியை, சுப்புதான் அப்போதைக்கப்போது விசாரிக்கிறாள். அவள் அந்தவீட்டுக்கே போகவில்லை.

காலையில் அவர்களும் சாப்பாட்டை முடித்துக்கொண்டு அரண்மனை இடிபாடுகள், உத்தியானவனம் என்று சுற்றுகிறார்கள், வீட்டுக்கு வந்தால் கிணற்றடியில் துவைப்பதிலும், குளிப்பதிலும், வீடு சுத்தம் செய்வதிலும், சாப்பாட்டிலும் சமமாக ஆர்வமும் சந்தோஷமுமாகப் பகிர்ந்து கொள்வதிலும் பொழுது ஓடிப் போகிறது.

முட்செடியை ஒடித்து அடுப்புக்கு வைப்பதைக் கூட அவளைத் தனியாகச் செய்யவிடவில்லை.

“ஆன்ட்டி! கிவ் இட் டு மி ! ஐ’ல் டூ இட்!” என்று அழகாக ஒடித்து வைக்கிறான் மிக்கேல்.

வெறும் டிராயரைப் போட்டுக்கொண்டு, முற்றம் கழுவும் பிள்ளை, எம். ஏ. என்றால் நம்புவார்களா?

அடுத்தநாள் எங்கோ பஸ் ஏறிச், சுற்று வட்டம் கிராமம், கோயில் என்று போனார்களாம். ரொட்டியும், பழங்களும், முருகனுக்கு சாக்லேட்டுமாக வாங்கி வருகின்றனர்.

“ஆன்ட்டி! கொஞ்சம் எக்ஸ் வாங்கி வந்திருக்கு. கிச்சன்ல பாயில் பண்ணட்டுமா?” அவர்கள் பையிலிருந்து முட்டைகளை எடுத்து வைப்பதைக் கண்டதும், சக்கு புரிந்து கொள்கிறாள். "எங்கே வாங்கினிங்க? வேலாயிட்ட சொன்னா கொண்டுட்டு வருவாளே?”

"அங்கே, சின்ன ரெட்டி கார்டன்ஸ்னு இருந்திச்சு. பௌல்ட்ரி... பார்ம்... வச்சிருக்கு. அங்க வாங்கினோம்.”

“இந்த முருகனுக்குக் கூட அடிச்சிக்குடும்பா. உடம்புக்கு நல்லதுன்னு குடிக்கமாட்டா..."

“வி’ல் மேக் ஸம் ஸான்ட்விச்...!"

சோறு வடித்து வைத்திருக்கிறாள் சக்கு. முட்டையை வேக வைத்து, மிளகுப்பொடி போட்டு, ரொட்டித்துண்டில் வைத்து வாட்டி முருகனுக்குக் கொடுக்கிறாள் ரேகா. முதல்நாளைப் போல, வட்டமாக அமர்ந்து சாப்பிட்டு முடித்த பின், பாட்டியுடனும் எல்லோருடனும் பார்த்தவை, கேட்டவை என்று பேசுகிறார்கள்.

"பாட்டீ! நீங்க வீணையை ஏன் குடுத்திட்டீங்க? அதை ஏன் வச்சுக்கல?"

"இங்க யாரும் வாசிக்கிறதுக்கில்லே... யாரு வாசிக்கிறாங்களோ அவர்களுக்கு குடுத்திட்டேன்..."

"மிக்கேல் நிறைய ஸ்கெட்ச் செஞ்சிருக்கு பாருங்க.."

அவன் வெட்கப்படுகிறான்.

'சும்மா, காட்டு' என்பது போல், அவனை அவள் முதுகில் தட்டுகிறாள்.

அட்டை ஒன்றில் செருகினாற் போலிருக்கும் சில காகிதங்களை எடுத்துக் காட்டுகிறான். அரண்மனை, இடிபாடுகள், வசந்த மண்டபம்... ஓ.. உள்ளே பாம்பு பாம்பாக...

"இதென்னது இப்பிடி?"

"ரூட்ஸ்-மண்டபத்து மேல சின்னச்சின்ன ஸீட்ஸ் விழுந்து, உள்ளே இறங்கி, மண்டபத்தை அப்படியே..." ரேகாவுக்கு வார்த்தை வரவில்லை.

"பிளந்திருக்கும். அந்த வேரெல்லாம் தடித்தடியா, பரமபதசோபனப்படப் பாம்பு போல இருக்கும், பயமாக் கூட இருக்கும் உள்ள போனா... அந்த மண்டபம் அப்படியே இருக்கு. எப்ப விழுதோ?" என்று ருக்கு விவரிக்கிறாள்.

.

"ரியலி, இட்ஸ் ஃபன்டாஸ்டிக் த ஸ்ட்ரக்சர்... இட்ஸ் ஆர்க்கிடெச்சுரல் ப்யூட்டி. பெயிண்டிங்ஸ் இன் த வால், ஓஹ்! த ஃபைன் வொர்க்மன்ஷிப்." மதுராம்பா புரிந்து கொள்கிறாள். அந்த மண்டபம், கலையுணர்வும், அறிவும் இல்லாத ராஜா, தனது உயர்வை நிலைநாட்ட, கலைஞர்களுக்கு அந்த வாய்ப்பைக் கொடுத்தான். அதில் அவன் கலையையா ரசித்தான்? வெள்ளைக்காரர்களுக்கு விருந்தளித்தான். பெண்களை ஆண்டு அநுபவிக்கும் கேளிக்கைகளுக்கு இருப்பிடமாக்கினான்.

கலை என்பது வெறும் புலன்களைத் தூண்டிவிடும் இன்பக்கருவி

என்பதுதான், அவர்கள் நோக்கம். பெண்... பெண்ணும் அத்தகைய கலைப் பொருள் அவர்களுக்கு.

"ராஜாக்களுக்கு சுகிக்க அப்படி ஒரு மண்டபம். அவன் ஒருவன் இச்சைகளுக்குக் குடிபடை, மக்கள், கலை, செல்வம் எல்லாம் கருவிகளாயிருந்தன. பெண்ணும், அப்படித்தான்" என்று மெல்லிய குரல் மௌனத்தைக் கலைக்கிறது.

'ஓ... அந்த முழு ஸ்டரக்ச்சருக்குள், 'ரூட்ஸ்' இறங்கி அதை அப்படியே 'டெமாலிஷ்' பண்ணும்.'

"இந்த ஸ்டேட், இட் ரிஃப்லெக்ட்ஸ் த சேஞ்ச், இல்ல பாட்டீ?"

"பழைய கட்டுமானம் சின்னச்சின்ன வித்துக்களால், வேரால் கலகலத்து விழுகிறது."

"ஃப்யூட்டிலிசம்... விழுந்து போகும் அந்தக் கட்டுக்கள் அதன் ஸிம்பாலிஸம்..."

ருக்கு, வியப்புடன் பார்க்கிறாள். இந்தச் சமூகம், பிறர் என்ன செய்கிறார்கள், என்பதையே ஒரு ஆகாத போகாத விதிமுறைகளை ஒப்பு வைத்துக் கொண்டு குத்திப் பார்ப்பதிலேயே காலம் கழிக்கிறது. அறிவுக்கு வேலையில்லை. முன் செய்த தவறுகள்- அதன் விளைவுகளைத் தெரிந்துகொள்ள முனையவில்லை. ச்சை! எப்பாடுபட்டானும் படிக்க வேண்டும். வாழ்க்கை வெறுமே பணம் சேர்த்து, ஏதேனும் வேலை செய்து, வசதியாக வாழ்வதற்கு மட்டுமில்லை... இதுவரையிலும் இப்படி எல்லாம் எதுவும் நினைக்கத் தோன்றவில்லை.

இதைவிட்டு அடுத்தப்பக்கத்தைப் புரட்டி, மிக்கேல் இன்னொரு கோட்டுச் சித்திரத்தை வெளியாக்குகிறான்.

பாட்டி...!

எண்ணற்ற கீற்றுகள் உள்ள முகம், பஞ்சுப் பிசுறுகளாய் முடி தெரியும்படி கோடுகள் கற்பிக்கின்றன. கண்கள், உதடுகள் உள்ளிருக்கும் அந்த அசையாத உறுதியையும், மூத்துப் போன இளமையையும் எப்படியோ அந்தக் கோடுகளில் சிறை செய்து இருக்கிறான்.

அந்தக் காலத்தில் அரண்மனையில் ஒரு சித்திரக்காரன், வடக்கத்திக்காரன் வந்திருந்தான். மகாராஜா, சின்னராஜா, ராணி எல்லோரையும் தீட்டினான். இவளுடைய அம்மாவுக்கு இவளையும் தீட்டவேண்டும் என்று ஆசை. முந்நூறு ரூபாய் கேட்டான்.

கலாவதியைச் சித்திரத்தில் எழுதினானாம். பேரம் சரியாக இல்லாததால்தானோ என்னவோ முடியவில்லை. போட்டோ வந்த புதிசு. அரண்மனையில் இவளை வைத்து, ஒரு போட்டோ அந்த நாளில் எடுத்தார்கள். ப்ரூச், லாங்செயின், ஒட்டியாணம், இரண்டொரு 'மெடல்' எல்லாம் போட்டுக்கொண்டு பூக்கிண்ணம் இருக்கும் மேசையருகே நின்றாள்.

"அம்மா! நீ அப்பிடியே தத்ரூபமா இருக்கே! ருக்கு! சுப்பக்காவைக் கூட்டிண்டு வாடீ.. அவ பாத்தா, சந்தோஷப்படுவா. நேத்திக்கே, 'அம்மா பாடினா போலிருக்கே, என்னைக் கூப்பிடக் கூடாதோடீன்னா" சக்குவுக்கு மகிழ்ச்சி பிடிபடவில்லை.

சுப்பு, சிறிதுநேரத்தில் வந்து விடுகிறாள். எல்லாரும் அவளுக்கு வணக்கம் தெரிவிக்கிறார்கள்.

"பாரு சுப்பக்கா..! அம்மாவை அப்படியே வரைஞ்சிருக்கு!"

சுப்பு, கண்ணாடி கொண்டு வந்திருக்கிறாள். போட்டுக்கொண்டு அரண்மனைப் படங்களைப் பார்க்கிறாள். பாட்டியையையும் பார்க்கிறாள். "அப்படியே இருக்கே? வர்ணம் கிர்ணம் ஒண்ணுமில்லாமயே, பாட்டி பாக்கறாப்பலவே இருக்கு! இதை இங்க குடுத்துட்டுப் போச்சொல்லுடீ! எங்கிட்ட இருக்கட்டும்.."

ரேகா சிரித்துக்கொண்டு, "மிக்கி, நம்ம எல்லாரையும் வச்சி ஒண்ணு ட்ராப் பண்ணிடு." என்று மொழிகிறாள்.

இந்த நேரம் இனிமையாகத்தானிருக்கிறது.

ஆனால், திண்ணையில் மறைப்பைக் கட்டிக்கொண்டு, கூச்சமில்லாமல் மூவரும் படுப்பதும், வெறும் ஜட்டியுடன் குளிப்பதும்...

முள்ளில் சீலையைப் போட்டாற்போல் பொருந்தாமை குடைகிறது.

ஊரில் பஸ்நிறுத்தம், பால் டிப்போ, கடை, அங்கே இங்கே எல்லா இடங்களிலும் இந்த 'ஹிப்பி'களைப் பற்றிப் பேசித் தீர்க்கிறார்கள்.

"ஃப்ரீ ஸெக்ஸ், ஹிராயின்... இவாள்ளாம் ஓட்டல்ல தங்க முடியுமா? போலீஸ் புடிச்சிக் குடய மாட்டான்? அதான் உறவு கொண்டாடிட்டு இங்க வந்திருக்குங்க. ரோட்டுல போகாம காட்டுல போகுதுங்க! பெரிய எடத்துப் புள்ளங்கல்லாம் இப்படிக் கெட்டுப்போவுதுங்க..." என்று, ருக்கு காதில் விழும்படியே அஞ்சல் அலுவலகத்து ஏகாம்பரம் பேசினான். சக்குவுக்கும் காதில் விழுகிறது.

சம்பு, ருக்குவைப் பார்த்துக் கிண்டலாகக் கேட்கிறாள். "என்னடீ, அம்மங்கா என்ன சொல்றா? பாய் ஃபிரெண்ட்கிட்ட எங்கம்மாவுக்கே மோகம் விழுந்தாச்சு!"

"அசிங்கமா பார்த்தா, அசிங்கம். அப்படிப் பார்க்கலன்னா, ஒருவிகல்பமும் இல்ல. எனக்கு அப்படித்தாண்டி தோணுது. எங்கம்மாவுக்கு அவ புள்ளை, பொண் காட்டாத பரிவை, அவங்க காட்டறாங்க. உன் அண்ணன், ஊரெல்லாம் சமமாகணும்னு நினைச்சு, ஊர்ப்பிரச்னை எல்லாம் இழுத்துப்

போட்டுட்டுப் போறார். ஆனா, எந்த வீட்டுக்குள்ளயானும் போயி, கரிப்பாத்திரம் துலக்கி, முள்ளொடிச்சி எரியவிட்டிருப்பாரா? அவங்க வித்தியாசமானவங்களா இருக்காங்க..."

"அடேயப்பா! ருக்கு, உனக்கு இவ்வளவு பேச வந்திருக்கு. தேர் இஸ் ஸம்திங்!"

"நாமெல்லாம் கோடு இருக்கு இருக்குன்னு சொல்லிக் குறுகியே பொய்யா இருக்கிறோம். அவா, அதை உடச்சிட்டுப் போயிண்டிருக்கா. அது நல்லதா, கெட்டதான்னு சொல்ல நமக்குத் தெரியாது."

"அவாளுக்கும் தெரியாது ருக்கு, உடச்சிடறது சுலபம். அப்புறம் என்னங்கறதுதான் பிரச்னை!"

அன்று சனிக்கிழமை. ருக்குவுக்குப் பள்ளிக்கூடத்தில் வேலை இருக்கிறது. பாதிநாள் இருந்துவிட்டு மூன்றுமணி சுமாருக்குத் திரும்பி வருகிறாள். நாலைந்து நாட்களாகக் குச்சி கொண்டுவரச் சொல்லவில்லை. அதற்கு மாறாக, ரேகாவின் பையின் வெளியே இருக்கும் ஒரு புத்தகத்தை எடுத்துப் புரட்டிப் பார்க்கிறாள்.

'பெரினியல் ஃபிலாசஃபி'

கதை, நாவல் இல்லை. இதில் உபநிடதம் இருக்கிறது. வேறு பல, அவளுக்குப் பரிசயமில்லாத கவிஞர்கள், தத்துவவாதிகளின் உரைகள் இருக்கின்றன.

இதெல்லாம் படித்துப் புரிந்துகொண்டு, செல்வம், வளம், பதவி, எல்லாம் விட்டுவிட்டு, கோட்டை மீறி ஒரு பெண், அவளுக்கு மாசு கற்பிக்கும் ஒரு கூட்டுறவில் நடக்கவேண்டும் என்றால்?

கட்டுக்களை மீறி உடைத்துக்கொண்டு போகவேண்டும் என்ற எண்ணமே வராத நிலையில், காலையில் எழுந்து இயந்திரம் போல் காபிபோடுவதும், குச்சி அடுக்குவதும், பொங்குவதும், பள்ளிக்கூடம் போவதும், ஏ ஃபார் ஏரோபிளேன், பி ஃபார் பஸ் என்று திரும்பத் திரும்ப எழுபது குஞ்சுகளைக் கட்டி மேய்ப்பதும்,

ஒரு ட்யூஷன் இருபத்தைந்து என்ற கணக்குப்பார்த்து, பிடிக்காத வகையில் ஏழுமணி நேரம் ஏற்கெனவே அடைபட்ட குழந்தையை மேலும் அடைத்துப்போட்டு எதையோ எழுதச் சொல்வதும், ஏழுவருஷமாக இதைத் தொடருகிறாளே? இதற்கு முற்றுப்புள்ளி வைக்க ஏன் ஒன்றும் செய்யத் துணிய முடியவில்லை?

“மணி எட்டரையாயிட்டுது. அதுங்களக் காணம். சாப்பிடேன் ருக்கு?”

“என்ன வச்சிருக்கே?”

“சாதம், குழம்பு காலம வச்சது இருக்கு. தோசைக்கு கரைச்சிருக்கேன். இந்த முருகன் இன்னிக்கு வாசல்ல போயிக் குதிச்சிட்டு வந்திருக்கிறான். ஏண்டா சோந்துகிடக்கே?”

உடம்பைத் தொட்டுப்பார்க்கிறாள். “ஒண்ணில்லையே?”

“சரி, சாதம் போடு. அவங்க எப்ப வராங்களோ... எனக்குப் பசி..''

ருக்கு சாப்பிட்டுவிட்டு, அந்தப் புத்தகத்தைச் சிறிது நேரம் பார்த்துக் கொண்டே, தூங்கிப் போகிறாள். முருகன் தூங்கிவிட்டான். பாட்டிக்கு ஒரு தோசை ஊற்றிக் கொடுக்கிறாள். தானும் ஒரு தோசையைப் பிட்டுப் போட்டுத் தண்ணீரை ஊற்றிக்கொண்டு படுக்கிறாள்.

ஏதேதோ எண்ணங்களும், கவலைகளும் அப்புகின்றன.

எப்போது உறங்கினாள் என்று தெரியவில்லை. சரேலென்று விழிப்பு வரக், கதவு ஓசைப்படுகிறது. ஊரோசை அடங்கி, நள்ளிரவுக்கு மேலிருக்கும்.

அவள் கதவைத் திறக்கையில், சட்டென்று அதிர்ந்தாற்போல் திடுக்கிட்டுப், பிறகு சுதாரித்துக் கொள்கிறாள். மிக்கேலின் கைகளில் முயலோ, எதுவோ தொங்குகிறது.

ரேகா சிரிக்கிறாள் மென்மையாக. "ஆன்ட்டி! நாங்க சாயங்கலமா அந்தப்பக்கம் முள்ளுக் காட்டுக்குள்ள போச்சு. அங்க கிடைச்சிச்சு."

அந்தக்காலத்தில் பகடைப் பிள்ளைகள் போய், காட்டுப்பூனையை அடித்துத் தின்னும் என்று கேள்விப்பட்டிருக்கிறாள். இது என்ன கஷ்டகாலம்? சமையலறையில் முட்டையை அவித்ததுகள். இப்போது நடுராத்திரியில் இந்தச் சனியன்களைச் சமைக்குமா? முதலில் இதுகளுக்கு இடம் கொடுத்ததே பிசகு! பிராமணாள் தெருவைப்போல இருந்த தெரு, இன்னிக்குக்

கலப்படமாய்விட்டதென்றாலும், இந்த வீட்டுக்குள் அநாசாரங்களைச் சமையலறையில் கொண்டு விடலாமா? இந்த முருகனுக்கு இரைச்சிரசம் கொடுக்கவேண்டும் என்பதைக் கூட அனுமதிக்கவில்லை..

அவள் பேசவில்லை. மிக்கேல், பின்புறக்கதவைத் திறந்து கொண்டு போகிறான்.

ரேகா, கூடத்து ஓரம் வந்து பையை வைக்கிறாள்.

ரொட்டி, பழம், எங்கோ கடையில் வாங்கிய மசால் வடை, முருகனுக்குச் சாக்லேட்...

"வீ ஆர் டெர்ரிப்ளி ஹங்கரி!" என்று திலீப் சிரித்தவாறே பின்பக்கம் செல்கிறான். கொல்லை நடையில் விளக்கு எரிகிறது.

"அதெல்லாம் இங்க...."

"நோ ஆன்ட்டி, பேக்யார்ட்ல மிக்கேல் ப்ரிப்பர் பண்ணணும் டோன்ட் பாதர். அதுக்கு அவனுக்கு பழக்கம். முருகனுக்கு சூப் பண்ணணும்" மீண்டும் சிரிப்பு.

ருக்குவுக்கு தூக்கம் கெட்டுவிட்டது. இருந்தாலும், முகத்தை மூடிக் கொண்டு திரும்பிப்படுக்கிறாள். சக்குவுக்கு, கோபமா சங்கடமா என்னவென்று புரியாத குழப்பம். படுத்துக், கண்களை மூடிக்கொள்கிறாள்.

ரேகா பின்புறம் செல்வதும், அவர்கள் அந்த நள்ளிரவில் கிணற்றில் நீரிறைத்துக் குளிப்பதும், அவன் அரை லுங்கியுடன் ரொட்டிக்கு வெண்ணையோ எதுவோ தடவுவதும் தெரிகின்றன. சுமார் ஒன்றரைமணி நேரத்துக்குப் பிறகு, எல்லாரும் உட்கார்ந்து சாப்பிடுவது தெரிகிறது. அவர்களும் குளித்திருக்கிறார்கள். சுக்கோ, சோம்போ புரியாத ஒரு வாசனை நாசியை எட்டுகிறது.

ஏதோ பேய்க் கதைகளில் வருவதுபோல, நள்ளிரவுக்கு மேல், எதையோ அடித்துக் கொண்டுவந்து சமைத்து சாப்பிடும் நாகரிகம்...

மனசு முரண்டுகிறது, ஏற்கனவே ஊரில் வம்பும், தும்பும் தாங்கவில்லை. ஒன்றும் தெரியாத குழந்தையைக் கரித்துக்கொட்டி வீட்டை விட்டு விரட்டினாள். இவள் அப்படிக் கரிக்காமல் இருந்திருந்தால், போயிருக்க மாட்டாள்.

முருகனை மசால்வடை வாசனையோ, குழம்பு வாசனையோ எதுவோ எழுப்பி இருக்கவேண்டும். குபுக்கென்று தலை உயர்த்திப் பார்க்கிறான்.

ரொட்டியைக் கடிக்கும் திலீப், "கம், கம்... ஹேவ் ஸம் ஸூப்? இட்ஸ் குட் ஃபார் யூ!"

முருகன் எழுந்து, அவர்கள் பக்கத்தில் உட்காருகிறான். சக்குவுக்குத் தடுக்க மனமில்லை. ரேகா, அவன் முதுகைப் பரிவுடன் தடவிக் கொண்டு, வெண்ணெய் ரொட்டியைக் கொடுக்கிறாள். தம்ளரில் ஆவி பறக்கும் ரசத்தை அவன் கலக்கிக் கொடுக்கிறான்.

பொழுது விடிந்து, ருக்கு எழுந்து பின்பக்கம் சென்றபோது, மூன்று கல் வைத்து அடுப்பு மூட்டிய தடம் இருக்கிறது. அலுமினியம் கரி வட்டை ஒன்று, சுத்தமாகத் தேய்த்துக் கழுவிக் கவிழ்க்கப்பட்டிருக்கிறது. முரட்டுச்சராய்,

பனியன் என்று மூவருடைய ஒரே மாதிரியான உடைகளும் கயிற்றில் உலர்த்தப்பட்டிருக்கின்றன.

வேலாயி, பால் கொண்டுவருகிறாள். சக்கு அவளிடம், "கூட ஒரு உழக்கிருந்தா குடுத்திட்டுப் போயேன்." என்று கேட்கிறாள்.

"இல்லியேம்மா... பொறவு வாணா இருந்திச்சின்னா கொண்டாரேன்."

உள்ளே ருக்கு கரிபிடிக்கும் ஸ்டவ்வை, சரி செய்து கொண்டிருக்கிறாள்.

"ராத்திரிக் கூத்து அடிச்சிருக்குங்க போலருக்கு... என்னம்மா இது?"

"எனக்கும் என்ன செய்யறதுன்னு புரியல..."

"முதல்லயே எடம் குடுத்திருக்க வேணாம். ஊரே கொல்லுனு பேசறா."

"என்னடீ செய்யறது! இப்ப பாரு, அவா சாக்லேட்டும், அதும் இதும் வாங்கி வரா. நேத்து, ஆன்ட்டி.. கர்ட் இருக்கான்னு கேட்டுது. சுத்தமா மோரில்ல. அதான், உழக்குப் பால் கூடக் கேட்டேன். அவங்ககிட்ட எப்படி எதைச் சொல்லுவது?"

"அவப்பா, அம்மாவே விரட்டி அடிச்சிருக்கான்னா, இப்படி நடக்கறதாலேதான்..."

"நீதான் பேசுறியே... இங்கிலீஷிலே, இப்படி ஊரில் கௌரவமா இருக்கிற எடத்திலே மரியாதையா இருக்கணும்னு சொல்லேன்!"

"அவ்வளவுக்கு இங்லீஷ் தெரிஞ்சா நா ஏன் இப்படி இருக்கே?"

ருக்கு, முணுமுணுத்துக்கொண்டு, கைக்கரியைக் கழுவ, முற்றத்துக்கு வருகிறாள்.

"இங்லீஷில பேசணுமாம்! என்னைப் படிக்க வச்சியா? எனக்குன்னு எதானும் செஞ்சியா? அந்தப்பொண்ணுக்கு வீட்டைச் சுரண்டிக் கட்டினே! பிள்ளைக்கு, இன்றும் சுரண்டிக் குடுக்கிற! இப்ப... இப்ப... வெக்கங்கெட்டு

கூச்சநாச்சமில்லாம, ரெண்டு ஆம்பிளங்களோடு..."

சக்கு உள்ளிருந்து வந்து சீறுகிறாள். "ருக்கு....'

"ஏ,உள்ளதைச்சொன்னாகோவமா?இதுதேவடியாத்தனமில்லாம என்ன?"

சுள்ளென்று மகளைச் சக்கு, கன்னத்தில் வீறும்படி அடிக்கிறாள். ருக்கு, விக்கித்துப்போய்க் கன்னத்தை இரு கைகளாலும் மூடிக்கொண்டு உள்ளே போய் முழங்காலில் முகத்தை வைத்துக்கொண்டு விசும்புகிறாள். இது ஒரு வடிகால். வாழ்க்கையின் இயலாமைகள், இயந்திரமய அலுப்புகள் இவற்றில் மோதிக்கொள்ளும் உரசலே இந்த விளைவு.

சக்குவுக்கும் கை எரிகிறது; மனம் எரிகிறது. சீ! ஏன் இப்படி எல்லாம் கெட்டுக் குட்டிச்சுவராகிறது! அந்தப்பெண்ணை ஏன் அடித்தாள்! இந்த வயிற்றில் பிறந்து, என்ன சுகம் கண்டது?

இவளுக்கும் கண் கலங்குகிறது. அம்மா எழுந்து உட் கார்ந்து, இந்த நிலவரங்களை கவனிக்கிறாள் என்ற உணர்வே பிறகுதான் முட்டுகிறது.

மதுராம்பா, தரையில் மெதுவாகக் கையை ஊன்றிக்கொண்டு

எழுந்திருக்கிறாள்.

"என்ன? வீட்டிலே விருந்தாளிகள்ளாம் வந்திருக்காப்பல இருக்கு..."

சட்டென்று சக்கு, கண்களைத் துடைத்துக்கொள்கிறாள்.

"குஞ்சானா? வாப்பா..."

பாட்டி கைத்தடிக்காகப் பார்க்கையில், அவன் சட்டென்று அதை எடுத்துக் கொடுத்து, பின்நடை வரையிலும் கொண்டுவிடுகிறான். பிறகு குறட்டில் உட்காருகிறான்.

"என்ன சக்கும்மா, கம்முனு இருக்கேள்? மருமா, சிநேகிதர்கள் வந்திருக்காப்பல இருக்கு?"

ஒரு வேளை இவர்களுடைய ராக் கூத்து, இவனுக்குத் தெரிந்திருக்குமோ? திக்கென்ற உணர்வு முட்டுகிறது.

"நீ எப்ப வந்தே?"

"இதா, இப்பத்தான் வந்தேன். அம்மா இப்படீன்னு சொன்னா. வந்து விசாரிப்போம்னு வந்தேன். எல்லாம் வாசல்ல படுத்திட்டிருக்காப்பல இருக்கு..."

"ஆமாம்..."

"யாரெல்லாம் வந்திருக்கா?"

"அம்மா சொல்லலியா? சிதம்பரத்தின் கடைசிப்பொண்ணு, அவ சிநேகிதா..."

"சிநேகிதான்னா?"

குஞ்சிதத்தின் மீது இதுவரை இல்லாத எரிச்சல் ரேகையிடுகிறது. ஆனால், அவள் பதில்கூறத் தேவையிருக்கவில்லை. சாயிபாபா முடித்தலையுடன் திலீப், வெற்று மார்பைக் காட்டிக்கொண்டு, அற்பமான சல்லடத்துடன் ரேழியில் வந்து பைஜாமாவை மாட்டிக் கொள்கிறான். அடுத்து, மிக்கேல் கருப்பாகக் கழுத்தில் வெள்ளிச்சங்கிலி புரள வருகிறான். அவன் ஒரு அரை நிசார் அணிந்து கொண்டிருக்கிறான். தொடர்ந்து ஒட்ட வெட்டிய கிராப்புடன், லுங்கியும் ஒற்றைப்பனியனுமாக ரேகா, "ஹாய் குட்மார்னிங்!" என்று

சொல்லிக்கொண்டு முற்றத்தில் இறங்குகிறாள். வெளிச்சம் பளீரென்று கண்களைக் குத்துகிறது.

குஞ்சிதத்தை அப்போதுதான் முற்றக்குறட்டில் பார்க்கிறாள்.

"இவதான், சிதம்பரத்தின் பொண்ணு."

"ஓ... நமஸ்தே, ஐம் ரேகா...!"

"ஓ... ஐம் மிக்கேல், ஐம் திலீப்...! அவர்கள் கைகளைக் கொடுத்துக் குலுக்கிக் கொள்கின்றனர்.

"ஐம் குஞ்சிதபாதம். இந்த வீட்டுக்கு மிக நெருங்கியவன். பெரியம்மாவுக்கு நானும் ஒரு பிள்ளை அல்லது பேரன். எப்படி வேணும்னாலும் வச்சுக்கலாம்!" என்று ஆங்கிலத்தில் கூறிச் சிரிக்கிறான்.

"நீங்கல்லாம் டெல்லிலேந்து வரீங்களா?"

"அஃப்கோர்ஸ், அதா ஹெட்குவார்ட்டர்ஸ்..." என்று சிரிக்கிறாள் ரேகா.

பிறகு, அவர்கள் என்ன செய்கிறார்கள், எதற்கு வந்தார்கள், என்ன படிப்பு, என்ன ஆராய்ச்சி என்றெல்லாம் குஞ்சிதம் தூண்டித், துருவி விசாரிக்கிறான். ரேகாவுக்கு முகம் சிவக்கும்படி, குறுக்குக் கேள்விகள் கேட்கிறான். இவன் குரல் ஓங்கி, அவர்கள்

குற்றம் செய்பவர்கள்போல் ஒதுங்கும் பாவனை புரிகிறது.

“ஏன்? இந்தியன் யுனிவர்சிட்டிகளில் உனக்கு பி.எச்.டி. கிடைக்கவில்லையா? உன் அப்பா பேரைச் சொன்னாலே போதுமே?” இதில் எகத்தாளம் தொனிக்கிறது.

“எனக்கு யாருடைய சப்பைக்கட்டும் தேவையில்லை! ஐ ஜஸ்ட் வான்டு மி இன்டிபென்டன்ட்!”

”இன்டிபென்டன்ட், இன்டிபென்டன்ட்னா... வாட் டு யு மீன் பைதட்? நீ, இருபத்தாறு வயசாகிறது, நாலு வருசமாகச் சுற்றுகிறேன் என்கிறாய். எந்த

நோக்கமும் இல்லாமலா அந்த வெளிநாட்டு யுனிவர்சிட்டி உனக்கு ஃபெலோஷிப் குடுத்திண்டிருக்கு?”

“அப்படி ஒண்ணுமில்லையே? நான் இந்த உலகின், சமூகத்தின் பொய்யான மரபுகள், வேஷங்கள், மதிப்பீடுகள் எல்லாம் விட்டு ஒதுங்கி, அந்தப் ப்ரிமிடிவ் நிலையைப் பார்க்கிறேன். அது சில சமயம் உயர்ந்ததாக இருக்கு...”

“அதுசரி, நீங்கள் மூன்றுபேரும் வெவ்வேறு வழியிலிருப்பதாகச் சொல்கிறீர்கள்? இப்படி நோக்கமில்லாமல் சுற்றுவதால் என்ன பயன்?”

”ஓ... மிஸ்டர் குஞ்சிதபாதம்! எதற்குத்தான் என்ன பயன்? அப்படிப் பார்த்தால், ஆல் ஃபார் மணி! வி ஹேவ் நோ ரெஸ்பெக்ட் ஃபார் மணி வால்யூ! அதுதான் எல்லாத்தையும் நாசமாக்குது! வேசம் போடவைக்குது. ஒருத்தருக்கொருத்தர் பொய்யா வாழுறாங்க. நாங்க, இந்த அமைப்பை வெறுக்கிறோம். வி டோன்ட் கேர் ஃபார் தீஸ் வால்யூஸ்!”

அவள் பதில் சொல்லிக்கொண்டிருக்கும்போதே, மற்றவர் இருவரும் நழுவி விடுகின்றனர்.

“ஓ.கே...ஐ அன்டர்ஸ்டான்ட்!” என்று குஞ்சிதம் சொல்லிவிட்டுப், பாட்டி வருவதைப் பார்த்துக்கொண்டு பேசாமலிருக்கிறான். முகத்தில் கோபம் தெரிகிறது.

அவன் வெளிப்படையாக இப்படிக் கோபப்பட்டு அவர்கள் பார்த்திராமல் இல்லை. ஆனால் இப்போது, ரேகா என்ற தனிநபர் மீது அவன் கோபம் கொண்டதாகவோ, குருசாமி போல் வம்புக்கு விரும்பி எதிர் விசாரணை செய்வதாகவோ நம்பும்படி இல்லை. சாதி பார்ப்பவனா? இல்லை. டீக்கடையில் தனித்தம்ளர் வைத்திருப்பதை எதிர்த்து மறியல் செய்து ஆறுமாசம் ஜெயிலுக்குப் போயிருந்தான். மறியலும், போராட்டமும் ஜெயில் வாசமும்

அத்துப்படி. பகடை வீட்டில் சாப்பிடுவான். கோழி, ஆடு சாப்பிடுவானோ, என்னமோ தெரியாது. ஆனால், இவனிடம் ஓர் ஒழுங்கு, சமுதாயம் என்பதற்குப் பெரியவர்கள் அநாதிகாலமாக வைத்திருக்கும் சில கட்டுப்பாடுகள் இருக்கின்றன. யாரோ பையன்களை ஜெயிலில் அடித்தார்கள் என்று கேள்விப்பட்டதும் கண்ணீர் விட்டான். நேரம் காலம் இவனுக்கு இல்லை. ஆனால், மார்பில் ஒரு பனியன்கூட இல்லாமல் அவளோ, ருக்குவோ, பார்த்து இருப்பார்களா? எத்தனை ஏழை எளியதுகள், தொழிற்சங்கம், அந்தச் சண்டை, இந்தப் போராட்டம் என்று வருகின்றன? ஓர் இசுக்குப்பிசுக்கு ஒட்டியிருக்குமா? தேர்தல் என்று வந்தால் முச்சந்தியில் எத்தனை அசிங்கங்கள் போட்டு அலசப்படும்? வேலாண்டி நாடாரும், மாட்ச் ஃபாக்டரி நாயுடுவும், மோதிக்கொள்வார்கள். இவன் கட்சி எப்போதும் சண்டைக்காரக் கட்சிதான். ஆனால், உள்ளூர் கட்சி விவகாரங்களில் கூட, இவன்மீது அப்பழுக்கு ஒட்டியதில்லை. இத்தனைக்கும் கல்யாணமோ காட்சியோ ஒன்று கிடையாது.

"என்ன, குரல் உரக்கக் கேக்கறதே?"

"ஓ... இல்லை பாட்டீ! இட்ஸ் கொய்ட் நேச்சுரல். எல்லாருக்கும் வித்தியாசமா இருந்தா சந்தேகம் வருது. எல்லாரும் டிகிரி, அது இதுன்னு போறப்ப, அதைப்பத்திக் கவலைப்படலன்னா...?"

ஒரு சிரிப்புச் சிரித்துவிட்டுப் பின்பக்கம் செல்கிறாள் ரேகா. இந்தச் சிறு பெண் தன்னை மடக்குகிறாளே என்று அவன் நினைக்கிறானோ?

"குஞ்சா? போன காரியம் என்னப்பா தெரிஞ்சிது?"

"நாலாபக்கமும் சொல்லி வச்சிருக்கு. துப்பொண்ணும் தெரியல. சக்கும்மாவைக் கவலைப்படவேண்டாம்னு சொல்லுங்கோ. நான் வரேன்."

அவன் அப்படிச் செல்வதும் வித்தியாசமாகப்படுகிறது.

▲▲▲

12

மதுராம்பாவுக்கு வித்தியாசம் புரிந்தாலும், பொருட்படுத்தாதவளாக, “ருக்கு, அந்த ஊசிநூலைக் கோத்துக்குடு, கொஞ்சம் முள்ளுபட்டு, தலைப்பு கிழிஞ்சிருக்கு. ஒரு குத்துப் போட்டுடறேன். இல்லாட்டி நீளப் பெரிசாயிடும்.”

என்று தலைப்புக்கிழிசலை இணைத்து மடிக்கிறாள்.

ருக்குவுக்கே சில நாட்களாக ஊசிகோர்க்கக் கண்பார்வை, துல்லியமாக இல்லை. கண்கடுக்கக் குச்சியடுக்கி, அடுக்கி பார்வை கூர்மை குறைந்து விட்டதோ என்னமோ.. கண் டாக்டரிடம் போக வேண்டும் என்றால், அது ஒரு இருபத்தைந்து போல இல்லாமல் ஆகுமா? பின்னர், கண்ணாடி வேறு...

ரேகா, அவள் கையிலிருந்து அதை வாங்கிக் கோர்த்து, பாட்டியின் சேலைக் கிழிசலைத் தானே தைக்க முற்படுகிறாள். ’ட’ வைப் போல் கிழிபட்ட

இடத்தை நன்றாக சேர்த்து வைத்துக்கொண்டு, மணிமணியாகத்

தையல் தெரியாத வகையில் தைத்து இணைத்துப், பல்லால் கடித்து, நூலை அறுக்கிறாள்.

பாட்டி, ‘என்ன கைத்திருத்தம்!’ என்று வியக்கிறாள்.

காபியைக் குடித்துக்கொண்டு, “ஆன்ட்டி , நாங்க இன்னிக்கு கிளம்பி கேப் போகுது. அப்படியே ஊருக்குப் போகும்... இட் வாஸ் லவ்லி ஹியர் மெமோரபிள்...” என்று ஊருக்குச் செல்ல இருப்பதைத் தெரிவிக்கிறாள்.

“ஒரு மாசம் போல, இன்னும் பத்துநாள்ன்னாலும் இருப்பேன்னு நினைச்சனே? திடீர்னு போறேன்னிறயே?”

“அப்புறம் வாரம் ஆன்டி! கேப்லேந்து கோஸ்டோட, கேரளா போகிறோம்...”

திலீப்பும், மிக்கேலும் நன்றியைக் கொட்டுகிறார்கள். முருகன் அப்போதுதான் எழுந்து உட்கார்ந்திருக்கிறான்.

“முருகா! யு வில் பி ஆல்ரைட்...! ஸூப் எப்படி இருந்திச்சு?” அவன் தலையை மென்மையாகப், பரிவுடன் தடவுகிறாள்.

”குட்” பற்களை முழுதுமாகக் காட்டுகிறான் முருகன்.

"நீ இங்க இருக்கிற நாளிலே எல்லாரும் இங்லீஷாக் கத்துண்டுட்டோம்.... சொல்லிக் குடுத்தாக் கூட வராது." என்று சக்கு சந்தோஷப்படுகிறாள். சிரித்துக்கொண்டு, மிக்கேலும், திலீப்பும் மூட்டை கட்டப்போகிறார்கள்.

ரேகா, பாட்டியின் அருகில் அமர்ந்து, அவளைத் தழுவிக்கொள்கிறாள்.

"ஐ லவ் யூ பாட்டி! யு ஆர் ரியலி வெரி கிரேட்; வெரி ஸச் லவ்லி மதர், நீங்க எப்படி, அப்படி ஒரு ப்யூட்டிபுல் பொம்பிளகிட்டத் தன் அறிவையே குடுத்துடும் புள்ளய பெத்திருப்பீங்கன்னு நினைக்கவே முடியலே. எங்கம்மா அதான் டெவில், ஸ்டேட்டஸ், ஜூவல்ஸ், ஸாரி, இதோட சாவப் போவுது... பாட்டி, ஹவ் டு யூ லைக் மி!"

பாட்டியின் இதயத்தை முறுக்கிப் பிழியும் உணர்வுகள், ஒரு கணம் முகத்தில் கீறல்களை ஆழமாக்குகின்றன.

"எனக்குப் பிடிக்காதவங்களே இல்ல. நீ இங்கிலீஷில பேசற. எனக்குப் பேசத் தெரியாது. ஆனால், மனசும் செயலும்தான் முக்கியம். குஞ்சிதத்துகிட்ட சித்த முந்தி நீ சுதந்திரமா இருக்கறதப் பத்தி சொல்லீட்டிருந்தே. சுதந்திரங்கறது என்னன்னு இன்னும் புரிஞ்சிக்கவே முடியலியேன்னு தோணறது. நான் சின்னவளா இருக்கறப்ப, எந்த அடிமைத்தனத்திலிருந்து விடுபட்டு போகணுமனு நினைச்சு வெளியே வந்தேனோ, அந்த எல்லைக்குள் பெரிய மேன்மை இருப்பதாக, அன்னிக்கு நீ ஆசையோடு விசாரிச்சியே அந்த பேபியே கட்டறுத்துண்டு ஓடிருக்கா. கட்டுப்பாடே இல்லாம இருக்கிறதுதா முழு சுதந்திரம், அழகுன்னு சொல்ல முடியல. மனுசன் தன்னந்தனியாக எப்பவும் இருக்க முடியாது. ஓர் ஆணும் சரி, பொண்ணும் சரி, தனித்தனியாக நிக்கறதுக்காகப் படைக்கப்பட்டிருக்கல. ஆனால் அதற்காக நாம் விலங்குகள் போல வாழவும் முடியாது. விலங்குகளுக்கெல்லாம், இயற்கையாகவே சில கட்டுப்பாடு அமைச்சிருக்கு. குருவியும், காக்காவும் கூடக் கூடு கட்டறது. யார் சொல்லிக்குடுக்கறா? சினைப்பட்ட பசுவை, இனச்சேர்க்கைக்கு ஒரு மாடும் மோந்து பார்க்காது! மனுஷாளுக்கு பகுத்தறிவு இருக்கு. இது நல்லது, இது கெட்டதுன்னு புரிஞ்சுக்கற அறிவு இருக்கு. அதனால, சுதந்திரம்கறது, மனுஷாளோட சின்னத்தனங்கள், அடிமைநிலையிலிருந்து போக முடியாத தடைகளை மீறிப் போக அவசியம்தான். ஆனா, மனுஷாளுக்கு: மனுஷா, ஈரம் அன்பு காட்ட, சுயநலமில்லாமல் சந்தோஷமாக உழைக்க, சில

கட்டுப்பாடு இருக்கு. அதை வச்சுத்தான் சமுதாயம், ராச்சியம்னு வருதுன்னு எனக்குத் தோணறது. உன்னைப்போல படிப்பெல்லாம் எனக்கு இல்ல."

"ஓ... யூ ஆர் ரியலி வெரி வைஸ் அன்ட் வொன்டர்ஃபுல்! எனக்கு வீடு வச்சிக்கணும்னு ஆசையே வந்ததில்ல. சில ரிமோட் ஏரியாஸ்ல 'ட்ரைபல்ஸ்' கிட்டப் போனப்ப, அங்கேயே இருந்திடலாம்னு தோணும். மூணுமாசம், நாலு மாசம் கூட வெளியாளுகளப் பாராம தங்கியிருக்கிறேன். அங்கியே வீடு வச்சிக்கலாம்னு தோணும். ஆனா, வெளில வந்துட்டுப்போகும். இப்ப

எனக்கும் வீடு வச்சிட்டு உங்கூட இருக்கணும்னு தோணுது."

பாட்டி, உண்மையில் ஜன்மசாபல்யத்தை அடைந்து விட்டாளா? முகம் ஒளிமயமாகக் கனிகிறது.

"எனக்கும் ரொம்ப சந்தோஷமாயிருக்கு. பொண்ணாகப் பிறந்தவ என்னிக்கும் கட்டை உடைச்சிட்டுப் போகக் கூடாதுன்னு அறுதியாக்கியிருக்கா. அதுக்குக் காரணம், அவ உடம்புன்னு அதையே வலுவாக்கி, அதனாலேயே அவளைச் சபலப்படுத்துறவளாவும், பலமில்லாதவளாவும், இன்னும் என்னென்ன வகையிலெல்லாமோ தடைப்படுத்தியிருக்கா. இதெல்லாம் உங்களைப்போல இருக்கறவா புரிஞ்சிண்டு, புத்திய வச்சிண்டு வாழ வர்றது சிலாக்கியம்தான். யாரையும், யாரும் மேலேறி அதிகாரம் பண்ற நினைப்பு இருக்கக்கூடாது. உங்க தாத்தா, வெளிப்பார்வைக்கு அழகே இல்லாதவர்: ரொம்ப படிப்பு இல்ல; பணமும் இல்ல. என்னைக் கல்யாணம் பண்ணிண்டப்பவும், பிறகும், கிராமத்தில் அரிச்சுவடி வாத்தியாராத்தான் இருந்தார். ஆனால், அவர் என்னைக் கல்யாணம் பண்ணிண்டு குடும்பம் நடத்தின செயல், அன்னிக்குச் சமூகத்திலே இருந்த பொய்யர்களுக்குப் பெரிய அடியா இருந்தது. கடவுள் விதிச்சதை மீறினாள்னு என் ஜனங்க துரத்தினா. கடவுள்ங்கறது யாரு? பாக்கப்போனால், அதும் மனுஷன் வச்சுண்டதுதானே?"

பேரப்பெண், அப்படியே அந்தக்குரலில் ஒன்றிப் போகிறாள்.

"எங்கப்பா, ரொம்பப் படிச்சவர். அவர் சொல்வார். 'பிரபஞ்சம் உனக்குள்ளே - அதையே வெளியிலும் பார்க்கிறது, உன்னையே எல்லாத்திலும்

பார்க்கிறாப்பல'ம்பாரு. எனக்கு விளக்கம் தெரியாது. நான் படிச்ச படிப்பும், கலையும் ஓர் அடிமைவாழ்வுக்கு. ஆனால், அதுலதான் நான் முழிச்சிண்டேன். குஞ்சிதத்துக்கிட்ட நீ

இங்கிலீஷில பேசினே. நீ என்ன பேசினேங்கறது வார்த்தைக்கு வார்த்தை புரியலேன்னாலும், மனசுக்கு உண்மையா நடக்கணும்னு நீ மதிக்கிறதப் புரிஞ்சிண்டிருக்கேன். பிரச்னை எல்லாம் நல்லவசதி, சாப்பாட்டுக்குப் பத்தாத பணத்தில்தானிருக்குன்னு ரொம்ப பேர் நினைக்கிறா. எனக்கும் கூட, அப்படி நிறையக் கஷ்டப்படறதப் பாக்கறச்சே தோணறதுதான். ஆனா, பணத்தை மேல மேல வசதிக்காகக் குமிச்சிண்டு, மனுசனை மனுசனாப் பார்க்காத நிலைமையை மாத்தணும்னு தோணல யாருக்கும். அதுனால, அங்க கட்டுப்பாட்டைப் போட்டுக்கத்தான் வேணும். இது பணமா ஸ்தூலமாயிருக்கும். உங்கம்மாவப் பத்தி வெறுக்கும்படி பேசினே. அது ரொம்ப கஷ்டமாயிருக்கு. ஏன் இப்படி வரணும்?"

"நீ அறிவ மதிக்கிறே, அன்பாக நடக்கிறே. குடும்பம்ங்கறது தனி மனுஷாளை பலப்படுத்தும் ஸ்தாபனம். இதுல இருக்கற பெண்ணுக்கு புத்தி அறிவுன்னு சிலாக்கியமில்ல, செக்குமாடுன்னு வச்சா; இந்த ஸ்தாபனத்துக்கே கூடாதுன்னு ஒரு பக்கம் ஒரு குலத்தையே சீரழிச்சா, இரண்டும் பாவம். இப்ப என்னமோ சுதந்திரம்னு சொல்லிண்டிருக்கா. ஆனா, ஒட்டகத்துச் சுமையில் துரும்பு எடுத்தாப்பலதான் ஒரு பேரு. ஆனா, அதுக்காக குடும்பமே தளைன்னு நினைக்கலாமா? நல்ல ராச்சியத்துக்கு, குடும்பம்தான் நாத்தங்கால். உங்க தாத்தா, எனக்கு பிரசவம் பார்க்கவே ஒத்தாசை பண்ணும்படி இருந்தது. எனக்கும் புடவை தோச்சுப்போட்டார். வாத்தியாரு, பொண்டாட்டிக்கு புடவை தோச்சுண்டு போறார்னு, வாய்க்கால் கரையில வம்பு பேசுவாளாம். அவர் பொருட்டாக்கல. அவர் என்னை முப்பத்தஞ்சு வயசில கல்யாணம் பண்ணிண்டு, ஊரறிய குடித்தனம் பண்ணினார். நீ அதுனால, இங்கவந்து அவர் பெருமையக் கேக்கறே; நான் சொல்றேன். நான் ஒருசமயம் கூட, இத்தனை வருஷம் இருக்கிறேனேன்னு மனசார நொந்துண்டதில்ல. எத்தனையோ கஷ்டங்கள். உங்கப்பாவை ஜெயிலில் இருந்த நாள்ள போயிப் பார்க்கல. இப்பவும், அவன் எங்கியோ, நான் எங்கியோ... ஆனா, என் மனசுக்குள்ள, எங்க குடும்பத்திலே ஜனிச்ச அந்தப் பிள்ளை, உத்தமமான தேசசேவைன்னு போன பெருமை எனக்கு இருக்கு. மனச்சாட்சியை நல்ல குரலா வச்சிட்டு, அதன் நியாய உணர்வோடு நடக்கறதுதான் தர்மம்னு நம்பறேன்."

பேத்தி உணர்ச்சிவசப்படவில்லை என்றாலும், ஆழ்ந்து விடுகிறாள். அவள் எதிர்க்கேள்வி கேட்கவில்லை. எதுவும் பேசவும் இல்லை.

"பாட்டி...! ஐம் வெரி ஹாப்பி!" கன்னத்தில் முகம் வைத்துத் தழுவிக் கொள்கிறாள்.

அன்று முற்பகல் உணவு உட்கொண்டதும், அவர்கள் கிளம்பி விடுகின்றனர். வழக்கமான பிரிவுபசாரங்கள் என்றில்லை. ஆனால், முகங்கள் நன்றியைக் கொட்டுகின்றன. மிக்கேலும், திலீப்பும் அவர்கள் பாதங்களைத் தொட்டுப் பணிகின்றனர். ரேகா சக்குவையும் பாட்டியையும் தழுவி விடைபெறுகிறாள்.

ருக்கு, வீடு திரும்பியிருக்கவில்லை. சக்குவுக்கு அவர்கள் முதுகுகளில் சுமைகளுடன் தெருக்கோடி சென்று மறைந்த பின், உண்மையிலேயே இழப்பாகத் தோன்றியது.

அவர்கள், இவர்கள் கருதியிருக்கும் கோடுகளைக் கடந்தவர்களாகத்தான் நடந்து கொண்டிருக்கிறார்கள் என்றாலும், அவளுடைய உள்ளத்தை ஆந்தரிகமாக அவர்கள் தொட்டுவிட்டார்கள். பொடி ஒட்டும் புழுதியில்,

சரேலென்று ஒரு மழை விசிற வெம்மையும் தாபமும் கிளர்ந்தெழுந்தாற் போலிருக்கிறது.

மதுராம்பா, இந்த வீட்டிலிருந்து அந்த வீட்டுக் குறட்டுக்கு வந்து உட்காருகிறாள். சம்பு, அலுவலகத்தில் இருந்து வந்ததும், பாட்டியின் வாயைக் கிண்ட வந்தமருகிறாள்.

"பாட்டி! உங்க வீட்டிலே பத்துநாளா நாஷனல் இன்டக்ரேஷன் கொண்டாடினாப் போல இருக்கு! எல்லாரும் போயாச்சா?"

"போயாச்சு".

அடுத்து எதுவும் பேசத் தோன்றவில்லை.

"பாட்டிக்கு 'மூடே' சரியில்லை போல இருக்கு?"

"என்னவோ பத்துநாளா அதுகள் போறதும் வரதும்... கலகலப்பாக இருந்தது. எனக்கே கொல்லைப்பக்கம் அவா துணிகளைக் காணல. வெறிச்சுனு இருக்காப்பல இருக்கு!" என்று சுப்பு கூறுகிறாள்,

கஞ்சியை இங்கே கொண்டுவந்து சக்கு கொடுக்கிறாள். அவள் குடித்துக் கொண்டு இருக்கையில் குஞ்சிதம் வருகிறான். "சக்கும்மா, தம்பி மக வந்த ஜோரில வேற ஒண்ணையும் நினைக்கல. நல்லதுதான்." வத்தியைக் கொளுத்தி விட்டான். அது புகையத் தொடங்குகிறது.

"நீ விஷயம் சொல்லுவேன்னு விசாரிக்கல. ஏதோ ஆசைப்பட்டதை வாங்கிக் குடுக்க முடியல, பொண் முரண்டிட்டுப்

போனான்னு நாம நினைக்கிறோம். இந்தப் பொண்ணும், பெத்தவங்களிடம் முரண்டிட்டுத்தான் இப்படிச் சுத்துறது. இல்லாட்டா, கலெக்டர் பொண்ணு வந்தாளா! டாக்டர் பையன் வந்தானா?"

“அது சரி. ஆனா, இவளை உங்களுக்குப் புடிச்சுப்போச்சே?”

“புடிக்கலேன்னு வீடுதேடி வந்தவங்களை, வராதேன்னு சொல்லறதா?” என்று சக்கு கேட்கிறாள்.

“அது சரி, அவங்க ஏன் இங்கே வந்து இறங்கணும்னு நினைச்சீங்களா? திருநெல்வேலியிலோ, வேறெங்கயோ ஓட்டலல்ல ரூம் எடுத்துத் தங்கக் கூடாதா? காசு பணம் இல்லையா?”

"இதென்ன கேள்வி? பாட்டி, அத்தைனு பிரியமாத்தான் வந்திருக்கா!”

குஞ்சிதத்துக்கு முகம் சிவக்கிறது. “பிரியம்தான் இத்தனை நாளாக இல்லாத பிரியம்! அவங்க ஹோட்டல்ல தங்கப்போனா, ஆயிரம் கேள்வி கேப்பான்! இம்மாரல் ட்ராஃபிக்னு புடிச்சு ஸ்டேஷனுக்குக் கூட்டிண்டுபோவான்! அசிங்கமாயில்லயா?"

முள் தைத்த இடத்தில் சுருக்சுருக்கென்று குத்துகிறது.

சம்பு, சுருக்கென்று தலைநீட்டிக் கொத்துகிறாள். அன்று ருக்கு சொன்னதையே அறிவுறுத்துகிறாள்.

"நீங்க ஏன் அந்தக் கோணத்தில் பார்ச்கணும்? ஒரு ஆணும் பெண்ணும் சேர்ந்தாப்பல பழகினா, இதொண்ணு தானா கோணம்? ஓர் ஆணும் பெண்ணும் சிநேகிதாளாப் பழகவே முடியாதா? சமம், சமம்னு கத்துறீங்க. ஆனால், பெண்ணை இந்த நோக்கத்துல மட்டும் சமமாகவே பார்க்கிறதில்ல! அண்ணா, நீ பேசறதுதான் எனக்கு ஆச்சரியமாயிருக்கு!”

"சம்பு, உனக்கு விஷயம் தெரியாது! அப்ப அவா ஏன் ஃப்ரீயா எல்லாரிடமும் நடக்கல? எதோ குத்தம் செஞ்சிட்டாப்பல, சமுதாயத்தைக் கண்டே ஏன் ஓடணும்? ஆராய்ச்சி பண்ணறதாச் சொல்றா. இந்த ஊரிலதான் யாரிடமேனும் போய்ப் பேசினாளா? மங்களநாதன் கூடச் சொன்னார், ‘நானும் பாத்தேன். இடிபாடுகள்ள சுத்திச் சுத்தி வந்திச்சிங்க, யாரிடமும் ஒண்ணும் கேக்கல’ன்னு. ஆராய்ச்சியாவது, மண்ணாங்கட்டியாவது... இப்படி எதிலும் உறுதியில்லாமல், ‘ஜஸ்ட் லைக் தட்’ வாழறது! பங்கியடிக்கும்; கடத்தும், இது அமெரிக்க சதி. இப்படிப் பணம் குடுத்து நம்ம நாட்டு நல்ல மூளையையும், புத்திசாலித்தனத்தையும் பாழாக்குறதுக்கு, ஃபெலோஷிப் குடுக்கறாங்க. எனக்கு

வேதனையாயிருக்கு நீங்களும், நானும் தாய்- பிள்ளையாகப் பழகறோம். உங்களுக்கு மனசு வேதனைப்படும்படி எதுவும் சொல்லக்கூடாது. ஆனா, நம்ம சமுதாயத்தை முன்னுக்கு வராம செய்யணும்னு இப்படிப் பண்றாளேன்னு கஷ்டமாயிருக்கு."

"அவகிட்ட நீ கேட்டியா குஞ்சு?"

"கேக்காம? இன்னிக்கு இளஞ்சமுதாயத்தை, ஏற்கெனவே ஏமாற்றமும், நிராசையுமாக இருக்கும் இளஞ்சமுதாயத்தை இப்படித் திட்டமிட்டே கெடுக்கிறானுக. பணம் நிறையக் குடுத்து ஒருபக்கம், குடியும் மற்றதுமாகத் தண்ணியா விட்டுக் கெடுத்துத் தொலைப்பது இன்னொருபக்கம். சமுதாயத்திலேயே எதிலும் நம்பிக்கை இல்லாமல் பைத்தியம் பிடிச்ச நாய்போல மனுசங்களை, உறவுகளைக் கண்டு ஒதுங்குவது, அந்நியப்பட்டுப் போவது முதலாளித்துவ சக்திகளின் லீலைகள்."

"ஆமா, எதானும்னா உடனே இந்த அண்ணா முதலாளித்துவ சதிம்பான்!"

"சம்பு, உனக்குத் தெரியாது. உண்மையில் நினைக்க நினைக்கப் பொங்கித்தான் வருது. இந்தியா ஒரு சக்தி வாய்ந்த நாடாக நிமிரமுடியாமல், கூட்டுச்சதியே நடக்கிறது. இந்த இளைஞர்கள் நடப்பு முறையில் அதிருப்தி அடைந்திருக்கிறார்கள். இவர்கள் ஒன்றுபட்டு, ஏகோபித்த புரட்சி மனப்பான்மையை ஆரோக்கியமாகக் கிளர்த்திவிடுவார்களோ என்று இப்படித் தனித்தனியே போலியானதொரு இன்டுவிஜுவலிசத்தைக் காட்டி உடைக்கிறார்கள். அவளிடம் நான் கேட்டபோது, அவளே இதை ஒப்புக் கொண்டாளே? 'நாங்கள் ஒண்ணாகப் போகிறோம் வருகிறோம், ஷேர்பண்ணிக் கொள்கிறோம். ஆனால் ஒவ்வொருவரும் தனித்தனி. தனிப்பட்ட சுதந்திரத்தை மதிக்கிறோம். மெட்டீரியலிஸ்டிக்கா நாங்க சமமா இருக்கோம். ஆனா, நாங்க ஒவ்வொருவரும், எதற்கும், எவருக்கும் கட்டுப்படாதவர்கள்'ன்னா... அப்படீன்னா என்ன? ஒரு தொடர்பு இருக்கா? காந்திஜி சொன்னார். சமமா எல்லாரும் உழைத்து, எளிமையான ஆசிரம வாழ்வு வாழ்வது பற்றி... அவர் சொல்லாததையா இவங்க கண்டுபிடிச்சாங்க?

'எல்லாரும் வாழ்ந்து முன்னேறணும்; உன்னதமாகணும்ங்கறது அடுத்தபடி. இந்த இலட்சியத்துக்குத்தான் இந்த எளிமை, இந்தப்பங்கீடு, உழைப்பு எல்லாம். இது தானாக வரணும்'ன்னார் அவர். இது, தானாக வராது, திட்டமிட்ட புரட்சில வந்தாத்தான் வரும்னு நாங்க நம்புகிறோம். இந்த சமுதாயம் எப்படிப் போனா

எனக்கென்ன, ஸ்தாபனங்களை உடைத்து மனிதன் தனித்தனியா நிக்கணும்... ப்ரிமிட்டிவ் ஃபோக்ஸ் பக்கம் இருந்து இந்த சமுதாயத்தைப் பாக்கிறேன்னு பேத்தறா. ப்ரிமிட்டிங் ஃபோக்ஸ்கிட்ட இருக்கும். இனக்குழுக் கட்டுப்பாடு தேவலை, நாகரிகமடைய வேண்டாம் என்பது என்ன வாதம்? இன்னிக்கு இவா சாக்லேட் சாப்பிடல? ஊருக்குள் வராம இருக்க முடியுமா? இத்தனை முன்னேற்றமும் பொய்யா? போதையிலே இன்டிவிஜுவாலிசம் காணறதும், ஒண்ணுக்கும் உதவாத ரெக்சாகிறதும் இன்னிக்கு சகஜமாயிருக்கு... எனக்குக் கோபமாய் வரது."

"எனக்குப் புரியல. தனிப்பட்ட சுதந்திரம்னா என்ன? இவ என்னத்துக்கு அவனையும், இவனையும் சேத்துண்டு வரணும்? நானும் தெரிஞ்சிக்கறேன்!" என்று சம்பு கிண்டுகிறாள்.

"போறுமே... வேற எதையானும் பேசுங்களேன்..! லோகத்தில எத்தனையோ தினுசு. அதில இதுவும் ஒண்ணு." என்று முற்றுப்புள்ளி வைக்கிறாள் சுப்பு.

"அம்மா, அதில்லை... இளைஞர் சக்தியை உருப்படியாகத் திரட்ட, நாங்கள் பாடுபடறோம். சாண் ஏறுமுன் முழம் சறுக்கிறது. புத்திசாலித்தனம், திறமை, இளமை எல்லாம் அவநம்பிக்கையிலும், ஒழுக்கம் இல்லாத தான்தோன்றிப் போக்கிலும், குடியிலும், பெண்வியாபாரத்திலும் போறது. நீயே நினைச்சுப் பாரம்மா! அன்னிக்கு அந்தக்காலத்தில, காந்திஜி சொன்னார்னா, வேதவாக்கா நினைச்சு உயிரையும் பணயம் வைக்கத் தயாரா இருந்தவா எத்தனை பேர்? பின்னால் மார்க்கிசியம்னு அவருடன் வேற்றுமைப்பட்டவங்க கூட, ஒழுக்க விஷயத்தில் இன்னிக்குப்போலா இருந்தாங்க? சாதி மத பேதமில்லாம, உயர்வு தாழ்வு இல்லாம கல்யாணம் பண்ணிக்கிட்டாங்க. இலட்சியத்துக்காகவே வாழ்ந்தாங்க. ஆனா, அவங்க தலைமுறைக்கப்புறம் அப்படி யாருமே இல்ல. இன்னிக்கு அரசியல், நெறியில்லா ஊழலில் புரையோடி, சமூகத்தை எவ்வளவு கீழாக்க வேணுமோ அப்படி ஆக்கியிருக்கு. இன்னிக்குக் கொள்கையுமில்ல, ஸ்தாபனக் கட்டுப்பாடுமில்ல; ஒண்ணுமில்ல. உடையாத கட்சியில்ல. இங்க பாரு, சும்மா சர்வீஸ் பணம் வாங்கிக் குடுக்கக் கூட்டம் போட்டுட்டு, தொழிற்சங்கம் நடத்தும் கண்ணராவி. இந்த நெறிகெட்ட பணநாயகப் பின்னணியில் எந்த இலட்சியமும், கொள்கையும் உயிர்வாழ முடியாம செத்துண்டிருக்கு..."

குஞ்சு அழுதுவிடுவான் போலிருக்கிறது.

"இது கிடக்கட்டும். குஞ்சா! நீ மட்றாஸ் போயிட்டு வரேனு காத்துத் துடிச்சிண்டிருந்தேன். அவ எங்கே போனான்னு எதானும் துப்பு கெடச்சிதா?

அவப்பனைப் பாத்தியா?"

"எல்லாம் பார்த்தேன். அதான் பொங்கிப் பொங்கிக் குமுறலா இருக்கு. நீங்க ஒண்ணும் கேட்கத் தேவையில்லை. நீங்க பயப்பட்டது நடந்திருக்கு. கூரை மேலே எங்க தண்ணி விழுந்தாலும், கூடுவா மூலையில்தான் வந்து சேரும். இவ டான்ஸ் கத்து குடுக்கறா சும்மாவேன்னு சொன்ன இடத்துக்கு போயிருக்கிறாங்கற மட்டும் தெரிஞ்சிருக்கு. ஆனா, அதெல்லாம் அவ்வளவு சுளுவில் நடந்துடுமா? அங்க அவ யாரையும் பார்க்க உள்ளேயே போக முடியல. இதுக்கப்புறம் என்ன ஆனா. எங்க போயிருப்பான்னுதான் புரியல..."

"குருசாமி பொண்ணு, பேத்தி புள்ள...?"

"அநேகமா தெரிஞ்ச இடமெல்லாம் விசாரிச்சாச்சு. ரேடியோவில் சேதி குடுத்திருக்கிறான். டி. விக்கு ஒரு போட்டோ வேணும். அவ ஸ்கூலுக்கு எடுத்த பழைய போட்டோதான் நாகுகிட்ட இருக்கு..."

சக்கு தலையைப் பிடித்துக்கொண்டு சோர்ந்து போகிறாள்.

"திருட்டுப் பசங்க, வெளியில பங்க் கடையில ஆபாச பத்திரிகை புத்தகம் ரெய்ட் பண்ணினோம்; புடிச்சோம்; அபராதம்ங்கிறான். ஆனா, இவன் ஆளுங்கதான் இந்த ஆபாசப் புத்தக உற்பத்தி வியாபாரமே செய்யிறானுக. வீடியோ பார்லர்... அது ஒண்ணு, மஸாஜ் பார்லராம், மண்ணாங்கட்டி. கண்ணை திறந்துகிட்டே இவனுகளே விடுதி நடத்தறானுக. நாகுவுக்கா தெரியாது? இவன் ஃபோட்டோ எடுக்கற தொழில் என்ன புனிதத்திலியா இருக்கு? புனித பூமியில் கூட பொம்பள ரவிக்கைதான் எக்ஸ்போஸ் பண்ணுவான். அதான், அவன் இடிஞ்சி போயிருக்கிறான். இன்னிக்கு அரசியல் கட்சிக்குத் துட்டு எதில தெரியுமா? எவன் குடுக்கறான் தெரியுமா? சாராயக் கடைக்காரன், இல்லாட்டி இந்த விடுதி பிஸின்ஸ்காரன்... அரசியலின் உசிர் மூச்சே இப்படின்னு கெடுத்து குட்டிச்சுவரா்கிட்டானுவ. இதுக்கு, போலீசு அது இது எல்லாம் காவல். எனக்கு மனசே சரியில்லம்மா! சுதந்திரம், சுதந்திரம்னு இந்த அவலங்களுக்கா பாடுபட் டோம்? தலைமறைவு, தடியடி எல்லாம் இந்தப் பொருளாதார மேன்மைக்கா பாடுபட்டோம்? அர்த்தால், தர்ணா, கூச்சல் எல்லாம் இந்தச்

சீரழிவுக்குத்தானா? சே,சே ! தலைக்கு மேல் வெள்ளம் போய், நம் குடிசைலயும் புகுந்து, எல்லாத்தையும் அடிச்சிண்டு போனாப்பல இருக்கு. தோல்வி மனப்பான்மை கூடாது. அதனால இன்னும் சோர்வுதான். மனசைச் சமாதானம் பண்ணிக்கறது, இன்னிக்குச் சூழலில் ரொம்பக் கஷ்டமாயிருக்கம்மா."

சக்கு தலையில் வைத்த கையை எடுக்கவில்லை.

"இப்படி விடுப்பட்டு வந்த பொண்ணுகளைப் பார்த்து, கொண்டுபோகப் பொறுக்கிக் கும்பல் திரிஞ்சிட்டே இருக்கும். அந்தப் பட்டணத்து சந்தையில சினிமாத்துறையில, எக்ஸ்ட்ராவாச் சீரழியற ஒவ்வொருத்தியின் வாழ்க்கைச் சரிதமும் இப்படித்தான் இருக்கும். விடுதியில் நாசமாகும் பொண்ணுங்க கதையும் இதுதான். சட்டம், அது இது எல்லாம் கண் துடைப்பு. சாதாரண சாமான் விற்பனையிலிருந்து, சினிமா அரசியல் வரை, பொம்பளய வச்சிதான்னு இப்படி அவலமாயிட்டதேம்மா? அன்னிக்கு கடவுள் பேர வச்சு, இந்த வியாபாரத்தை நடத்தினாங்க. இன்னிக்கு அதைவிட மோசமாயிட்டது."

மதுராம்பாள், எங்கோ சூனியத்தில் ஒன்றியபடி சிலையாக அமர்ந்திருக்கிறாள். மனசு, சொல்ல முடியாமல் சங்கடப்படுகிறது. பாகுக் கொப்பரையின் விளிம்பில் உட்காரும் ஈ, மேலே பறந்து இறுதியில் அதிலேயே ஒட்டிக்கொண்டு, மாண்டு மடியும்.அவள் பொட்டை அறுத்தெறிந்தது, இந்த சமுதாய அமைப்புக்கா? ஓர் அடிமைப் பரம்பரையை, இழிவுப் பரம்பரையை உடைத்தது, இல்லங்களை இருட்டடிக்கவா?...

"'நாகுவுக்குத் தாங்க முடியல. 'அவளைப் பார்க்கிறப்ப எனக்குச் சீக்கிரம் கலியாணம் பண்ணிக் குடுத்திடணும்னு தோணிட்டிருந்தது. எதுக்குச் சொல்றேன்னா, அவமாதிரிப் பொண்ணுக, சீக்கிரமாஉறுதி குலைஞ்சு போயிடுவாங்க. ஏதோ ரெண்டு வருஷம் ஐ.டி.ஐ. டிப்ளமா எடுக்கட்டும். பிறகு, நம்ம பாடலாசிரியர் விநாயகமூர்த்தி இல்ல... அவருக்கு ஒரு மகன், எம்.ஏ படிச்சிட்டு, இப்பதா ஏர்லைன்ஸல வேலைக்குச் சேர்ந்திருக்கிறான். அப்பா ஒருசாதி, அம்மா ஒருசாதி. அவருகிட்டே சொல்லிட்டிருப்பேன்.

அவளை இங்க கூட்டி வந்து, ஹாஸ்டலில் வச்சிட்டு, ஒரு வருஷத்திலே வயசு பதினெட்டானதும், கலியாணத்தை முடிச்சிடலாம்னு இருந்தேன். பையன் நல்ல குணம், அப்பா அம்மா சொற்படி நடப்பான். இவருதான் நல்ல வேலையை விட்டுட்டுப் பாடலாசிரியர்னு வந்தார். ஒண்ணுமில்ல... இப்ப அந்தம்மாதான் கஷ்டப்பட்டு படிச்சு, ஏதோ வேலை பாக்கிறாங்க.

நான் ஏ.எஸ்.எஸ் கிட்ட கூட, பிரஸ்தாபிச்சிருந்தேன். கல்யாணம்னா, உதவி பண்றேன்னாரு. இப்ப என்ன செய்யிறதுன்னே புரியலியேன்னு' அழுதான்!"

சக்குவுக்கு, அடக்க முடியாமல் கண்ணீர் பெருகுகிறது. நீண்ட சதைப்பற்றற்ற அந்த முகம், பார்க்க முடியாத சோகத்தின் பிரதிபலிப்பாகிறது,

அவள் திரும்பி வந்ததும், எப்படி ஏற்றுக்கொள்வது? மறுபடி, எப்படிக் காவல் காப்பது? எங்கேனும் தறிகெட்டுப்போய் வந்தால், யார்தாம் கலியாணம் செய்து கொள்வார்கள்?

"அவ சினிமாவிலோ, எங்கியோ சேர்ந்து எப்படியோ சீரழிஞ்சி தொலையட்டும்! இங்கே தேடிப்பாத்து இனிமே கூட்டிட்டு வந்தாத்தா, நா எப்படி வச்சிக்குவேன்? கந்தப்புடவையை இழுத்து மூட முடியாம நாங்க குடும்பம் பண்ணி, வயிறு கழுவுறோம். ஒருத்தர் நிமுந்து பார்த்து, ஒரு பேச்சு சொல்லக் கூடாதுன்னு மானமா வாழற குடிசையை, ஒரு நொடியில பிச்செறிஞ்சிட்டுப் போயிட்டாளே! பாவி!"

சுப்புதான் அவளைத் தேற்றுகிறாள்.

"நீ இப்படிப் புலம்பறதில அர்த்தமே இல்லை சக்கு. இப்ப, இந்தக்காலத்துல எதுவுமே நடக்சக் கூடாதுன்னு நினைக்கறதுக்கில்ல. அம்பதினாயிரம் செலவழிச்சு, இந்தச் சம்புவைக் கலியாணம் பண்ணிக்குடுத்தோம். அவன் ஏற்கனவே ஒருத்திக்குப் புருஷனா, ஒரு குழந்தைக்கு அப்பாவா இருந்திருக்கான்னு, இவ போனப்புறம்தான் தெரிஞ்சிது. குஞ்சான், கோர்ட், கேசுன்னான். எனக்குக்கூடப் போகணும், நம்ம பொண் வாழாம போறதான்னிருந்தது. ஆனா, இன்னொரு பொண்ணு, அவ படிச்சிருக்கல. ஏழை அம்மாப்பா பாத்துப் பண்ணி வைச்சது. அதை மோசம் செய்துவிட்டு, பேப்பரில் விளம்பரம் போட்டு நாடகம் ஆடி, ஏகப்பட்ட நகையும், சீருமா கலியாணம் பண்ணிண்டிருக்கிறான். இவளே, அவள் குடித்தனம் நடத்தட்டும்னு வந்துட்டா. எனக்குத்தான் சபலப்பட்டுண்டே இருக்கு. இப்ப எங்கியோ வெளிநாட்டுக்குப் போயிட்டான்னு, போன வருஷம் நாலுநாள் நான் மாயவரம் போயிருந்தப்ப சொன்னா. ஐயோ! இங்க இருந்தா என்னிக்கானும் இந்தப் பொண்ணுக்கு எதானும் ஒருநாள் விடிவுகாலம்னு இருக்குமே, நாலு நாள் வாழ்ந்தாள்னு சொல்ல ஒரு குழந்தையானும் இருக்கக் கூடாதான்னுதான் நினைக்கறது. எதுக்குச் சொல்லவரேன்னா, முதல்ல அப்படி இருக்கும். அதுக்காக வரக்கூடாது,

போகக்கூடாதுன்னு பேசுவாளா? இப்ப உன் மருமா வந்துட்டுப்போனா, நீ என்ன பாத்தே? பொண்ணு வந்தா, நீ நடந்துக்கறதுலதான் இருக்கு. பெரிசு பண்ணாம, ஊரைக்கூட்டிக் கத்தாம அரவணைச்சிண்டு போகணும். மல்லாக்கப் படுத்திண்டு மாரில துப்பிக்கலாமா?"

"என்ன செய்யறது சுப்பக்கா? மருமாளும், இவளும் ஒண்ணாக முடியுமா? அவ எப்படி இருந்தா என்ன? எம் பொறுப்பா? பெரிய எடம். என்னன்னமோ நாகரிகம். தன் காலால நிக்கத் தயிரியம் இருக்கு. இவ அப்படியா? பிழைக்கத் தெரியுமா? நாலு வார்த்தை இங்கிலீசுல பேசக் கூடத் தெரியாதே?"

'நாலு வார்த்தை இங்லீஷில் பேசிட்டா' உலகையே சமாளிக்கலாம் என்ற அந்த நினைப்பையும், அவள் பிரலாபத்தையும் நினைக்கையில் குஞ்சிதத்துக்கு அந்தநிலையிலும் சிரிப்புத் தோன்றுகிறது; பரிதாபமாக இருக்கிறது.

▲▲▲

13

ருக்குவும், சம்புவும் அன்று சேர்ந்தாற்போல் பஸ்ஸை விட்டிறங்கி, வீடு திரும்புகிறார்கள். கண்ணன் பிறந்தநாள், மகாராஜா ஆளுகையில் அந்த ஊரில் கொட்டும் முழக்கும், பிள்ளைகளின் ஆரவாரங்களும், பாட்டும் நாட்டியமுமாகக் கோலாகலமாகக் கொண்டாடப்படும். இப்போது அவரவர் வசதியைப் பொறுத்து, எண்ணெயும், அரிசியும், சாமான்களும் விற்கும் விலையில் பொன் வைக்கும் இடத்தில், பூவும் வைக்க முடியாமல் இலையை வைப்பதாக நடக்கிறது. சுப்பக்கா பளிச்சென்று மாக்கோலமும், குஞ்சுப் பாதங்களும் போட்டு வாசலை அழகாக வைத்திருக்கிறாள்.

“அம்மா! என்ன, அதற்குள் பூசை முடிச்சிட்டியா?” என்று உள்ளே நுழையு முன்பே சம்பு விசாரிக்கிறாள்.

"பக்கத்துவீட்டுச் செல்வி, வெல்லச்சீடை வச்சிண்டு திண்ணையில் சிரிக்கிறது. அதான் கேட்டேன்!"

“ஆமாம். குஞ்சு, இன்னிக்கி ராத்திரி வண்டிக்கு கொச்சியோ, எர்ணாகுளமோ போகப் போறேன்னான். அப்படியே கிளம்பிடாதே. இன்னிக்குக் கோகுலாஷ்டமி பூஜை முடிச்சுடறேன். புதுப்பட்டிலேந்து நேர போயிட்டேங்காதே. வந்துட் டுப் போன்னேன். வெல்லச்சீடையும், அப்பமும் அவனுக்குப் புடிக்கும். நாலுமணிக்கே பூஜையப் பண்ணிட்டேன். ஆளைக்காணல.”

“இந்தக் கிருஷ்ணசாமிதான் ரொம்ப ப்ளெக்ஸிபில். நாம என்னவேணா பண்ணலாம். எப்படி வேணாலும் பூஜை பண்ணலாம்... இல்லியாம்மா!”

"போறும் வியாக்கியானம். எல்லாமே கிண்டலா?"

சக்குவும் பழம், தேங்காய் எல்லாம் வாங்கி வைத்திருக்கிறாள். பூசை என்று விரிவாகச் செய்ய, மனசு பொருந்தவில்லை. அந்தக்குழந்தை... அவள் வீட்டில் இருந்தால், என்ன அமர்க்களம் செய்வாள்? 'அம்மா, சுப்பு மாமி சோமாஸ் பண்ணிருக்கா, நீயும் பண்ணும்மா!' என்றாள் போனவருஷம். எட்டுத்தரமானாலும், கடைக்கு ஓடிப்போய் வாங்கி வருவாள்.

"ஏனின்னிக்குச் சீக்கிரமே விட்டுட்டானா?"

"ட்யூஷன் இல்ல. அவங்கவங்க வீட்டில் விசேஷம். எல்லா டீச்சர்ஸூம் முன்னாடியே போயிட்டா. நான்தான் கொஞ்ச நேரம் படிச்சிட்டிருந்தேன். மைசூர் யுனிவர்சிட்டில, நேரயே எம்.ஏ, எழுதலாமாம். நடுவில ஒண்ணும் பாஸ் பண்ண வேணாமாம்!"

சக்குவுக்கு ஒன்றுமே உருப்படியாகத் தோன்றவில்லை.

படிப்பு... இவள் எம்.ஏ. படித்து, பரீட்சை கொடுத்து, இப்படியே வேலைக்குப் போய்க் கொண்டிருப்பாளா? என்ன எதிர்காலம்? அம்மா... அம்மா இன்னும் எத்தனைநாள் உயிரோடிருக்கப் போகிறாள்? இந்தப் பையன்...?

திடீரென்று குஞ்சிதம் இந்த ருக்குவைக் கல்யாணம் பண்ணிக்கொண்டால் என்ன என்று நினைப்பதற்கும், சம்பு பால்பாயசம், அப்பம், சீடை, முறுக்கு என்று கொண்டு வருவதற்கும் சரியாக இருக்கிறது.

"பூஜை பண்ணியாச்சா அதுக்குள்ள?"

"ஆமாம். புள்ளை வருவான்னு பூஜை பண்ணிருக்கா. நான் சொல்றேன் பாருங்கோ, புள்ளை, எந்த நினைப்புமில்லாம எங்கேயானும் சுத்திண்டிருப்பான்!"

"உங்கம்மா அவனுக்கு ஒரு கல்யாணத்தைப் பண்ணி வச்சிருக்கணும்!"

பாயசத்தை ஒரு சிறு கிண்ணத்தில் விட்டு, மதுராம்பாளிடம் கொடுக்கிறாள்.

"அம்மா, பச்சைக் கற்பூரத்தைத் தூக்கலாப் போட்டுட்டா!" என்று சம்பு கூறிவிட்டு, "முருகன் எங்கே வெளில புழுதிக்குப் போயிட்டானா?" என்று விசாரிக்கிறாள்.

"குழந்தையைக் கூட்டிண்டு வந்து பாயசம் குடு. எனக்கென்ன இப்ப?" என்று மதுராம்பாள் கிண்ணத்தை நகர்த்தி வைக்கிறாள்.

சக்கு, முருகனை அழைத்துவந்து கை, கால் சுத்தம் செய்துகொள்ளச் செய்கிறாள். பிறகு, சுருக்கமாகப் பழம், தேங்காய், வெற்றிலை பாக்கு வைத்துக் கண்ணன் வழிபாட்டை முடித்துக்கொள்கிறாள்.

பாவம், சுப்பக்கா வாசலிலயே நின்னுண்டு பாத்துண்டிருக்கா. என்ன சுகம் அவளுக்கு?

எங்கோ பிறந்து வளர்ந்து, பத்து வயசில் காவேரிப்பாய்ச்சல் பெரிய மிராசுக்கு வாழ்க்கைப்பட்டு, மாமியார், நாத்தனார்,

சீட்டாட்டப் புருஷனிடம் இடி உதைபட்டு, முப்பது வயதில் மஞ்சளும் குங்குமமும் பறிகொடுத்துவிட்டு, இந்தப் பொண்ணும், புள்ளையுமே சாசுவதம்னு ஒதுங்கினவ. உலகத்தாரைப் போல் இந்தப்புள்ளைஇல்லாம,படிச்சுட்டுதொழில்பண்ணிண்டிருந்தவன் கட்சி கட்சின்னு அதுக்கே வந்துட்டான். சீட்டாடித் தோத்து, பங்காளி மோசம் பண்ணி, பின்னயும் கொஞ்ச நஞ்சம் வந்த பாத்திரம் பண்டம், நகை நட்டு எல்லாமா இவளைக் கல்யாணம் பண்ணிக் குடுத்ததுதான், இப்படி ஆச்சு. வேலைன்னு இங்க ஊணினப்புறம், இங்கதான் மக்க மனுஷா எல்லாம். இந்தக் குடும்பத்துக்கு அந்தக் குடும்பம் ஒட்டுறவா... அல்லது அந்தக் குடும்பத்துக்கு இந்தக் குடும்பம் ஒட்டுறவா?

பூசை முடித்தபின், அம்மாவுக்கு அரைத்தோசையும் அந்தப் பாயசமுமாகக் கொண்டுவந்து சக்கு வைக்கிறாள்.

"ஏம்மா! எனக்கொண்ணு தோணறது. குஞ்சான் கல்யாணம் பண்ணிக்கிறானா இந்த ருக்குவைக் கேட்டா என்ன?"

ருக்கு, மைசூர் யுனிவர்சிட்டி எம்.ஏ. என்ற எண்ணத்தில் தோய்ந்தவளாகத் தீக்குச்சி அடுக்குகிறாள். திரும்பிப் பார்க்கவில்லை.

மதுராம்பா பேசாமலிருக்கிறாள்.

கல்யாணம் என்ற சங்கற்பமே மனித நினைப்புக்கு அப்பாற்பட்டதாகத் தோன்றுகிறது. கிரி கல்யாணம், சட்டென்று குதிர்ந்தது. சம்பு... அவளும் எப்படியோ கல்யாணமாகாதவளாக நிற்கிறாள். குஞ்சு, கல்யாணத்தைப் பற்றியே பேசியதில்லை.

பட்டணத்தில் ஏதோ அச்சாபீசோ, எதுவோ வைத்திருந்தானாம். சுப்பு, மாயவரத்தில் உடன்பிறந்தான் வீட்டில்தானிருந்தாளாம். பி.யு.சி. படித்ததும் பெண்ணைக் கல்யாணம் பண்ணிக்கொடுத்து, அது சரியில்லாமல் போகவே, குஞ்சிதம் ஏற்பாட்டில் திருநெல்வேலி வந்து, பி.ஏ படித்தாள். கிரியும் கூடப் படித்ததால் தான் சிநேகமே வந்தது.

"எங்கூடப் படிக்கிறாம்மா!" என்று கூட்டிவந்தாள். பிறகு இங்கேயே குடியேறினார்கள்.

அவள் கல்யாணத்துக்குக் குஞ்சிதமும், இவர்களும் எப்படி முன்நின்று செய்தார்கள்?

குருசாமி வீட்டுக்காரர்கள் சம அந்தஸ்தில் பாவித்ததில்லை.

இவர்களோ, ஒன்றாக ஒத்துப்போய்விட்டார்கள்.

சக்குவுக்குத்தான் எதுவுமே மனசில் தங்காதே?

அம்மாவிடம் பேசிய கையுடன், அடுத்தவீட்டுக்கு வருகிறாள்.

சம்பு, ஏதோ ஒரு நாவலைப் படித்துக்கொண்டு நாடாக்கட்டிலில் உட்கார்ந்திருக்கிறாள்.

சுப்பக்கா குறட்டில் உட்கார்ந்திருக்கிறாள்.

"அம்மா, இங்க படுத்துக்க வரலியா சக்கு?"

"என்னமோ அங்கியே படுத்துக்கறாளோ என்னமோ... குஞ்சு வரலியா?"

''காணம், அப்படியே புறப்பட்டுப் போயிட்டானோ என்னமோ?"

"சுப்பக்கா, எனக்கொண்ணு, யோசனையாயிருக்கு. நீ எப்படி எடுத்துப்பியோ.."

என்ன யோசனை.. என்ன கூறப்போகிறாள் என்று புரியாதவள்போல் சுப்பு பார்க்கிறாள்.

"இந்த ருக்குவை, குஞ்சிதம் கல்யாணம் பண்ணிக்கிறான்னா, குடுத்துடலாம்னு தோணித்து, சம்பு பாயசத்தை எடுத்துண்டு வந்தா!"

சம்பு, சட்டென்று திரும்பிப்பார்க்கிறாள்.

"இதுக்கென்ன யோசனை சக்கு? என் கையில் இந்த முடிவு இருந்தா என்னிக்கோ முடிச்சிருக்கலாமே? அவந்தான் கல்யாணப் பேச்சை எடுக்கவே விடாமல் தீத்துடறானே? சக்குமா, இது ருக்குவும், அவனும் பேசித்தீத்துக்கற சமாசாரம். ரெண்டுபேரும் சரின்னட்டும். கோவில் சந்நிதி கூட வேண்டாம். இங்கியே அம்மாயிருக்கா, ஆசீர்வாதம் பண்ணி மாலையோ, தாலியோ எதையோ கொடுக்கட்டும். கட்டிக்கட்டும்; மாத்திக்கட்டும். நாம பாயசம், பச்சடி வச்சு விருந்து சாப்பிட்டுக் கொண்டாடுவோம். எனக்கும், அவனுக்குன்னு பொறுப்பேத்துக்க ஒருத்தி இருக்கான்னூ நிம்மதியா இருக்கும்..." என்று சுப்பு தன் கருத்தைத் தெரிவிக்கிறாள்.

"சக்குமா, ருக்குவுக்கு சம்மதமா?" என்று சம்பு கேட் கிறாள்.

"அவளுக்குச் சம்மதத்துக்கென்ன? குஞ்சிதத்தைப்போல் ஒரு புருஷன் கிடைக்கக் குடுத்து வச்சிருக்கணும்!"

பட்டென்று சம்பு வெடிக்கிறாள். "என்னத்தக் குடுத்து வச்சிருக்கணும்? போது விடிஞ்சா கூட்டம், அடிதடி, தர்ணா, ஜெயில்னு போவான்! வீட்டில் உப்பு இருக்கா, புளி இருக்கான்னு ஒரு கவலை கிடையாது. வயசு ஐம்பது..."

"ஏன், இவ மட்டும் பாப்பாவா? முப்பத்துநாலாகறது. காந்தி செத்த வருஷம் பிறந்தா!"

"இருக்கட்டுமே? பதினாறுவயசா வித்தியாசம்?"

"பாத்தா ஒண்ணும் தெரியாது! ஆனா என்ன? வயசு காலத்துல, ஒரு பாதுகாப்பு, ஒருத்தருக்கொருத்தர்னு நிம்மதி.."

"எங்கம்மாவுக்குப், பிள்ளையை ஒருத்தி கழுத்தில் கட்டிய நிம்மதி; உங்களுக்குப்,பெண்ணை ஒருத்தனுக்கு உடமையாக்கியதில் நிம்மதி."

"எதெடுத்தாலும் என்ன எகத்தாளம் சம்பு!" என்று சுப்பு கடிந்துகொள்கிறாள்.

அன்றிரவு எதிர்பார்த்தபடி குஞ்சிதம் வீட்டுக்கு வராமலே மகாநாட்டுக்குப்

புறப்பட்டுப் போய்விட்டான் போலிருக்கிறது.

நாலைந்து நாட்கள் சென்றபின், ஒருநாள் சாரல் மழை பெய்கிறது. மண்வாசனையும் குளிர்ச்சியும் அன்று புதிய நம்பிக்கையூட்டும்படி இருக்கிறது. சக்கு, தபால்காரனை வழக்கம்போல் எதிர்பார்த்துவிட்டு வெறுமையைச் சுமந்துகொண்டு நாளைத் தள்ளுகிறாள்.

இரவு மதுராம்பா கஞ்சிகுடிக்கும் நேரத்தில், சுப்பு வருகிறாள். சற்றே பதற்றமான குரல்... வித்தியாசமாக இருக்கிறது.

"அம்மா, இந்தச் சம்பு என்னமோ, ஆபீசில எல்லாரும் குற்றாலம் போறா. காலம நீயும் வா, நாமும் போகலாம்ங்கறது. எனக்கென்னமோ, நான் எதுக்கு, நீ மட்டும் போடின்னாலும் கேக்கமாட்டேங்கறது. தனியால்லாம் போகமாட்டேன், நீ வந்தாத்தான் போவேங்கறா. அவ ஒரு சமயம் கூட, இப்படிப் போகணும் வரணும்னு கேட்டதில்ல. போயிட்டு வரட்டுமா?"

"போயிட்டு வாயேன்? நீயுந்தான் எங்க போற, வர்ற? போய் ஒரு வாரம் இருந்து அருவில ஸ்நானம் பண்ணிட்டு வாங்கோ! குஞ்சிதம் வந்தால் சொன்னாப் போச்சு!"

தாயும், மகளும் அந்தவாரக் கடைசியில், ஒருவாரம் தங்கப்போவதற்கான ஏற்பாட்டுடன் புறப்பட்டுச் செல்கின்றனர்.

அவர்கள் சென்று ஐந்தாறு நாட்களில், பிள்ளையார் சதுர்த்தி, பாரதிவிழா எல்லாம் சேர்ந்து வருகிறது. எதிர்த்த பாரதியலுவலகத்தில், புதிய நூற்றாண்டுவிழாச் சங்கம் தொடங்கப்பெறுகிறது. ஊர்ப்பெரியவர்கள் வரப்

போவதாகத் தடபுடல்படுகிறது. 'மைக்'கைவைத்து, சினிமாவில் இடம் பெற்ற அவருடைய பாடல்களாகப் பார்த்து, அலறவிட்டுக் கொண்டிருக்கிறார்கள்.

ருக்குவுக்குப் பள்ளிக்கூடம் இல்லை. பிள்ளையார் பூசை என்றால், பேபி குதித்துக்கொண்டு பிள்ளையார் வாங்கி வருவாள். குடையில் சரிகைக் குஞ்சம் கட்டியிருக்கவேண்டும். ஸ்டூலைத் திருப்பிப்போட்டு, மண்டபம் கட்டி, வாழைக்கன்று கொண்டுவந்து அலங்காரம் செய்வாள். சிநேகிதிகளைக் கூட்டிவந்து சுண்டல் பண்ணச்சொல்லி...

மனசு நைந்து போகிறது சக்குவுக்கு.

எங்கே இருக்காயடி அம்மா? நீ வீம்பாக எங்கேனும் வேலை செய்து பிழைத்தோ, நல்ல மனிதர்களை அண்டியோ, நாங்கள் வெட்கப்படும்படி முன்னுக்கு வரவேணும்... பிள்ளையாரப்பா! நீயே துணை! இந்தக் குடும்பத்துக்கு ஒரு களங்கமும், விக்கினமும் இல்லாமல் முன்னுக்கு வர நீயே துணை...!

மணியடித்து சக்கு கற்பூரம் காட்டும் நேரத்தில், குஞ்சிதம் விடுவிடுவென்று வருகிறான்.

“ருக்கு, அம்மால்லாம் எங்க? சாவி இங்க இருக்கா?" அவன் முகம் ஊதினாற் போலிருக்கிறது. கண்கள் இடுங்கி இருக்கின்றன.

சாவியை நீட்டும் ருக்கு, "உங்களுக்கு உடம்பு சரியில்லையா என்ன?" என்று விசாரிக்கிறாள்

“ஒண்ணுல்ல... அலைச்சல், சரியாக சாப்பாடு, தூக்கம் இல்ல. அம்மால்லாம் எங்கே போயிருக்கா?”

"அம்மாவும், சம்புவுமா குற்றாலம் போயிருக்கா. என்னமோ ஆபீசுக்காரால்லாம் போறா, நீயும் வான்னு சம்பு கூப்பிட்டா. அவதா எங்களோடு எங்க வரா?”

சக்குதான் பதில் சொல்கிறாள். அவன் எதுவும் சொல்லாமல் சாவியை வாங்கிக்கொண்டு போகிறான்.

மதுராம்பா மெதுவாக, "காப்பி வேணுன்னா போட்டுக் குடு. உடம்பு சரியில்லேன்னா பச்சத்தண்ணில குளிக்கப் போறான். வெந்நீர் வேணா வச்சிக்குடு." என்று நினைவூட்டுகிறாள்.

ருக்கு காபியைக் கலந்து, முருகனிடம் கொடுத்தனுப்புகிறாள்.

சக்கு விநாயகர் அகவல் படித்துக் கொண்டிருக்கிறாள். வாசலில் இருந்து வரும் ஒலிபெருக்கி நாராசத்தில் அது செவிகளில் விழாதது போல், குஞ்சிதத்தின் ஒக்காளமும் அமுங்கிப்போகிறது.

முருகன் காபியுடன் திரும்பிவந்து, "அம்மா, அண்ணெ வாந்தி எடுக்கறாரு!" என்று தெரிவிக்கிறான்.

"ருக்கு! வெந்நீரெடுத்துண்டு போய்க்குடு!" என்று கூறிவிட்டு, அவள் அகவலை மெயில் வேகத்தில் ஓட்டுகிறாள்

ருக்கு வெந்நீரை ஓர் அடுக்குப்போகணியில் ஊற்றி எடுத்துக்கொண்டு செல்கையில், அவன் முற்றத்துக் கம்பத்தில் சாய்ந்தாற்போல் சோர்ந்து உட்கார்ந்திருக்கிறான். வட்ட முகம் பளபளவென்றிருக்கிறது.

ருக்கு உள்ளிருந்து ஒரு தம்ளர் எடுத்து, வெந்நீரைப் பக்குவமான சூட்டில் ஊற்றிக்கொடுக்கிறாள். "இந்தாங்க சுடுதண்ணி"

அவன் அரைக்கண் விழித்த நிலையில், அவளைப் பார்த்துவிட்டு வாங்கிக் கொள்கிறான். கொஞ்சம் வாயில் விட்டுக்கொண்டு, சலதாரையின் பக்கம் இறங்கிக் கொப்புளிக்கிறான்... தலையை-நெற்றியைக் கையால் பற்றிக் கொண்டு தம்ளரை அவளிடம் நீட்டுகிறான். "அம்மா... தலவலி...!"

"காபி வாணாம்னா, வேற என்ன சாப்பிடுறீங்க?"

"ஓ... ஒண்ணும் வாணாம் ருக்கு! கொஞ்சநேரம் சும்மா படுத்திருந்தா போயிடும்."

சாத்தி வைத்திருந்த நாடாக்கட்டிலை அவன் அணுகுமுன், அவனை அமர்த்திவிட்டு அவளே போட்டு, ஒரு தலையணையைத் தேடி எடுத்துவந்து வைக்கிறாள். போர்வை ஒன்றும் கொண்டுவந்து போடுகிறாள்.

"படுத்துக்குங்க. எதானும் மருந்து மாத்திரை வாங்கி வரவா, டாக்டரைக் கேட்டு?"

"வாணாம் சரியாப் போயிடும். அம்மாட்ட சொல்லி, கொஞ்சம் சுக்கு வெந்நீர் மட்டும் போட்டு வைக்கச் சொல்லு. வாயெல்லாம் கசக்கறாப்பில இருக்கு.."

ருக்கு, முற்றத்து ஓரத்தில் தண்ணீரைவிட்டு அவன் வாந்தி எடுத்த இடத்தைச் சுத்தம் செய்துவிட்டு வருகிறாள். அவன் படுத்தவன் 'அப்பா, அம்மா' என்று அரற்றுகிறான். அவன் அப்படிப் படுத்து, அரற்றி அவள் பார்த்ததில்லை.

'காச்சலடிக்கிறதா என்ன?'

ருக்கு அம்மாவிடம் விரைந்து வந்து, "அம்மா, அவருக்குக் காச்சல் அடிக்கிறாப்பல இருக்கு. நீ போய்ப்பாரு!" என்று தெரிவிக்கிறாள்.

ராஜம் கிருஷ்ணன் ● 167

சக்கு அப்படியே வந்து, கட்டிலில் படுத்திருக்கும் அவன் நெற்றியில் கை வைத்துப் பார்க்கிறாள். "அனலாப் பறக்கறதே? குஞ்சா..! போயி டாக்டர் வேதகிரியக் கூட்டிண்டு வரட்டுமா?"

"அதெல்லாம் வேண்டாம்மா... சரியாயிடும். கொஞ்சம் சுக்குக் கசாயம் மாதிரி எதானும் வச்சிக்குடுங்க."

சக்கு அவனையே பார்த்துக்கொண்டு நிற்கிறாள். கண்களை மூடிக் கொண்டிருக்கிறான். முடி சுருளும் நெளியுமாக ஊடே வெண்மைக் கீற்றுக்கள் தெரிய அடர்ந்து, நெற்றியில் குஞ்சம் கட்டினாற்போன்று

விழுகிறது. காதோரங்களில் சுத்தமான வெள்ளை...

இளமை கடந்து நடுத்தர வயசின் விளிம்புக்கும் வந்துவிட்ட அடையாளம். கட்சி, கட்சி என்றும், கொள்கை, கூட்டம் என்றும், தர்ணா போராட்டம் என்றும், தன்னலம் பாராமல், எவர்களுக்காகவோ உழைப்பைக் கொடுக்கும்

பிள்ளை. எங்கே என்ன வேலை செய்ய வேண்டுமானாலும், கூட்டம் கூட்ட, நிர்வாகம் செய்ய, 'என்.கேயைக் கூப்பிடு' என்பார்கள், என்று சுப்பு சொல்வாள். தோழர் என்.கேயைத் தேடிக்கொண்டு வரும், பாவப்பட்ட கும்பலைப் பற்றி அவளே அறிவாள்.

பார்த்துக்கொண்டே இருக்கையில் கண் ஓரம், கன்னம் மஞ்சளாக ரேகையிட்டாற்போல் தோன்றுகிறது.

"குஞ்சா... குஞ்சா!"

அவன் மெள்ளக் கண்களைத் திறக்கிறான். "என்னமோ மஞ்சளாக இருக்காப்பல இருக்கு. அதான் கண்ணைப் பார்ப்பமின்னு.."

வெளிச்சத்தில் காட்டச்சொல்லிப் பார்க்கிறாள். விழிகளில் மஞ்சள் தெரிவது போலத்தானிருக்கிறது.

"நான் போய் அம்மாவை வந்து பார்க்கச்சொல்றேன்"

மதுராம்பா வந்து பார்க்கிறாள்.

ஆம்...! அப்படித்தான் தோன்றுகிறது.

குச்சியைச் சாத்திவிட்டு, முற்றத்துக் குறட்டில் கால்களைத் தொங்கவிட்டுக் கொண்டு உட்காருகிறாள்.

முன்பெல்லாமானால், தெலுங்கச் சுப்பண்ணா வந்து மந்திரிப்பார். வெள்ளிக் கும்பாவில் நல்ல தண்ணீரை வைத்து, ஏழு ஊசிகளால் இறக்கி, அந்த ஸ்படிகமான ஜலத்தில் போடுவார். சாயங்காலம் பார்த்தால் சந்தனக் குழம்பாக அது கலங்கி இருக்கும். காலையிலும்,

மாலையிலும் பச்சிலை- கரிசலாங்கண்ணியும், கீழாநெல்லியும், அருகம்புல்லும்... பேர் சொல்லாமல், வேர் பறிக்கும்போது பேசாமல் எடுத்து வந்து அரைத்துக் கொடுக்க வேண்டும்...

பொழுது உச்சிகண்டு இறங்கி, முற்றத்துச் சுவரில் ஏறி விட்டது.

சக்கு, சுக்கு கசாயம் வைத்து, எடுத்துக்கொண்டு வருகிறாள். அவன் அயர்ந்து உறங்குவது போல் படுத்திருக்கிறான்.

மாலைநேரத்தை வரவேற்கும் அரவங்களின் கட்டியமாக, சற்றே ஓய்ந்திருந்த ஒலிபெருக்கி மீண்டும் அலறத் தொடங்குகிறது.

அவன் அமைதி குலைந்து திரும்பித் திரும்பிப் படுக்கிறான்.

'எங்கிருந்தோ வந்தான்-கண்ணன், ரங்கனாகி, சினிமாப்பாட்டில் பாரதி புகுந்துகொண்டு அலறுகிறார்.

பூவிற்பவன்... சைக்கிள் ஒலிகள்...

இந்த வீட்டு வாசலில் சைக்கிள் ஒலிக்கிறது. யாரோ இரண்டு இளைஞர்கள், அடர்ந்த தொப்பி முடியும், பாம்புத்தோல் போன்ற மினுமினுப்புடன் சட்டையணிந்து வாசலில் சைக்கிளை நிறுத்திவிட்டு, உள்ளே எட்டிப் பார்க்கின்றனர். மதுராம்பாவின் தலை தெரிந்ததும். "தோழர் என்.கே. இருக்காரா?" என்று விசாரிக்கின்றனர்.

"அவுருக்கு உடம்பு சரியில்ல. பாரு, படுத்திருக்காரு!" அவர்கள் உள்ளே தலைநீட்டி அவன் படுத்திருப்பதைப் பார்க்கின்றனர்.

குஞ்சிதம் திரும்பி, மெல்லத் தலைதூக்கி அவர்களைப் பார்க்கிறான்.

"வணக்கம் காம்ரேட்"

தயக்கம்.

என்ன... என்பதுபோல் அவன் பார்க்கிறான்.

"நாங்க மாமரத்துப்பட்டிலேந்து வரோம். பாரதி டே, ஏற்பாடு பண்ணிருக்கோம். உங்களைப் பார்க்கமுடியல. நீங்க மக்கள் கவிஞர் வேல்முரசை ஏற்பாடு பண்ணித் தருவீங்களான்னு கேட்டோம். முன்னை சொன்னீங்க. நாங்க லெட்டர் போட்டோம். பதில் வரல.. டிக்கெட் புக்பண்ணன்னு பணமும் கூட அனுப்பிச்சுக் குடுத்திட்டோம்..."

"பதில் வராதபோது எதுக்கய்யா பணம் அனுப்பிச்சுக் குடுத்தீங்க?"

"பணம் போனாத்தான் பதில் வரும்னு சொன்னாங்க... "

"பணம் போயிடிச்சின்னா பதிலே வராது!"

"தெரியாம செஞ்சிட்டோம். ஓரளவு விளம்பரமும் குடுத்திட்டோம்.

ஆனா,

மணியார்டர் ரசீதில அவரு கையெழுத்துப் போட்டிருக்காரு. ஒத்துக்கலேன்னா, பணத்தைத் திருப்பி அனுப்பிடுவாரில்லையா?”

"இத பாருங்க, ஏனிப்படி எவனோ பேர் பெத்தவன்னு தேடிக்கிட்டு அவனைத் தூக்கிவச்சிப் புகழ்பாட அலையணும்? இவனெல்லாம் மக்கள் கவிஞனுமில்ல, மண்ணாங்கட்டியுமில்ல. பணக் கவிஞன், பதவிக் கவிஞன். மக்களுக்கும், இவங்களுக்கும் ரொம்ப தூரம். பேசாம, சின்னப்பிள்ளைகள், ஸ்கூல் குழந்தைகள் இவர்களை வச்சு, அவர் பாட்டுக்களை நல்லாச் சொல்லிக் கொடுத்துப் பாடவையுங்கள். பேரணி மாதிரி அவர்களை அவர் பாடல்களைப் பாடிக்கொண்டு நடக்கச் சொல்லுங்கள். விஷயம் தெரிந்த நீங்களே யாரேனும், குழந்தைகளுக்கு அவர் சிறப்பைப் பத்திப் பேசுங்கள் போதும்!"

“அதுக்கில்ல காம்ரேட், நாமும் நம்ம கிராமத்தில் சிறப்பாக ‘பாரதி விழா’ கொண்டாடனும்னு... அப்பதானுங்களே மதிப்பு! அரசு, பெரிய அளவிலே நூற்றாண்டை இந்த டிசம்பரில் கொண்டாட திட்டம் போட்டு, கமிட்டி எல்லாம் கூட்டிருக்கு. நம்ம பக்கம் பாரதி தொடர்புடைய ஊரு. நம்ம பக்கத்துக்கு கமிட்டில கூட, ரெப்ரஸன்டேஷன் இல்ல. நாங்க எவ்வளவுநாளா பாரதி சங்கம் வச்சு விழா கொண்டாடறோம்? இப்ப...

"என்னடா ரெப்ரெஸன்டேஷன்? அரசாங்கம், பாரதி விழா கொண்டாடற சமாசாரமே வேற. பாரதிக்கு இனிமே, அரசாங்கம் விழா கொண்டாடிப் பேர் நிலைக்கணுமின்னில்ல. அவன் இந்த மண்ணுக்குத், தன் பாட்டுக்கள் மட்டுமின்றி முழு வாழ்வையுமே கொடையாக்கிவிட்டுப் போனான். நாம அதைப் புரிந்துகொண்டு ஒரு சிறிதளவேனும், அவன் இலட்சியங்களைப் பிரதிபலிக்கச் செய்வதுதான் உண்மையில் அவனுக்குச் செய்யும் அஞ்சலி. அவன் அன்றைக்கே என் பாட்டுக்குப் பரிசு வேண்டாம், என் பாட்டை உழைச்சுக் களச்சவன் பாடி ஆறுதல் பெறட்டும்ன்னான். அவன் பேரைச் சொல்லி, இவர்கள் வெளிச்சம் போட்டுக்கொள்வதில் நமக்குக் கூட்டில்லன்னு எதுக்குக் கஷ்டப்படணும்? நீங்க போய், நான் சொல்றபடி செய்யுங்க... பின்னால் பார்க்கலாம்!"

மறுபடியும் அவன் கண்களை மூடிக்கொள்கிறான்.

ருக்கு, செருப்பைப் போட்டுக்கொண்டு டாக்டர் வீட்டுக்குப் போகிறாள்.

▲▲▲

14

சம்பு, அன்று எட்டாவது தடவையாக ஐந்தருவியில் குளித்துக் கொண்டிருக்கையில், சுப்பு மேட்டில் உட்கார்ந்து அந்தக் கும்பலையும், அவளையும் பார்த்துக் கொண்டிருக்கிறாள். வந்து நாலைந்து நாட்களாகிவிட்டன. இந்தப்பெண், சந்தோஷமாக இருக்கிறாள் என்பதுதான் அவளை இருத்தி வைத்திருக்கிறது. இப்படித் திடுமென்று 'மூட்டையைக் கட்டு' என்று இவள் சொன்னது, ஏதேதோ ஊகங்களை எல்லாம் கிளப்பியிருந்தது. ஒருவேளை, அவன்... கட்டியவன் இங்கு வந்திருப்பதாக இருக்குமோ? அல்லது வேறு யார் மீதானும் இவளுக்கு நாட்டம், பிடிப்பு இருக்குமோ? இந்தக் காலத்தில் முதல் கல்யாணமே பெண்களுக்கு முப்பத்தைந்து வயசில் நடக்கவில்லையா? அப்படி எவனையானும் மனசில்

வைத்துக்கொண்டு காட்டவும், சொல்லவும் இப்படிக் கூட்டி வந்தாளா என்றால், ஒன்றுமில்லை. ஆபீசுக்காரன் என்பது ஒரு இளம்பிள்ளை, பெண்டாட்டியுடன் வந்திருக்கிறான். அவனே இவர்களுக்கும் தங்க அறை ஏற்பாடு செய்திருக்கிறான். இவளுக்குத் தம்பிபோல் இருக்கிறான். 'அக்கா அக்கா' என்று இரண்டுபேரும் கூப்பிடுகிறார்கள்.

"ஸ்நான சந்தோஷம்ங்கறது என்னன்னு இந்த அருவியில் குளிச்சாத்தாம்மா புரியும்! இனிமே வருஷா வருஷம் வரணும். தாங்க்யூ ஃபார் யுவர் ஸஜஷன் தம்பி! நீங்க சொல்லல, வற்புறுத்தலன்னா வந்திருக்கமாட்டேன்..." என்றாள் சம்பு.

"நீங்க இத்தனை வருஷத்தில ஒருதரம் கூட இங்க வந்து குளிக்கலங்கறது ஆச்சரியமா இருந்திச்சு அக்கா! அதான் வற்புறுத்தினேன். எங்கப்பா தென்காசியிலிருந்தப்ப, நினைச்சா குற்றாலம்தான்..." என்றான் அந்தப் பிள்ளை.

கும்பல் வந்த வண்ணமிருக்கிறது. சம்பு, சிவப்புப்புடவையுடன் அப்படியே குளித்துக் கொண்டிருக்கிறாள். தலைவழிய, முகத்தில் கை வைத்துக் கொண்டு... நித்யகன்னியாக, நித்ய சுமங்கலியாக...

'ஹலோ' என்று யாரோ விளிப்பதுபோல் குரல்.

இவளை அப்படி விளிக்கக் கூடியவர்கள் யாருமில்லை என்றாலும், திரும்பிப் பார்த்ததும் திடுக்கிட்டுப் போகிறாள்.

காலமாடனைப் போல் உயரமும் ஆகிருதியுமாக, வெற்றுச் சல்லடத்துடன் தலையில் எண்ணெயை வைத்துக் கொள்ள நிற்பவன், டாக்டர் வீரபத்திரன். இவளைப் பார்த்ததும், கறுத்த உதடுகளை அகற்றிச் சிரிக்கிறான்.

"என்னம்மா இங்கயா வந்திருக்கீங்க? உங்க ஸன்னா அவரு, காம்ரேட்... அவருக்கு ஜான்டிஸ்... கிட்னிய அஃபக்ட் பண்ணிருக்கு, நான் திருநெல்வேலி

ஹாஸ்பிடலுக்குக் கொண்டுபோங்கன்னு சொன்னேன்..."

"ஐயோ! குஞ்சுவுக்கா?" உள்ளம் பதைக்கி

றது.

"முந்தாநா, அந்தப்பொண்ணு... பக்கத்துவீட்டுப் பொண்ணு, உங்க டாட்டர் கூடப் போகும். அது சாயங்காலம், அவசரமா வந்து கூப்பிட்டுச்சி. போயிப் பார்த்தேன்..."

இந்த வீரபத்திரன் பாழடைந்தாற்போல் தோன்றும் பழைய வீட்டில் போர்டு போட்டுக்கொண்டு வந்து ஒருவருஷத்துக்கு மேலாகிறது. ஆனால், அக்கம்பக்கத்துப் பகடைகள், ஏழைகள்தாம் இவனிடம் வைத்தியத்துக்குச் செல்பவர்கள். இவன் மிலிட்டரியிலிருந்து வந்து, அங்கே தங்கியிருக்கிறான். அந்த வீடு, அவனுக்கு எந்த வாரிசாகவோ சொந்தம். அவனுக்குப் பெண்சாதி என்று ஒருவரும் வீட்டில் கிடையாது. அவள் பிரிந்து போனாளா, செத்துப் போனாளா என்பது தெரியாது. எப்போதும் குடித்துக் கொண்டிருப்பான். கீழ்ச்சாதித் தெருவிலிருந்துதான் ஒரு பெண் வந்து, சமையல் செய்து வைக்கிறாள் என்பது எல்லாருக்கும் தெரியும். இவனுக்கு வயித்தியமே தெரியாது என்றும், பிரசவம் பார்க்கிறேன் என்று, ஒரு கேசை, கருப்பையையும் சேர்த்து இழுத்துத் தாயையும் சேயையுமே கொன்று விட்டான் என்பதும் ஊரில் ஒரு வதந்தி...

இவன் வீட்டுக்கு சாயங்காலம் போய், ருக்கு கூப்பிட்டாள் என்றால்?

வேதகிரி இல்லையா? அப்படி அவசரமா?

ஈரங்களை வாரிப்போட்டுக்கொண்டு, பஸ்ஸுக்கு ஓடிவருகிறார்கள். அங்கே இங்கே மாறி இவர்கள் ஊர் வருகையில், மாலை ஏழுமணியாகிவிடுகிறது.

உள்திண்ணையில் வழக்கம் போல் மதுராம்பா இருக்கிறாள்.

வாசலுக்கு நேராகக் குஞ்சிதம் கட்டிலைத் தடைபோல்

போட்டுக்கொண்டு உட்கார்ந்து இருக்கிறான். தலைப்பக்கம், சிறிய பிரம்புமேசையில் சம்புவின் டிரான்சிஸ்டருக்குப் பக்கத்தில் மேசைவிளக்கு எரிகிறது. ருக்கு, முற்றத்தில் இருந்து இளநீர் மட்டை, ஆரஞ்சு மூடிகளை அகற்றிக்கொண்டு கொல்லைப் பக்கம் போகிறாள்.

"என்னடா குஞ்சா..! அம்மாடீ! மஞ்சக்கிழங்கா இருக்கே?" சுப்பு அப்படியே நின்று விடுகிறாள். "அந்தக் காலமாடன் டாக்டர் சொன்னான். கூட்டில உயிரே தரிக்கல. குஞ்சா! நீர் பிரியலன்னானே, திருநெல்வேலிக்குக் கொண்டு போங்கோன்னு சொன்னானாமே?"

"ஒண்ணுமில்ல. இன்னும் நாலுநாள் இருந்து நீங்க குளிச்சிட்டு வந்திருக்கலாம். எனக்கு ஒரு குறையுமில்ல..."

"அம்மாடீ! கேக்காத பொண்ணு கேட்டாளேன்னு போனேன். அப்புறம் எப்படி இருக்கேடா...!"

"கவலைப்படறதுக்குஒண்ணுமில்லசுப்பு.ரெட்டியாபுரத்திலேந்து சக்கு தெலுங்குக்கிழவரைக் கூட்டிண்டு வரப் போனா. அவர் பிள்ளை வந்தான். 'என்.கே.ஸாருக்கா? நீங்க யாரிட்டயானும் சொல்லி அனுப்பிச்சிருந்தாப் போதுமே? ஓடி வந்தடுவேனே'ன்னானாம். மோட்டார் சைக்கிளப் போட்டுண்டு வந்தான்."

"சக்கும்மா, ஜம்முனு பில்லியன்ல உக்காந்து அவனைக் கூட்டிண்டு வந்தா. நீங்க பாக்கல! மந்திரிச்சு, பச்சிலை குடுத்திருக்கு. இப்ப நீர் எல்லாம்

நன்னா எறங்கறது. முருகனைக் கூட்டிண்டு இன்னிக்கு ஊசி போட்டுண்டு, இளநீரும், சாத்துக்குடியும் வாங்கிண்டு வரேன்னு போயிருக்கா. வர நேரம் தான்."

சுப்பம்மா கண்கள் கலங்க அவனையே பார்க்கிறாள்.

"நீ எதுக்கு இப்ப அழுற? அதான் சரியாப்போச்சே?"

"ருக்கு ஸ்கூலுக்குப் போகலியா? என்று சம்பு கேட்கிறாள்

"அவ ஒரு வாரம் லீவு போட்டிருக்கா..."

கன்னங்களில் முள்ளாகத் தாடியும், தொங்கிவிட்ட தாடையுமாக இப்படி ஓய்ந்து உட்கார்ந்து அவள் பார்த்ததேயில்லை. எந்த நேரத்திலோ வந்து, எந்த நேரத்திலோ சாப்பிட்டு, கத்தி, கூச்சல்போட்டு, பேசி, தொண்டை கட்ட எப்படியெல்லாம் ஓடியிருக்கிறான்? ஆனால், இப்படிப் பலவீனம் அவனிடம்

தெரிந்ததேயில்லை. இந்தப் பிள்ளைக்கு ஐம்பது வயசாகிவிட்டது. இப்படிப் படுத்தால், உரிமையோடு எப்போதும் பார்த்துக்கொள்பவர் வேண்டாமா?

இவன் படுத்திருந்த அந்த நேரத்தில்தான் ஊர்ப்பிரமுகர்கள் எதிர்த்த கொட்டகையில் தோரணங்கள் கட்டி, பாரதி படம் வைத்து, மைக்கைப் பெரிதாக ஒலமிட வைத்து, விழா எடுக்கக் கூடி இருந்தனர். வேலாண்டி

நாடார், மங்கள நாயகம், செபஸ்தியன் எல்லாரும் பேசினார்கள். 'என்.கே. ஏன் வரவில்லை' என்று கேட்டவர்களுக்கு, அவர் ஊரிலில்லை போலிருக்கு' என்றும், 'உடம்பு சரியில்லை' என்றும் கேள்விப்பட்டதோடு யாரும் வீடு திறந்திருக்கிறது, கேட்கலாம் என்று வரவில்லை. பின்னர் பக்கத்து வீட்டு சண்முகம், துரைபாண்டி மற்றும் எல்லாருக்கும் அவனுக்கு மஞ்சள்காமாலை, என்றும், சுந்தரேசன் வந்து மந்திரிக்கிறான் என்றும் தெரியாமலில்லை. ஆனால், அதுவரையிலும் வந்திராத வேலாண்டி நாடார், தெருவோடு போகும்போது உள்ளே நுழைவதுபோல் பெரிய மீசையும், பெரிய மேவேட்டியும் சட்டையுமாக உள்ளே நுழைகிறார்.

"ஏம்மா? ஒங்க மகனுக்கு உடம்பு சரியில்ல போலிருக்கே?"

"ஆமாம், படுத்திருக்கிறானே?"

"அதா, பக்கத்துவீட்டுப் பொண்ணு, அந்த... அவன் வீட்டுக்குள்ளார போயி அவனைக் கூட்டிட்டுப் போச்சி. சுரிக்கின்னது. அவெ டாக்டரோ, என்னமோ

அதுவே சமுசயம்... மவெ, பொடவன்னு கண்டாலே உடமாட்டா... குடிகாரன். இது ஏன் அங்கிட்டுப் போவுதுன்னு பிறகுதான் வெசாரிச்சேன். இப்படின்னு

தெரிஞ்சிச்சி. சுத்த வெவரம் தெரியாத பொண்ணா இருக்கே, அக்கம் பக்கம் ஆம்பிள யாரும் இல்ல? அட... சொல்லியனுப்பிச்சா, நா செவந்தகனிய அனுப்பிச்சி வைக்கமாட்டே? அந்தி சந்தி வேளயில குடிச்சிட்டுக் கெடப்பா, வயித்தியமா பண்ணுவா அவ...?"

மதுராம்பாளும் இருக்கிறாள். அவளுக்கு உதடுகள் மெல்லத் துடிக்கின்றன.

"ஒரு ஆவத்து சம்பத்துன்னா டாக்டரிட்ட வரப்ப, எதானும் ஏடாகுடம் பண்ணினா கண்ணவிஞ்சு போயிடும், அப்படிக்கு இன்னும் வரல..."

"ஓ, பாட்டி இருக்காங்களா? உங்கக்காலம் இல்லம்மா இது! அப்பல்லாம் நேர்மை, நெறி வேற. எங்கப்பா நாலு சம்சாரம் கெட்டி, வைப்பும் கூட வச்சிருந்தாங்க. இருந்தாலும், இந்த மாதிரியா? காலம் ரொம்பக் கெட்டுப் போச்சு இப்ப... சமஞ்ச பொண்ணு, வூட்ல இருக்கிறான்னா திரை இல்ல போட்டிருக்கும்? ஆம்பள யாரும் உள்ள போமாட்டா. கலியாணத்துக்கு முன்ன பெண்ணை பாக்க, வீட்டுப் பொம்பளதா போவா. அப்பெல்லாம் நேர்மை, நியாயம் இருந்தது. மழை பெஞ்சிச்சி... தெருநாயிங்க போலல்ல ஆம்பிளயும், பொம்பிளயும் தேடிட்டுப் போறா...!"

இதைச் சொல்வதற்குத்தான் படி ஏறினாரா?

"இப்ப எப்படி இருக்கு! சுந்தரேசன் அப்பாரைக் கூட்டியாரதுக்கென்ன? அதான் வண்டி வச்சிருக்கான்ல? பெறகென்ன... அவரு மந்திரிச்சா மூணே வேள சரியாப்பூடும். மஞ்சக்காமாலக்கு இந்த டாக்டரெல்லாம் ஒத்துவாது!"

"இப்ப தேவலாம். அன்னிக்கு வேதகிரி இல்ல... ஏதோ அவசரக் கேசுன்னு சாத்தூரு போயிட்டாராம்."

"ஆமா, நா கேக்கணும்னு நினைச்சேன் அன்னக்கே... நம்ம பாப்பா எங்க? ஊரிலியே காணம்? பட்டணம் போயிடுச்சா!"

சக்கு குறட்டில் நிற்பதைப் பார்த்து, இதைக் கேட்கிறார்.

"பேபியா? அவப்பாதான் அவளைக் கூட்டிக்கிட்டானே?"

"அங்க காலேஜில சேத்துட்டானா?"

"ஆமா..."

"காலேஜா? பத்துத்தானே நம்ம மோகனாவோட படிச்சிச்சி? மோகனா இப்ப ப்ளஸ் ஒன்தானே தூத்துக்குடியில் படிக்குது?"

"அதென்னமோ, பாலிடெக்னியா... அதுல சேர்ந்திருக்கா...""

"எடம் கிடச்சிச்சா?"

"கிடச்சிருச்சு..."

"இல்ல. சந்தானம் சொன்னான்.. அது காணலன்னு தேடிட்டிருக்காங்க, என்னமோன்னு... இந்தக்காலம் ரொம்ப மோசம். பொட்ட பிள்ளகள ரொம்பக் காபந்து பண்ணி வச்சிருக்க வேண்டியிருக்கு. அப்ப, போயிச்சேந்து, காயிதம்

போட்டிச்சாக்கும்!"

"ஆமாம்..."

மீசையைத் தடவிக் கொள்கிறார். "எதுக்குச் சொன்னேன்னா,

காலம் சரியில்ல. பொண்ணுகளைக் கூட்டி வித்துப்போடுறான்!"

உள்ளே படுத்திருக்கும் குஞ்சிதத்துக்குப்பொறுக்க வில்லை. படுக்கையில் இருந்து எழுந்து வருகிறான். "ஓய்! வேலாண்டி, இதெல்லாம் சொல்லவா வந்தீர்? என்ன மனுசனய்யா நீர்! ஊர்ப் பெரியமனிசரு..!"

"குஞ்சா, நீ போயிப்படு! எதுக்கு எந்திருந்து வரே?" என்று சுப்பு கடிந்து கொள்கிறாள்.

"சொல்லிட்டுப் போவட்டும்மா, அவுக கம்யூனிஸ்ட்டில்ல. பொம்பிளைங்களும் பொது உடைமைம்பாங்க... அவுங்களுக்கு இங்க யாரும் பெரியமனுசங்க கெடயாது. ரஷியாவிலேந்து வந்தாதா ஒத்துப்பாக..." என்று நக்கலாகச் சிரித்துவிட்டு, "வாரேம்மா, என்னமோ ஊருக்குள்ள அறிஞ்ச தெரிஞ்சவங்க சமாசாரம், நீங்க சொல்லலனாலும் வெசாரிச்சிட்டுத்தாம் போவம்..." என்று படியிறங்கிச் செல்கிறார்.

சம்பு கத்துகிறாள். "திண்டு மாதிரி தின்னு கொழுத்துட்டு எப்படிப் பேசறான் பாத்தியாம்மா? பொம்பிளங்க பொது உடமையாம். இவன் யோக்கியதை தெரியாதா? இவன் என்ன நினைக்கிறானோ அதையே சொல்றான். புடவைக் கட்டி ஒரு குச்சிய நிறுத்தினாக் கூட முழுச்சிப் பார்க்கிற கயவாளி?"

"ஐயோ போறுமே? சம்பு! நிறுத்து!" என்று சுப்பு கத்துகிறாள்.

"நிறுத்தவா? இவனுகளைக் குதறணும் போல இருக்கு. துவம்சம் பண்ணணும் போல வெறி வர்றது! கடையில, பஸ் சந்தியில, எங்க வாணாலும் நின்னு எதுவானாலும் பேசறது. எனக்குன்னு ஆசைப்பட்டு இந்த ஊரில நான் எந்தச் சின்ன மாறுதல் பண்ணிண்டாலும் வெறிச்சுப் பார்க்கறது. இவதா புருசனில்லாத வாழாவெட்டியாச்சே? யாரு கூடப் பேசுறா, எங்க போறா? இவ ஆபீசில எப்படின்னு கேள்விக்குறி. ருக்கு, அன்னிக்குச் சாயங்காலம் அந்த டாக்டரைக் கூப்பிட எப்படி போகலாமாம்? அவன எனக்குப் புடிச்சிருக்கு. இவனுகளாட்டம் வேஷம் போடாதவன். தாழ்ந்த ஜனங்களுக்கு காசுவாங்காம, வியாபாரம் பண்ணாம வைத்தியம் பண்றான். குடிக்கிறானாம்! இவனுவ ரொம்ப ஒழுக்கமோ? பொதுக்கூட்டமாம்.. அன்னிக்கு விழாவில இவன் பேசினானாம்! இந்த ஒடம்புல பாரதி ரத்தம்

ஓடுது, அவன் சாரம் ஓடுதுன்னானாம்... ருக்கு சொன்னா. சாரம் இல்ல, சாராயம் ஓடுதுன்னு சொல்லத் தோணித்து, அப்படி ஃபுல்லா வந்து அடித் தொண்டையில பேசினான்னு... இப்ப ஊரிலெல்லாம் ருக்குவையும், அண்ணாவையும் சேத்துத்

தம்பட்டமடிச்சிருப்பான். இவனுகளுக்கு இதான் வேலை!"

மதுராம்பாளுக்கு அவளைக் கட்டி அணைத்துக்கொள்ள வேண்டும் போலிருக்கிறது. கட்டியவனுக்கு இன்னொருத்தி இருக்கிறாள் என்றதும், தைரியமாக அந்த பந்தத்தைத் துறந்துவிட்டு, தனியாக வாழ்கிறாள். சட்டமும் இன்னொன்றும் வேண்டாம் என்று வந்துவிட்டாள். இந்தத் தைரியத்தையும் கழுகுக் கண்ணோடு பார்க்கிறார்கள்.

"அநாவசியமா ஏண்டி சம்பு அவன் வாயில் போய் விழணும்? நாம அடைஞ்சுக் கிடக்கிறவா. அவன் பணபலம், ஆள்பலம் எல்லாம் வச்சிண்டிருக்கிறவன்..."

"என்ன பண்ணிடுவன்? இவன் மட்டும் ருக்குவைப் பத்தி எதானும் பேச்சு விடட்டும், சும்மா விட்டுடக்கூடாது!"

"சம்பு! உனக்குச் சொன்னாத் தெரியல! பொண்ணாப் பிறந்து இப்ப நடமாடறதே தப்பாயிருக்கற காலம்! ஆபீசுக்கு, ஸ்கூலுக்குப் போயிட்டு வரேள். நாலுபேரா மடக்கி வஞ்சம் தீத்துக்க எதானும் பண்ணலாம்...!"

"ஆமா, இப்படிச் சொல்லிச், சொல்லியே மழுக்கி மழுக்கிப் புழுவாப் போறது. ஒரு சமயம் பாத்தா, அவ வந்தாளே, எல்லாத்தையும் சுத்தமாத் துடைச்சிட்டு, அதுதான் சரி; தேவலைன்னு படறது! இப்படிப் பயந்து பயந்து சாகறவாளை விரட்டறது. ஒருநா தலையை இப்படி வாரிக்காம, அப்படி வாரிப்போம், கை குறைச்சு ரவிக்கை போட்டுப்போம், புடவைத்தலைப்பைக் குட்டையாவோ, நீளமாவோ விட்டுப்போம்னு கூடச் செய்ய முடியாது. இந்த அம்மாவே, முழிச்சுப் பார்ப்பா."

"இன்னிக்கு என்னடீ எளகிருக்கு?" என்று சுப்பு சங்கடப்படுகிறாள்.

"எனக்கு எளகிருக்கு. நீ கல்லாவே இரு, இல்லாட்ட கல்லுக்கடியில் இருக்கிற புழுவாவே நினைச்சிண்டிரு! இல்லாட்ட சீட்டாடி சீட்டாடி, அத்தனை சொத்தையும் கரைச்ச புருஷனை ஒரு வார்த்தை சொன்னாப் பொறுக்கப் படாதுன்னிருப்பியா? பாதி விருத்யம்! சித்தி, பெரியம்மா, மாமி யாருக்கும் என்ன கவலை தெரியுமா? இந்த சம்பு தாலி போட்டுண்டிருக்கோ? இவகூடச் சொன்னா. 'அதை எதுக்குடீ சம்பு கழட்டறே? இருந்துட்டுப் போகட்டுமே'ன்னு. தாலியில்ல; கற்பு போயிட்டுது..."

குஞ்சிதம் கண்களை மூடி மூடித் திறந்து, வெளிச்சம் கூசுவதை

வேடிக்கை பார்ப்பவனாக இருக்கிறான்.

"அம்மா!"

வேலாயி, அருகம்புல்லும், கரிசலாங்கண்ணியும் கொண்டு வந்திருக்கிறாள். கூடவே ஐந்தாறு குடிசைச் சனங்கள்.

"ஐயாவுக்கு எப்பிடி இருக்கு?"

இளநீர், பனைநுங்கு ஆகியவை, கூடையிலிருந்து வெளிப்பட்டு உட்புறம் மதுராம்பாளுக்கருகில் வந்து வரிசை விள்ளுகின்றன.

"யாரு? மன்னம்மாளா?..."

குஞ்சிதம் படுத்தபடியே கேட்கிறான்.

"ஆமாங்கையா!"

"எப்படிப் போயிட்டாரு!"

"வக்கீலய்யாவைப் பாத்தா, அஞ்சாறுநாள்ள வரேன்னு சொல்லச்சொல்லு!"

"அதுகெடக்கட்டுமுங்க. நீங்க நெல்லா ஒடம்பப் பாத்துக்குங்க! செவுர வச்சித்தான சித்திரம் எழுதணுமுங்க!"

ருக்கு அப்போதுதான் பள்ளிக்கூடத்திலிருந்து வருகிறாள். அவளும் கீழாநெல்லிக் கீரையைக் கைக்குட்டையில் சுற்றிக் கொண்டு வந்திருக்கிறாள்.

சுப்பு வாங்கி ஆய்ந்து, பக்குவமாக அரைத்து, ருக்குவிடம் காட்டுகிறாள்.

"போதுமாடீ?"

ஐயோ, என்ன மாமி! எங்கிட்ட காட்டறேள்? உங்களுக்குத் தெரியாததா?"

"நீதான் ஒருகைப்பாடாக் குடுத்துண்டு வந்திருக்கே. அதுதான் கேட்டேன்."

"போறும்."

அரைத்து, மோரில் கலக்கி, தம்ளரில் அவள் கொண்டுவந்து குஞ்சிதத்திடம் கொடுக்கிறாள்.

அப்போது, சைக்கிள்மணி ஒலிக்கிறது. வாயிலில்,

"டெலக்ராம்... குஞ்சிதபாதம்..."

தந்தி என்றால், சொந்தத்தில் எதுவும் பரபரக்கும்படியாக இருக்காது என்று பழக்கம். எனவே சம்புதான் வாசலில் சென்று கையெழுத்திட்டு, அதை

வாங்கிப் பிரிக்கிறாள்.

'அவசரம், உடனே புறப்பட்டு வா! நாகு..'

சம்பு எதுவும் பேசாமல் அதை அவனிடம் கொடுக்கிறாள். ஏதானும் கட்சி சமாசாரமா இருக்கும் என்று சுப்பு பேசாமல் மருந்து டம்ளரை எடுத்துக் கொண்டு போகிறாள்.

"நாகு அடிச்சிருக்கான்..."

"நாகுவா?"

"ஆமாம். உடனே புறப்பட்டு வா. அவசரம்னு குடுத்திருக்கான்."

"விவரம் எதுவும் எழுதல"

சக்கு அதற்குள் வீட்டுக்குப் போயிருக்கிறாள்,

ருக்கு, நிலைப்படியில் நின்றவாறு, அதை வாங்கிப் பார்த்துவிட்டு, அம்மாவைத் தேடிக்கொண்டு போகிறாள்

"விவரம் ஒண்ணுமில்லாம இப்படியா மொட்டைத் தாதன் குட்டைல விழுந்தான்னு அடிப்பான்?"

"என்ன விவரம்... பேபியை எங்கானும் பாத்திருப்பான். சமாதானமாக் கூட்டிண்டு போய் விடுங்கறதுக்கு அடிச்சிருப்பான்!" என்று சம்பு கூறுகிறாள்.

மதுராம்பாளுக்கு இப்படி இருக்கலாம் என்று தோன்றுகிறது.

"அதுக்கு, இப்படி அர்ஜன்ட்னு போடணுமா?"

''எங்கயானும் சினிமா எக்ஸ்ட்ரானு வேசம் போடப் போயிருக்கிறாளோ என்னமோ? அப்பா அதட்டியிருப்பான். அவனுக்குக் கேட்கமாட்டாள். வேற யார் வந்து என்ன சமாதானம் செய்ய முடியும் அதுதான் இவனுக்குக்

கொடுத்திருக்கிறான்."

ஆனால், இந்த உடம்போடு இவன் எப்படி உடனே புறப்பட்டுப் போவான்? சக்கு பரபரவென்று வந்துவிட்டாள்.

"என்னம்மா! இப்படிக் குடுத்திருக்கிறானே?"

"பேசாம நீ புறப்பட்டுப் போ, இது அவ விசயம்தான்.." என்று சொல்கிறாள் சுப்பம்மா.

"நானா? நான் எப்படிம்மாப் போக? வழக்கமே இல்லாமே... எனக்கு என்ன தெரியும்? யார் வீட்டில போயிறங்க. பொண்ணைக் குடுத்தவ வீட்டில போயி நிக்கவா? ஆயிரம் உறவு இருந்தும் ஒண்ணிலும் ஈரமில்லாம் போயிட்டுதே... மேலும், நா வரணும்னா என்னை வரச் சொல்லில்ல தந்தி அடிப்பான்?"

“அதுவும் சரிதான், நான் சொல்றேன். பேசாம, குஞ்சிதம் உடம்பு சரியில்ல வரதுக்கில்லன்னு பதில் தந்தி குடுங்க. மேல்கொண்டு பார்க்கலாம்.” என்று கூறுகிறாள்.

குஞ்சிதம் எழுந்து உட்காருகிறான், “சம்பு, என் சட்டையை எடு.”

“எதுக்கு? இப்ப வெளில போறியா?”

"எடேன்!"

அவள் உள்ளிருந்து மடிப்புச்சட்டை ஒன்றை எடுத்து வருகிறாள். அதைப் போட்டுக்கொண்டு மேசை மீதிருக்கும் பர்சையும் எடுத்துக்கொண்டு, கிளம்புகிறான்.

கிளம்பும்போது எங்கே என்று கேட்ககூடாது.

“நான் போயி டிரங்க் ஒண்ணு போட்டு, அவனோடு பேச முடியுமான்னு பாக்கறேன்...”

"நீ நம்பரைக் குடு, நான் போயி புக் பண்ணிட்டு வரேன். அப்புறமா பேசப் போகலாம்.” என்று குறுக்கே வருகிறாள் சம்பு.

அவன் நம்பரை எழுதிக் கொடுக்கிறான்; விலாசமும் எழுதிக்கொடுக்கிறான்.

ருக்குவும், அவளுமாகத் தெருக்கோடியில் உள்ள அஞ்சல் அலுவலகத்துக்குச் செல்கின்றனர்.

கிடைத்ததும் சொல்லி அனுப்புவதாக, அஞ்சல் அலுவலகத்து சாம்பசிவம் சொல்கிறார்.

இரவு பத்து மணி சுமாருக்குத் தொடர்பு கிடைக்கிறது.

குஞ்சிதம் எழுந்து போகிறான். அவன் திரும்பிவரும் வரையிலும், ஒரு நிமிஷம் ஒரு யுகமாகிறது. முருகன் மட்டும் அந்த வீட்டிலே படுத்துத் தூங்குகிறான். எல்லாரும் இங்கே முன்முற்றத்தில், பேசத் தோன்றாமல் விசிறி மட்டும் சத்தம் செய்ய, உட்கார்ந்திருக்கின்றனர். டிரான்சிஸ்டரில் ஏதோ

சினிமாப் பாட்டு. அதுவும் உருப்புரியவில்லை.

அவன் வருகிறான்.

"என்ன? நாகுவோடயா பேசினே?"

"ஆமாம்..."

"பேபி இருக்காளாமா?"

"நாதா சொன்னேனே. எங்கிட்ட அவளுக்கென்னமோ சர்டிபிகேட் வேணும்னான். ஸ்காலர்ஷிப் கிடைக்குமாம். அது

உடனே வேணுமாம்.

எடுத்திட்டு வரச் சொன்னான்."

"பின்ன, அதைத் தந்தில விவரமா அடிக்கக்கூடாது? என்ன கலவரம்..."

குஞ்சிதம் பதில் சொல்லவில்லை. சட்டையைக் கழற்றி மாட்டுகிறான்

மஞ்சள் விளக்கொளியில் மஞ்சள் இன்னும் தெரிவது போலிருக்கிறது.

"எங்க இருந்தாளாம் அவ?"

"சக்கும்மா, காலம பேசிக்கலாமே. போயிப் படுத்துக்குங்க..."

"படுக்கறதுதான் இருக்கு. நாகு வேற ஒண்ணும் சொல்லலியா?"

"அதா, சர்டிபிகேட் வாங்கி அனுப்பறேன்னேன்."

இதற்குமேல் அவனிடம் கேட்க முடியவில்லை. அவர்கள் போகிறார்கள். விடிவிளக்கைச் சிறிதாக வைத்துவிட்டு, மின் விளக்கை அணைக்கிறார்கள். பாட்டி, ரேழித் திண்ணையில்; குஞ்சிதம் வாயிலுக்கு நேராகக் கட்டிலில்; கூடத்தில் தாயும், மகளும் என்று படுத்திருக்கிறார்கள்.

எத்தனை நேரமாயிற்றென்று தெரியவில்லை. அடுத்தவீட்டுச் செல்வி இருமுகிறது. தெருவில் லாரி போகிறது.

மதுராம்பா உறங்கி இருப்பாள் என்று குஞ்சிதம் நினைத்தான் போலும்!"

"அம்மா!" என்று மெதுவாகக் கூப்பிடுகிறான். "ஏம்ப்பா? எதானும் குடிக்கத் தரட்டுமா?"

"க்ளூகோஸ் போட்டு, வெந்நீர் கொஞ்சம் குடுக்கிறியா?"

சுப்பு, மின்விளக்கைப் போடாமல் ஃபிளாஸ்கிலிருந்து வெந்நீர் எடுத்து க்ளூகோஸ் போட்டுக் கரைத்துக் கொடுக்கிறாள்.

"அம்மா, பாட்டி தூங்கியிருப்பாளில்லையா?" மிக மெதுவான குரலில் பேசுகிறான்.

"தூங்கிருப்பாளோ என்னமோ... என்னப்பா?"

"அம்மா, மனசுக்கு ரொம்ப சங்கடமாயிருக்கு. சர்ட்டிபிகேட்டுமில்ல, சுக்குமில்ல. நாகு எதுக்குக் கூப்பிட்டான் தெரியுமா? இனிமே கூப்பிட ஒண்ணுமில்ல. ஃபோன்ல அப்படியே அழுதுட்டான். இந்தப் பொண்ணு, நாம எதிர்பாத்த மாதிரிதான் எங்கியோ சிக்கிருக்கா. அவனும் அப்படிச் சந்தேகப்பட்டுத்தான்

தேடினான். இன்னிக்கு, இந்தமாதிரி வியாபாரத்திலல்லாம் பெரிய புள்ளிகள் எல்லாம்தான் சம்பந்தப்பட்டிருக்கான்னு சொல்லல? எங்கியோ, கோடம்பாக்கத்துல,

ப்யூட்டி பார்லரா, என்னமோ பார்லர், அங்க ஒரு பொண்ணு தூக்குமாட்டிச் செத்துப்போனான்னு விவரம் தெரிஞ்சு போனானாம், இவளாம்... தூக்குமாட்டிக்கிறதாவது..! கொலைதான்... என்னமோ விசாரணைன்னு கண்துடைப்பு பண்ணி, அடக்கமே பண்ணியாச்சாம். இவனுக்கு ஒரே ஆத்திரம், கோபம்... கண்டபடி திட்டினான். பாவமா இருக்கு..! போலீசு, அவன், இவன் எல்லாரும் தெரிஞ்ச வியாபாரம்... 'வீட்டிலே கோபிச்சிட்டு வந்து, வாழ்க்கை வெறுத்துத் தற்கொலை செஞ்சிக்கறேன்'னு லெட்டர் எழுதி வச்சிருந்தாளாம்..."

மதுராம்பாளுக்குக் கேட்கிறது. ஒவ்வொரு நரம்பிலும், அந்தக் குரல் வந்து துளைப்பதுபோல் கேட்கிறது. கூட்டை விட்டு உயிர்ப்பறவை போய்விட வேண்டும்போல் அடிக்கிறது.

"அம்மா! அம்மா! ஜகதாம்பா!" என்று நெஞ்சு முட்டிக், குரல் முட்டி அவளை அழைக்கிறது. குஞ்சிதம் திடுக்கிட்டவனாக, "அம்மா! நீங்க தூங்கல?" என்று கேட்கிறான்.

"எப்படீடா தூங்க? காது கேக்குறது துல்லியமா, கண் பாக்கறது. மனசும் ஒண்ணும் மறக்கல. கண்ணாடி போல் எல்லாம் தெரியறதே? இதெல்லாம் எதுக்கு நன்னாருக்கணும் சுப்பு...? இதெல்லாம் நான் பண்ணின பாவம்தானா! மாதா பிதா பாவம் மக்களைம்பா. நானறிஞ்சு மனச்சாட்சி ஒப்பினதா பாவம்னு நினைக்கல. அந்தப் பொட்டை, அறுத்தெறிஞ்சது பாவமோடி அம்மா?"

குஞ்சிதம் அவளைப் பற்றிக்கொள்கிறான். தளிரிலையாய் நடுங்குகிறது அந்த உடல்.

"சக்குக்குத் தெரிஞ்சா உக்கி மடிஞ்சு போயிடுவாளேடா...!"

"இதை எதித்து முதல்ல விசாரணை செய்யச்சொல்லிக் கேக்கணும். அவ தற்கொலை பண்ணிப்பளா? இதேதான்மா கதை! இப்படித் தெரிஞ்சும் தெரியாமயும் பெண் வதைகள், கொலைகள், விட்டில் பூச்சிகள் போல் இதுகளும் வெளிச்சத்துக்கு ஆசைப்பட்டுப் போய் மாட்டிக்கிறாங்க... பெண்கள் சங்கங்கள், போராட்டம், கூச்சல் எல்லாத்தையும் படுபாவிகள் கட்சின்னு உடைச்சுடறா. பார்லிமென்ட்ல கேள்வி கேட்கச் சொல்லலாம். முதுகெலும்பே அழுகிப் போயிட்டுதம்மா!"

'ஐயோ, ஐயோ' என்று மனசு பதைக்கிறது.

அந்தப் பச்சைக் குருத்தை, மிருகங்கள் போட்டுச் சூறையாடி உசிரைக் குடிச்சிருக்குமோ? அந்தக்காலத்தில் துரைமார் பார்ட்டியில் ஆடச்சொல்லி, விஸ்கியை வாயில் ஊத்தினாளாம். அப்படியே அந்தப் பொண் செத்துப்போனா... அப்படி நடந்திருக்குமோ? இறுக்கமாயிருந்த கட்டை உடைச்சிண்டு அவள் வெளியே வந்தாள். ஆனா, இப்ப அவாவாளே

குஞ்சிதம் சொல்றாப்ல போய் விழறா. அந்நாளிலே அவ அம்மாவும் இப்படி ஒரு துர்முடிவுக்காளானாள்.

தாங்க முடியவில்லை. விசிறியை எடுத்து விசிறிக்கொள்கிறாள். எங்கெங்கோ சோரம் போனவர்கள், குதடிப்பட்டவர்கள் எல்லாரும் அவளுள் இருந்து ஓலமிடுகிறார்கள்...

▲▲▲

15

"அவனே புறப்பட்டு வரேன்னான். என்ன செய்யிறதுன்னு தெரியல.."

"இது எப்பிடியாச்சுன்னு உண்மைய வெளிக்குக் கொண்டுவந்தாகனும். எல்லாம் எப்படி எப்படியோ கொலை பண்ணிட்டு, தற்கொலைன்னு தடயம் காட்டிடறாங்க! என்ன அக்கிரமம்!"

"இனிமே என்ன தெரிஞ்சி என்ன ஆகணும்? அந்தப் பழிகாரி எப்ப யாருக்கும் அடங்காம, யார் பேச்சையும் கேக்காம குதிச்சாளோ, அப்பவே நான் தீத்துட்டேன். நாசகாலி!"

வாய் தீர்த்தாலும் சக்குவுக்குக் கண்ணீர் மளமளவென்று பெருகுகிறது.

செய்தியை மூடி மூடி வைத்தாலும்,வெளியே போகாமலிருக்குமா?

முதலில் தபாலாபீஸ் சாம்பசிவத்துக்குத் தெரியாமல் இல்லையே...!

சண்முகம், அவன் பெண்சாதி, குழந்தைகள் எல்லாம் சக்குவின் பெருங்குரல் கேட்டு எட்டிப் பார்க்கின்றனர். கழுநீர்க்காரி, கீரைக்காரி என்று எட்டிப் பார்ப்பவர்களின் வாயிலாகச் செய்தி நீளப் பரவிவிடுகிறது.

குருசாமி, தடியை ஊன்றிக்கொண்டு மதுராம்பாவின் முன்வந்து உட்கார்ந்து, துக்கம் விசாரிக்கிறார்.

"ஐயோ உனக்கு வயசுகாலத்துல இப்படி ஒரு துக்கமா மதுராம்பா? என்னென்னவோ சொல்லிக்கிறாளே?"

மதுராம்பா காதில் கேளாதவள் போல் சுவரைப் பார்த்துக்கொண்டு படுத்திருக்கிறாள். உலக இயக்கமே நின்றுவிட்டாற்போல் தோன்றுகிறது.

அன்று ருக்கு, காலையில் எழுந்து பள்ளிக்குச் செல்ல இயங்கவில்லை. சம்பு

அலுவலகம் செல்லவில்லை. சக்கு தூணடியிலேயே சாய்ந்திருக்ககிறாள். கட்டைக் கணக்கப்பிள்ளையிடம் கொடுக்கல் வாங்கல் இல்லை. சாமான் கழுவவில்லை. கழுநீர்க்காரி போய் முருகனுக்கு இரண்டு இட்லியும், காபியும் வாங்கிவந்து

கொடுக்கிறாள். வெயில் உக்கிரமாகக் காய ஏறுகிறது.

குஞ்சிதமும் இந்த வீட்டில்தான் முற்றத்துக் குறட்டில் உட்கார்ந்திருக்கிறான்.

"ஏம்பா, குஞ்சிதம்! என்னதான் நடந்ததாம்? தந்தி வந்ததுன்னு சொன்னா.. ஆக்ஸிடென்டா? எப்படி?"

பாவி! உம்ம வீட்டு சகவாசம்தான் அந்தக் குழந்தைக்கு இந்த வீட்டில் வெறுப்பையும், ஓடிப்போகும் வெறியையும் கொண்டு வச்சது!

கையை மனசுக்குள் நெறித்துக்கொள்கிறாள் சக்கு.

யாரும் பேசாமலிருப்பதனால், அவர்தாம் குற்றவாளி என்று அறிவுறுத்துவது போல் தோன்றுகிறது.

"நான் சொல்றேன்னு நினைச்சுக்காதே மதுராம்பா! எனக்கு அன்னிக்கே புடிச்சித் தோணிண்டே இருக்கு. லோகத்துல என்னென்னவோ பண்றா. அவாள்ளாம் எப்படி எப்படியோ பேர் சொல்லிண்டு முன்னுக்கு வந்துடறா. ஆனா பெரியவா, பரம்பரையா ஒண்ணு ஈசுவரார்ப்பணம்னு வச்சு, அதை மீறினா மட்டும், தெய்வம் கைமேலதான் குடுக்கறது. எனக்குத் தெரிஞ்சு, ஒரு கோவில் குருக்கள் குலம்கூட முன்னுக்கு வந்ததில்ல. சிவன் சொத்தை அவன் தொட்டாலே போறும்! அப்படி..."

மதுராம்பாளுக்குச் 'சுருக்சுருக்'கென்றது. ஊசிகள் தைக்கின்றன. எழுந்து உட்கார்ந்து, அவனைக் கழுத்தைப்பிடித்துத் தள்ள வேண்டும்போல் இருக்கிறது.

பிராம்மணனாம் இவன்!

"உனக்கும் வயசு, நூறாகப் போறது. பெத்தபிள்ளை தள்ளிவச்சாப்பில போயிட்டான். பொண் வழியும் இப்படி, இந்தச் சிறுபயலை உடம்பை இப்படிப் படுத்தறது... நா ஒண்ணு கேக்கறேன். உம் மாட்டுப்பொண் வம்சம் பெரிய பரம்பரையெல்லாம் எங்கே? இப்ப அவ பொண்ணு, கண்டவன் கூடல்லாம் சுத்தறது. உத்தமமா இருக்கிற உன்னையும், பொண்ணையுமே ஏசினாள். இப்ப இதுவே பனிஷ்மென்ட் இல்லையோ? அரசன் அன்று கொல்வான்; தெய்வம் நின்று கொல்லும்..."

மதுராம்பா விருட்டென்று எழுந்து உட்காருகிறாள்.

"இதெல்லாம் எதுக்கு இப்ப சொல்ற குருசாமி? எதது எப்படி எப்படி நடக்கணும்னு இருக்கோ, அப்படி நடந்துட்டு போகட்டும்.

உனக்கெதுக்கு இப்ப இந்த விசாரம்?"

"நீ இப்படிச் சொல்லிட்டா சரியாயிடுமா? உனக்கு நான் சொல்றது பிடிக்காட்டாலும், எனக்கு இது சூசகமாத் தோணிண்டிருக்கு. நானும் பாக்கறேன், உன் குடும்பத்துக்கு ஒண்ணு ஒண்ணா வரது. உன் தலைமுறை நீ நினைச்ச மாதிரி வரவேயில்ல. உன் மாட்டுப்பொண் ஒதுங்கி இருக்கறதுக்கு காரணம் கூட இதுதான். பயம்! அதது வம்சம் வழி... தலைப்பொண்ணை,

ஈசுவரார்ப்பணம்னு விடறது. அப்படி விட்டு, அந்த ஈசுவரப் பிரக்ஞையை மீறி, நீ குடும்பம் வச்சிண்டே. இப்ப, ஆண்டாளு, சாமிக்கண்ணு பொண்கள் எல்லாரும் சட்டம்னு வந்தப்புறம் கூட, மூத்த பெண்களுக்கு அந்த சாங்கியம் செய்யாமலிருக்கல. பின்னால்தான், கல்யாணம் பண்ணிக்குடுத்தா... குட்டி எப்படிச் சிரிச்சிண்டு வருவா? கண் பார்த்ததைக் கை ஒரே நிமிஷத்தில் செய்யும். அது ஒரு நிமிஷத்திலே சாசகறதாவது!"

இவர் பேசிக் கொண்டிருக்கையிலே நாகு பரபரப்பாக வருகிறான். தோளில் மாட்டிய பை; கையில் ஒரு பெட்டி.

கீற்றுக்கீற்றாய் இவ்வளவு நரையா...!

"நாகுவா... என்னப்பா இப்படி ஆயிட்டதே? விஷயம் கேள்விப்பட்டு வந்துதான் கேட்டுண்டிருந்தேன், என்னமோ போ, உனக்கு இப்படி வரவேண்டாம்."

"சாமி... எல்லாருமாச் சேந்து என் பேபியைக் கொலை பண்ணிட்டாங்க கொலை...!" உள்ளம் உடையக் குலுங்கிக், குலுங்கி அழுகிறான். முகத்தில் அறைந்தபடி அழுகிறான்.

மதுராம்பா, ஆலிலைச் சருகாய்த் துடிக்கிறாள்.

குஞ்சிதம்தான் வந்து அவனைப் பற்றிக்கொண்டு தேற்றுகிறான்.

"என்ன நாகு... இதபாரு நீ அழுதா, அம்மா, பாட்டி எல்லாம் எப்படிச் சகிக்க? பஸ்ஸிலியா வர?"

"ஆமாம். ராத்திரி பஸ்ஸில் மதுரை வந்து, உடனே மறு பஸ் புடிச்சு நேரடியா வரேன். குஞ்சண்ணா! படுபாவிக என் பேபியைக் கொலைபண்ணிருக்காங்க, இத விடக்கூடாது..."

"சம்பு, நீ போயி காபி கொண்டுவா. அம்மா! இவாளுக்கெல்லாம் காபி எதானும் குடு.."

"நானே அவளக் கொன்னிட்டேன் போல இருக்கு. எங்கூட அப்பவே மட்றாஸ் வரேன்னு ஒத்தக்காலால நின்னா. கூட்டிட்டுப் போயிருந்தா, இத்தினி தூரம் வந்திருக்காது. அவளை விட்டுவைக்க

எடமாயில்லை. அது மனச புரிஞ்சிக்காம இருந்திட்டோம்."

"இப்படிப் போறதுக்கு முன்ன பத்து நா என்ன சமர்த்தா இருந்தா தெரியுமா? அள்ள அள்ள அவ குதிச்சதும், ஆடுனதும், பேசினதும்... பாவி! இப்படிப் போனியேடீ..." பெருங்குரலெடுத்து சக்கு அழுகிறாள்.

"இவங்கவீட்டுப் பூணூல் கல்யாணத்திலேந்தே அவளுக்கு சனிபுடிச்சாச்சு!"

ருக்கு, குருசாமியைப் பார்க்காமல் முணுமுணுக்கிறாள்.

"அப்ப எவ்வளவு நன்னா இருந்தா... ஆனாலும், சக்கு ரொம்பத்தான் கண்டிச்சு அடிச்சிருக்கா! பொண் குழந்தையைத் தொட்டு அடிச்சா, அதுங்க வெறுத்துப் போயிடும்!"

'இவனை அடிச்சித் துரத்தணும் இப்ப!' என்று கடுகடுத்துக் கொண்டு ருக்கு வெளியேறுகிறாள். குஞ்சிதத்துக்கும் அவரை வைத்துக்கொண்டு, நாகுவிடம் விவரம் பேசப்பிடிக்கவில்லை. அடுத்த வீட்டுக்குக் "காபி குடிக்கலாம்" என்று நாகுவைக் கூட்டிச்செல்கிறான்.

"நான் ராயவரத்துல ஒரு அப்பாயின்மெண்ட்டை முடிச்சிட்டு, அப்பதா ஸ்டூடியோவுக்கு வந்தேன். சிங்காரம், 'நாகு ஸார், ஒரு கெட்ட செய்தி... மஸாஜ் பார்லர்ல ஒரு பொண்ணு... மூணுநாளா காணலியாம், கூவத்திலேந்து பாடி எடுத்துப் போட்டாங்களாம். போஸ்ட்மார்ட்டம் ரிப்போர்ட்டு- தற்கொலையாம்'ன்னான். நான் உடனே, விழுந்தடிச்சிட்டு ஓடினேன். அவ வயர் பை, ஜிமிக்கி வச்சிருந்த பொட்டி எல்லாம் இருக்கு. 'வீட்டை வெறுத்து வந்ததால், தற்கொலை பண்ணிக் கொள்கிறேன். பேபி - வசந்தா' என்று நோட் ஒண்ணு ஸ்டேஷன்ல காட்டினாங்க. படுபாவிங்க, இவனுகல்லாமும் இதுக்கு உடந்தை! அந்த பார்லர்ல போயி, பூனைக்கண்ணனை மிரட்டினேன். 'நாங்க ஏன் ஸார் உங்க பெண்ணைக் கூட்டிட்டு வரணும்? எட்டு மணிக்கு வந்து, பசி... வேலை எதுனாலும் குடுங்கன்னு கெஞ்சிச்சி, மூணுநா வேலை செஞ்சிது, பிறகு ஓடிப்போயிட்டது. மறுபடி நாலுநா கழிச்சி வந்து, ஒருநா வேலைக்கிருந்திச்சி, காலம காணல. பெறகுதான் அதும் ரூமைப் பாத்தப்ப, எழுதி வச்சிட்டுப் போயிருக்கு. ஏன் சார் தொல்லை! போலீசு அவன் வேற மெரட்டுறா, கேசு போடுவேன்னு! நாங்க கவுரவமா தொழில் நடத்துறோம். எல்லாரும் இஷ்டப்பட்டு பேட்ரனைஸ் செய்யும் தொழில்'ன்னான்."

"அவ்வளவு சீக்கிரமா ஏன்யா எரிச்சீங்க?"

“கூவத்தில விழுந்த பொணத்தை, மூணுநாள் ஊறிப் போனதை யார் வச்சிருப்பாங்க? நீங்க அநாவசியமா கலாட்டா பண்ணாதீங்க சார்!”ங்கறான். நான் வுடல. தலைவர் வரையிலும் போனேன். ‘இது பச்சைக்கொலை.

அடுக்காது. போலீசு நாய்கள் உண்மை வெளியிடாது’ன்னு அவரிட்டயே கத்தினேன். ‘கஷ்டம்தாப்பா இனிமே நீ கத்தி, பொண்ணு வரப்போகுதா? நா, தாமரைட்ட சமரசமா ஒரு தொகை தரச்சொல்றேன்’ங்கறான்டா! பாவிக! படுபாவிக! பொம்பிள வியாபாரம் எல்லாருக்கும் பொது! எத்தினி பேர் வயிறெரியப் பண்றானுவ! நான் இத விடப்போவதில்ல. குஞ்சிதம், கீழ்க்கோர்ட்டு, மேல்கோர்ட்டு, சுப்ரீம் கோர்ட்டு வரையிலும் போயி, இவனுகள அம்பலமாக்குவேன். பொறுக்கிப்பயல்கள்... வழக்குப் பதிவு பண்ணிட்டேன், நம்ம ஆர்.பி.எஸ்.ஸ வச்சிட்டு, இந்தமாதிரி இளம்பெண்களை ரயில்வே ஸ்டேஷன், அங்கே இங்கே கண்டு ஆசைகாட்டிக், கூட்டிட்டுப்போயி, பார்லர் நடத்துறாங்க! இவளை நிர்ப்பந்தப்படுத்தி இருக்காங்க. இவ, எங்கப்பா, எங்க மாமான்னு பெரிய உறவெல்லாம் சொல்லிப் பயமுறுத்தியிருக்கணும். அவ புடிவாதக்காரி, என்ன சொன்னாளோ, தீத்துட்டாங்க. இதுதான் உண்மை!”

“நீ சொல்வதை நிருபிக்க யாருடா சாட்சியம் சொல்வாங்க? முதல்ல அவ உன் பொண்ணு இல்லேன்னு சொல்வாங்க. உடம்பு இருந்தாலே சாட்சி இல்லாம அடிச்சிடுவாங்க. தண்ணில அழுகின உடலை எடுத்து எரிச்சிட்டாங்க. போட்டோவில் என்ன தெரியும்? தடயமே இல்ல. எல்லாமே அழிச்சாச்சி. என்ன விசாரணை பண்ணச்சொல்லுவே?”

“தடயம் இல்லாம அழிச்சது தப்பில்லையா?"

“அவனுக குற்ற விசாரணைன்னு ஒண்ணு பண்ணி கண் துடைச்சிருப்பாங்களே?”

"அவளைக் காணமின்னபோது, எனக்கு இப்படி எங்கியானும் மாட்டிப்பாளோன்னு இருந்ததால, மெதுவா விசாரிக்கணும், ரொம்ப விளம்பரப்படுத்தக் கூடாது, தலைக்குறைவுன்னுதாம்ப்பா நினைச்சேன்.டி.வி.வாணாம்னு அதனாலயே போட்டோவெல்லாம் குடுக்கல. எத்தனை பிள்ளைகள் இப்படிக் காணாமப்போறாங்க தெரியுமா குஞ்சிதம்?”

குஞ்சிதம் பேசாமல் இருக்கிறான்.

இத்தனை அக்கிரமம்... இது ஜனநாயகமா?

அறிவு, ஆளுமை எல்லாம் பணம், பணம் அதிகாரம் என்று அசுரவெறியில் துவைக்கப்பட்டுக் கொண்டிருக்கின்றன. ஒன்றுமறியாத இளம் உள்ளங்களில் பற்றி எரியும் ஆசைகளைப் புகழ்த்தூண்டில் போட்டுக் கிளப்பி, சக்கையாக்கிக் கொல்லும் இயந்திரப்பற்களில் விழும்படி செய்கிறார்கள். இதற்கு என்ன செய்யலாம்? எங்கே போய் நிவாரணம் தேட? காவல் காக்க வேண்டிய காவல்நிலையங்களில், பெண் கொலைகள், இரவில், பட்டப்பகலில், கட்டியவனிடம், கட்டாதவனிடம், எங்குமே பெண் இந்நாளில்

பத்திரம் இல்லாதவளாகிவிட்டாளே?

எதிர்த்துப் போராட, முதலில் பணம், பிறகு அதிகாரிகளைச் சமாளித்தல்.. எங்கேபோக? பணத்துக்காக நியாயங்கள் படுகொலை செய்யப்படுகின்றன.

'"எனக்கு ஒரே வெறுப்பாயிடிச்சி. இந்தப்பசங்களுக்குத் தலைவணங்கிட்டு,

என் தொழிலைச் செய்யப்போறதில்ல இனிமே... நம்மகிட்ட தொழில் இருக்கு, எங்கியும் பொழச்சிக்கலாம். இவன் இல்லாட்ட இன்னொருத்தன். நான் இன்னொரு யோசனை கூட நினச்சேன். ஒரு இஷ்யூாவக்கி, எதிர்க்கட்சிக்காரங்க மூலமா கிளம்பிவிடணும்னு..."

குஞ்சிதம் உதட்டைப் பிதுக்குகிறான்.

"பணபலமும், பெரும்பான்மையும் இருக்கும் எந்த எதிர்க்கட்சி சுத்தபத்தமா இருக்கிறான் பொம்பிள விஷயத்தில? விரலை மடக்கு! இந்தமாதிரி விஷ்யங்களெல்லாம் வெகுஜன இயக்கமா மாத்தி, பொம்பிளகளையே இன்வால்வ் பண்ண வைக்கணும். முதல்ல, இப்படி விடுதி, பாரலர் எல்லாம் பொம்பிளகளாலேயே அவங்க பேரிலேயே நடக்குது. மேலும், நம்ம பொண்ணுகளை, எந்த இயக்கமும் பாதிக்கிறதில்ல. அவங்களைப்போல இன்டிவிஜுவல்கள் வேறு கிடையாது!"

சம்புவுக்குப் பொத்துக் கொண்டு வருகிறது.

"ஆமாம், இதுதான் தீத்துவச்சிருக்கே- டிவைட் அண் ரூல் பாலிஸி. இவளுவ ஒண்ணு சேந்தா அவங்க தலைமேல் ஏறி சவாரி பண்ண முடியுமா? லட்சுமி, சரசுவதியே சேர மாட்டா! அப்புறம் பூலோகத்துப் பொண்ணுகளக் கேக்கணுமா? எந்தக் கதைய எடு, பொம்பிளகளுக்குள்ள நல்ல உறவே கிடையாது. சத்தியபாமா, ருக்மணிலேந்து சக்களத்திச் சண்டை. அவ ஒருத்தனைப்

புடிச்சிக்கணும். அவனுக்காக மத்தவங்க ஏங்கணும்... பொறாமைப்பட்டு, இவளுவ ஒருத்தரை ஒருத்தர் வெட்டிக் குத்திக்கணும். தியாகம் செய்யணும். எல்லாக் கதையும் இதுதா. சின்னம்மா கொடுமை, மாமியார் கொடுமை இதுகளுக்கு குடுக்கிற பப்பளிசிட்டி, புருசன் கொடுமைக்குக் கிடையாது. விபசாரவிடுதி நடத்த போலீசு, பணக்கார முதலைகள், ஆண் மிருகங்கள்தான் எல்லா வசதியும் செய்யிது. ஆனால் அதை நடத்துற பொம்பிளய மட்டும் ஃபோகஸ் பண்ணி, அதில கஷ்டப்படுற பெண் தப்பி ஓட முயற்சி பண்ணிப் பிடிபட்டு, அந்த ராட்சஸிமுன்ன வதைபடறதா ஒருத்தன் கதை எழுதியிருந்தான். அவன் மூஞ்சில தூக்கிப் போட்டுட்டு வரணும்னிருந்தது. பொண்ணுதா கொடுமையானவ! அப்படி அடிச்சது யாரு? எதுக்கு? புருசன் இவ்வளவு கொலைகாரன்னு தெரிஞ்சும், அவன் எட்டுப் பொண்டாட்டி வச்சிருந்தாலும், அத்தனைபேரும் சேர மாட்டாங்க, அவன் இன்னும் முப்பத்தெட்டுப் பேரையும் ஆளலாம். செத்தா தனியா முப்பத்தெட்டு தாலியும் விழும். ச்சீ! இந்த அடிப்படை வேரையே புடுங்கிப்போட்டாதான் சீர்திருந்தும்."

குஞ்சிதம் வியந்து போகிறான். "சம்பு! இவ்வளவு பிரமாதமா நீ பேசுவேன்னு இத்தனைநாள் தெரியலியே? நீயே இப்ப களத்தில் இறங்க வேண்டியதுதான். உனக்கு சகல ஒத்தாசையும் செஞ்சுத்தரேன். பெண்களை அணி திரட்டி, இந்த எல்லா இஷ்யூஸிலும் இன்வால்வ் பண்ணு!"

"பேஷா பண்றேன். ஆனா, ஒண்ணுதான் சிக்கல். சோஷியல் வொர்க்கர்னா, காரு, ஃபோன், நல்ல பணவசதி, விதவிதமான புடவை, நகை இதெல்லாம் இருந்தாத்தான் நம்ம பெண்கள் கூட்டமா வருவா. நான் சொல்றது, உனக்குப் பிடிக்கிற மாதிரி உன்போல கம்யூனிஸ்டா இருக்கிறவன் பெண்டாட்டிக்கோ, அக்கா தங்கைக்கே கூடப்புடிக்காது. நீயே நினைச்சுப் பாரு. மேடையில் பெண் சுதந்திரம் பேசறவன், பல பெண்களை ஆளுகிறவனாக இருப்பான். அவனுக்குத்தான் ஒழுக்கமே இருக்காது. அதனால், இப்ப நான் புதிசா அணி திரட்டப் போனா, ஹூம்... இவ அண்ணா கம்யூனிஸ்ட். இவளும் அதாம்பா. எனக்கு அரசியல்ரீதியா என்ன மாதிரி ஆதரவு வருமங்கறே? நீங்கல்லாம், சாமியப் புடுங்கிப்போடுறவங்க, கலகம் பண்றவங்கன்னு ஒரு மாதிரி கருத்தை வேரூணி வச்சிருக்கீங்க. உண்மையில் சாமியப் புடுங்கிப்போட்டு, கலகம் பண்ணினவங்ககிட்டக் கூட, நம்ம பெண்கள் இன்னிக்கு வேற்றுமைக் காட்டல. கம்யூனிஸ்ட்னா பெண்கள்கிட்ட ஒரு ஆதரவும் கிடைக்காது. அதுக்கு நான்

சொன்ன தகுதிகள்தான் மதிப்பு.

"பெண்களே! நீங்கள் நகை, புடவைகள் என்று உங்களயே அடிமைப்படுத்திக் கொள்ளாமல், எளிய வாழ்வு வாழுங்கள்!" ன்னு சொல்லணும்னா, காட்டிப் பேசக் கையில் வயிரமோதிரங்கள், காதுகளில் பெரிய புதுமோஸ்தர் தோடுகள், மூக்குத்தி, புதிய மாடல் நகை, புடவை, கார் எல்லாம் வேண்டும். இதைல்லாம் வாங்கிக்குடு... என் பின்னே, பத்து நூறு பெண்கள வரச் சொல்றேன்! ஆனா, அவா கிட்ட நான் முன்ன பேசினதைப் பேசக் கூடாது."

சுப்புவுக்கு எரிச்சல் வருகிறது.

"போறுமே! பேசிப் பேசி ஒண்ணுமில்ல. மணி ஒண்ணரை ஆயிட்டது. நாகு குளிச்சிட்டு வா, எல்லாரும் குளிச்சிட்டு வாங்கோ. வயிறு காயும்... சாப்பிடலாம்! ருக்கு, பாட்டியைக் குளிக்கக் கூட்டிண்டு போ! இப்படித் தலை முழுகப் பண்ணிட்டாளே...!"

"நான் தலைமுழுகப் போறதில்ல. அப்படி வுடமாட் டேன்!" என்று சொல்லிவிட்டுப் போகிறான் நாகு.

கண்களைக் கட்டிக் காட்டில் விட்டாற்போல் இருக்கிறது. விடுதலை பெற்று வெளிச்சமாகப் பெருவீதியில் நடக்கலாம் என்று வந்தார்கள். அரணைவிட்டு வந்ததன் தண்டனையாக, உயிர்களே பறிக்கப்படுகின்றன.

மதுராம்பா, கிணற்றடியில் நின்று தலைமுழுகுகிறாள்.

உடலில் பதற்றம் இல்லை. ஆட்டம் இல்லை என்றாலும், தடுமாறி விழுவோமோ என்ற உயிர்ப்பயம் கொஞ்சமாகவேனும் இருக்கிறது.

அந்தப் பயத்தைக் கொல்ல முடியாது என்று கண்டு, அதையே ஆயுதமாக்கித் திருப்பி அடித்து வீழ்த்தி விடுகிறார்கள்.

"ஓ... பாட்டி! ஐ லவ் யூ!" என்று சொன்ன குழந்தை, உண்மையில் அந்தப் பயத்தைக் கொன்றிருப்பாளோ?

"பயத்தைக் கொல்லு, பயத்தைக் கொல்லு..." என்று தண்ணீரைத் தலையில் தானே தூக்கி விட்டுக்கொள்கிறாள்.

புடவையைச் சுற்றிக்கொண்டு, சுப்புவின் வீட்டுக்கூடத்தில் வந்து உட்கார்ந்து கொள்கிறாள்.

கண் காணாமல் ஆறு வருஷத்துக்கு முன்பு பலிகொடுத்த பொண்ணுக்காக, முழுகிவிட்டு வந்தபோதும் இப்படித்தான்

உட்கார்ந்து சாப்பிட, சுப்பு இலை போட்டாள். அவள் யார்?

எதற்காகவும், எதையும் விடமுடியவில்லை.

ரசஞ்சோறு; நீர்த்த மோர், எலுமிச்சம் ஊறுகாய்.

குஞ்சிதத்துக்கு வெறும் மோரும், சாதமும் பிசைந்து வைக்கிறாள்,

கிளர்ந்த துக்கங்கள், அன்றாட உப்பிலும், புளியிலும், அன்னத்திலும் அமுங்குகின்றன. குஞ்சிதத்துக்குச் சற்றே மங்கல் மாற உடம்பு தேறுகிறது.

நாகு, பத்துநாட்கள் பேசிப் பேசித் தீர்த்துவிட்டு, பிழைப்பைக் கவனிக்கப் புறப்பட்டுப் போகிறான். குஞ்சிதம் ஊரைவிட்டுப் போகாதுபோனாலும், புதிய திட்டங்களைப் பற்றி யோசனை செய்வதும், பேசுவதுமாகச் சுற்றுவட்டம்

போய்வராமல் இல்லை.

அன்று ஞாயிற்றுக்கிழமை. விளக்கு வைக்கும் நேரத்தில், ருக்கு ஏதோ ஓர் ஆங்கில நாவலை வைத்துச் சிரமப்பட்டுப் படித்துக்கொண்டிருக்கிறாள். மிகப்பிரபலமான ஆசிரியராம். ஒரே அசிங்க வருணனையாக இருக்கிறது.

'இவள் தானாகவே இங்கிலீஷ் படிச்சி, எம்.ஏ. எழுதப்போறேன்னு இப்படிப் படிக்கிறாள், குச்சி கூட அடுக்காமல்' என்று சக்கு நினைத்துக்கொள்கிறாள். விளக்கைப் போட்டுவிட்டு, சுவாமி மாடத்திலும் விளக்கை வைக்கிறாள்.

ஐப்பசிக்கார்... தீபாவளி வரும் நாட்கள். எங்கோ வெடிச்சத்தம் கூடக் கேட்கிறது. "துத்தேறி! என்ன அசிங்கம் எழுதறான்!" என்று புத்தகத்தைக் குறட்டில் வைத்துவிட்டு ருக்கு எழுந்திருக்கிறாள்.

"ஏண்டி! இங்கிலீஷ் புஸ்தகம்தானே? அதிலயா அசிங்கம்ங்றே?"

"ஆமா. இங்கிலீஷ்னா பெரிய ஒழுக்கம்னு நினைச்சியா? அதுலதா மொத்த அசிங்கமும்... அங்கேருந்துதான், நம்ம ஆளுகள் இறக்குமதி பண்றதே!"

"அதென்னமோ... அந்த இங்கிலீசப் படிச்சாத்தானே மதிப்பா இருக்கு?"

வாசலில் யாரோ வரும் அரவம், நிழல் தட்டுகிறது.

"ஸார்... ஸார்...!"

இந்த வீட்டில், ஸார் என்று அழைத்துக்கொண்டு யார் வருகிறார்கள்?

ருக்குதான் எட்டிப்பார்க்கிறாள்.

சிறிதுநேரம் ஒன்றும் புரியவில்லை. உயரமாக, மாநிறத்தில், முன்பக்கம் வழுக்கை தெரியாத முடிவாரலுடன், கையில் வெறும் ப்ரீஃப்கேசுடன், நிஜார், சட்டையுடன் உட்கழுத்தில் பொற்சங்கிலி மின்ன... அவன், அரும்புமீசைக்குக் கீழ்ப் புன்னகை மலருகிறது. "சகுந்தலாபாய் அம்மா..."

'ஆமாம்' என்று தலையாட்டிவிட்டுச் சட்டென்று உள்ளே வருமுன், சக்குவே அவன் எதிரில் வந்துவிடுகிறாள். சட்டென்று தோளைப் போர்த்தபடி, "வாங்கோ வாங்கோ! உள்ள வாங்கோ! சார்ன்னு கூப்பிடவே யாரோன்னு நினச்சிட்டேன்..."

உள்ளே வந்து, ஸ்டூலை எடுத்துப் போடுகிறாள். பிறகு அடுத்தவீட்டுக்குச் செல்கிறாள். ருக்கு, சமையலறைக்குள் இட்டிலிப்பானைக் குக்கரில் சோறு வெந்திருக்குமோ என்று பார்க்கிறாள். வெளியே வரத் தோன்றவில்லை. கிரியின் புருஷன். அவளைக்கட்டி, அழைத்துச் சென்றவன், 'கிரி எக்ஸ்பயர்ட்' என்று எங்கிருந்தோ தந்தி கொடுத்தபின், ஆறு வருஷங்கள் சென்றபின், எதற்கு வந்திருக்கிறான்?

"சுப்பக்கா, குஞ்சு இல்ல? கிரி அகத்துக்காரன் வந்திருக்கிறானே, ரா தங்குவானா என்னன்னு புரியல. என்ன ஆயிரம்னாலும் பொண்ணக் கொடுத்த மாப்பிள்ளையில்லையா?"

மதுராம்பா நிமிர்ந்து பார்க்கிறாள்.

"கிரி அகமுடையானா?" டிரான்சிஸ்டரை மூடிவிட்டு சுப்பு உதட்டைப் பிதுக்குகிறாள். "உபசாரம் பண்ணுங்கோ. ஆனா, அதோட அவ கொண்டுபோன இருபது சவரன், வெள்ளி, எவர்சில்வர், நாலாயிரம் ரூபா புடவை, இந்தக் கணக்கெல்லாம் மெள்ள விசாரியுங்கோ!"

சக்குவுக்கு அவர்கள் பேச்சு ரசிக்கவில்லை.

காபிப்பொடியுடன் மதுராம்பாளைக் கூட்டிக்கொண்டு வருகிறாள். அவள் கூடத்தில் கட்டிலில் உட்கார்ந்ததும், அவன் எழுந்து கால்களைத் தொட்டு வணங்குகிறான்.

"அம்மாப்பால்லாம் சௌக்கியம்தானே?"

"அப்பா போயிட்டார். அம்மாதானிருக்கா. உங்களை ரொம்ப விசாரிச்சா.

அவதான் தினமும் சொல்லிட்டேயிருக்கா!"

.

"இப்ப நீங்க... வடக்கதான இருக்காப்பல?"

“நான் ஐ.ஏ.எஃப்லேந்து ரிடையர் வாங்கிண்டுட்டேன். மட்றாசிலதான் அம்பத்தூர்ல, பிஸினஸ்.”

“அப்படியா? ஆத்தில எல்லாம்...”

இவன் மறுகல்யாணம் பண்ணிக்கொண்டு இருப்பான் என்றே உறுதியுடன் கேட்கிறாள்.

“ஆத்துல ஆரிருக்கா? ஒத்தருமில்ல. அம்மா, அண்ணாவோட இருக்கா. ஒரு தங்கை, அமெரிக்காவில செட்டிலாயிட்டா. இன்னொருத்தி, டில்லியில இருக்கா. கடசிவளுக்குத்தா போனவருஷம் கல்யாணமாச்சு...”

“அப்ப, நீங்க தனியா...? சமையல் கிமயலெல்லாம் ஆள் வச்சிட்டிருக்கேளாக்கும்..."

“பாட்டி, என்னப்போயி என்ன நீங்க, நாங்கன்னு? நான் உங்க பேரனுக்கு மேலே... ஆத்துல ஆரும் இல்ல. பிஸினஸ் அண்ணாவும், நானும் சேர்ந்ததுதா.

ஆனா, அவனுக்கும் சம்சாரம், குழந்தைகள்னு தனியாயிட்டா. இங்கே சின்னத்தங்கையும், அம்மாவும், அப்பாவும் இருந்தா எங்கிட்ட. அப்பாவும் போயி, தங்கையும் கல்யாணம் பண்ணிண்டு போனப்புறம், அம்மா அங்க போயிட்டா. அவளுக்கு வயசாச்சு. பராலிடிக் ஸ்ட்ரோக் மாதிரி வந்து படுத்திட்டா...”

“அடடா...? படுத்த படுக்கையாவா இருக்கா?”

“கிரி போனதே அவளுக்கு ரொம்ப ஷாக்...”

ருக்குதான் காபியைக் கொண்டுவருகிறாள். அவள் கீழே வைத்திருந்த ஹெரால்ட் ராபின்ஸை எடுத்துக் கையில் புரட்டிக்கொண்டே, அவன் பாட்டியின் கேள்விகளுக்குப் பதில் சொல்கிறான் என்று புரிந்ததும், முகத்தில் செம்மை ஏறுகிறது.

இவள் கையில் காபியைக்கொடுப்பதா, கீழே வைப்பதா என்று புரியாமல் நிற்கையில், அவனே புத்தகத்தைக் கட்டிலில் வைத்துவிட்டு, அவளிடம் கை நீட்டிக் காபியை வாங்கிக்கொள்கிறான்.

“நீ ருக்கு இல்ல...?”

“ஆமாம். இவதான்... ஸ்கூல்ல வேலைக்குப் போயிண்டிருக்கா...”

பாட்டி, பட்டும் படாமலும் ஆறு வருஷத்து சமாசாரங்கள் சொல்லிக் கொண்டிருக்கையில், அவன் வியாபார விஷயமாக சிவகாசி வந்ததாகவும், இங்கே இவர்களைப் பார்த்துப்போக வந்ததாகவும் தெரிவிக்கிறான்.

சக்கு மளமளவென்று கடைக்குப்போய், கால்கிலோ முட்டைக்கோஸ் வாங்கி வருகிறாள். ஒரு சாம்பார் வைத்து, சமைத்துக்கொண்டிருக்கையில் குஞ்சிதம் வருகிறான்.

"வாங்க ஸார், இப்பதா அம்மா சொன்னாள்." அவனே மாப்பிள்ளையை வரவேற்கையில், மாப்பிள்ளை, 'இவன் யார்' என்பதுபோல் பார்க்கிறான்.

"ஞாபகமில்லையா? நான்... குஞ்சிதபாதம். என்.கேன்னாலும் போறும். கல்யாணத்துக்கு நான் வந்திருந்தேனே? பிறகு நீங்கள் இங்கே வந்து தங்கியபோது, நான் அவசரமா பம்பாய்க்குப் போயிட்டேன். அப்புறம் தந்தி கிடச்சப்புறம் கூட, நான்தான் உங்ககூட டில்லிலேந்து போன்ல பேசினேன். பாடி இருந்தா வந்திருப்பேன், வரல... இவா, எனக்குச் சகோதரிகள். கூடப்பிறந்தவளோடு ஒண்ணாகப் பழகிய சகோதரிகள்..!"

"ஆமாம்... ஞாபகம் வருது. மிஸ்டர் சிதம்பரம் வந்து பார்த்தார், கிரியும், நானும் இருந்த இடத்துக்கு... வேற யாரும் வரலியேன்னு நினைச்சேன்...

ஓ, ஞாபகம் வருது... நீங்க குஞ்சண்ணா..!"

சிரிக்கிறான்.

சக்கு இலைபோட்டு, அவனுக்கும் சேர்த்துப் பரிமாறுகிறாள்.

"ஒரு பாயசம் வச்சுச் சமைக்கக்கூட மனசில்ல. வீட்டில் துக்கம் நடந்து போச்சு..."

சக்குவுக்குக் கண்களில் தளம் கட்டுகிறது நீர்.

அவன் திடுக்கிட்டாற்போல் பார்க்கிறான்.

"ரெண்டு வாரம்தானாயிருக்கு. இந்த முருகனுக்குப் பெரியவள், மட்றாசில ஸ்கூல்ல சேரப்போன பெண். ஆக்ஸிடென்ட்ல போயிட்டா!"

"த்ஸொ.. த்ஸொ.. இப்ப ரொம்ப ஜாஸ்தியாப்போயிட்டுது. என்ன ஸ்கூட்டர் ஆக்ஸிடன்டா?"

கண்களில் பொங்கும் நீர் கொட்ட, குனிந்த தலையுடன் சக்கு, "ஆமாம்" என்று தெரிவிக்கிறாள்.

பிறகு, பேச்சு சாலை விபத்துக்களைச் சுற்றிப்போகிறது.

குஞ்சிதம் வெறும் மோரும், சோறுமே உண்டு எழுந்திருக்கிறான். விருந்தினன் ரசித்துச் சாப்பிட்டபின், ருக்கு கொண்டு வைக்கும் வெற்றிலை, பாக்கையும் எடுத்துக் கொள்கிறான். பிறகு, "இங்க டாக்டர் வீரபத்திரன்னு இருக்காரில்ல?" என்று விசாரிக்கிறான்.

“ஓ, தெரியுமே? உங்களுக்கு... பார்க்கணுமா?”

"பார்டர் ரோட்ல இருந்தான். பழக்கம். இதுதா அவனுக்கு எப்பவோ மூணு தலைமுறைக்கு முன்ன சொந்த ஊராம். அவன் ஒரு நாகா பெண்பிள்ளையைக் கட்டிருந்தான். அவ செத்துப்போயிட்டா. அத்தோட இங்க வந்துட்டான். நிறைய பணம் இருக்கு. ரொம்ப நாகரிகமா வாழ்ந்தவன். எப்படி இங்க வந்து இருக்கிறான்னு ஒரே ஆச்சரியம். கிரிகூட கல்யாணம் ஆன புதிசில இவங்களைப் பாத்திருக்கா!”

"ஓ... இந்த ஊரில அவர் ரொம்ப யாருடனும் பேசிப் பழகுறதில்ல. ஆனா, எனக்குத் தெரியும். வாங்க, கூட்டிண்டு போறேன்!”

அவர்கள் சென்ற பிறகு, இவர்களும் சாப்பிட்டுப் பாத்திரங்களை ஒழித்துப்போட்ட பின், சுப்பு, சம்பு எல்லோருமாக இந்த எதிர்பாரா மாப்பிள்ளை விஜயம் பற்றி பேசுகிறார்கள்.

“இத்தனைநாளா எட்டிப் பார்க்கல. கையில கிரியின் மோதிரத்தைப் போட்டுண்டு, இங்க எதுக்கு வந்திருக்கிறானாம்!” என்று சம்பு விசாரிக்கிறாள்.

“அது கிரி மோதிரமா? 'ஜி' போட்ட மோதிரம்னா, அது அவனுதாவே இருக்கலாமே? அவம்பேரு கோவர்த்தன்தானே?” என்று சக்கு சொல்கிறாள். சம்பு வெறுமே குத்துவது அவளுக்குப் பிடிக்கவில்லை.

“நான் அவனைப் பார்க்கல. அண்ணாதான் வந்து மெனக்கெட்டுனு ‘ஜி’ மோதிரம் போட்டுண்டிருக்கான்னான்.”

“திடீர்னு இப்ப என்ன அக்கறை? அந்த டாக்டர் ஃபிரண்டைப் பார்க்கத்தான் வந்திருப்பானோ?”.

“அவன் யார் வீட்டுப்பிள்ளை? அம்மாக்குத் தெரியுமோ, ஏம்மா..?”

“எனக்கென்னடீ தெரியும்? நடுவில பன்னண்டு வருஷம், நான் இங்க இல்ல. எத்தனையோ வீடு இடிஞ்சு, எத்தனையோ குடும்பம் போய், எத்தனையோ மனுஷா புதிசா வந்திருக்கா. யார் வாரிசோ?"

"ராத்திரி அங்க தங்கிட்டுக் காலம போயிடுவன்... கிரியோட சாமான்னு நகைகளை மட்டுமானும் திருப்பிக் கொடுக்கலாமில்லையா? அவன்தான் கல்யாணம் பண்ணிக்கலேங்கறானே?” என்று சொல்கிறாள் சுப்பு.

"எனக்கொரு சந்தேகம்... முதல்ல, கிரியின் 'அரியர்ஸ்' எதானும் பாக்கியிருக்குமாக்கும்னு வாங்க வந்திருப்பானோன்னு நினைச்சேன்.

பிறகுதான், அதையும் அவளே வாங்கிக் குடுத்திட்டாளேன்னு நினைவுக்கு வந்தது. இப்ப..."

"இப்ப என்ன பின்ன?"

"நீங்க இன்னொரு பெண்ணை வச்சிருக்கேளே, இவளுக்குக் கல்யாணம் ஆகலன்னா, இவளுக்கும் ஒரு பத்து சவரன் அட்லீஸ்ட், கொஞ்சம் வெள்ளி, பாத்திரம், பண்டம்னு கடத்திண்டு போகலாம்னு வந்திருப்பான்!"

சம்பு இதைக் குத்தலாகத்தான் கூறினாள் என்றாலும், சக்கு இந்தஎண்ணத்தோடு அன்றிரவெல்லாம் கண்ணாமூச்சியாடுகிறாள்.

இவன் ஒருவேளை, அந்த எண்ணத்தோடுதான் உறவைப் புதுப்பிக்க வந்திருப்பானோ?

▲▲▲

16

அவன் வந்து சென்ற ஒருவாரத்தில், அநேகமாக மறந்துபோன சமயத்தில், மஞ்சள் தடவிய கடிதம் ஒன்று சகுந்தலாபாய் அம்மாவுக்கு வருகிறது.

குஞ்சிதம் உடல்நிலை தேறி, அன்றுதான் பேபியின் முடிவு தொடர்பான முயற்சிகளைச் செய்யும் பொருட்டு, கிளம்பிச் சென்றிருக்கிறான். கடிதம், கிரியின் வீட்டுக்காரன் கோவர்த்தனிடம் இருந்து வந்திருக்கிறதென்பதைச் சக்கு பார்த்தவுடன் கண்டுகொள்கிறாள். பிரிக்கிறாள். எல்லாப் பிரச்னைகளுக்கும் முடிவு வந்துவிட்டாற்போன்று, மகிழ்ச்சியில் முகம் மலருகிறது. அவன், தன் பெயர் வைத்து எழுதியிருக்கிறான்.

'மாமி அவர்களுக்கு, அன்பார்ந்த வணக்கங்கள். கிரியின் மறைவுக்குப் பிறகு, எனக்கு அந்த ஊருக்கு வரவேண்டும் என்று தோன்றாததன் காரணம், அவளுடைய நினைவுகளெல்லாம் வந்து என்னை அதிகமாக வாட்டுமே என்பதுதான். நான் பழைய வேலையை விட்டதற்குக் காரணமும் அதுவே. அவளுடன் வாழ்ந்த இடங்களெல்லாம், அவளை என்னால் மறக்கவே முடியாமல் துன்புறுத்தின. அதனால், கடுமையான தலைநோவுக்காளாகி தவித்தபின், நான் வேலையிலிருந்து ஓய்வு பெறுவது நலம் என்று அப்பா சொல்லி, ஊரில் 'பிஸினஸில்' ஈடுபட்டேன். அப்பாவும் போய், அம்மா தனிமையான பிறகு, நான் மறு கல்யாணம் செய்துகொள்ள வேண்டும் என்று அன்றாடம் வற்புறுத்திக் கொண்டிருக்கிறார்கள். நானோ, கிரியுடன் வாழ்ந்த பிறகு, இன்னொரு பெண்ணைக் கல்யாணம் செய்துகொண்டு, வாழ்வதைப் பற்றி நினைக்கவேயில்லை. நீங்கள் கூட நினைக்கலாம். பொருட்களைத் திருப்பிக் கொடுக்கவில்லையே என்று. என்னால், அவற்றையும்

கொடுத்து விட்டு எப்படி அவள் நினைவில்லாமல் இருக்க முடியும்? அவற்றை அன்றாடம் பார்க்கும்போது, அவளுடன் அவை கொண்டிருந்த தொடர்பை நினைவூட்டி ஆறுதலளிக்குமே? நீங்கள் தவறாக நினைக்கக்கூடாது. நான் உங்களுக்கு கிரயத்தையேனும் திருப்பிவிடலாம் என்ற எண்ணத்துடன்தான் அங்கு வந்தேன்... ஆனால் உங்கள் வீட்டை மறுபடி பார்த்த பின் அசாதாரணமான ஓர் அமைதி எனக்குக் கிடைத்தது. என்

அம்மா வற்புறுத்துகிறாள். இதில் என்னடா கூச்சம்? அவள் கொடுத்து வைக்கவில்லை. ருக்குமணிக்கு இன்னம் கல்யாணமாகவில்லை என்றால், கிரியின் இடத்தில், அவளைக் கல்யாணம் செய்துகொண்டு தன் மனசுக்கு நிம்மதி கொடுக்கக்கூடாதா என்று கேட்கிறாள். எனக்கு, இதை எழுதவும் கஷ்டமாக இருக்கிறது. தாங்கள், கட்டின இடத்திலேயே கட்டுவதா, இப்படி அதிர்ஷ்டம் கெட்டவன் கேட்க என்ன துணிச்சல் என்று நினைக்கலாம். அப்படி நீங்கள் நினைத்தால், தயவுசெய்து இக்கடிதாசியைக் குப்பையோடு ஒதுக்கிவிடுங்கள். எனக்கு அவ்வளவுதான் பாக்கியம் என்று நினைத்துக் கொள்வேன். என் தாயாரின் விருப்பத்தைப் பூர்த்தி செய்ய இயலாத பாவி என்று நினைத்துக் கொள்வேன். தங்களுக்கும், பாட்டிக்கும், ருக்குமணிக்கும் சம்மதம் என்றால் ஒரு வரி எழுதிப் போடுங்கள். உங்களுக்கு ஒரு பொறுப்பும் இல்லாமல், நானே எல்லாச் செலவையும் ஏற்றுக்கொண்டு வருவேன். ருக்குவுக்கு என் அன்பைத் தெரிவிக்கவும். மீண்டும் வணக்கங்கள்! கோவர்த்தன்.'

கடிதத்தைத் தூக்கிக்கொண்டு, அடுத்தவீட்டுக்கு ஓடுகிறாள்.

"சுப்பக்கா! அந்த முருகன் கண்திறந்து பார்த்துட்டான். இதைவிட ஒரு நல்ல சேதி நமக்கு எங்க வரப்போறது? பாருங்க கடிதாசியை..." அவள் படித்து முடிக்கும் வரையிலும் கூடப் பொறுக்காமல் பொலபொலக்கிறாள்.

"அவங்க பணம், காசுக்குக்குக் குறைஞ்சவங்க இல்ல. இந்த நாகு எங்கிட்ட,

'நீ போயி நகை, சாமான் கேட்டுட்டு வா, குடுக்க முடியாதுன்னா, கோர்ட்டில கேசு போடலாம்'னு கூடச் சொன்னான். நம்ம பொண்ணே போன பிறகு என்ன பேச்சின்னிருந்தேன். ஆனா, எனக்கு ஆச்சரியம், அவன் இன்னும் மறுகலியாணம் பண்ணிக்காததுதான். புள்ளக்குட்டி இல்ல. எல்லா வரிசையும் இருக்கு, நான் நீன்னு வரதட்சணை குடுத்துக் கல்யாணம் பண்ணிக் குடுப்பாளே? பொண்ணுகளுக்கா குறை? அவ அண்ணன் பெண்சாதி ரொம்பப் பெரிய இடம். 'எங்க மாமியார், எங்க வீட்டுப்பொண்ணு, மாட்டுப் பொண்ணுங்க வயிரத்தோடு இல்லாம இருக்கக்கூடாதுன்னு சொல்றவா, பிள்ளை ஆசைப்பட்டான்னுதான் அதில்லாம சம்மதிச்சிருக்கா' அப்டீன்னு கூடச் சொன்னா."

"ஆமாம், அதான் ரெண்டு வெள்ளிக் குத்துவிளக்கு வேணும்ன்னு ராவோட போயி வாங்கிண்டு வந்துதே?'' என்று சுப்பு

ராஜம் கிருஷ்ணன் ● 199

நினைவூட்டிவிட்டுக் கடிதத்தை அவளிடம் நீட்டுகிறாள்.

"இந்த ஐப்பசி முடிஞ்சி, கார்த்திகை முன்னயே முகூர்த்தம் இருந்தா பாத்து முடிச்சிடலாம். அப்பப்பா! பெரிய கலியாணமில்லாம, இந்தப் பொண்ணு குச்சியடுக்கறதும், கண்ணக் கவிச்சிட்டு காகிதம் வெட்டறதும், ஒட்டறதும், அடுக்கு நோட்டை வச்சிட்டு எழுதறதும் எனக்கு நிவர்த்தியேயில்லாம தோணித்து. அவனே ஒப்புத்துக்கிட்டான். நகைய வச்சிக்கறது சரியில்லன்னு."

"நான் சொல்றதைக் கேளு. பதினஞ்சு சவரன்-பதினஞ்சாயிரம், வெள்ளிப்பாத்திரம் இன்னி விலைக்குப் பத்தாயிரம் வரும். ஒரு இருபதாயிரம் கிரயம் போட்டு வாங்கிண்டுடு, குடுக்கறேன்னு சொல்றச்சே. எனக்கென்னமோ நீ என்ன நினைச்சாலும், கொடுத்து ரசிக்காத இடத்தில் போயி, மறுபடியும் குடுக்கறது சரியாப்படல. ஆயிரங்காலத்துப்பயிர்... எனக்கு ஒரு தரம் சூடுபட்டதனால் சொல்றேன்."

சக்கு இதை எதிர்பார்க்கவில்லை. ஏமாற்றமாக இருக்கிறது. அத்துடன் அதற்குவேறு ஒருகாரணத்தையும்கற்பித்துக்கொள்கிறாள்.

"அவங்ககிட்ட பொண்ணே போனபிறகு, கிரயம் போட்டு வாங்கறது சரியா? அவன்தான் ருக்குவை விரும்பிக் கல்யாணம் பண்ணிக்கறேன்னான். நம்ம பொண்ணே அதை எல்லாம் அநுபவிக்கிறா. ஒரு தம்படி செலவில்லாம, எல்லாம் செஞ்சுக்கறேங்கறான். இவளை இப்படி ஒரு வழி இல்லாம வச்சிண்டு, அன்னாடம் இந்தக் கஞ்சிக்காய்ச்சற வேலைக்குப் போயிட்டு வரும் வரையிலும் வயத்துல நெருப்பைக் கட்டிண்டிருக்கேன். அம்மா! நீ என்ன சொல்ற? அக்கா இருந்த இடத்தில், தங்கையைக் குடுக்கறது புதுசா?"

மதுராம்பாளுக்கு எதுவும் சொல்லத் தோன்றவில்லை.

ஆசையாக கல்யாணம் செய்துகொண்டு, எல்லாம் எடுத்துக்கொண்டு போன பெண், சந்தோஷமாயிருப்பதாக ஒரு கடிதாசி போடவில்லை. சம்புவும், அவளும் பழகினார்கள் என்றால், அப்படி இப்படி இல்லை. ஓர் இலையில் சாப்பிடுவார்கள். ஒரே மாதிரி புடவை, ஒரே மாதிரி ரவிக்கை போட்டுக் கொள்வார்கள். கல்யாணம் கழிந்து, அவளை ரெயிலடியில் ஏற்றிவிட்டு வந்து, ஒவ்வொருநாளும் சம்பு கேட்பாள், 'கடிதம் வந்ததா வந்ததா' என்று.

'அடி, நீ இப்படி மாறிடுவேன்னு நான் நினைக்கல. காலையில் இருந்து இரவு வரை, (பிறகு நான் கேட்க மாட்டேன்) என்ன

செய்கிறாய், எப்படிப் பொழுது போக்கறாய் என்று எழுதுடீ!' என்று கடிதம் போட்டாள். அவள் குடியிருப்பின் இடமே தெரியாது. இராணுவ முகாம் விலாசம், எங்கோ வடகிழக்குப் பகுதி.

'புதிய இடம், இமாலயத்தின் புதிய சூழல், புதிய கட்டுப்பாடற்ற தனியான மணவாழ்க்கை... இன்பத்தின் சிகரத்தில் தோழியை அறவே மறந்திட்டியா?'

புலம்புவாள் சம்பு.

பல கடிதங்களுக்குப் பதில், தீபாவளி வாழ்த்துடன் நான்கு வரிகள் 'ரொம்ப சௌக்கியம். இங்கு இயற்கைக் காட்சிகள் அற்புதம். அம்மா, பாட்டியைக் கவலைப்படாமல் இருக்கச் சொல்.' அரியர்ஸ் வந்திருக்கிறது- அனுப்பி விடவா? என்ற கேள்விக்கு, சுருக்கமாக அனுப்பச் சொல்லி ஒரு கடிதம். ஒரு வருஷம், எட்டுமாச வாழ்வுக்கு நான்கே கடிதங்கள். பிறகு, 'எக்ஸ்பயர்ட்' தந்தி. சிதம்பரம் அப்போது தொடர்புகொண்டு, விவரம் விசாரித்ததில், கருச்சிதைவு ஏற்பட்டு கோளாறாகி விட, அங்கு தேர்ந்த நல்ல மருத்துவ வசதி இல்லாததால் இறந்திருப்பாளோ என்ற செய்தியை நேராக வந்து சொல்லித் தேற்றிவிட்டுப் போனான். இவர்களைப் பொறுத்தமட்டில், அவள் வாழ்ந்த வாழ்வைப் பற்றி எதுவும் அனுமானித்துக்கொள்ள முடியவில்லை. நாகு போய் ரெண்டு மூன்று முறை அவர்களைப் பார்த்தான். அவர்கள் வீட்டில் யாரும் அவனுடன் எதுவும் பேசாமல், துயரத்தில் அழுததாக மட்டும் சொன்னான்.

'கொலைகாரன். குடித்துவிட்டு வந்து எப்போதும் இம்சை பண்ணிருப்பான்! அதுதான் அவள் எழுதவில்லை. எவ்வளவு இலட்சியங்கள் பேசினாள்? இப்படி இவன் மயக்கத்தில் விழுந்துவிட்டோமே என்ற வெட்கம், எனக்கு எழுதவில்லை. அடிப்பாவி! என்னடீ வீம்பு! பேசாமல் நீயும், நானும் ஜோடின்னு ஒண்ணா சாப்பிட்டு, ஒண்ணா ஆபீசுக்குப் போயிட்டு வந்திருப்பமே? தெரியக் கூடாதுன்னு... இப்படி உசிரைக் குடுப்பியா?' என்று சம்புதான் இப்போதும் அவள் பேச்சு வந்தால் புலம்புவாள்.

"அம்மா! நீயும் என்ன பேசாமலிருக்கயே?"

"என்னத்தை பேசறது? அதான் எழுதியிருக்கிறானே... சுப்பு சொல்றாப்பல, சட்டுபுட்டுன்னு செய்யுற காரியமா? நாம அடிபட்டவா. அவ சாயங்காலம் வரட்டும். கடிதாசியைப் பார்க்கட்டும்."

ருக்கு மாலையில் அன்று வீடுதிரும்ப நேரமாகிறது. சம்பு, முன்னதாக வந்து விடுகிறாள்.

"ஸ்கௌண்ட்ரல். என்ன சாதுரியம், நைச்சியம்? என்னமா காதுல பூ செருகுகிறான்? கிரயத்தைக் குடுத்துடுவானாமே? குடுக்கணும்னு வந்தானாம். ஒரு அம்பதினாயிரத்துக்கு செக்கை எழுதி வீசிட்டுப் போறதுதானே? ப்ளகார்ட்"

இவள் இப்படிப் பேசியது சக்குவுக்கு ஆத்திரத்தைக் கிளப்புகிறது. 'பொறாமை! வாழாத பொண்ணுதானே என்ன இருந்தாலும்? அப்போதே எல்லாத்துக்கும் இவ முன்ன வந்துவந்து நின்னே கண் பட்டாப்பில ஆச்சு. பெரியவா சும்மாவா சொல்றா? இப்ப இதுவும் வயித்தெரிச்சல்

படறா.'

ருக்கு வந்ததும், கடிதத்தை அவளிடம் கொடுத்துவிட்டு, அவள் படிக்கும்போதே தனது கருத்தை உரையேற்றுகிறாள் சக்கு. "வலிய வரும் சீதேவியா வந்திருக்கு கடுதாசி. இதுல என்ன தப்பு? ஆயிரம் ஒண்ணா இருந்தாலும், தாய் பிள்ளையானாலும் வாயும், வயிறும் வேறதான்னு சுப்பக்கா நிரூபிக்கறா. உங்கப் பொண்ணைக் கல்யாணம் பண்ணிக்கறேன்னு வரப்ப, பணம் கொடுன்னு சொல்றதா நியாயம்? சுப்பக்காக்கு, உள்ளூர உன்னைத் தம் பிள்ளைக்கு பண்ணிக்கணும்னு இருக்கு போலருக்கு. அம்பது வயசுக்கு மேல, மாசம் அஞ்சுநூறானும்

கொண்டு குடுப்பான்னு இல்லாம, கட்சி கட்சின்னு அலைஞ்சிண்டிருக்கிறவனுக்குப் போயிப் பொண்ணைக் குடுத்திட்டு, மறுபடியும் குச்சியடுக்கற கதிதான். ஏண்டி! என்ன சொல்ற?"

ருக்குவுக்கு உறைக்கவேண்டும் என்று வலியுறுத்துகிறாள்.

கொட்டிக், கொட்டி அன்றிரவுக்குள் ருக்குவைச் சம்மதம் என்று சொல்ல வைக்கிறாள் சக்கு.

உண்மையில் இவள் எந்நாளையில் பரீட்சை எழுதி, முன்னுக்கு வந்து, ஆயிரம் ஐநூறு சம்பளம் வாங்க? மதிப்பு அப்போதும் கூட வந்துவிடுமா?

அடிமனசில் அடங்கிக் கிடந்த ஆசைகள் எல்லாம் நியாயம் நியாயம் என்று கூத்தாடுகின்றன. அந்த ஹெரால்ட் ராபின்ஸ் புத்தகத்தை அவர் எடுத்துப் பார்த்தார். அவளைப்பற்றி என்ன நினைத்திருப்பார்?

தனக்குள்ளே ஓராயிரம் முகிழ்வுகளை அந்தக் கடிதம்

ஏற்படுத்தும் என்று அவள் சிறிதும் நினைத்திருக்கவில்லை. கண்களை மூடமுடியவில்லை. மூடியதும், உருப்புரியாத கனவுகள். பட்டுச்சேலை உடுத்தியிருப்பது போலும், யார் யாரோ வந்து பேசுவது போலும், கடற்கரையில் இன்னும் தெளிவாகப் புரியாத புதிய கணவனுடன் உலவுவது போலும் தோற்றங்கள்.

காலையில் அம்மா வந்து எழுப்பவேண்டி இருக்கிறது. தலைகனமாக இருப்பதை உணருகிறாள்.

“நேரமாயிட்டுதே?” என்று கண்களைக் கசக்கிக்கொள்கிறாள்.

”ஏம்மா? கண் சிவந்துகிடக்கு? தூங்கலியா?”

“ஒண்ணுமில்ல” என்று எழுந்திருக்கிறாள்.

“எண்ணெயே தேய்ச்சுக் குளிக்கிறதில்ல. சூடு... நிதம் காலம அவசர அவசரமா கோழி கொறிக்கிறாப்பல ரெண்டு பருக்கையைக் கொறிச்சிட்டு ஓடுறே. சனி, ஞாயிறுல சனிக்கிழமையும் ஸ்கூல வச்சித் தொலைக்கிறான். ஞாயிற்றுக்கிழமை வெயில் வந்துப்போச்சி, நல்லதண்ணி இல்லேன்னு எதானும் சாக்கைச் சொல்லிண்டு எண்ணெய் தேச்சுக்கறதயே கட்டோடு விட்டாச்சு.”

"சரிம்மா,பாடாதே... இந்த ஞாயித்துக்கிழமை தேச்சுக்கறேன்."

“நான் சொல்றதக்கேளு. இன்னிக்கு லீவு எழுதி, பட்டம்மாகிட்ட கொடுக்கச் சொல்லி, சம்புகிட்டக் குடு. பட்டம்மா, எட்டே முக்கால்பஸ்ஸுல ஏறுவாதானே?”

“அவ எதுல வராளோ?”

“நீ லெட்டரை எழுதிக்குடு. நான் முருகன்கிட்டக் குடுத்தனுப்புறேன்!"

“அந்த எச்.எம். குரங்கு திட்டும்மா!"

“திட்டட்டும். இவங்குடுக்கிற இந்த இருநூத்தம்பதுரூபா காசுக்கு, நாள் முழுக்க வேலை வாங்குறான், பாவி!”

அவள் அன்று பள்ளிக்கூடம் செல்லவில்லை. எண்ணெய் முழுக்காடி, ஓய்வெடுத்துக்கொள்கிறாள். புதிய அஞ்சலுறை வாங்கி, அம்மா வாசகம் சொல்ல, ருக்கு உள்வாங்கி கடிதத்தைச் சுருக்கமாக உருவாக்குகிறாள். அம்மா பெயர் வைத்து, அவளே சகுந்தலாபாய் என்று கையெழுத்திடுகிறாள்.

உள் இதழில் மட்டும் மஞ்சளைத் தடவி, கடிதத்தைச் சக்குவே வாங்கிப் பெட்டியில் போட்டுவிட்டு வருகிறாள்.

இவள் கடிதத்தைப் போடுகையில், மதுராம்பா அடுத்தவீட்டில்

சுப்பு காப்பி கொண்டு வைப்பதைப் பார்த்துக்கொண்டிருக்கிறாள்.

''கடசீல சக்கு, பெண்ணை அவனுக்கே குடுப்பதுன்னு தீர்மானம் பண்ணிட்டாப்பில இருக்கு!"

மதுராம்பா பேசவில்லை. எதைப் பேசுவது?

"இன்னும் கொஞ்சம் யோசனை பண்ணப்படாதாம்மா? என்ன அவசரம்? ஆறுவருஷம் காத்துக்கிடந்தவன், அஞ்சாறுநாள் கூடக் காக்கமாட்டானா? குஞ்சு வரட்டும், ஒரு வார்த்தை கேட்கலாம்னு இருந்தேன்..."

"சுப்பு, இதெல்லாம் பிராப்தம். கல்யாணங்கறது, தெய்வச்செயலால் கூடறதுதான். அவாவாளுக்கு எப்படி வாய்க்கணுமோ, அப்படித்தான் வாய்க்கும். நீ ஏன் சஞ்சலப்படறே? ருக்கு, இஷ்டமில்லாமல் செய்யமாட்டா. ஆனா..."

மதுராம்பா சொற்படி, "பிராப்தம்' இருக்கிறது.

சிதம்பரத்திடம் இருந்து, திடுமென்று ஐயாயிரத்துக்கு ஒரு டிராஃப்ட் வருகிறது, கல்யாணம் என்று எழுதும்முன்பே... இது சுபசூசகமல்லவோ? கல்யாணம் என்று தெரிவித்ததும், மகிழ்ச்சி தெரிவித்து மேலும் ஓராயிரத்துக்குப் பணம் வருகிறது.

ஊரில் வெள்ளையும், சள்ளையுமாகக் கொத்துக்கொத்தாக வருகிறார்கள். ஜீப்பும், காருமாகத் தெருவில் போகின்றன. பக்கத்து ஊரில் பாரதி நூற்றாண்டு விழா என்றால், அந்த தூள் இங்கும் பரவாமலிருக்குமா?

இந்தக் கலகலப்புகளில் மனம் செல்ல முடியாதபடி, ருக்குவின் கல்யாணம் ஒரே வாரத்தில் ஏற்பாடாகிறது.

அம்மாவும், பெண்ணுமே நெல்லை கடைக்குச்சென்று, துணிமணிகள் வாங்குகிறார்கள். நெருங்கிய சிநேகிதியாக இருந்த சம்பு, கேலியிலும் சப்பாத்திப்பழ முள்ளைப்போல் குத்தலை வைக்கிறாள்.

"பெரிய பிஸினஸ்காரன் பெண்டாட்டி... வயிரத்தோடு, அட்டிகை, பதக்கம், அது இது எல்லாம்தான் உனக்கும் ஆசையைக் கிளப்பியிருக்கில்ல? அனுபவிச்சுப்பாரு! கல்யாணங்கற சூதாட்டத்தை அனுபவிக்காம,

முடிவுகட்டக் கூடாது."

ருக்கு, அவளைப் பார்ப்பதைக் கூடுமானவரையிலும் தவிர்க்கிறாள்.

நாகுவுக்குக் கடிதம் சென்று, இரண்டு நாட்களுக்கு முன்னதாகவே

கிளம்பி வருகிறான்.

"கடைசியில் ஏதோ இடுக்குல புடிச்சுண்டு, அவளைத் தலையாட்ட வச்சிருக்க மாட்டேன்னு நம்பறேன். இவ்வளவு அவசரப்படத் தேவையில்லை. ருக்கு, எதுவானாலும் நீ சுதந்திரமானவளா நடக்கணும். உனக்கு எப்போது முரண்பாடானாலும், கஷ்டப்பட்டுண்டு பலி ஆடா நடக்கவேண்டாம். அதைத் தைரியமாப் புடிச்சிக்கோ!" என்று குஞ்சு, மிக உருக்கமாக அவளிடம் பேசுகிறான்.

பேபி பற்றிய நினைவைச் சக்கு ஒதுக்கித் தள்ளிக்கொண்டு கல்யாண ஏற்பாட்டில் முழுகுகிறாள்.

மாப்பிள்ளையுடன், அண்ணன்-மதனி கூட வரவில்லை. முப்பது வயசு மதிக்கத்தகுந்த பெண்ணொருத்தியும், அவள் அண்ணன் என்ற முறையில் ஒருவனும் சிநேகிதர்கள் என்று கல்யாணத்துக்கு வந்திருந்தார்கள். வீரப்பத்திரனும் வந்தான். திருச்செந்தூரில் கல்யாணத்தை முடித்துக் கொண்டு வந்த கையுடன் குருசாமி, வீட்டுக்கழைத்துத் தம்பதிக்கு விருந்தளித்தார். வேலாண்டி முதல் மங்களசாமி வரையிலும் வந்து, கல்யாணம் விசாரித்துவிட்டுச் செல்கிறார்கள். சுப்பம்மா இனிப்பும் காரமும் செய்து, காபி குடுத்து உபசரிக்கையில், சம்பு அலுவலகத்திலிருந்து வந்திருக்கவில்லை.

குஞ்சிதமும், நாகுவும்தான் இருக்கிறார்கள். அன்று மாலையே, தம்பதி திருவனந்தபுரம் கிளம்பிவிடுகிறார்கள்.

சக்கு நிம்மதிப் பெருமூச்செறிகிறாள்.

திருவனந்தபுரத்தில் ஒருவாரம் கழித்துவிட்டு, போய்ச்சேர்ந்ததும் ஒரு கடிதம் எழுதினாள் ருக்கு.

மாமியார், மைத்துனர், ஓரகத்தி பக்கத்துத்தெருவில் இருப்பதாகவும், விருந்துபோட்டு, கிரியின் நகைகளை எல்லாம் கொடுத்து, போட்டுக் கொள்ளச் சொன்னதாகவும் தெரிவித்திருக்கிறாள்.

'மாமியார் பிரியமாக இருக்கிறார்கள். ஆனால், நடமாட்டமில்லை. கிரியின் சாமான்கள் எல்லாம் வைத்துக் காப்பாற்றிக்கொடுத்தபோது எனக்கே கண்ணீர் வந்தது. என்னைப்பற்றி கவலைப்படாதே. தனிவீடு சவுகரியமா இருக்கிறது' என்று எழுதியிருக்கிறாள்.

வீட்டுக்கு அவசியமான மராமத்துகளைச் செய்கிறாள்.

எல்லாம் உற்சாகமாக இருக்கிறது.

எதிர்ச்சங்கத்திலும், உற்சாகமாகப் புதுப்பிக்கப்படும் வேலைகள் நடக்கின்றன.

சுப்பு வாசற்படியில் நின்று பார்த்துக் கொண்டிருக்கையில், சக்குவும் நின்று பார்க்கிறாள். முன்போல் ஆத்மார்த்தமான பேச்சுக்கள் எழுவதில்லை. தெருவில் எங்கெங்கிருந்தோ எக்ஸ்கர்ஷன் வண்டிகள் வருகின்றன. பள்ளிப் பிள்ளைகளைக் கூட்டிக்கொண்டு ஆசிரியர்கள், ஆசிரியைகள் போகும் கோலங்கள், பெத்தராஜபுரத்தைக் கலகலப்பாக்குகின்றன. யார் யாரோ வேற்று முகங்கள், விதேசக்காரர்கள் கூட இந்த மண்ணில் நடந்து போகிறார்கள். சக்கு அந்தப்பக்கம் பார்த்துக் கொண்டிருக்கையில், அந்தப் புதுமக்கள், அவளிடமே சில விவரங்களைக் கேட்கிறார்கள்.

"ஏம்மா? அவுரு இந்த ஊரிலதான் முதல்ல பாடினாராமே? அது இந்த மண்டபமா?"

சக்குவுக்கு என்ன சொல்வதென்று தெரியவில்லை. வியப்புடன் பார்த்துக் கொண்டு நிற்கிறாள்.

"இங்க ஒண்ணும் பாடல. இந்த மண்டபத்துல சும்மா உக்காந்திருப்பராம்!"

என்று அவர்களிலேயே ஒருவன் விளக்கம் சொல்கிறான்.

மதுராம்பா இந்தக் கோலாகலங்களை மனசுக்குள் வாங்கியும் வாங்காமலும், ஏதோ ஒரு கனவுலகில் சிந்தையை வைத்திருப்பவள் போல் குஞ்சிதத்தின் வீட்டு வெளிமுற்றத் திண்ணையில் உட்கார்ந்தோ, படுத்தோ கிடக்கிறாள். குஞ்சிதம் ஊரிலிருந்து வந்திருக்கிறான். ஆனால், புதிய தெருநாடகம் ஒன்றைத் தயாரிக்கும் முயற்சியில் முழுதுமாக ஈடுபட்டிருக்கிறான். இளைஞர்கள் அவர் பாடல்களைப் பாடும் குரல், ஒலித்துக்கொண்டிருக்கிறது.

சாலைகள் செப்பனிடப்பட்டு, பழைய அரண்மனைவாயிலில் ஒரு சிறு கொட்டகை போட்டிருக்கிறார்கள். பிரதம மந்திரியோ, வேறு மைய மந்திரியோ வந்து அங்கு புதிய நூற்பாலைக்கான அடிக்கல்நாட்டுவிழாச் செய்யப் போகிறார்களாம். வேலாண்டி நாடார், இந்த ஊர்க்குழுவின் தலைவராக இருந்து, ஊரின் புகழை நிலைநாட்டப் பெருமுயற்சி செய்து கொண்டிருக்கிறார்.

அன்று ஏழெட்டுப்பேருடன், அவர் மதுராம்பாளைப் பார்க்க அந்த வெளிமுற்றத் திண்ணையின் முன் வந்து கூடுகின்றார்.

"வணக்கம் அம்மா! வணக்கம்..!"

பெரிய கும்பிடாக அவர் போடுகையில், மதுராம்பா எழுந்து உட்காருகிறாள்.

"நாந்தாம்மா, வேலாண்டி..."

அவள் அருகில் அமர்ந்து கொள்கிறார்.

"மகாகவிக்கு விழா எடுக்கிறம், தெரியுமில்ல?"

"சொல்லிக்கறா"

"அரசு, பெரிய அளவுல திட்டமிட்டிருக்கு. எட்டியாபுரத்தில பிரதமர் வாரதா பேச்சு இருக்கு. அவர் வரலேன்னாலும், மைய அமைச்சகத்திலிருந்து ரெண்டு மூணு பேர் வராங்க. வெளிநாட்டுக்கவிஞர்கள் முதல் எல்லாரும் வராங்க. நம்ம ஊரு என்ன சோடையா? இங்கதான அவுரு அப்பா, சின்னசாமி அய்யிரு. மில் ஓட்டினாரு... வெள்ளக்காரன், திட்டம் போட்டு அழிச்சான். பெரியம்மா உங்களுக்கு ஒரு சங்கதி வெவரமா தெரிஞ்சிருக்குமே? நம்ம குருசாமி கூடச் சொன்னாரு... பாரதி, இப்ப எதிரே மண்டபம் போட்டிருக்கே அதுக்கு வலப்பக்கம் ஒரு வீடு இருந்திச்சாம். அங்கதான் பொறந்தாருங்கறாங்களே?"

மதுராம்பா பேசவில்லை.

"உங்களுக்கு நிச்சயம் தெரியும்னு குருசாமி சொல்றாரு. ஏன்னா அவுரு அப்பா இங்க இருந்ததால, அப்ப பிரசவம் இங்கதா நடந்திச்சி, இங்கதான். பெறந்தாருன்னு மங்களசாமி கூட அவங்க பாட்டி சொன்னதாச் சொல்றான் . பிள்ளையத் தூக்கிட்டு அந்தம்மா, அவர் தாயார் சிவன்-கோயிலுக்கு வருவாங்களாம்! ஒரே துறு துறு வெசமமாம். கோயில்ல எண்ண ஊத்தி விளக்கேத்தினா, திரியப் புடிச்சிக் கையில தூக்கிட்டுக் கூத்தாடுவாராம்."

என்னென்ன கற்பனைகள்!

"இங்கதான் பிறந்தாருன்னு சொல்றதால என்ன பெரிசா வரப்போறது? எங்கயோ பெறந்தாரு; வாழ்ந்தாரு; போனாரு. அவர் இருந்த நாளிலே, என்னென்னமோ நினைச்சுக் கனவு கண்டதை, அந்தப்பாட்டும், எழுத்தும், சந்ததிக்குப் பயன்படணும்னு மனசில ஆத்மார்த்தமா நினைச்சிருந்தாரு. அந்த ஆத்மார்த்தத்தை உணர்ந்தவாளுக்கு, வாழ்க்கையில் எத்தனை கஷ்டம் வந்தாலும் சகிச்சுண்டு, லோகத்துக்கு நல்லதா இருக்கிற செய்கைகளைச் செய்யணும்னு தோணும். அதுதான் இன்னிக்கு நமக்குத் தைரியம். அந்த ஆத்மார்த்தத்தை இப்படி, 'மைக்'கை அலறவிட்டாப்பல பெறமுடியுமா?"

“நீங்க சொல்றது, வாஸ்தவமான பேச்சுத்தான். நீங்க நம்ம ஊரில் இருக்கிறதே எங்க எல்லாருக்கும் பெருமையாச்சே..! அதனால, அரசு இந்த விழாவில உங்களைக் கவுரவிக்கணும்னு நான் கமிட்டி போட்டு, தீர்மானம் பண்ணி, முன்னமே அனுப்பிச்சிட்டேன்.”

மதுராம்பாளுக்குத் தூக்கிவாரிப்போடுகிறது. இது என்ன கூத்து? கிணறு வெட்ட, பூதம் கிளம்புவது போல்..?

அவள் நிதானமாகப் பார்க்கிறாள். “அரசு கௌரவமெல்லாம் எனக்கு எதுக்கப்பா? நான் அதுக்கெல்லாம் வரமாட்டேன். என்னை விட்டுடுங்கோ! சுப்பு...! அவாளுக்கெல்லாம் தீர்த்தம் குடுத்து அனுப்பு...”

உண்மையில் நல்ல வெயில் அடிக்கிறது. சுப்பு ஏற்கெனவே பளபளவென்று

தேய்த்த குடத்தில், பொருணையாற்றுத் தண்ணீரைக் கொண்டுவந்து வைத்திருக்கிறாள். வெற்றிலைத் தட்டும், கூட பாக்கு வகையறாக்களுடன்

கொண்டு வருகிறாள். வேலாண்டி வெற்றிலை போடுகிறார். மற்றவர்களும், எடுத்துக்கொள்கின்றனர்.

மதுராம்பா எழுந்து குச்சியை எடுத்துக்கொள்கிறாள். இளவட்டங்களில் ஒருவன், கையைப்பிடிக்க வருகிறான்.

“அம்மா, எங்க போறீங்க? உக்காருங்க! நீங்க கவுரவம் வேணும்னு சொல்றவங்க இல்ல. ஆனா, நாங்க அப்படிக் கவுரவிக்காம இருப்பது எங்களுக்கே குறைவில்லையா?”

பிடிக்க வந்த இளவட்டத்தைப் ‘போ’ என்று சொல்லாமல் தள்ளிவிட்டு,

மதுராம்பா உள்ளே செல்கிறாள். உள்ளே சென்றவள் கூடத்தில் சென்று

உட்கார்ந்து கொள்கிறாள். அவள் படபடப்பும், கோபமும் அடங்கச் சிறிதுநேரம் ஆகிறது. அவர்கள் சிறிதுநேரம் உட்கார்ந்திருக்கின்றனர். அவளுக்காகக் காத்துக்கொண்டு இருக்கையில், குஞ்சிதம் வருகிறான்.

“வாப்பா, குஞ்சிதம்! பெரியம்மாளை, பிரதமர் இங்க அடிக்கல்நாட்ட வரப்ப, கவுரவுக்கணும்னு கமிட்டி தீர்மானம் போட்டு மேலிடத்துக்கு அனுப்பிபிருக்கு. சொல்லிட்டுப் போகலாம்னு வந்தேன். நூற்பாலை இங்கதான்னு

நிச்சயமாயிடிச்சில்ல?"

"அதிலென்ன சந்தேகம் இப்ப..?"

"ரெட்டியாவரத்துக்காரங்க, வேற எடம் தீர்மானிக்கறாங்களாம், மாநில அரசு பரிந்துரையோடு... நாம மைய அரசு ஒப்புதல் வாங்கறோம்..!"

குஞ்சிதம் பேசவில்லை. "பிறகு பாருப்பா, மகாகவி பிறந்த இடம் இங்கேன்னு ஊர்ச்சிதமாச் சொல்றாங்களே? எங்க பாட்டி சொல்லிருக்கு, குருசாமி சொல்றார்... நாம ஏன் உரிமையை வுடணும்?"

"நிச்சயமா முயற்சி பண்ணுங்களேன்!"

அவர் சென்றபிறகு, மதுராம்பா குஞ்சிதத்திடம் முறையிடுவது போலப் பேசுகிறாள்.

"குஞ்சா! இதை எப்படியானும் நிறுத்தப்பா! என்னை இழுக்க வேண்டாம்.."

"அம்மா,இவன்பேசறதைவச்சிண்டுநீங்ககவலைப்படாதேங்கோ. இப்ப ஸீஸன், மகாகவி பேரைச் சொல்லிண்டு அவனவன் பேரை பெரிசாக்கறது. முதல்ல, பி.எம். இங்க வரப்போறதில்ல. கவலைய விடுங்கோ!"

ஆனால், இத்துடன் நிற்கவில்லை. மறுநாள் குருசாமி, வேலாண்டி, ஆறுமுகம், காண்ட்ராக்டர் பராங்குசநாயுடு என்று யார் யாரோ அவள் இருக்கும் திண்ணை தேடி வருகின்றனர். குருசாமி தானே பெயர் வைத்தாற்போல் 'மதுராம்பா' என்று கூப்பிடும் ஆள். அதுவே அவளுக்கு எரிச்சல்.

"வணக்கம்மா! வணக்கம்...!"

"மதுராம்பா! தொந்தரவுன்னு நினைச்சிக்கக் கூடாது. உரிமையோடு நான் சொல்றேன். நீ இந்த ஊரிலேயே வந்து தங்கியிருக்கிறதே பாரதியின் பெருமைக்கு அத்தாட்சி. கவியின் அந்தக்கால வாழ்வைக், கண்ணால் பார்த்தவள் நீதான். இன்னிக்கு அவன் பாட்டை, எழுத்தை இன்னும் தேடி எடுத்துண்டிருக்கா; ஆராய்ச்சி பண்ணிண்டிருக்கா. உலகம் முழுமைக்கும், இன்னிக்கு மகாகவி பெருமையாயிருக்கு. அவன் வாக்கை எடுத்துண்டு, வாழ்க்கையிலே ஒரு புரட்சி பண்ணிக்காமிச்சவ நீ! உன் பிள்ளை இன்னிக்குப் பெரிய பதவியில் இருக்கான். அவன் மூலமா பி.எம்மைக் கூப்பிடணும்ங்கற அளவுக்கு நீ உசந்திருக்கே. உன்னைக் கெளரவிக்க வேண்டாம்னா எப்படி? இந்தச் சந்தர்ப்பத்தை ஊர்க்காரா நாங்க எடுத்துக்கலேன்னா, அது

பிற்காலத்தில் ஒரு பழியில்லையோ?"

குருசாமி, மூச்சுவிட சந்தர்ப்பம் எடுத்துக்கொள்ளும் முன் வேலாண்டி தொடருகிறான்.

"பின்னில்லியாங்க? நா குஞ்சிதத்துங்கிட்டச் சொன்னேன். இதுதான் பிறந்த இடம்னு ஸ்தாபிக்க, நாம ஒரு போராட்டமே நடத்தலாம்னு... நியாயம்தானே? இப்ப இங்க, மாநில அரசு பெரிய திட்டம் எடுக்கறாங்க. முன்ன இந்தரோடு தீப்பெட்டித் தொழிற்சாலைக்காரன், புள்ளைங்கள பஸ்ஸில கூட்டிட்டுப் போக, போட்டான். இத்தினி நா வரையிலும் கவனிக்கல. இப்ப பெண்கள் கல்லூரி, தொழிற்கல்வி மையம்னு பெரிய திட்டம் போட்டிருக்கான். ஏன்னா அந்த ஊரு ராஜா, அது நிரந்தரமா பேர் வாங்கிட்டது. வரவங்கல்லாம் அந்த எடத்தில ஒரு முக்கியத்துவம் பெறணும்னு அங்க வராங்க, உண்மையான பிறந்த இடம் இதுதான்னு ஸ்தாபிதம் ஆசணும். நம்ம சகலை மகன், எம்.ஃபில் பண்றான். சொல்லிருக்கேன், இதுதான் மகாகவி பிறந்த எடம்னு ஊர்ச்சிதம் பண்றான்னு..."

"ஆமாம், அதை வலியுறுத்தினா உலகப்படத்திலேயே நம்ம ஊர் இடம் பெற்றதாகுமே?" என்று காண்ட்ராக்டர் வலியுறுத்துகிறார்.

"அம்மாவை ஏன் முக்கியமா கவுரவிக்கணும்னா, கவிஞர், பாண்டிச்சேரிலேந்து வந்த பிறகு, இந்த எதிர் மண்டபத்திலதான் உக்காந்திருப்பாராம். அப்ப ஒருநா, சாமி புறப்பட்டு வீதியோட போச்சாம். வழக்கம்போல பொட்டுக்கட்டின அம்மாளும், கைங்கர்யம் பண்ணிண்டு போறாங்களாம். இவுரு அந்த ஆட்டம் பாக்கறாராம். கண்ணு, அப்படியே சிவப்பா நிலைகுத்திப் போவது; மீசை துடிக்கிறது; அடுத்த நா பார்த்தா, அம்மா, கோயில்முன்ன சலங்கை, பொட்டு எல்லாம் கழட்டி வச்சிட்டுப் போயிட்டாங்களாம். சொல்றப்பவே எப்படி சிலுக்குது பாருங்க! எங்க தாத்தாதான் அப்ப மேளம் வாசிச்சாராம்...!"

"அவன் யாரடா அவன்..?" என்று மதுராம்பா தலைதூக்கிப் பார்க்கிறாள்.

நேர்வகிடும், கருப்புக்கண்ணாடியுமாக ஒரு ஜிப்பாக்காரன் பேசுகிறான்.

"யாரப்பா நீ?"

"வணக்கம்மா! நான் மகாகவியை ஆராய்ச்சி செய்கிறேன். எங்க தாத்தா சொல்வாரு...!"

“இந்த ஊரா உனக்கு?”

“சேத்தூரு. ஆனா எங்க தாத்தா சுப்பிரமணியபிள்ளைனு பேரு. இங்க வந்து நிறைய நாதசுரம் வாசிச்சிருக்காராம்!”

“யாரு...?”

அவளுக்கு நினைவில்லை.

"இப்ப நீயும் சங்கீதம்தானா? என்னமோ ஆராய்ச்சின்னே?"

“இல்லேம்மா, நான் பி.இ.டி. காலேஜில விரிவுரையாளரா இருக்கிறேன். டாக்ட்ரேட் பண்ணிட்டிருக்கிறேன். மகாகவியின் வாழ்க்கைநோக்குதான் ஆராய்ச்சி."

"உங்க தாத்தா இருக்காரா இப்ப?"

“இல்லீங்க. அவரு சுதந்தரம் வந்த வருஷம் காலமானாரு.”

"அதுக்கு முன்ன சொல்லுவரா...?”

"ஆ... ஆமா..."

’அப்ப நீ பிறந்திட்டியோ?’ என்று கேட்கத் தோன்றுகிறது, மதுராம்பாளுக்கு. இன்னும் என்னென்ன ஈசல் படைகள் அவளைப்பிடுங்க புறப்பட்டு வருமோ என்று தெரியவில்லையே!

‘வேள்விப் பொருளினையே, புலை நாயிடை வைத்தாற் போல்’ என்ற தொடர் நினைவுக்கு வருகிறதே! எப்படி இவர்களை விரட்டுவது?

“நீங்க எதுவேணா சொல்லிட்டுப் போங்க, உங்களைக் கையெடுத்துக் கும்பிடுகிறேன். தயவுசெஞ்சு, அந்த மகானைப் பத்தி எதுவேணும்னாலும் பேசிடாதீங்க! தயவுசெஞ்சு, என்னையும் அவர் வாழ்ககையையும் சம்பந்தப்படுத்திடாதீங்க, அபசாரம்...!" அவள் கையெடுத்துக் கும்பிடுகிறாள்.

“ஐயோ, அம்மா! நீங்கல்லாம் இப்படிப் பேசுவதா? நீங்க பெரியவங்க. இப்ப உங்களால எங்களுக்குப் புகழ். நீங்க என்ன மறுத்தாலும், அவுரு சொல்லித்தா ஒரு இழிவான தொழில்முறைக்கு சமாதி கட்ட, முதல் அஸ்திவாரம் போட்டீங்க நீங்க. முத்துலட்சுமி ரெட்டியெல்லாம் பின்னால் வந்தவங்க. அவருடைய நூற்றாண்டுவிழாவில், உங்களைக் கவுரவிக்காம விட்டா எங்களுக்கு அவமானம்..”

”எனக்குக் கவுரவம் வேண்டாமப்பா! நான் இந்த சமுதாயத்தை நினைச்சு ஒண்ணும் செய்யல. தயவுசெய்து என்னை விட்டுடுங்கோ, அப்படி சட்டபூர்வமா ஒழிக்கப் பாடுபட்டவாள்ளாம்தான் பெரியவா. நான் செஞ்சது சுயநலம். என்னை விட்டுடுங்கோ.”

“பாட்டிம்மா, எந்த விஷயத்தில் அரசியல் கட்சிகள் வேற்றுமை பாராட்டினாலும், மாநில-மைய அரசுகள் வேறுபட்டாலும், இந்த யோசனையில் வேறுபாடு கிடையாது. ஆண்டுதோறும் ஒரு சிறந்த வழிகாட்டும் பெண்மணி என்ற வகையில், ஒரு பெண்மணி தேர்ந்தெடுக்கப்பட்டு, பத்தாயிரம்ரூபாய் பணமுடிப்பு வழங்குவது என்ற திட்டமும் நாங்கள் மகாகவியின் பெயரால் ஏற்படுத்தி நடத்த யோசனை வழங்கி, ஒப்புக் கொள்ளும் தருவாயில் உள்ளது. அந்தப் பரிசைப் பெற முதன் முதலில் உங்களைவிடத் தகுதியானவர் யாரும் இல்லை.'' என்று அவளுக்குக் குழையடிக்கிறார்கள்.

“ஆண்டவனே! எனக்குப் பணமும் வேண்டாம்; பரிசும் வேண்டாம். இப்படி நான் கூலிபெற எதுவும் செய்யல. இனிமேல் செய்யவும் சக்தியில்ல...”

“நீங்க ஒண்ணும் செய்ய வேண்டாம் பெரியம்மா. எங்கிட்ட விட்டுடுங்க. அதுவே போதும். நீங்க ரொம்ப அதிகமாகத் தன்னடக்கம் பாராட்டுறீங்க. இன்னிக்கு நாட்டியம், இசை முதலான நுண்கலைகள், குடும்பப்பெண்களால் வளர்க்கப்படுவதற்கு முதலில் வித்தூன்றியவரல்லவா நீங்கள்..?”

மதுராம்பா செவிகளைப் பொத்திக்கொள்கிறாள். "சிவசிவா...!"

குருசாமி, கருப்புக்கண்ணாடி, ஜிப்பாவுக்கு சைகை காட்டுகிறார்.

"விட்டுடுங்கோ, அவளுக்கு இஷ்டம் இல்லேன்னா இருக்கட்டும்...”

குருசாமி வெளியே வருகிறார். சக்கு, தோளைப் போர்த்துக்கொண்டு கண்களில் படுகிறாள்.

“என்ன சக்கு? உன் பொண் சௌக்கியமா? காகிதம் வந்திண்டிருக்கா?”

"ம்... வந்தது.”

"என்னமோ.. நீயும் ஒரு கல்யாணத்தைப் பண்ணிக்குடுத்திட்டே, உங்கம்மா சுபாவத்த வச்சிண்டு, நாலுபேரைப் பகைச்சுக்காமல்... அவ என்னிக்குமே அப்பிடித்தான். தூக்கி எறிஞ்சி பேசிடுவா. சக்கு, எதுக்கும் சொல்லி வை. இந்தப் பேப்பர்க்காரா வரத்தான் வருவா. ஊருல அவ 'கன்டெம்பரரி'ன்னு கேள்விதான் கேட்பா. கேட்கக்கூடாதுன்னா முடியுமா?”

“இருக்கட்டும் மாமா! சமயம் பார்த்துச்சொல்றேன்.” எல்லாரும் போகிறார்கள்.

ஊரில் இவ்வளவு கொண்டாட்டங்கள் நடக்க, ஜனங்களான ஜனங்கள் எங்கிருந்தெல்லாமோ வந்து குவிய, ருக்கு மாப்பிள்ளையையும் அழைத்துக்கொண்டு வர வேண்டும் என்று சக்குவுக்கு உள்ளூர ஆசை. ஒருக்கால் சிதம்பரம் வரலாம். அவன் சம்சாரம், எல்லாருங்கூட வரலாம்.

முருகனை விட்டு ஒரு கடிதம் எழுதிப்போடச் சொல்கிறாள்.

▲▲▲

17

பத்துப் பன்னிரண்டு இளம்பிள்ளைகள், ஒரு தப்பட்டையைக் கொட்டிக் கொண்டு, மக்களைக் கவர, புதியதாகப் பாட்டும், ஆட்டமுமாக ஒரு கூத்து தயாரித்திருக்கிறார்கள். இவர்கள் குஞ்சிதத்தின் சீடப்பிள்ளைகள். கவிஞரின் நூற்றாண்டுக்கு இந்தக் கூத்தைக் காணிக்கையாக்கி, கூடும் மக்களைக் கவரப் போகிறார்கள். மதுராம்பாள் இதைக் கேட்க வேண்டும், பார்க்க வேண்டும் என்று வந்து, வெளிமுற்றத்தில் நெருக்கிக்கொண்டு அரங்கேற்றம் செய்கிறார்கள்.

“வேசம் எல்லாம் பாவனைதான். பெண்ணின் பெருமைன்னு இந்தக் கூத்துக்குப் பேரு!" என்று அரும்பு மீசை வைத்துக்கொண்டு, சிவப்புத் துண்டைத் தலையில் கட்டிக் கொண்டிருக்கும் ஓரிளைஞன் அவளுக்கு விளக்குகிறான்.

தப்பட்டை தட்டுவதும்-ஒருவன் கேள்வி கேட்பதும், மற்றவன் பதில் கூறுவதுமாக ஆட்டம் தொடருகிறது.

“அண்ணே, தம்பி, தங்கச்சி!

அத்தே, மாமி, அம்மா, பாட்டி,

பெண்ணின் பெருமை கதை கேக்க,

அல்லாம் வந்து சேருங்க-

பாரதிக்கு நூற்றாண்டு கொண்டாடுறோம் நாங்க-

பெண்ணுக்கு வாழ்வில்லை என்றால்,

பூமியிலே வாழ்வில்லை என்று

சொல்லிவச்ச பாரதிக்கு, நூற்றாண்டு கொண்டாடுறோம்

பெண்ணின் பெருமை கதை கேக்க,

அண்ணே தம்பி, தங்கச்சி -

அல்லாம் வந்து சேருங்கோ!"

“பெண்ணின் பெருமைகள், இந்த நூற்றாண்டுக்காலத்தில் எப்படி ஓங்கி வளர்ந்து இருக்கின்றன?”

“அடுப்பு ஊதின பொம்புள-

ஆட்சி பண்ண வந்தாச்சு.

கல்வித்துறையில் பொம்புள

காவல் துறையில் பொம்புள

அறிவுத்துறையில் பொம்புள

ஆணையாளர் பொம்புள

சட்டசபையில் பொம்புள்

மருத்துவத்தில் பொம்புள

தொட்டிலாட்டிய பொம்புள-

தொழில்துறையிலும் வந்தாச்சு"

என்று அடுக்கிவிட்டு, "கேட்டுக்க தம்பி, தங்கச்சி' என்று, இந்தப் பெருமைகளுக்குப் பின்னால் உள்ள சுமைகளையும் விவரிக்கிறார்கள்.

"எல்லோரும் ஓர்விலை, எல்லோரும் ஓர்நிறைன்னு

எழுதி வச்சான் பாரதி-ஆனா,

ஆணுக்கு விலையிருக்கு, பொண்ணுக்கு அது இல்ல.

பொண்ணைப் படிக்கவச்சா மதிப்பு கூடிப்போகும் இன்னாங்க

மதிப்பு கூடிப் போச்சி-வரதட்சணை ஏறிப்போச்சி.

பி.ஏ. படிச்ச பொண்ணுக்கு, எம்.ஏ. மாப்பிள வேணுமே?

ஷாப்பு விலையப் போல, மாப்பிள விலையுமாச்சு.

சீதனம் கூடிப் போச்சு-விலைவாசியைப் போல.

ஐ.ஏ.எஸ்ஸு மாப்பிள அரலட்சத்துக்குக் கொறயாது.

டாக்டருக்குக் கொள்ளவிலை-இன்ஜினீரு, ஆடிட்டரு,

காலேஜ்புரபசர், பிசினஸ்காரன் எல்லாருக்கும் ஏகவில.

படிப்பில்லாத பாமரனும் நாலு அஞ்சு ஆயிரமிங்கான்.

படிச்ச பொண்ணு வேணும், பணமும் பொன்னும் வேணும்.

அது வங்கிவேலை செஞ்சாலும், வாத்தியார் வேலை செஞ்சாலும்,

மாசா மாசம் சம்பளத்தை புருஷன் கையில் குடுக்கணும்.

பொன்னு வெள்ளி சாமான் தவிர, பீரோ கட்டில், சோபா-செட்டு,

வீடும் வாங்கித் தரணும், வாகனமும் குடுக்கணும்.

ஆடிச்சீரு, ஆவணிச்சீரு, தீவாளிச்சீரு, பொங்கச்சீரு

புள்ளபொறப்புச் செலவெல்லாமும் பொறந்தவீடு குடுக்கணும்.

அவ அதிகாலையில் எந்திரிச்சி

அடுப்பு பாத்து புள்ள பாத்து, புருஷனுக்குப் பணிவிடைகள்

குறையாமலே செஞ்சு போட்டு, ஆபீசுக்கும் லேட்டாகாமல்

வண்டியேற நிக்கணும்.

கற்பு நெறி ரொம்பப் பெரிசு; கண்ணியமா காக்கணும்.

புருசன் வருமுன்ன, வீடு வந்து சேரணும்.

புள்ள அழுகை மாத்தணும்; நல்ல காபி போடணும்.

சீவி சிங்காரிச்சிட்டு, சிரிச்சுக்கிட்டு நிக்கணும்.

புல்லானாலும் புருசன்-அவன் பொழுதுபோயி வருவான்

கல்லானாலும் கணவன் அவெ, கள்ளக்குடிச்சுவந்தாலும்,

போதையில் வந்து நின்னு புடிச்சுத்தள்ளி உதச்சாலும்,

அவசம்பளமும் அவன் சம்பளமும் சூது ஆடித்தொலைச்சாலும்,

இன்னும் வேணுமின்னு சொல்லி நகைய நட்டக் கேட்டாலும்,

கற்புநெறின்னு சொல்லி அவ கழட்டிக் கையில் குடுக்கணும்...”

என்று, இந்த நடப்பை அவர்கள் நீட்டிக்கொண்டு போகின்றனர். இடைமறிக்கிறான் ஒருவன்.

“அண்ணே, இது இருக்கட்டும். நூறாண்டுக்கு முன்ன பெண்ணை இழிவா நினைச்சு, சாமி பேரச் சொல்லி, ஒரு வழக்கம் வச்சிருந்தாங்களே, அதுக்குச் சட்டமெல்லாமும் வந்தாச்சே? அதைப்பத்திச் சொல்லுங்க?”

”ஓ, அதுவா?”

பாட்டு வேறு கதியில் மாறுகிறது.

"முத்துலட்சுமி அம்மா, மூவலூரு அம்மா,

முன்னுக்கு நின்னாங்க. சங்கம் கொண்டு வந்தாங்க.

முட்டுக்கட்டை போட்டவங்களை, முன்னுக்கு நின்னு வாதாடி,

முறியடிச்சு செயிச்சாங்க, சட்டம் கொண்டு வந்தாங்க.

சட்டம் கொண்டு வந்தாங்க, சட்டம் கொண்டு வந்தாங்க.”

சொல்லிவிட்டு நிறுத்துகிறான்.

"ம்... என்ன ஆச்சு அண்ணே?”

"என்ன ஆச்சா? பேபி கதையைக் கேட்டா...

கும்பி கொதிக்குது, குலையும் துடிக்குது,

பொங்கி வருகுது, குமுறல் வெடிக்கிது...!"

என்று முன்னுரை சொல்லி, பேபியின் கதையை விவரிக்கத் தொடங்குகிறான்.

கள்ளங்கபடில்லாத வெள்ளை உள்ளத்துச் சிறுமியரெல்லாம் சினிமா, பத்திரிகை என்று கவர்ச்சி-புகழ் மோகங்களில் உளம் கொடுப்பதை விரிவாகச் சொல்லி, பேபி அப்படி உள்ளம் மயங்கியதைச் சொல்லுகிறான். பத்துப் படித்தபின், 'டொனேசன்' கொடுக்க முடியாமல், படிப்பு முடங்கிய காலத்தில், புகழ் போதைக்கு மயங்கி வீட்டைவிட்டு அவள் சென்னைப் பட்டிணம் சென்றதையும், அங்கு வழிதெரியாமல் நிற்கையில், கயவர்களின் பேச்சில் மயங்கி, பெண்ணுடலை வாணிபம் செய்யும், 'மஸாஜ் பாரலர்' விடுதியில் போய்ச் சேர்ந்ததையும் கதையாக்குகிறான். அவள், உண்மையறிந்து அங்கிருந்து தப்பி, காவல்நிலையத்தில் அடைக்கலம் புகச் சேர்ந்ததும், அந்தக் கயவர்கள் அவளை மீண்டும் அதே விடுதிக்குக் கொண்டுசெல்ல ஆதரவளித்ததும், விடுதியில் அவளை அடக்கிய கீழ்மக்களை எதிர்த்ததும், சூளுரைத்ததும், அவர்களால் உயிர் பறிக்கப்பட்டுக் கூவத்தில் தள்ளப்பட்டதுமாகக் கதை விரிகிறது.

"சாக்கடை நாறும் சந்து பொந்திலல்லாம்

சந்தனம் தெளிக்கிறாங்க; விழா எடுக்கிறாங்க.

பத்தி எரியும் தீ அதுக்கு, பன்னீரு தெளிக்காங்க.

பாதகர் சபைதனிலே-பாஞ்சாலி சபதம் வச்சா.

ஆனா, இந்த நாட்டாரு, நாடகம் போட்டாங்க மேடையில், ஆதித்துரியோதனன், துச்சாதனன் வாரிசா...

நாயகியாள் துரோபதையின் துகிலுரிஞ்சு களிச்சாங்க.

இந்த ஈனம் கண்டு கவி, பொங்கிக் குமுறினான்.

துகிலுரியும் காட்சியடா துரோகிப்பயலுகளா!

துட்டர்களழிய அன்னை சூளுரைத்த காட்சியடா!

பாவிகள் இரத்தம் குழலில் புரட்டிக் குளிச்சு முடிப்பேன்னுக்

கூந்தல் அவிழ்த்து, விட்ட சபதமடா சபதம்!

பாஞ்சாலி சபதமடா, பாஞ்சாலி சபதம்னு

பாடிவச்சான் எங்ககவி, பாரதத்தின் மாகவி... ஆனா...

பட்டி, தொட்டி பத்திரிகை,

சினிமா தொலைக்காட்சி,

அந்தச்சுவர் இந்தச்சுவர்.

முச்சந்தி, நாச்சந்தி,

அண்ணாந்து பார்த்தா, தலைசுத்தும் உசரத்தில்,

அரங்கத்தில் கொட்டகையில், கதையில் கற்பனையில்,

துச்சாதனன் துரியோதனன் வமிசங்கள் மொய்க்குதப்பா!

வாரிசுகள் புழுக்குதப்பா!

நாகரிக ஓட்டலிலும் நாலாந்தரச் சந்தியிலும்

புடவையுரிச்சுப்போட்டு ஆடவச்சுக் காட்டுறான்,

பொட்டி ரொம்பத்துட்டு, ரொம்பி வழியுதப்பா.

பாத்துக்கிட்டே போறாங்க, பாதகம்னு சொல்லாம,

பத்தினி வழிபாடுன்னு பம்மாத்துப் பண்ணுறாங்க...

பாஞ்சாலி ஒருத்தியும் சபதம் வைக்கப் பிறக்கல...

பாத்தாப் பால்வடியும் பேபிக்கள் எத்தனைபேர்,

பாதகர்கள் காலடியில் மாண்டு மடிஞ்சாலும்,

பாஞ்சாலி ஒருத்தியும் சபதம் வைக்கப் பிறக்கல...

இந்த அவலக்குரலுக்கு எதிராக..."

"ஏன் பிறக்கல?" என்று ஒரு இடிமுழக்கம் கேட்கிறது.

"ஒன்றல்ல இரண்டல்ல, ஓராயிரம் பாஞ்சாலிகள், அணிதிரண்டு புறப்படுவோம்...!"

என்று ஆக்ரோஷமான எழுச்சியுடன் 'பெண்ணின் பெருமை!' கூத்தை முடிக்கிறார்கள்.

மதுராம்பாள் ஆழ்ந்து போகிறாள்.

இவர்கள் மேடைகட்டி விளக்குப்போட்டு அரங்கத்தில் பாடுபவர்கள்

அல்ல. தெருமுனைகளில், ஆங்காங்கு சந்திகளில், தொம்பங் கூத்தாடிகளைப் போல் கூட்டம் கூட்டி விடுவார்கள்.

இருட்டிவிட்டால், இவர்கள் விளக்கை வைத்துக்கொண்டு கூட ஆட முடியுமோ

என்னமோ? அப்போது கூத்துப்பார்க்க என்ற நோக்கத்துடன்தான் மக்கள் வருவார்கள். அதற்கு, என்னென்னமோ தேவைப்படும்.

வாணிபக்கூறுகள் புகுந்து கொள்ளும். இது அப்படியல்ல.

சுவாமி வீதிவலம் வரும்போது, தீவர்த்தி வெளிச்சத்தில், பளபளவென்று மின்னும் அணிமணிகளுடன், கச்சையும் கட்டிக்கொண்டு ஒருத்தி போகிறாள் என்றால், கூட்டம் எப்படியோ வந்து சேரும். அது சுவாமி பக்திக்கு மட்டுமல்ல.

“பாட்டீ? எப்படி இருக்கு? தூக்கம் வந்திடிச்சா!”

இளவயசு உற்சாகம், சிரிப்பு எல்லாமே இழிவுகளைப் போக்கும் நம்பிக்கைகள்.

"தூங்கலேடா. மனசு எங்கியோ போயிட்டது. இதை எங்க உக்காந்து பாடுவீங்க?”

அத்தனை பேரும் கோரசாக, "உக்காந்தா? உக்கார மாட்டோம். எழுந்து நின்னு முழக்குவோம்; பாடுவோம்; ஆடுவோம்...” என்று கூறுகிறார்கள்.

"நீங்க, தெருவில இப்படிப் பாடிட்டுப்போனா, சும்மா இருப்பாங்களா?”

“ஆரு...? இது ஜனநாயகம் பாட்டி! எங்களுக்குப் பேச்சு உரிமை இருக்கே?”

“அது சரிதான். ஏற்கெனவே ஒரே காக்கிச்சட்டைப் பட்டாளம் வந்திருக்கு, பெரியசாலை, வீதியெல்லாம்...

“நள்ளிரவில் சுதந்திரம் வந்திச்சி, இன்னும் விடியலன்னா சும்மா பாத்துக்கிட்டா இருப்பான்?" என்று ஒருவன் கேட்கிறான்.

“உனக்குத் தெரியாதா அண்ணாச்சி! நிறைய பெண்கள் காவல்துறை பணிக்கு வந்திருக்காங்க. அவங்க வந்து நம்மை, ’யோவ், கூட்டம் போடாதீங்க, போங்க’ன்னு வெரட்டினா, மகாகவியின் வாக்கை எண்ணி அஞ்சலி செய்துகிட்டுப் போவோம்...” என்று இன்னொருவன் சிரிக்கிறான்.

“அந்தக் காலத்துல, வந்தேமாதரம் சொன்னதுக்கு அடிச்சாங்க. இன்னிக்கு அப்படி இல்லையே? ஜனங்க புரிஞ் சிட்டா சரி."

‘இந்தப் பிள்ளைகள் செய்யிறாப்பல, பொண்ணுகள் முன்னுக்கு வந்து இப்படிக் கேட்டா..’ என்று அவளுக்கு மனசுக்குள் ஓடுகிறது.

ஆனால், அவர்கள் கூட்டை உடைத்துக்கொண்டு, நல்ல பார்வை பார்க்க வரவேயில்லை. விட்டில் பூச்சியாக மயங்குகிறார்கள். இல்லையேல், கூட்டை உடைக்கப் பயப்படுகிறார்கள். இதுவே பெண்கள் வந்து பாடினால், பாட்டைவிட, அவர்களையே மொய்க்கக் கூட்டம் கூடும்..!

ராஜம் கிருஷ்ணன் ● 219

பிள்ளைகளெல்லாரும் தப்பட்டையைக் கொட்டிக்கொண்டு, தலையில் சிவப்புத் துண்டைக் கட்டிக்கொண்டு வெளியேறிய பின், குஞ்சிதம் அந்த

இளைஞர்களைப் புகழ்கிறான்.

"காலேஜ் ஸ்ட்ரைக்கு, மூடி ஒருமாசமாச்சு. எதானும் உருப்படியா செய்யுங்கடான்னேன்... யமப்பயல்கள்..! அதுல கேள்வி கேட்கிறாங்களே, ரெண்டு பேர்... முன்ன கூட, மன்னம்மா கேசு சமயத்தில் வந்தாங்க. நினவிருக்கா? எல்லாம் வயல்லயும், வாழைத்தோப்பிலும் வேலை செய்யிறவங்க..."

"போலீசேஎங்குழந்தையநாசம்பண்ணக்கூட்டிண்டுபோனான்னு

கேக்கறப்ப, அவனுகள மர்த்தனம் செய்யணும் போல இருக்கு. போலீசுக்காராளா பொண்ணுக வந்திருக்கான்னானே?"

"ஆமாம், நிறைய வந்திருக்கா. நீங்க பார்க்கணும்மா சந்தோஷப்படுவேள்..."

"ஆனா, அவாளும் பலி ஆடாகப்படாதே..! கீழ்மக்களை மர்த்தனம் செய்யப் புறப்படுவாளோ?" .

வெடிபடுமண் டத்திடி பலதாளம் போட-வெறும்

வெளியுலிரத்தக்களி யொடுபூதம் பாடப் பாட்டின்

அடிபடு பொருளுன் அடிபடு மொலியிற் கூடக் களித்

தாடுங்காளி, சாமுண்டீ, கங்காளீ!

அன்னை, அன்னை,

ஆடுங் கூத்தை நாடச் செய்தாளென்னை...!

அவள் கண்களில் நீர் தளும்பிப், பார்வை மறைகிறது.

"குஞ்சா! எனக்குப் பணமுடிப்புக் குடுக்கறாளாம், கவுரவம் பண்றாளாம். குமுறும் தீயை அணைக்கப் பன்னீர் தெளிக்கிறாளாண்டா! குருசாமிவந்து என்னைத்திமிர்புடிச்சவள்னு சொல்லிட்டுப் போறான்!"

"கிடக்கறானுக, ஆத்தோடு வெள்ளம் போறது, அய்யா குடி, அப்பா குடிங்கற மாதிரி இந்த நூற்றாண்டு யார் யாருக்கெல்லாமோ சந்தர்ப்பம். நீங்க அவனுகளுக்காகப் பேசிட்டு... சை!"

பாரதி நூற்றாண்டு விழா!

இளசைநகரின் யோகத்தை இந்த ஊரே சென்று பார்க்கிறது. கூட்டமான கூட்டமாம், பந்தலான பந்தலாம்; கண்காட்சிகளாம்; கச்சேரியாம்; பட்டிமன்றங்கள், கருத்தரங்குகளாம். மக்கள்

லட்சலட்சமாகச் சாய்கிறார்களாம். சினிமாக்காரர், நாடகக்காரர் என்று ஒரு கூட்டம் வந்ததைச் சொல்கிறார்கள். சுப்புவும், சம்புவும் கூட ஒருநாள் முருகனை அழைத்துக்கொண்டு போய்விட்டு இரவு பன்னிரெண்டு மணிக்கு நடந்து வருகிறார்கள். நாகு வந்திருக்கிறானாம்.

சக்கு வாசலில் நின்று, அவ்வப்போது அந்தக் கூட்டங்களில் வடிந்து வரும் அரசு ஊழியக்காரரின் வண்டிகள், கார்கள் செல்வதைப் பார்க்கிறாள். அயலூர்க்காரர்கள், பள்ளிப்பிள்ளைகளை அழைத்துச் செல்லும் வாத்தியார்கள் என்று பார்க்கிறாள். அம்மா, உள்திண்ணையில் முடங்கிக் கிடக்கிறாள்.

இந்த ருக்கு, ஒருநடை வரக்கூடாதா என்றிருக்கிறது.

அவள் போகும்போது, பல விஷயங்கள் சொல்லியிருக்கிறாள். முருகனுக்குப் படிக்க நல்ல பள்ளிக்கூடம் பார்த்து சேர்த்து, அவன் பொறுப்பைப் பார்த்துக் கொள்வதாகக் கூட பேச்சோடு வெளியிட்டிருக்கிறாள். மாமியார் பிரியமாக இருக்கிறாள் என்ற ஒரு கடிதத்துக்கு மேல் கடிதம் வரவில்லை.

விழாக்கோலாகலம் முடிந்துவிட்டது. நாகு வண்டியில் நாலைந்து பேர்களோடு வந்தவன், வழியில் இறங்கி தலையைக்காட்டி வெறும் தண்ணீர் குடித்தான்.

"ருக்குவப் பாத்தியா? நான் காகிதம் எழுதினேனே?"

"போனேன். அவா வீட்டில நாய் வள்ளுனு வருது!"

இது கேலியா என்னவென்றே புரியவில்லை.

"ஒரு நடை மாப்பிள்ளையுடன் வரச்சொன்னேனே?"

"சொல்றேன். நேரமில்லம்மா. இந்தா, பணம். அஞ்சுநூறு இருக்கு. முருகனுக்கு மருந்து வாங்கிக் குடு. நான் அப்புறம் வாரேம்மா!"

"கால்ல கஞ்சியக் கொட்டிண்டு பறப்பான். பொங்கலுக்கு ஒரு புடவை ரவிக்கையும், வெற்றிலைப் பாக்கு, பூவும் வாங்கிக் கொண்டுபோய்க் குடுத்திட்டுப் பாருடா!"

"ம்... நேரமாயிட்டது!"

வண்டி கிளம்பிவிடுகிறது.

பொங்கல் வந்து போயிற்று. மாசியும் வந்தாயிற்று.

ருக்குவிடம் இருந்து ஒரு கடிதம் கூட வரவில்லை. பழகாத கையெழுத்தால் தானே எழுதிப்போட்டும் பதிலில்லை.

இரவு படுத்தால், உறக்கம் வருவதில்லை. அந்தப் பழிகாரி கிரிஜாவும் இப்படித்தானே கடிதமே போடவில்லை. இந்தப் பையன் போனானா, பார்த்தானா தெரியாது.

சுப்பம்மா மற்றும் சம்புவிடம் முன்போல் பேசுவதுமில்லை. வீடு வெறிச்சிட்டுக் கிடக்கிறது. முருகனுக்கு ஒரு ட்யூஷன் பார்த்து வைக்க வேண்டும். அவன் படிப்பதேயில்லை. பொழுதுக்கும் வெளியிலும் வீட்டிலும் விளையாடிப் பொழுதுபோக்குகிறான்.

'நீ எங்க போற, எங்க வர? பாட்டிதா பக்கத்து வீட்டில இருக்காளே? ஒரு பத்து நா முருகனைக் கூட்டிண்டு வந்திரும்மா. முருகனை ராமகிருஷ்ணா ஹோம் மாதிரி, இல்ல... வேறு அதுமாதிரி ஸ்கூல்ல போடணும்...' என்றெல்லாம் பேசியவள் மறந்தே போனாளா? ஒன்றும் புரியவில்லை.

▲▲▲

18

பங்குனியும் பிறந்து, வெயில் பட்டையை உரிக்கிறது. தபால்காரனைப் பார்த்துக்கொண்டு வாசலில் நிற்கிறாள் சக்கு.

பட்டம்மாவுடன், இன்னொரு டீச்சரும் தெருவில் வருகிறார்கள்.

“எங்கே பட்டம்மா, இவ்வளவு தூரம்?”

“உங்க வீட்டுக்குத்தான்...!” என்று அவள் சிரிக்கிறாள்.

”அப்பா! என்ன வெயில்! கொஞ்சம் தண்ணி கொடுங்க மாமி.”

“உள்ள வாங்கோ. இன்னிக்கு ஸ்கூல் லீவா?”

தண்ணீரைச் சரித்துக்கொண்டு போகணியும், தம்ளருமாக ரேழிக்கு வருகிறாள்.

"உக்காருங்க. உக்காரம்மா!”

பாட்டி, உள்திண்ணையில் இடம் விட்டு ஒதுங்கிக் கொள்கிறாள்.

“நான் ருக்குவைப் பார்த்தேம்மா மட்றாஸில்..”

“அப்பிடியா? போறதுக்கு முந்தி, ஒரு வார்த்த சொல்லவேயில்ல?”

“திடீர்னு போனம்மா. அப்பா ஜோலியாப் போறேன்னாங்க. எனக்குந்தா அக்கா புள்ள தவறிப்போச்சு, போய்ப்பார்க்கல, பார்த்துட்டு வரலான்னு ஒரு நாலு நா லீவ் சொல்விட்டுப் போனனா... ருக்கு, வில்லிவாக்கத்திலதான் இருக்குன்னு போனேன். எங்க நாத்தனார் அங்கதானே வீடு கட்டிருக்காங்க? அடுத்த தெருவு அவமாமியாரு, ஒரகத்தி வீடெல்லாம் எங்க பக்கத்தில்தான்...”

சக்குவுக்குப் பொறுக்கவில்லை. “நீ பாத்தியா? சவுக்கியமா இருக்கால்ல.. ஒரு காகிதம் போடக்கூடாது?”

"எங்க நாத்தனா என்னமோ கதை சொன்னா, கலியாணத்தின் போது ஒரு பொம்பிள வரல? அவ, வூட்டோடு இருக்கிறாளாம். அது புடிக்காமதா மகனைக் கண்டிச்சி, வேற கலியாணம் கட்டணும்னு மாமியார் சொல்லியிருக்கா; சண்டை போட்டிருக்கா. எனக்குப் பக்குன்னிச்சு.

போனோம். நாங்க போனப்ப, ருக்கு மட்டுந்தானிருந்தா. நெத்தில, முகத்தில காயம். பிளாஸ்திரி போட்டிருந்தா. எங்களைப் பார்த்ததும் அவளுக்குத் தூக்கிவாரிப் போட்டிருக்கணும். என்ன

ருக்கு, மூஞ்சில என்ன காயம்ன்னேன். ஒண்ணுமில்ல பாத்ரூமில சறுக்கி விழுந்திட்டேன்,

தலை இடிச்சிடிச்சுன்னா. ஊரில போயி அம்மாகிட்டல்லாம் சொல்லாத. கவலைப்படுவான்னா...”

“அடி பொண்ணே! எனக்கு மட்டும் என்னமோ சமுசயமாகவே இருந்தது. திடீர்னு பாத்ரூமில சறுக்கி விழுவானேன்? சாதாரணமாத்தானே இருக்கா?”

“அப்படி எதுனாலும் விஷயம் உண்டாடின்னு கேலியாக் கேட்டேனே? அதெல்லாம் ஒண்ணுமில்லேண்ணுட்டா.”

“பொங்கலுக்கு அண்ணன் புடவை வாங்கிக் குடுத்திட்டு வந்தேன்னான். நிக்க நேரமில்ல. குடுத்தேன், ஒரு ஜூஸ் குடுத்தா, சாப்பிட்டு வந்தேன்னான். அதுக்கும் கூட, அவ ஒரு காகிதம் எழுதல.” என்று சக்கு புலம்புகிறாள்.

“‘நா வுடல... ஏண்டி, பி.காம். கரஸ்பான்டன்ஸ் கோரஸ் சேர்ந்து படிக்கப் போறன்னியே? என்ன சொல்றாரு, உங்க இவருன்னேன். அவ வாயிலேந்து ஒரு சொல் வரல, சும்மா சிரிச்சா. வீடு பெரிசா இருக்கு. டி.வி, ப்ரிட்ஜ், கார்ஷெட் இருக்கு. கார் கூட இருக்கு போல. சோபா செட்டு, கீழ்விரிப்பு, பெரிய அல்சேஷன், தோட்டக்காரன்... அடுத்த வீடு போகணும்னா, கொஞ்ச தூரம் நடக்கணும்.”

சக்குவுக்கு இனம் புரியாததொரு திகில் ஏற்படுகிறது. ”அவ மாமியார். நகையெல்லாம் குடுத்திருக்கான்னு சொன்னாளே.. போட்ருக்காளா?”

"தாலிச்சங்கிலி, வயிரத்தோடு போட்டுட்டிருக்கா; வளையலும் போட்டுட்டிருக்கா. ஆனா, இவ்வளவுதூரம் வந்தியே பட்டம்மா, சாப்பிட்டுட்டுத்தா போகணும்னு வற்புறுத்தல. வந்தாச்சு, போறியாங்கற மாதிரி விட்டேத்தியா இருந்தா. ஊருக்கு என்ன சமாசாரம்னு கேட்டேன். என்ன இருக்கு? சவுக்கியம்னு சொல்லுன்னிட்டா. மாமி! மனசு சொல்லவாணாம்னாலும் கேக்கல. எங்க நாத்தனார் சொன்னாங்க, அந்த ஆளு ரொம்ப மோசமாம். குடிச்சிட்டு காரை ஓட்டினதில மோதி, கண்ணாடி உடைஞ்சி அவ மேலல்லாம் காயமாயிட்டுது. அவனுக்கும் காயம். நர்சிங்ஹோமில அஞ்சாறு நாள் இருந்தாரு. இவ முகத்தில அதுதான் பிளாஸ்திரி. சறுக்கியும் விழல, ஒண்ணுமில்லன்னாங்க.”

“சிவ சிவா...” என்று மதுராம்பா செவிகளைப் பொத்திக்கொள்கிறாள்.

இப்படிக் கல்யாணம் ஒரு பொண்ணுக்குத் தேவைதானா?

இதைச் சொல்வதற்கென்றே வீடுதேடி வந்த பெண் போய்விட்டாள்.

இந்தப் பட்டம்மாள், நாடார்வகுப்பைச் சேர்ந்த பெண். இவளுக்கு ஒரு லட்சம் சீதனம் கொடுத்துக், கல்யாணம் செய்தார்கள். மாப்பிள்ளை, விவசாய இன்ஜினீயரிங் படித்து நாகர்கேயில் பக்கம் மாநில அரசு வேலையில் இருந்தான்.

'இப்படிப் பணம்கொடுத்துக் கல்யாணம் அவசியந்தானா? சீ! வியாபாரமா' என்று ருக்கு நொடித்தாள். இப்போது இவளுக்கு இரண்டு குழந்தைகள். கல்யாணமானதும் ஆசிரியர் வேலையை விட்டுவிட்டுக் குடும்பம் பண்ணப்போனாள். இப்போது, அவன் இன்னும் மேல்படிப்புக்கு அமெரிக்காவுக்கோ, வேறு எங்கோ சென்றிருக்கிறான். இவள் மீண்டும் இந்தப் பள்ளிக்கூடத்தில் அநுபவம் மிகுந்த ஆசிரியையாக வேலைக்கு வந்து, பிறந்த வீட்டோடு இருக்கிறாள். லட்சம் சீதனம் வாங்கினால் என்ன? குடும்பத்துக்கு ஒத்துத்தான் இருக்கிறான். இப்போது மேலே படித்து வந்து, இன்னும் நல்ல நிலைக்குப் போவான். இப்படிக் கல்யாணத்தின்போது ஏறுமாறாக நடந்து கொண்டவர்கள் எல்லாரும் கெட்டவர்களாக நிலைத்துவிடுவதில்லை. நல்லவர்களாகிவிடுகிறார்கள்...

அவள் வந்துவிட்டுப் போனபின் ஒன்றும் ஓடவில்லை.

அவள் பாட்டுக்கு வீட்டில் காலையில் எழுந்து குளித்து, சாமி கும்பிட்டு, சாப்பிட்டு, துளி சோற்றைப் பிசைந்து டப்பியில் எடுத்துக்கொண்டு ஏறக்குறைய எட்டுவருஷமாகப் பள்ளிக்கூடம் போய்க் கொண்டிருந்தாளே? வலிய வரும் சீதேவி என்று கொட்டிக் கொட்டி, அந்தப்

பெண்ணை, இவளே சாயச் செய்தாளோ? 'ஏதோ கிடுக்குப்பிடிபோல ருக்குவைத் தலையாட்ட வச்சிருப்பீங்க. இவ்வளவு அவசரப்பட்டிருக்கத் தேவையில்லை' என்று சொன்னானே குஞ்சிதம்.

அது நினைவுக்கு வந்து, பேயாய் மனசை அலைக்கழிக்கிறது.

சுப்பக்காவிடம் பரபரவென்று சென்று உட்காருகிறாள். சுப்பு, கொட்டைப் புளி எங்கிருந்தோ வாங்கியதைக் கொட்டை எடுத்துக் கொண்டிருக்கிறாள்.

நிமிர்ந்து பார்க்கிறாள்.

இந்தச் சில மாசங்களின் தடைக்கற்கள் பொலபொலவென்று

உருண்டு கரைகின்றன.

"சுப்பக்கா, நான் என்ன சொல்லுவேன்? ருக்குவைப் பார்த்தேன்னு இந்தப் பட்டம்மா வந்து சேதி சொல்லிட்டுப் போறா. கண்ணைத் திறந்துண்டே அவளைக் கசத்தில இறக்கிட்டேனோன்னு குத்தறது..!"

சுப்பு மூக்குக்கண்ணாடியை இறக்கிவிட்டுப் பார்க்கிறாள். "என்னடீ சக்கு?"

சக்கு கொட்டித்தீர்க்கிறாள்.

"இப்படி அவசரப்பட்டுண்டுதா நீ எல்லாக் காரியமும் செய்யறே. என்னமோ வந்துட்டுப் போனான்னதும், ஆகாசத்துல பறந்தே. தாயாப்புள்ளயாப் பழகினோம். நான் ஒரு தரத்துக்கு ரெண்டுதரம் யோசனை பண்ணுன்னதும் உனக்குப் பொறுக்கல.."

"சுப்பக்கா, தப்புத்தான். இப்ப என்ன செய்யறது? அவ ஒரு கடிதாசி கூட விவரமா எழுதலன்னதுமே சந்தேகம். விசாரிச்சேனா? பாவி... நாந்தான் அவளைச் சொல்லி சொல்லி மனசு வளையப் பண்ணினேன். இல்லேன்னா அவ எனக்குக் கல்யாணம் பண்ணி வையின்னா கேட்டாளா? ஒருக்க முள்ளில புடவவயைப் போட்டுக் கிழிச்சாச்சே, மறுபடியும் போடுவேனோ?"

"பட்டம்மா சொன்னாங்கறதுதானே? அவளும் இவளும் சொன்னான்னு ஒரேயடியா நம்பி வீணா கஷ்டப்படுத்திக்காதே சக்கு. சித்த நிதானமா இரு. பார்ப்போம்."

"எனக்கு ஏன்தான் புத்தி, அறிவு எல்லாம் போச்சோ? அவன் வீட்டுலியே அவள வச்சிருக்கிறான்னுதா மாமியார் கசந்து போனாளாம்."

"அது சரி, அவனேதானே ஆசையா வந்து கல்யாணம் பண்ணிண்டான்?"

"அதுதானே தெரியல? என்னதான்னாலும், அந்த அண்ணா-மன்னி, நகையெல்லாம் கொண்டுவந்து போட்டுக் கல்யாணம் பண்ணிக்கலியே?

என்ன சூழ்ச்சின்னே தெரியலியே? நான்தானாகட்டும், முன்னெல்லாம் போல, பொண்ணைக்கூட்டிக் குடித்தனம் வைக்கப் போனேனா? எங்கம்மா கூட எனக்குக் குடித்தனம் வைக்க வந்தாளே? அவளையும், அப்படி அனுப்பிச்சேன். இவளையும், அனிமுன் அது இதுன்னு அனுப்பிச்சேன்... எனக்கு இப்பவே புறப்பட்டுப் போயிப்பாக்கணும் போல இருக்கு சுப்பக்கா! அவளை வழிவிட்டாப்பல-முகமுழியே இல்லாம...

இந்த வீட்டுக்கு என்ன பாவம் இதெல்லாம்...?"

"அழாதேடி சக்கு, குஞ்சிதம் வரட்டும் போய்ப் பார்க்கலாம்..."

"அதுங்கபாட்டுக்கு ரெண்டும் பஸ்ஸுக்குப்போகும். இப்பல்லாம் சம்பு கூட ஏங்கூடப் பேசறதில்ல..."

"ஒரு சமயம் பார்த்தால், அந்தக்காலத்தில் அஞ்சிலும், பத்திலும் கல்யாணம் பண்ணியதே தேவலை போல் இருக்கு. எதுவும் தோணல. சம்புவுக்கு இன்னொரு கல்யாணம் பண்ணி வச்சுடலாம்னுதா எல்லாரும் சொன்னா. ஆனா, எப்படிப் பண்றது? முதல் கல்யாணத்துக்கே அவாவா கஷ்டப்படறா பொண்ண வச்சிண்டு. ஒருவழியும் தெரியலதான். உங்கிட்ட சொல்றதுக்கென்ன? ஏதோ அவளைக் கல்யாணம் பண்ணின்டான், இருக்கட்டும். எப்பவானும் வந்து, இதுக்கும் ஒரு குழந்தைன்னு வரக்கூடாதான்னு கூடப் பயித்தியமா நான் நினைப்பேன். ஆனா, அவ அப்படி எல்லாம் சஞ்சலப்படறதாத் தெரியல. எனக்கு ஒரு பொண், ஒருபுள்ளை இருந்திண்டிருக்கா. வெறும மனசைப்போட்டு வருத்திக்கிறதில என்ன லாபம்? நீ வருத்தப்பட்டா, அம்மா சொல்லாம குமுங்கிடுவா. கண்ணைத் துடைச்சிக்கோ, போ!"

சக்கு வீடு திரும்புகையில், முருகன் எங்கோ கோலியாடிவிட்டு, "அம்மா, பசிக்கி... எனக்கு தோச ஊத்திக்குடு!" என்று வருகிறான்.

இப்போது உடம்பு தேறியிருப்பது மட்டுமில்லை, வெளியில் போய்விட்டு வரும்போதெல்லாம் சாப்பாடு, தீனி கேட்ட வண்ணமிருக்கிறான்.

"ஏண்டா, உன்னப் புஸ்தகத்தை எடுத்துப் படின்னா, போதுக்கும் ஆடிண்டு காலம் தள்ளுற? இப்ப என்னடா? மணி நாலடிக்கல, ஒரு மணிக்குத்தானே மோர்சாதம் சாப்பிட்ட? சித்தப் போகட்டும். தோச வார்த்துத் தரேன், வேலாயி பால் கொண்டு வரட்டும்!" அழுத முகம் அவனுக்குத் தெரிந்துவிடுகிறது.

"ஏம்மா அழுறே?"

"என் தலவிதிய நினச்சி அழறேன்... போடா, என்ன புழுதி, முழங்கால் கையெல்லாம்? வெய்ய நேரத்துல எந்தப் புழுதில போயி ஆடிட்டுவர?" சொல்லும்போதே அவளுக்குத் துயரம் பொங்கிவருகிறது.

"ஏம்மா! பேபி செத்துப்போச்சே, அதுபோல ஆருன்னாலும் செத்திட்டாங்களா?"

"ஏன்டா! அவசகுனம் போல பேசறே? வாயில் நல்லதே வராது.." என்று சீறுகிறாள்.

அவன் கேள்வியே ஆழ்ந்த வெறுப்புணர்வைக் கிளப்புகிறது. இந்தப் பிள்ளை நிமித்தமாகக் கொஞ்சக் கஷ்டமா? எப்போதும் சீக்கு! வரும் பணம் காசையெல்லாம், இவன் சீக்கே விழுங்கிவிடும். இல்லையானால், இவள் கடன்பட வேணுமா! எங்கிருந்தோ ஓர் எச்சமிச்சம்...!

உருண்டைக் கண்களும், இரட்டை மண்டையும் இப்போது வெறுப்பாக இருக்கிறது.

"பசிக்கறதும்மா!"

உடனே இரக்கம் மேலிடுகிறது. மாத்திரைகள், பசிக்குத்தானே கொடுக்கிறார்கள்? குழந்தை அவன் என்ன செய்வான்?

அடுப்பை எரியவிட்டுப் புளித்தமாவை ஊற்றி, வார்த்துப் போடுகிறாள்.

வாசலில் குஞ்சிதம் வந்திருப்பதன் அடையாளமாக ஒரு சைக்கிள் நிற்கிறது.

சக்கு உள்ளே செல்கிறாள்.

ஏதோ தகராறு மத்யஸ்தம் போலிருக்கிறது.

"புருசன்-பெண்சாதி வெவகாரத்தில், இப்படி அடிச்சான் உதச்சான்னு வருவீங்க. பின்ன, என்ன முட்டாளாக்கிட்டுப் போய்ச்சேந்துப்பீங்க! போ.. போ!"

சாய்வு நாற்காலியில் அவன் களைத்துச் சாய்ந்திருக்கிறான்.

ஒரு கறுத்த தொழிலாளிப்பெண்ணும், அவள் அப்பனைப்போல் தோன்றும் முதியவரும் நிற்கின்றனர். இன்னொரு பரட்டைத்தலை வேறுபுறமாக நிற்கிறான்.

"இல்லிங்க சாமி, புள்ளய வச்சிட்டுக் குடுக்கமாட்டேங்கான்... நெல்லபடியாக் கேட்டுப்பாத்தாச்சி..."

'நீ புள்ளயப் பாக்காம, போட்டது போட்டபடி சினிமா சூட்டிங்கு நடக்குதுன்னு போனேங்கறான் அவன். அதுக்கு என்ன சொல்ற?"

"அங்கன பக்கத்துல சூட்டிங் புடிச்சாங்கன்னு போனே... புள்ள தூங்கிட்டிருந்திச்சி, நா ஒடன வந்துட்டேனுங்க!"

"இதப்பாரு, இந்த வெவகாரமெல்லாம் உங்களுக்குள்ள பேசித் தீர்த்துக்குங்க. நீ புள்ளைய காயலாவா இருக்கிறப்ப, தனியேவுட்டுக் கதவைப் பூட்டிக்கிட்டு போனது தப்பு. இதுக்கெல்லாம் எங்கிட்டவராதிங்க." அவர்கள் போகிறார்கள்.

“சினிமா, சினிமா, சினிமா! இது வாழ்க்கையைப் பாதிக்கிறாப்பல இன்னிக்கு ஒண்ணுல்ல .சே! தலைய வலிக்கிறது!”

சுப்பு காபியைக் கொண்டுவந்து கொடுக்கையில், சம்பு வந்துவிடுகிறாள்.

“என்ன, சக்கும்மா! ருக்கு, கடிதாசி போட்டாளா?" காபியை ஆற்றிக்கொண்டு குஞ்சிதம் விசாரிக்கிறான். சக்குவுக்கு நாவைக் கட்டிப்போட்டாற்போல் தோன்றுகிறது.

“என்னமோ போ! ஒண்ணும் சொல்லிக்கிறாப்பல இல்ல. அவசரப்பட்டுண்டு கொண்டுக்குடுத்தாச்சு. அப்பவே விசாரிக்கல. இப்ப, அவ சொல்றா.. இவ சொல்றான்னு மனசைப்போட்டு ஒழப்பிக்கறா. எதுக்கு நிக்கறே? உக்காந்துண்டு பேசு!” என்று சுப்பக்கா இறுக்கத்தைத் தளர்த்திவிடுகிறாள்.

சம்பு, முகம் கழுவிப் பொட்டு வைத்துக்கொண்டு, பொட்டலத்தில் வாங்கி வந்த காராபூந்தி, மசால்வடைகளை இரண்டு தட்டுகளில் வைத்துக் கொண்டு வருகிறாள்.

“சுடச்சுடப் போட்டிருந்தான். அண்ணா சாப்பிடறியா? கரகரன்னு இருக்கு”

"எனக்கு வேண்டாம். இந்த மஞ்சக்காமாலைக்குப் பிறகு, நான் இதெல்லாம் ஒண்ணும் சாப்பிடறதில்ல."

"நீங்க சாப்பிடுங்கோ சக்கும்மா! கரகரன்னு இருக்கு!”

சக்கு கயிற்றுக்கட்டிலில் உட்கார்ந்து, தட்டை வாங்கிக்கொள்கிறாள்.

"என்னமோ அம்மா சொல்றாளே? ருக்கு, காகிதம் போட்டாளா?”

"அவ ஒண்ணும் போடல. இந்தப் பட்டம்மா வந்து எதையோ சொல்லிட்டுப் போயிட்டா!"

"எதையோ சொல்லல. கண்ணத்திறந்துண்டு கசத்தில் இறங்குவேனா? விசாரிச்சிருக்க மாட்டேனோ? அவ பண்ணினாப்பலயே இவளும் பல்லக் கடிச்சிண்டிருக்கா. காகிதம் போடலன்னதுமே எனக்கு சரியில்ல. குஞ்சா, நீதான் இப்ப அவளுக்கு உடன்பிறந்தான். நீ போனாதான் பாத்து, விவரம் என்னன்னு கேட்டுச்சொல்லுவ. அந்தத் திருவாழத்தானைப் போய்ப் பார்த்து பொங்கல்படி வச்சுட்டுக், காகிதம் போடச்சொன்னா, ஒரு விவரம் எழுதணுமே... மொட்டையா, புடவை, ரவிக்கை, வெத்திலை பாக்கு வாங்கிக் குடுத்தேன். ஜூஸ் குடுத்தான்னு கடிதாசி போடுகிறான். இந்தப்பட்டம்மா

சொல்றதப்பாத்தா சங்கடம் பண்றது."

"சக்கும்மா, நான் இந்தச் சமயத்துல தலையிடறது கொஞ்சமும் சரியில்ல.. நான் சொல்றேன். நீங்களே புறப்பட்டுப்போய்ப் பாருங்களேன்? அதுதான் உசிதம். உங்ககிட்டதான் அவள் மனம்விட்டுப் பேசவும் முடியும். போய்ப் பாருங்கள். சரில்லேன்னா கூட்டிட்டு வந்துடுங்கோ!"

அப்படியா... அப்படியா? இப்படிக் கூட்டிவருவதற்குத்தான், அஞ்சாயிரம் செலவா?

"நான் எப்படிப் போவேன்? எங்கே போயித் தங்க? பட்டணம் வரையிலும் போயி எத்தனைக் காலமாச்சி. இந்தத் திருநெல்வேலி போகக்கூட ஆள் புடிக்கிறேன்."

"நீங்க ஒண்ணும் பயப்பட வேண்டாம். நான் நாகுவுக்கு தந்தி குடுக்கறேன்.

அதோட அவன் வரலேன்ன கவலைப்படாதீங்க. நாராயணன்னு, ரொம்ப வேண்டியவர் இருக்காரு. மாம்பலம், சம்பந்தம் தெருவில். எந்த ரிக்ஷாக்காரனும் கொண்டுவிடுவான். அவன் சம்சாரம், குழந்தையோட இருக்கிறவன். நான் அனுப்பிச்சேன்னா, உங்களை எங்க வேணுமானாலும் கூட்டிப்போய் உதவி செய்வான். தங்கமானவர்கள். நான், உங்ககிட்ட லெட்டர் தரேன். நாகுவுக்கும் அவனைத் தெரியும். பயப்படாம போய்வாருங்கள்!"

அதுவும் சரியான யோசனையாகத்தான் இருக்கிறது.

"அம்மா! நானும் மட்றாசுக்கு வரேம்மா!" என்று முருகன் குதிக்கிறான்.

"இப்ப நீ சமர்த்தா இங்க இருந்தா, பின்ன நான் கூட்டிண்டு போவேன். உன்னை மட்றாசிலதான் படிக்க வைக்கப்போறேன். இடமெல்லாம் பார்க்கணுமில்லையா? இப்ப அத்தயப் பாத்திட்டு ஓடி வந்திடுவேன்."

சமாதானம் சொல்லிவிட்டுப் புறப்பட ஆயத்தமாகிறாள்.

பேபி வீட்டைவிட்டுப் போனதும் சிரமம் பாராமல் சென்றிருந்தால், இவ்வளவு சீரழிவும் வந்திருக்காதோ என்னமோ?

குஞ்சிதம், எப்படியோ கஷ்டப்பட்டு நெல்லை-சென்னை வண்டியில், ஒரு படுக்கும் பர்த் வாங்கிக்கொடுக்கிறான். இனிப்புப்பண்டம், பழம் எல்லாம் கச்சிதமாகப் பையில் வைத்துக்கொண்டு, மதுராம்பாளையும், பையனையும் சுப்பக்காவிடம் ஒப்புவித்துவிட்டு அவள் கிளம்பிப்போகிறாள்.

ரயிலடியில், குஞ்சிதமும் இன்னும் இரண்டு இளைஞர்களும் அவளுக்கு

வேண்டியதை வாங்கித்தந்து, வழியனுப்புகிறார்கள்.

“நாகு, தந்தி கிடைச்சி வரலேன்னாலும் கவலைப்படாதீங்க. நாராயணன் வீட்டில நீங்க சவுகரியமா இருக்கலாம். இதா, தனபாண்டியன் உறவுதான். கடிதாசைக் குடுத்து, தோழர் என். கேன்னு சொல்லுங்கோ!” என்று தைரியமாக இருக்கச் சொல்கிறான்.

சக்கு, மனம் நெகிழ்ந்து போகிறாள். மனுஷ உறவு என்னவென்று காட்டும் பிள்ளை!

இரவு அசதியிலோ என்னவோ, தூங்கிவிடுகிறாள். காலையில், மாம்பலத்தில் நிறைய பேர் இறங்குகிறார்கள்; அவளும் இறங்கிவிடுகிறாள். சிறிதுநேரம் நின்று பார்க்கிறாள். நாகுவைக் காணவில்லை.

கையில் ஒரு சிறிய பெட்டியும், வயர்கூடையும் தானே..! எடுத்துக்கொண்டு நீண்ட ரயிலடிமேடை கடந்து, படியேறி, விசாரித்துக்கொண்டு வருகிறாள். ரிக்ஷாக்காரன் மூன்றுரூபாய் கேட்கிறான். இவளுக்குப் பேரம் பேசத் தெரியவில்லை. அந்த சமயத்தில் அவன்தான் நாராயணன் வீட்டில் கொண்டு விடப்போகிறவன்.

"சம்பந்தம் தெரு, 28ம் நம்பர், நாராயணன் வீடு."

அவன் மறுபேச்சுப் பேசவில்லை. "மூணு ரூபா குடுத்துடும்மா! கொண்டாந்து வுட்டுடறேன்!"

சில பல தெருக்களைக் கடந்து, அவன் சரியாக ஒரு காம்ப்பவுண்டின் முன் கொண்டுவிடுகிறான். ஒரு பெரியவீட்டின் பக்கத்தில் தனியான பகுதி.

ரிக்ஷா நிற்பதை அறிந்து, வாசலில் ஸ்கூட்டர் துடைத்துக்கொண்டிருந்த நடுத்தர வயசுக்குரிய ஒரு குடித்தனக்காரர் வருகிறார்.

“நாராயணன்ங்கறது..."

"நாந்தாம்மா... வாங்க!"

"நான்... பெத்தராஜபுரத்திலேருந்து வரேன். குஞ்சிதம்.. தோழர் என்.கே. அவரு சொல்லி அனுப்பிச்சார்."

“அடடா, வாங்க, வாங்கம்மா! நேத்து ஒரு காகிதம் வந்திருக்குன்னா சொர்ணம். வாங்கம்மா, நான், எக்மோர்

ஸ்டேஷனா, மாம்பலமா ஒண்ணும் தெரியலியே, போய்ப் பார்க்கலாமான்னு இப்பதா நினச்சிட்டிருந்தேன். உள்ள வாங்க."

பக்கத்துப்பகுதி. ஒரு சிறு கூடம், தொடர்ந்து நீண்ட இரண்டு அறைகள். முதல் அறையில் அலமாரி, புத்தகங்கள், சிறு மேசை, ரேடியோ எல்லாம் கச்சிதமாக இருக்கின்றன. ஒரு எட்டுவயசுப் பையன், நோட்டுப்புத்தகத்தைத் திறந்து வைத்துக்கொண்டு, கணக்குப் போடுகிறான். பத்துவயசு மதிக்கத் தகுந்த பெண், தலைசீவிக்கொண்டிருக்கிறாள். உள்ளிருந்து இட்லி வேகும் வாசனை வருகிறது.

"சொர்ணா!"

"இதோ வந்துட்டேங்க!"

இலட்சணமான சிரித்த முகம். நடுநெற்றியில் சிறிய குங்குமப்பொட்டு, நீராடிய கூந்தல்.

வாய்நிறைய "வாங்கம்மா! வாங்க!" என்று கூப்பிட்டுக், கைப்பையை வாங்கி வைக்கிறாள். நாராயணன் அதற்குள் பெட்டியை ரிக்ஷாவிலிருந்து கொண்டு வந்திருக்கிறான்.

"உங்கவீடு மாதிரி நினச்சுக்குங்க, ராத்திரி தூங்கினீங்களா?" என்றெல்லாம் பரிவு காட்டுகிறார்கள்.

பின்புறம் அடிபம்பில் அடித்து, நீர் நிரப்பி வைத்திருக்கிறார்கள். சில்லென்று முகம் கழுவி, அவள் கொடுத்த காபியையும் அருந்துகிறாள். பிறகு பையைத் திறந்து வழியில் வாங்கிய பூவும், வெற்றிலைபாக்கும், பழமும் எடுத்து அவளிடம் கொடுக்கிறாள். குழந்தைகளிடம் சிறிது இனிப்புப்பண்டத்தை இலைச்சருகில் வைத்து வழங்குகிறாள்.

"அம்மா, குளிக்கிறீங்களா? தண்ணி அடிச்சி வச்சிருக்கிறேன்." என்று அவள் சொல்லிக்கொண்டு, "அத்தைக்கு வணக்கம் சொன்னீங்களாடா? இவன் முருகன், இவ செல்வி.." என்று குழந்தைகளை அறிமுகப்படுத்துகிறாள்.

"முருகனா? எங்க வீட்டிலும் ஒரு முருகன்தான்..! எல்லாம் ஸ்கூலுக்குப் போகணுமா?"

"ஆமாம், சொல்லுங்களேண்டா?"

முருகன் சிரித்து, நாணிக்கொண்டு புத்தகங்களை பையில் போட்டு வைக்கிறான்.

"எத்தினாவது படிக்கிறே?"

"மூணாவது,

"நான் ஃபிஃப்த்..." என்று செல்வி இங்கிலீஷ்மீடியத்தின் பெருமையுடன் பேசுகிறாள்.

"பக்கத்தில்தான் ஸ்கூல். நானும் இவங்க ஸ்கூல்லதா வேலை பார்க்கிறேன். இப்ப ஒன்பதரைக்குப் போனா, பன்னிரண்டரைக்கு வந்து சாப்பிட்டுப் போகலாம், சவுரியம்."

"அப்படியா? இவங்கப்பா எங்க காணம்?"

"அவுங்க அச்சகத்தில ஃபோர்மேன். நேத்து நைட் ஷிப்ட் பார்த்துட்டு, அப்பதா வந்தாக. இதா இப்ப, உங்க மகனைப் பார்க்கத்தா போயிருக்காப்பல. நீங்க குளிச்சிட்டு பலகாரம் சாப்பிடறதுன்னாலும் சரி; இல்ல சாப்பாடே சாப்பிடறதுன்னாலும் சரி, ரெடியா இருக்கு."

மனசு இலேசாக இருக்கிறது.

குளிர்ந்த நீரில் நீராடி, சேலையை அலசுமுன் அவள் வந்து பிடுங்குகிறாள்.

"இருங்க. சேலையெல்லாம் நீங்க ஏன் துவைச்சுக்கிட்டு? பிள்ளைங்க துணியோடு நான் புழிஞ்சி போட்டுடறேன்? என் தாய்மாதிரி நீங்க..."

"உன் பிரியமே ரொம்ப சந்தோஷமாயிருக்கம்மா. இதெல்லாம் நான் நிதம் செய்யிற வேலைதானே?"

"என்.கே. ஸார் எங்களுக்கு எத்தனையோ செய்திருக்காக. இப்ப நானும், அவரும் நல்லபடியா குடும்பம் நடத்துறதே அவராலதா. மனுசங்க உறவு, காசு பணம்னு மாறிப்போன நாளில, எங்க குடும்பத்தை வாழவச்சவரு.

அதைச் சொல்லிக்குடுத்தவரு. அவங்கம்மா, நீங்க எங்களுக்குத் தெய்வத்துக்கு சமானம்."

அவளுக்குக் கண்கள் கசிகின்றன. இவளுக்கும் கண்கள் கசிகின்றன.

அவனுடைய தாய் நானில்லை. அந்த உத்தமி வேறுஒருத்தி என்று சொல்லாமல் நிற்கிறாள்.

இட்லியும், சட்டினியும் தட்டில் இவளுக்கு வைக்கையில், அவளும் வைத்துக்கொள்கிறாள். குழந்தைகள் சாப்பிட்டாயிற்று. பரீட்சைக்கு அட்டையுடன் கிளம்புகிறார்கள்,

"நீங்க பலகாரம் பண்ணிட்டு இருங்க. அதுக்குள்ள அவுக வந்திடுவாங்க. உங்களை எங்க கூட்டிப்போவணுமோ கூட்டிப்போவாக. சாவி எங்கிட்ட ஒண்ணு, அவியகிட்ட

ராஜம் கிருஷ்ணன் ● 233

ஒண்ணிருக்கும். மத்தியானம் பன்னண்டேகாலுக்கு இன்னிக்கு நான் வந்திடுவேன். ஸ்கூல்ல லீவு விடற சமயம் கடைசிப்பரீட்சை. நீங்க வெளியில போறதுன்னா சாப்பிட்டுட்டுப் போகலாம். மகள அழைச்சுகிட்டு வாரியன்னு சொன்னாப்பல. கூட்டிட்டு வாங்கம்மா."

இந்த அன்புக்கு என்ன செய்யப் போகிறாள்?

"என்.கே, எனக்குப்பிறந்த மகனில்ல. அதுக்கும் மேல. சொந்த மகன் இருக்கிறான் இங்க. நீங்க இவ்வளவு சிரமப்படுறீங்க. நா என்ன செய்யப் போறன்?"

"அப்படீல்லாம் சொல்லாதிய! அவருக்கு இங்க பொடனில சிரங்குபோல வந்திச்சி. ஆபீசில வேலை இல்ல. மூளைக்கோளாறாயிட்டது. பைத்தியக்கார ஆசுபத்திரிக்கு அனுப்பிச்சிட்டாக. எங்கம்மா வீட்டில, அவர் வீட்டுல, யாரும் வரல. ஏன்னா, நாங்க வேறவேற சாதி. விரும்பிக் கல்யாணம் பண்ணிக்கிட்டோம். கல்யாணமே இவங்க சங்கத்து மூலமாத்தான் நடந்திச்சி. பிறகு, என்ன செய்ய? எனக்கு வேலை ஒண்ணும் அப்ப கிடையாது. நான் பி.ஏ. முதவருஷம்தான் படிச்சிருந்தேன். கல்யாணம் ஆன மறுமாசம், இப்படின்னு மூளைக்கோளாறு ஆஸ்பத்திரிக்கு அனுப்பிச்சிட்டாக. என்.கே. ஸார் என்னை எத்தனை தேற்றி இருக்காரு! தினம் ஆசுபத்திரிக்குப் போயி சேதி சொல்லிட்டு வருவாரு. உங்களைப்போல ஒரு சிநேகிதங்க வீட்டில்,இருந்துக்கிட்டு,நாலஞ்சு வீடு டியூசன் சொல்லிக்குடுப்பேன். காலத்துக்கும் பயித்தியக்கார ஆசுபத்திரிக்குப் போறவனைக் கட்டிட்டான்னு சொந்த அப்பா அம்மா கூடப் பார்க்கலம்மா! பெறகு, பெரிய நரம்பு டாக்டரை எல்லாம் பாத்து, ஆபரேசன் பண்ணி, நல்லபடியா வர ஆறுவருசம் ஆச்சு. ஆறுவருசம்,

என்.கே. ஸார், சரீரத்தால, பணம் காசால எவ்வளவு உதவி பண்ணிருக்காருன்னு சொல்லி முடியாது. அப்ப என்.கே. ஸாரு, டைப்ரைட்டிங் இன்ஸ்டிட்யூட் வச்சிருந்தாரு. உங்களுக்குத் தெரிஞ்சிருக்கும். இப்பவும் கூட வேறொருத்தரு நடத்தறாரு. மூளைக்கோளாறில்ல, நரம்பில கட்டின்னு, இங்கதா ஜெனரல் ஆசுபத்திரில ஆப்ரேசன் செஞ்சாங்க..."

சாப்பிட்டுக்கொண்டே, அந்த வரலாற்றை விவரிக்கையில் நெஞ்சு கட்டிப் போகிறது. தனக்கென வாழாத பிள்ளை. அவன்மீது ஊர்க்காரர், வேலாண்டி நாடார் போன்றவர்கள், ஏன், குருசாமிகூட, 'கம்யூனிஸ்ட் பய, அவனுக கொலை பண்ணத்துணியற சாதி, ஒரு சாமி-கோவில், நல்லது பொல்லது

ஒண்ணும் கிடையாது. கலகம் பண்ணுவது, ஒழுங்கா வேலை செய்யறவனைத் தூண்டிக் கெடுக்கறது இத்தனை குட்டிச் சுவருக்கும் இந்தப்பயதான் காரணம்' என்று சொல்வார்கள். காணாதபோது அவதூறுகள், திட்டல்கள் ஏறும். ஆனால் கண்டால், குழைவார்கள். ஆனால் கல்யாணமாகாத ஒருவன் என்று, எத்தனையோ பெண் தொழிலாளர் வழக்குகளைத் தீர்க்கப் போகிறவன் என்று, ஒரு பிசுக்கு ஒட்டியிருக்குமோ?

இன்றுகூட என்ன சொன்னான்? 'நீங்கள் போங்கள், நான் போவது சரியல்ல' என்றானே?'

சொர்ணம், பள்ளிக்குச் சென்ற அரைமணியில் அங்கிருக்கும் தமிழ்த் தினசரியை அவள் பிரித்துப் பார்த்துக்கொண்டிருக்கிறாள். ஸ்கூட்டரில் நாகுவையும் கூட்டிக்கொண்டு, நாராயணன் வந்துவிடுகிறான். உடுத்த கைலியுடன், சிவந்த விழிகளும் கொத்து நரையுமாக, அவனைப் பார்க்கவே அள்ளிப் பிடுங்குகிறது. கையில் புகையும் சிகரெட்டுடன், "நேத்து ராத்திரி வந்தேன், ரூமில தந்தி கிடந்திச்சி. இப்ப எதுக்கு வரேன்னு ஒண்ணும் தெரியல. ஒருவேளை முருகனைக் கூட்டிட்டுத்தா ஆசுபத்திரிக்குப்போக வரியோன்னு நெனச்சிட்டேன். காலையில ஸ்டேஷனுக்குப் போவோமின்னு எக்மோர் போனேன், உன்னக் காணல. என்ன விசயம்?" என்று கேட்கிறான். சக்கு, மடைதிறந்து கொட்டுகிறாள்.

அவனுக்கு அலுப்பாக இருக்கிறது. பேபி விவகாரத்துக்குப் பிறகு, கசப்படைந்த நாகு, ஆளுங்கட்சி அரணைவிட்டு எதிர்க்கட்சி அரணுக்கு வந்திருக்கிறான். சொந்தமக்கள், பாசம், உறவு எல்லாம்போய், எவருக்காகவோ பகை உணர்வுகளையும், பூசல்களையும் சிருஷ்டித்துக் கொண்டு, ஒரு அடித்தளமில்லாத, கட்டுப்பாடில்லாத, கட்சிப்பூசல் அரசியல் வாழ்வில சம்பந்தப்பட்டுக்கொண்டு வாழ்க்கையை ஓட்டும் அவனுக்கு மிக அலுப்பாக இருக்கிறது.

"ஏம்மா, அப்ப அவன் வந்து பொண்ணு கேட்டான்னு, நீதான ஆகாசத்துல பறந்த? முன்னமே என்னென்னமோ சொன்னாங்களே. ஆளு எப்படி ஏதுன்னு விசாரிச்சீங்களா?"

"நா என்னடா செய்ய? அண்ணங்காரன் நீதான விசாரிக்கணும்?"

"சரி. இப்ப போனதைப்பத்திப் பேசிப் புண்ணியமில்ல. இனிமே என்ன செய்யலாம்னு சொல்லுங்க..."

"முதல்ல போயிப்பார்ப்போம். முடிஞ்சிச்சின்னா, ரெண்டுமாசம் அங்க வந்து இருக்கட்டும்னு கூட்டிட்டு வருவோம்."

"அப்ப ரெடியாயிருங்க. எனக்கு ஸ்டூடியோவில கொஞ்சம் வேலை இருக்கு. முடிச்சிட்டு, ஒரு மூணுமணிக்கு ரெடியா வந்திடறேன்!"

அவன் வந்தது போல் போகிறான். நாராயணனுக்குப் பகல்நேர வேலையில்லையே... சாவகாசமாகக் குளித்து, காலையில் அவள் உலர்த்திய துணிகளை எடுத்து மடித்துவிட்டுப், புதிய துணிகளைப் போடுகிறான், அவளுக்கும் பிள்ளைகளுக்கும் தட்டைக் கழுவிப்போட்டு, ஸ்டவைப் பற்றவைத்து எண்ணெய் வைத்து, அவனே அப்பளம் பொறிப்பதைப் பார்த்து, சக்கு விரைந்து வருகிறாள். "ஏன் தம்பி! நான் பொரிக்கிறேன். நீ உக்காரு. நான் சாதம் போடறேன்!"

"சொர்ணா, குழந்தைகள் எல்லாரும் வந்திடுவாங்க. நீங்க உக்காருங்க. முதல்ல.. சாதம் போடறேன்!"

"ரொம்ப அழகு..."

இவள் கரண்டியை வாங்கிக்கொண்டு, அப்பளம் பொரிக்கும் நேரத்தில் அவளும், குழந்தைகளும் வந்துவிடுகின்றனர்.

குழந்தைகள் இருவரும் ஒரே சோறுதான், அப்பளத்துடன் சாப்பிட்டுவிட்டு எழுந்திருக்கின்றனர்.

நாகு வந்ததையும், மூன்றுமணிக்கு வந்து அழைத்துப்போவார் என்பதையும், அவளிடம் நாராயணன் தெரிவிக்கிறான். "ஸ்டோரில் நல்ல அரிசி வந்திருக்குதாம். கொஞ்சம் பாத்து, இருந்தா வாங்கிட்டு வரீங்களா!"

"கிரசின் கூட வாங்கணும்போல இருக்கு?"

" ஆமாம். இன்னிக்கில்லாட்ட, சனிக்கிழமை சாயங்காலம் போயி, நான் வாங்கிட்டு வரேன். அரிசிதான் நல்லாயில்லன்னாப் போயிடும்!"

"வரேம்மா. நீங்க பாத்துட்டு, தங்கச்சியக் கூட்டிட்டு இங்க வந்துடுங்க. இங்க இருந்திட்டுப் போகலாம்..!" என்று சொல்லிவிட்டுப் பள்ளிக்கு விரைகிறாள்.

அழகான குடும்பம், மனித ஒற்றுமை, உறவுகளின் இலயத்தில் அல்லவோ பரிணமிக்கிறது! இந்த இலயம் வயசுக்கேற்ற உறவின் இனிமையிலும், அன்பிலும்தான் தோன்றுகிறது. சக்கு, அதை உணர்ந்தவள். புற அழகுக்கும் வேறு வெளி மதிப்புக்களுக்கும் அப்பாற்பட்டது இந்த இலயம். பொருள்தேடும் பொருட்டே, அவள் புருஷன் காக்கிச்சட்டையை மாட்டிக்கொண்டு, கண்காணாச் சீமைக்குப் போனான். ஆனால், தன்புருஷன் வேறு

பெண்ணை நாடுவானோ, என்ற அச்சமோ, விரிசலோ அவளுள் எழுந்ததே இல்லை.

"சக்கு, ஊருக்குள்ளே நுழைஞ்சிட்டா, எல்லாப் பயல்களும் அந்த விடுதிக்குத்தான் ஆலாய்ப் பறப்பான்கள். ஆனால், எனக்கு அப்படித் தோணினதே இல்லை..." என்று சொன்னபோது அவள் பெற்ற பெருமை சொல்லமுடியுமா?

கற்பு நெறியென்பது அதுவன்றோ? அது விதித்து வர முடியுமோ?

மூன்றுமணி சுமாருக்குச் சொன்னாற்போல் நாகு தலை சீவி, புதிய சராய், சட்டை அணிந்து கௌரவமாக வந்துவிடுகிறான்.

மிட்டாய்க்கடையில் நிறைய அல்வாவும், சேவும், பூவும், திராட்சை மாம்பழங்களும் பை கொள்ளாமல் நாகு வாங்கிவைக்கிறான். பஸ் நிற்குமிடத்தில் பஸ்ஸைப் பிடித்துச்செல்லவில்லை. ஓர் ஆட்டோவைப் பேசிக்கொண்டு விரைகிறார்கள். வெகுதொலைவு போவதாகத் தோன்றுகிறது.

காம்பவுண்டு கேட் பெரியதாக இருக்கிறது. முன்புறம் "நாய் உஷார்" என்ற வாசகம். ஆட்டோக்காரனுக்கு நாகு சில்லறை கொடுக்கிறான்.

வாசலிலிருந்தே, "ஸார்! ஸார்!" என்று கத்துகிறான். உள்ளே இருபுறங்களிலும் குரோட்டன்சு வழியும் பாதை. இந்தக் கோடையிலும் வாடாமல் நிற்கிறது.

பெற்ற மகள் வீட்டில் இப்படி வரவேற்பா!

சக்குவே, "ருக்கு! ருக்கு!" என்று கத்துமுன், 'லொள் லொள்' என்று உறுமிக்கொண்டு ஓர் அல்சேஷன் பாய்கிறது.

நல்ல வேளையாக பின்புறமிருந்து ஒரு தோட்டக்காரன் வருகிறான்.

நாயை இழுத்துக்கொண்டு, "வாங்க!" என்றழைக்கிறான்.

வராந்தாவில் 'கொலாப்ஸிபிள்' கேட் பூட்டியிருக்கிறதோ?

"ருக்கு?"

ருக்குவே வந்துவிடுகிறாள். ருக்குவா?

மெலிந்து, கறுத்து, ரவிக்கை நழுவ, எலும்பெடுத்திருக்கிறாள்.

மவுனமாகக் கதவை இழுத்துத் திறக்கிறாள்.

"என்னம்மா? உங்க வீட்டுக்கு இவ்வளவு பலத்த காவல்? சம்பு விளையாட்டாச் சொன்னா, அதுவே நிசமாயிருக்கு...?"

"திடீர்ன்னு எதிர்பாராவிதமா இருக்கே! எப்ப வந்தேம்மா?"

"உன்னைப் பாக்கணும்னு வந்தேன். சவுக்கியமாயிருக்கியாம்மா? அடையாளமே தெரியாம எளச்சிப்போயிட்ட?"

தாயின் இந்த ஆதங்கத்தை, அவள் புரிந்துகொண்டதாகத் தெரியவில்லை. அவள் தன்னைச் சுற்றி ஒரு சுவரே எழுப்பிக்கொண்டு விட்டாற்போல் தோன்றுகிறது. வாயில் திரையை நீக்கினால், வரவேற்பறை;மெத்தென்ற 'திவான்' சோபா; பெரிய அலங்காரவிளக்கு; தொலைக்காட்சிப் பெட்டி, கீதோபதேச ஓவியம்.ஓ..! சக்கு,சாதாரணச்சின்னாளப்பட்டுச்சேலை. தனது வயர் பையைத் தூக்கிக்கொண்டு வந்து, இந்த இடத்தில் பொருந்தாதவளாக நிற்கிறாள். உயரே அவள் மருமகப்பிள்ளையின் இராணுவ கோலத்து மார்பளவுப் படம் தொங்குகிறது. கண்ணாடி அலமாரிக்குள் என்னென்னவோ கலைப்பொருட்கள்...

தன் கைப்பை பிறகுதான் அவளுக்கு நினைவுக்கு வருகிறது.

"இந்தாம்மா ருக்கு! ஒரு தட்டு கொண்டுவா!"

அந்த அறையைத் தாண்டிச்செல்ல, அங்கே ஒரு திரை! 'அம்மா, உள்ளே வாயேன்' என்று கூப்பிடாத பெண், தட்டு கொண்டுவரச்செல்கிறாள்.

நாகு, சோபா ஒன்றில் உட்கார்ந்து அங்கிருக்கும் வெளிநாட்டுப் பத்திரிகை ஒன்றைப் புரட்டிக் கொண்டிருக்கிறான். சக்கு, மிரளமிரள நிற்கும் பட்டிக்காட்டுப் பெண்பிள்ளையாக நிற்கையில், இருபுறங்களிலும் பிடிவைத்த பித்தளைத் தட்டொன்றை அவள் கொண்டுவருகிறாள். சக்கு, பையிலிருந்து வரிசைகளை எடுத்து வைக்கிறாள்.

"மாப்பிள்ளை எத்தனை மணிக்கு வருவார்?"

சட்டென்று பதில் கூறவில்லை. "அவரு வர, ஒவ்வொருநாள் எட்டு ஒன்பது மணியாகும்." அதுவரையிலும் நீங்கள் காத்திருக்க வேண்டாம் என்கிறாளா?

இந்த வண்மை வரிசைகள், பெண் சந்தோஷமாக இருக்கிறாள் என்று சுருதி சேர்க்கவில்லையே?

அவள்... மாடிப்படி இறங்கி வருகிறாள்.

அவள்தானா? கல்யாணத்தின்போது, அண்ணா.. அண்ணா.. என்று இழைந்து, இவர்களைக் கேலி செய்து, பாட்டுப்பாடி, ஆரத்தி எடுத்து, மகிழ்ந்து கொண்டாடிய அந்தப்பெண், அழகான பட்டுச்சேலை உடுத்தி, தலைகொள்ளாமல் பூ வைத்துக்கொண்டு

வேற்றுமையில்லாதவளாக இருந்தாள்.

அவள்... இப்போது...

அதே சிவப்பு-பருமன்-உயரம்தான். முகத்திலே மொழு மொழுவென்று, ஒரு நகை இல்லை. கண்களில் கருமை-உதட்டில் சாயம் வெளிறிய வெளுப்பு. கைகளில்லாத தொள தொளவென்ற ஒரு குர்த்தாவும், பைஜாமாவும் போட்டுக்கொண்டிருக்கிறாள். முடி, ஒன்றோடொன்று ஒட்டாமல் கத்திரித்த ஒழுங்குடன், அடர்ந்து குலுங்க முதுகில் நிறைந்து விழுகிறது. ஏதோ சினிமாக்காரி போன்று இருக்கிறாள்.

“ஹாய்! உங்கம்மா, அண்ணனில்ல? வாங்கம்மா! ஏ.. ருக்கு! என்னைக் கூப்பிடக்கூடாது?”

ருக்கு பதில் சொல்லவில்லை. டீபாயின் மீது தட்டில் வைத்த வரிசைகள் இருக்கின்றன. அவள், ”உக்காருங்கம்மா. நிக்கிறிங்க... இது உங்க மருமகன் வீடு...!” என்று சிரிக்கிறாள். மோகனமாக இருக்கிறது.

சக்கு, ஏதோ சொப்பனம் பார்ப்பதுபோல் நிற்கிறாள். "உக்காருங்கம்மா!”

சக்கு உட்காருகிறாள்.

“கோபேன் ஊரிலில்ல. காலம பஸ்ஸிலதா பாம்பே போனான். நாளக்கி வாரானோ என்னமோ? ருக்கும்மா! நீ அம்மாளோட பேசிட்டிரு. காபி, டீ என்ன சாப்பிடுறீங்க? நான் கொண்டாறேன்.”

ஆனால், ருக்குவின் முகம் இறுகிக்கிடக்கிறது. அவள் அம்மாவுடனோ, அண்ணனுடனோ பேச விரும்பாதவளாக, டிரேயை எடுத்துக்கொண்டு உள்ளே செல்கிறாள்.

“ருக்கு இப்பிடித்தான்... யார்னாலும் வந்தா, என்னப் பேச விட்டுட்டு அவ உள்ளே போய்ப் பதுங்கிக்குவா. இப்ப, நீங்களே பாருங்க! டெரிபிள்.. இன்ஃபீரியாரிட்டி காம்ப்ளக்ஸ்! கோபன், பிஸினஸ் சம்பந்தமா பார்ட்டி கீர்ட்டின்னா, இவ பதுங்கிக்கிட்டா எப்பிடி? அவன் சொன்ன பேச்சும் கேக்கிறதில்ல. இவங்க மனஸ்தாபத்தைத் தீர்க்கத்தான், இப்ப நான் வந்து இங்கே தங்கியிருக்கிறேன். கோபனுடன் ரொம்ப சிநேகமாப் பழகியதோஷம், மனசு கேக்கல...”

‘இதேதடா இது! என்னமோ நினைக்க என்னமோ சொல்கிறாள்?’

"நீங்க... இங்க மட்றாசிலதா இருக்கீங்களா?"

“எனக்கு பேரன்ட்ஸ் ஹைதராபாத்ல இருக்காங்க. ஒரே ஒரு

குழந்தை இருக்கு. ருஷிவேலியில் படிக்கிறது."

"அப்ப... உங்க... மிஸ்டர்..." என்று நாகு இழுக்கிறான. அவள் ஒரு துயரப் பார்வையுடன் பெருமூச்செறிந்து கையை விரிக்கிறாள்.

'அடப்பாவமே?'

மனம் மிகவும் சங்கடப்படுகிறது சக்குவுக்கு...

உடனே அவள் பேச்சை மாற்றிவிடுகிறாள். "ஸார்! போனமாசம் நட்சத்திரப் பூங்காவில், மின்னியின் 'ப்ளோ அப்' பார்த்தேன். நீங்க எடுத்ததுபோல இருக்கே?"

"ஆமாம். நான் இப்ப நட்சத்திரப்பூங்காவுக்கு எடுப்பதில்லை. வானத் தாரகைக்கு, வழக்கமா செய்தி, புகைப்படம் எல்லாம் பார்த்துக்கறேன்."

"எப்படி ஸார்? கான்ட்ராக்டா? ஃப்ரீலான்ஸ் மாதிரியா?"

"இத்தனைநாளும் கான்ட்ராக்டா தா இருந்தேன். இப்ப அதை மாத்திட்டேன்."

"உங்க ஸ்டூடியோ எங்க இருக்கு?"

"ராயப்பேட்டையில்."

இதற்குள் ருக்கு, காபியைப் போட்டு, தட்டில் வைத்துக் கொண்டுவருகிறாள். யார் வீட்டிலோ வந்து உட்கார்ந்துகொண்டு சாப்பிடுவது போலிருக்கிறது. சரஸ்வதி லாட்ஜில், புடவை வாங்கப்போனபோது, காப்பி சாப்பிட்டபோது கூட, 'பாட்டிக்கு போண்டாவும், அல்வாவும் வாங்கிக்கணும்மா' என்று நினைவுபடுத்தியவளாயிற்றே? இப்போது, இவ்வளவு விட்டேற்றியாக யாரையோ உபசரிப்பது போல் உபசரிக்கிறாள்?

"ஏன் ருக்கு! வெறும் காபியைக் குடுக்கிற? கொஞ்சம் கேக்கும், பழமும் எதானும் வச்சுக் குடுக்கறதில்ல?"

அவள் உள்ளே சென்று, வேண்டாவெறுப்பாகக் கொண்டுவருபவள் போல், ஒரு கேக் துண்டைச் சிறு பீங்கான் தட்டில் வைத்து, நாகுவின் முன் வைக்கிறாள்.

"அம்மாவுக்கு?"

"முட்டை போட்டதெல்லாம் அம்மா சாப்பிடமாட்டா!"

"நான், ருக்குவை ரெண்டு மாசம் கூட்டிப்போகலாம்னு வந்தேன்..!"

ருக்கு குனிந்துகொண்டு நிற்கிறாள். எதற்கு நிற்கிறாள்? இவள் யார்? எதற்கு இவளுக்குப் பயப்படுகிறாள்? பதிலே இல்லை.

"கூட்டிட்டுப் போங்களேன். கோபன் வந்தால், சொல்லிட்டாப் போச்சு..."

ருக்கு பின்னால் நின்றபடியே தாய்க்கு, 'வேண்டாம்' என்று கண்களால் சாடை காட்டுகிறாள்.

"ஏம்மா, வாயேன்... நைட் பஸ்ஸுக்கு டிக்கெட் எடுத்துக் கூட்டிட்டுப்போறேன். பாட்டி புலம்பித் தீத்துட்டா. பாட்டி புலம்பி, நான் பாத்ததில்ல. ஊரெல்லாம் பாரதி விழாவுக்கு வந்தாங்க. நம்ம ருக்கு வரலியேன்னு..."

"அவர் வீட்ல இல்லாத காலத்தில், நான் வரது சரியில்ல. வரமாட்டேன்..."

"அப்ப நாளைக்கு அவர் வந்தபிறகு வரேன். கேட்டு வை, கூட்டிட்டுப் போறேன்."

"ஆமாம், அம்மா பாவம்! ஆசைப்பட்டுத்தானே கூப்பிடறாங்க? நீ போயிட்டு வாயேன்? கோபன் ஒண்ணும் சொல்லமாட்டான். நான் சொல்லிக்கிறேன்."

"இப்ப நான் அங்க போயி, என்ன பண்ணணும்? உங்களைத்தான் இங்க பாத்தாச்சு. அவங்கவங்க இருக்கிற இடத்திலதான் இருக்கணும்..."

முகத்தில் அறைவது போலிருக்கிறது.

இவள் ருக்குதானா? அவளறிந்த பெண்தானா? எப்படி இவ்வளவு தூரம் மாறினாள்?

'நீங்க வந்து பிரயோசனமில்லை' என்பதுபோல் பேசுகிறாள். அவள் கொடுத்த காபியைக் குடித்துவிட்டு, தழு தழுப்பை அடக்கிக்கொண்டு, வெளியே வருவதைத் தவிர வேறு எதுவும் செய்ய முடியவில்லை. அவளுடைய மாமியாரைச் சென்று பார்க்கவேண்டும் என்று ஓர் ஆசை இருக்கிறது.

"வந்ததுக்கு மாமியைப் போய்ப் பார்க்கிறது மரியாதையில்லையாம்மா? நீ கூட்டிப் போறியா?" என்று கேட்கிறாள்.

"அவங்க, ரொம்ப சீக்கு முத்திப்போயி, கான்சர் ஆஸ்பத்திரில சேத்திருக்கு. நீ இப்பப் போனால்லாம் விடக் கூட மாட்டாங்க. நான் வரமாட்டேங்கறதுக்கு அது ஒரு காரணம். நீ கவலைப்படாதே... எனக்கு எப்ப எழுதணும்னு தோணுதோ அப்ப எழுதுவேன்..." வாயில்புறம் கேட்டைத் திறக்க வரும்போது காதோடு தெரிவிக்கிறாள்.

ராஜம் கிருஷ்ணன் • 241

“நான் சொன்னேனே, உனக்கு நம்பிக்கையில்லை. நம்ம பொண்ணே ஒத்துப்போறப்ப, நாம தலையிட முடியாது.”

நாகு, இப்படிச் சொல்லிவிட்டுக் கழன்று கொள்கிறான்.

‘அந்தப் பொம்பிளக்கு முன்ன அவ ஏன் பயப்படுறா? சிநேகிதமா இருக்கான்னா, அதுக்கென்ன அர்த்தம்? நாமும் கூடத்தான் பக்கத்து வீட்டுக்காரங்க கூட சிநேகிதமா இருக்கோம். ஆனால், ருக்கு மனம்விட்டுப் பேசவேயில்லையே? பக்கத்தில் புருசனில்லாதவள், கண்ணாடிபோல் அவள் பளபளப்பும், முடியும், அழுக்கு ஒட்டாத நாசூக்கும், வழு வழுத்த தோளும் எப்படி இருக்கா..! இந்தப்பெண் மட்டும் ஏன் இப்படி குச்சியாக, கருவாடாகப் போனாள்? பார்க்க ஏதோ அவள் ராணி போலும், இவள் வேலைக்காரப்பெண் போலுமல்லவா இருக்கிறாள்?’

சொர்ணம் மாலையில் சமையல் பண்ணி வைத்திருக்கிறாள். "இரண்டுநாள் இருந்துட்டுப், போகலாமேம்மா? பிள்ளைங்களெல்லாம் ஆசையா வள்ளுவர் கோட்டம், பீச்சுக்கெல்லாம் போகலாம்னு சொல்லுதுங்க! லீவு

விட்டிடுவாங்க."

“உங்கப் பிரியம், எப்பவும் நிறைஞ்சிருக்கம்மா. வரேன் கண்ணுகளா!

எங்க முருகனையும் கூட்டிட்டு வரேன்...” என்று குழந்தைகளை அணைத்து, முத்தம் குடுக்கிறாள்.

மனிதநேயங்கள், கொண்டாடினால்தான்... அது உள்ளன்பாக மலர வேண்டும். இரவு பஸ்ஸுக்கு டிக்கெட் வாங்கி, நாராயணன் அவளை எழும்பூரில் ஏற்றி விட்டுவிட்டு இரவு வேலைக்குச் செல்கிறான்.

▲▲▲

19

பட்டணம் போய்வந்தது பயனில்லை. முன்பு ஒருமுறை கழுத்துவலி என்று

டாக்டரிடம் போய்வந்து, ஐந்து ரூபாய்க்கு மாத்திரை வாங்கிவந்து சாப்பிட்டாள் சக்கு. வலி போகவில்லை. ஆனால் டாக்டரிடம் காட்டியாயிற்று என்று அப்போதைக்கு ஒரு ஆறுதல் இருந்தது. அந்த வலி, இப்போது பழக்கமாகிவிட்டது. ஏதேனும் பச்சிலை, தைலம், ஒத்தடம் என்று அவ்வப்போது வலி தலைநீட்டினால் போட்டுக்கொள்வாள்; சற்றே, படுப்பாள். பிறகு சரியாகிப்போகும். அந்த வலி பஸ்ஸில் வந்ததும், பலமாகப் பிடித்துக் கொள்கிறது. சுப்பக்கா, நீலகிரித்தைலம் வாங்கிவந்து தேய்த்து, ஒத்தடம் போடுகிறாள்.

“ஊருக்குப்போனது இப்படித்தானாயிடுத்து. அவ புடியே குடுக்கல..”

குஞ்சிதம் கோபமாகக் கத்துகிறான்.

”ஏன்... ரெண்டுநாள் நாராயணன் வீட்டில இருந்துட்டு, அப்படியே மாப்பிள்ளையப் பாத்து, ரெண்டுல ஒண்ணு மத்யஸ்தம் பண்ணிட்டு வரது.. ஏன் கடிதாசி போடலன்னா, எதுக்குப் போடணும்ங்கறதா பதில்? ருக்குவா அப்படிச் சொன்னா?”

“அவதான். அடியோடு மாறிட்டா. எனக்கென்னமோ அந்தப் பொம்பள நடப்பு சரியில்ல, அவ மச்சினன், மாமியாரைப் பார்த்துட்டு வரலான்னா, அங்கயும் போக வேண்டாம்னு இவளே சொல்லுறா!"

"எனக்கென்னவோ உங்க மருமகன் வீட்டிலேயே இருந்திட்டு கூட, இல்லேன்னு சொல்லிருப்பான் போல தோணுது!"

"அப்பிடியும் இருக்குமோ குஞ்சா? என்னமோ பஸ்ஸில பம்பாயி போயிருக்கான்றா அந்த நொடலி. பஸ்ஸில பம்பாய் போறதா?"

"பஸ்ஸுனா உங்க பஸ்ஸில்ல. ஏர்பஸ். ஆகாசத்தில் போற பஸ். அதெல்லாம் மேல்வர்க்க நடவடிக்கை..."

நாங்கண்டேனா? காலம பஸ்ஸில போயிட்டு, நாளைக்கு வருவான்னா. புரியல... அதென்னமோ இவ, வேலக்காரி போல

அங்க எதுக்கு இருக்கணும்?"

"நீங்க இங்க வந்து பேசி என்ன பிரயோசனம்?"

வெயில் அடியும்பொடியுமாக ஒட்டுகிறது. பாழடைந்த அரண்மனை எல்லாம் சுத்தமாக இடித்துத், தகர்த்துச் சுத்தம் செய்து விட்டார்கள். வேரிறங்கிய உத்தியானமண்டபம், தாமரைக்குளம் எதுவும் இருந்த இடம் தெரியாமல் சீராக்கப்படுகிறது. அங்கு கல்லூரி வருகிறதா, ஆலை வருகிறதா அல்லது தொழிற்கூடம் வருகிறதா என்று தெரியவில்லை.

பஞ்சமானாலும், பசியானாலும் விலைவாசியானாலும், பயிர்தீய்ந்தாலும், நீர் வறண்டாலும், நான் வராமலிருக்கமாட்டேன் என்பதுபோல், வசந்தத்தின் பசுமையாய் எங்கு பார்த்தாலும் இணைச்சேர்க்கையின் விழைவுகளாய் கல்யாண கோலங்களுக்குக் குறைவில்லை. குஞ்சிதத்தின் வீட்டில், மஞ்சள் பத்திரிகையுடன் தோழரை அழைக்க வரும் எளிய கோலங்கள். கொட்டுமேளச்சத்தம் கூட்டும் நினைவுப்பூக்கள். கழுநீரெடுத்துக்கொண்டு போய்ச், சாணம் கொண்டுவரும் வேலாயி மகளுக்குக் கல்யாணம். அவள் வரவில்லை.

சக்கு, புழக்கடைப்பக்கம் சென்று, காய்ந்த சாணம் இருக்கிறதா என்று பார்க்கிறாள். பொழுது, மணி ஐந்தரையாகும்போதே நன்றாக வெளுத்து விடுகிறதே? அதற்கு முன்பாக, வாசலைத் தெளிக்க வேண்டாமா? இன்று மணி ஆறும் அடித்தாயிற்று. வெறும்நீரைத் தெளிப்பது மங்களகரமில்லை. நான்காம் வீட்டுக் கொட்டிலில் சென்று, கிடந்த கன்றுக்குட்டிச் சாணத்தை எடுத்து வந்து, கரைத்து, வாசலைத் தெளித்து அவசரமாகக் கைக்குவரும் அறுகோண மாவிலைக்கோலத்தைப் பொடியால் இழுத்துவிட்டுத் திரும்புகையில், பேப்பர்காரப்பையன், சைகிளில் வந்து தமிழ்ப்பேப்பரை சைக்கிளை விட்டிறங்காமலே அவளிடம் கொடுத்துவிட்டுப் போகிறான். குஞ்சிதத்துக்கு வரும் பேப்பர்தான்.

அடுத்த வாசலில் கொண்டுசென்று வாயிற்படியில் மடித்தபடி வைக்கையில், அந்த வெளித்திண்ணையில் மதுராம்பா படுத்திருக்கிறாள்.

தூக்கம் ஏது? விடியற்காலையின் இதமான இளங்காற்றில், மொட்டையாகக் கழித்த மரங்களிலும் கூடத், துளிர் அரும்புவது போன்ற உணர்வு இசைகிறது. தலைக்குமேல் அந்த ஓட்டுக்கூரையில் இரண்டு பட்சிகள், இனிமையாகச் சல்லாபம் செய்யும் ஒலிகள் அவளுடைய உணர்வுகளை இதமாகத் தொடுகின்றன. சுகம், துக்கம் எல்லாம் மனிதனின் நினைப்புகள். இவற்றுக்கப்பால்

அகண்டமான இனிமைகளும், ஆனந்தமுமே சத்தியம்...

முதலில் இந்த எண்ணம் தோன்றுகிறது.

குஞ்சிதம், பக்கத்தில் ஏதோ கல்யாணமென்று முதல்நாள் மாலையே போய்விட்டான். சம்பு, மெள்ள எழுந்து, ஆறுதலாகப் பல் துலக்கி, காபி குடித்துக்கொண்டே டிரான்சிஸ்டரைத் திருகிவிட்டுப் பின்னரே, பேப்பரைப் பிரிப்பாள்.

எனவே சக்கு போட்ட பேப்பர், அங்கே அநாதையாக மடித்தது மடித்தபடி கிடக்கிறது.

சக்கு பால் வாங்கிக் காபி போடுகையில், மதுராம்பா மெள்ள எழுந்து பின்பக்கம் சென்று திரும்பி வருகிறாள். குருசாமி, பரபரப்பாகத் தடியை

ஊன்றிக்கொண்டு வருகிறார்.

"மதுராம்பா! இடியா விழுந்துடுத்தே! இதுக்கா நீ இத்தனை காலம் உசிரை வச்சிண்டிருக்கே! தெய்வம் நின்று கொல்லும்ங்கற வாக்கு உன் விஷயத்தில் இப்படியா பலிக்கணும்! எனக்கே காலும், கையும் ஓடல... நீ எப்படித் தாங்கப் போற, இந்த ஷாக்கை?"

"உன் புள்ளையை எவனோ பாவி சுட்டுக்கொன்னுட்டானாமே?"

சக்குவின் விழிகள் நிலைக்கின்றன. காபிப் பாத்திரம் கையிலிருந்து நழுவுகிறது.

மதுராம்பா மெள்ள முற்றப்படி இறங்கி, தூணடியில் கைக்கம்பை வைத்து விட்டு, கீழே காலைத்தொங்கப்போட்டபடி குறட்டில் உட்காருகிறாள்.

இவளுடைய நிதானம், அந்தச்சூழலுக்குப் பொருந்தவில்லை.

"என்ன மாமா சொல்றீங்க?"

சக்குதான் அலறுகிறாள்.

"என்ன மாமாவா? இதபாருடீ! உயர் அதிகாரி சுட்டுக்கொலை! புதிதாகப் பதவி ஏற்ற அரசு ஆலோசகரான உயர்மட்ட அதிகாரி, திரு.சிதம்பரநாதன்,

அவரது அலுவலக அறையிலிருந்து திரும்பி வருகையில், தீவிரவாதிகளான வன்முறையாளர் இருவர், எதிரே வந்தனர். அவரையும், அவரது சகாவான சோபன்சிங்கையும் சுட்டனர். சிதம்பரநாதன் அந்த இடத்திலேயே உயிர்

நீத்தார்!"

பேப்பரை அவர் மதுராம்பாளின் முன் வைக்கிறார்.

சிதம்பரம்-வாழ்க்கை வரலாறு... இவர் சுதந்திரப்போராட்டத்தில் ஈடுபட்டுச், சிறைசென்ற தியாகி. நாட் டின் மிகச்சிறந்த தேசியவாதியும், நிர்வாகத் திறமை கொண்ட மேதையுமாவார். பிரதமரின் இரங்கல் செய்தி...

'மிகச்சிறந்த அரசியல் நிர்வாகியை, ராஜ தந்திரியை, இழந்தோம். கொலைகாரர்கள், கலகக்காரர்களின் கும்பலைச் சேர்ந்தவர்களென்று கருதப்படுகிறது.' எழுத்துக்கள் மிகத்தெளிவாகத் துலங்குகின்றன.

சக்குதான் பெருங்குரலெடுத்து ஓலமிடுகிறாள்.

மதுராம்பா, வெளிப்பிரகார இரைச்சல்கள், அர்த்த மண்டபம், எல்லாம் கடந்து, உள்ளே சில்லென்ற மூலாதாரத்தின் சந்நிதியில் நிற்பது போல், அசைவற்று இருக்கிறாள். வாழ்வின் நெடும் பயணத்தின் அந்திமகட்டம் இதுவா? ஆண்டாள் அரங்கனையே நினைத்துப், பித்தியாக பாசுரங்களை இசைத்தாள். அந்தப் பாசுரங்களிலேயே அவள் ஒவ்வொரு படியாகக் கடந்து, இறுதியில் முழுமை அடைந்தாள். மகாலட்சுமியே வந்து, துளசிச்செடியருகில் கிடந்ததும், அரங்கனைச் சென்றடையக் கோயிலின் முன் வந்ததும், உள்ளே ஜோதியுடன் கலந்தாள் என்பதெல்லாம் தூலமான கற்பனைகள். உண்மையில் அவளும் இந்தக்குலத்தில் பிறந்து, பொட்டவிழ்த்துப் போட்டாளா? இவள் வாழ்வின் இலட்சியங்கள், எங்கோ யாரோ எழுதிச் செல்லும் எழுத்துக்களாக இல்லாமல் பரிணமித்து, சுகத்தையும், துக்கத்தையும் ஒன்றாகக் கருதும் பக்குவத்துக்கு இழுத்துச்சென்று, கர்ப்பக்கிருகத்தின் முன் நிறுத்தியிருக்கிறதோ?

"மதுராம்பா! உனக்கு வந்ததெல்லாம் போறாதா? மேலும் மேலும் அடியாய் வந்து, இப்படி இடியாய் வந்துடுத்தே... அன்னிக்கு ஆகாத காரியங்கறது இப்படி விடியுமா? அந்தப் பொண்ணு போனப்பவே, நான் நினைச்சுண்டேன். கோவில்ல வந்து, சாந்தியா எதானும் செய்யச் சொல்லணும்னு, அதுக்குள்ள இப்பிடியா?"

அவளுக்குப் புறச்செவிகளில் இந்த வாக்குகள் எதுவும் தெளிவாகக் கேட்கவில்லை. சற்றுமுன் பறவையினங்கள் செய்த மெல்லொலி மட்டும் சிறிதுசிறிதாக அவளைவிட்டு அகன்று, வெறும் அலைகளாக வருடுவது போல் இருக்கிறது. சிறிதுநேரம், உலகுக்கும் அவளுக்கும் எந்தத்தொடர்பும் புலப்படவில்லை.

பின்னர் நூலிழைபோல் ஊசலாடும் உணர்வுகளில், அவன் முகம் மங்கலாக வருகிறது. அவனை அவள் எப்போது பார்த்தாள்?

ஒருதரம் கன்யாகுமரிக்கு வந்துவிட்டு, ஒரு வெள்ளைக்காரருடன் காரில் வந்து உள்ளே இறங்கி வந்தான். அம்மாவின் கையைத்தொட்டு மடியில் வைத்துக்கொண்டு பேசினான். அந்த ஸ்பரிசம் உடலில் சிலிர்ப்பூட்டுகிறது. பேசின சொற்கள் புரியவில்லை, நினைவில் வரவில்லை. பிறகு காலைத் தொட்டுக் கும்பிட்டான். அந்த வெள்ளைக்காரன், அவனும் கை கூப்பினான். அவன் யார்? அந்த ஸ்பரிசத்தின் சிலிர்ப்பும், தொடர்பும் எதிலிருந்து வந்தது? இன்று அகண்டமாக, சிதம்பரம், சிதம்பரநாதன் என்று ஒலிக்கிறது. வானொலியில் செய்தி சொல்கிறார்கள்.

பிரதமரின் இரங்கற் செய்தி... அவருடைய மனைவி, மக்கள், வயது முதிர்ந்த தாய்...

அவளைச்சுற்றி இப்போது, சுப்பம்மா, சம்பு டிரான்சிஸ்டருடன், சண்முகம் எல்லாரும் நிற்கிறார்கள்.

வயது முதிர்ந்த தாய்-அவனை அந்த நாட்டுக்குக் கொடுத்தாள். அம்மா, அவள் அவனுக்குப் பிறவி கொடுத்தாள். அந்தப்பிறவி, காலம் காலமான இழிவுக்குப் பிறகு, ஒரு நட்சத்திரமான ஒளிர்வுக்குரியதாக மலர்ந்தது. அதுவே அவளுக்குப் பெருமை; அதை அவன் உணர்ந்திருந்தான். அவன் தொடுணர்வு, அவனுடைய நெஞ்சத்து எண்ண அலைகளைச் சுமந்து வந்திருக்கின்றது.

அம்மா...!

அவனறிந்த அம்மாவுக்கும், அவள் அம்மாவாக உணர்ந்த உணர்வுகளுக்கும் எத்தனை வித்தியாசம்!

துக்கம் விசாரித்துவிட்டுச் சொல்லிக்கொண்டு செல்லலாமா?

குருசாமி போகிறார். சம்பு, டிரான்சிஸ்டரை மூடுகிறாள். சக்குதான் பொறிகிறாள்.

"கெட்ட சொப்பனம்...! ஆட்டக்கடிச்சி மாட்டக்கடிச்சி மனுஷன கடிச்சிதான்னு இப்படி ஆகுமா? வரதில்ல போறதில்ல, கல்யாணம் காட்சின்னாக் கூட வெறும் தந்திலதான் உறவுன்னு இருந்தாலும், ஊருலகம் மெச்ச, மலைபோல உறவா இருக்குறான்னு இருந்தயே? இப்ப என்ன செய்வோம்? பாவிகள், இவனைப் போய்ச் சுடணுமா?"

"எதுக்கு இவரைச் சுடணும்னா, இவர் மொத்த அரசுக்கும் பிரதிநிதி. அதிருப்தியாளர் கோபத்துக்கு-ஆத்திரத்துக்கு இவர் இலக்கு! அடிதடி பிரச்னைன்னா இதுதான்."

"அடி சம்பு! ஏன்டீ அம்மா இப்படி அசையாம உக்காந்திருக்கா?

மூச்சிருக்கா பாரு.."

"அதெல்லாமில்ல..." உள்ளருந்து சுப்பம்மா சட்டென்று காபியைக் கலந்து வந்து, மெதுவாக அவளைத்தொட்டு, தம்ளரைக் கையில் கொடுக்கிறாள்.

"இன்னிக்கு ஏகப்பட்ட கல்யாணம்..."

"அம்மா! அம்மா! காபி குடிச்சுக்கோம்மா!" மதுராம்பா அந்தக் காபியை பருகுகிறாள்.

ரமண மகரிஷி, தாயார் மறைந்ததும் அனைவரையும் பசியாற உண்ணச் செய்தாராம். பின்னரே அந்திமக்கிரியைகள் செய்யப் போனாராம்.

அவள் அவனுக்குத் தாயா, அவளுக்கு அவன் தாயா?

காபி மணமாக புலன்களை வியாபித்துக்கொள்கிறது.

அவள், அவன் மூலமாக உலகம் முழுவதும் வியாபித்துவிட்டாள்.

குஞ்சிதம் பத்துமணிக்குள் ஓடோடி வருகிறான். வேலாண்டி முதல் ஊர்ப் பெரியவர்கள் வரை அனைவரும் வருகிறார்கள்.

"பாடியை மெட்றாஸுக்குக் கொண்டுவருகிறார்களாம். கூட, ஒரு மந்திரியும் வருகிறாராம். பாட்டியை மெள்ள ஒரு கார் ஏற்பாடு செய்து அழச்சிட்டுப் போகணும்." என்று மங்களசாமி தெரிவிக்கிறார்.

வேலாண்டியோ, "அது எப்படி? இந்த ஊரு, அவர் ஊரு. பாடியை இங்கக் கொண்டுவரச்செய்து, சகல மரியாதைகளுடன் எல்லாம் பண்ணணும். இந்த ஊரு சாமானியமா? நாம தந்தி கொடுப்போம்!" என்று அடித்துப் பேசுகிறார்.

பிரதமருக்குத் தந்திகள் பறக்கின்றன. வேலாண்டி, அன்றே இருகட்சிப் பிரமுகர்களுடன் புறப்பட்டுப்போகிறார்.

சக்குவுக்கு இது நடக்குமா என்பது சந்தேகமாக இருக்கிறது.

"அம்மா! தந்தி குடுத்திருக்கா, சரிதான். ஆனா, அவ வரவுடுவாளா? அவப்பாவும் வயசானவரா இருக்கார். ஆதிலேந்து அவன் அவா பிள்ளயாத்தான் இருந்திருக்கிறான். அங்கே வச்சுதான் எல்லாம் செய்வா. அமெரிக்காவிலேந்து புள்ளை வருவான். அதெல்லாம் மீறி, நாம எதிர்பார்க்கலாமா? அவாள்ளாம் சொல்றாப்பல, உம்புள்ளய கடசியா நீ பாக்க வேண்டாமாம்மா? கார் வச்சிண்டு போகலாம்." பிரும்மம் மாதிரி உட்கார்ந்திருப்பவள், ஏதோ மூக்கில் உட்கார வரும் ஈயை ஓட்டுவது போல் கையை அசைக்கிறாள்.

"நான் போயி என்ன பாப்பேன்? அவனை எப்போதும் இங்கே பாத்திண்டிருக்கேன்."

சக்குவுக்கு, அம்மா போனால்தான் அவளும் போகமுடியும், அம்மாவே போகாதபோது, தனக்கு என்ன முக்கியத்துவம் கிடைக்கும் என்று தோன்றுகிறது.

தம்பி பெரிய பதவியில் இருக்கிறான். பணம் காசு, உறவுன்னு ஒத்தாசை இருந்தது, அதுவும் போச்சு. இந்த ருக்கு புருஷன் பத்திக் கூடச் சொல்லி, ஒரு நல்ல ஏற்பாடு பண்ணலாமென்ற சபலம் இருந்தது. துக்கிரி அதிர்ஷ்டமாயிடுத்தே!

சக்குவின் புலம்பலுக்கப்பால், மதுராம்பாளுக்கு மௌனத்தின் மணங்கள் அவிழ்கின்றன. கூரை வீட்டில் அவன் குழந்தையாக, பிள்ளையார் சதுர்த்தி மண்பிள்ளையாரை வைத்து விளையாடியது, கதர்ச்சட்டையும் வேட்டியுமாக

வெளியில் அவன் சுற்றியது, 'பட்டாளத்துக்குப் போகாதே..! பணஉதவி செய்யாதே! மகாத்மா காந்தி கி ஜே...!' என்று கோஷம் கேட்கும்போதெல்லாம் நெஞ்சு படபடக்க, அவள் தெருவைப் பார்த்துக்கொண்டு நின்றது, பயமும்,

பெருமிதமுமான அந்த உணர்வுகள், அவனோடு வரும் பலப்பல இளம் முகங்கள். அந்தோணிசாமி என்று ஒரு பையன், திருச்சியிலிருந்து இரவே வந்து சேதி சொல்லிவிட்டுப் போனான். "சிதம்பரம்தாம்மா, எங்களுக்கு... சிதம்பரம்தான்... என்ன ஆவேசம்! எங்க மாணவர்தலைவன் அழைத்து, அருணான்னு ஒரு அம்மா வந்து எங்களிடையே பேசினா! அடேயப்பா! என்ன இன்ஸ்பிரேஷன்! அடக்குமுறை வந்ததும், அன்டர்கிரௌன்ட் போயிட்டாங்க. ரயில்வே ஸ்ட்ரைக், ஒரு ரயில் கிடையாது. ஆனா, ஸ்டூடன்ட்ஸ் நடந்தே போனோம் மைல் கணக்காக, அவங்க பேச்சுக்கேட்டு..."

இதெல்லாம் இப்போது நினைவில் வந்து புல்லரிக்கிறது. அது ஒரு மகாயக்ஞம். இவள் பார்த்தாள்; இவள் பங்கெடுத்தாள். இவள் இரத்தம்... இவள் அணு..."தம்பியை அடிச்ச அடி... அம்மா! ஒரே ரத்தவிளாரும்மா! தழும்பு இருக்கம்மா காலில், இடுப்புக்குக் கீழே...!" என்று சக்கு கூடச் சொல்லி இருக்கிறாள். ஆனால், மதுராம்பா பாத்ததில்லை. தழும்பு...

'புல்ல குஸுமித த்ரும தள கேசினீம்!' என்று பக்கிம்சந்திரர் பாடினார். அதை மாகவிஞன் மொழிபெயர்த்தான். 'தெண்ணில வதனிற் சிலிர்த்திடு மிரவும்' வார்த்தைகள் மடிகின்றன; மறக்கின்றன; உணர்வுகள் வியாபிக்கின்றன. சிதம்பரம்,

வார்த்தைகளுக்கெட்டாமல்... உணர்வுகளாய்-அந்த நினைவுகள் தழும்புகளாய்!

"அம்மா! உனக்குப் போகவேண்டாமா? கடசியா முகமுழி பாக்கப் போக வேண்டாமா? மதுரை வரையிலும் கார்ல போயிட்டு, பிளேன்ல வச்சுச் கொண்டுபோவா!"

சுப்பு காதோடு கேட்கிறாள்.

“அவனைப் பாத்துண்டேதானேடி இருக்கேன்? நீ, அவன் குஞ்சன், சக்கு எல்லாரிலும் அவனைப் பாத்துண்டிருக்கேன். இப்ப என்ன புதிசு?"

இவர்கள் போகவில்லை. வேலாண்டி மற்றும் சிலர் மையக்கட்சிப் பிரமுகர்களுடன் போகிறார்கள். இறுதிச்சடங்கு மரியாதைகளில் பங்குகொண்ட பின், ஊர்த் திரும்பிவந்து, பெரிய இரங்கற்கூட்டம் போட்டு அஞ்சலி செய்கிறார்கள்.

பழைய அரண்மனைத்தடத்தில்தான் அந்தக்கூட்டம் நடக்கிறது.

அங்கு தொழிற்கூடம் வரப்போகிறதென்றும், அடிக்கல் நாட்டுவதற்குப் பிரதமர் வரப்போகிறார் என்றும், சிதம்பரத்தின் பெயரைச் சூட்டப் போகிறார்களென்றும் பேச்சு அடிபடுகிறது.

மதுராம்பா இப்போதெல்லாம் பேசுவதே இல்லை.

பள்ளிக்கூடங்கள் திறக்கும் நாட்கள் வந்துவிடுகின்றன. சக்கு முருகனைக் கூட்டிக்கொண்டு, அவன் படித்த பள்ளிக்கூட வாயிலில் தவம் கிடக்கிறாள்.

"மானேஜ்மென்ட் மாறிவிட்டது. ஹையர் செகன்டரிக்கான பல பிரிவுகள் வந்திருப்பதால், ஃபெயிலான பையனுக்கு ஆயிரமானும் டொனேஷன் இல்லாமல் நடக்காது" என்று தலைமையாசிரியர் சொல்கிறார்.

அண்மையில் இடைத்தேர்தல் ஒன்று அல்லோலகல்லோலப்படுகிறது. அதனால்தான் நாகு, 'பணத்தை அனுப்புகிறேன், வரநேரமில்லை' என்று தெரிவிக்கிறான். குஞ்சிதமும் ஊரில் அவ்வப்போது வருவதும், போவதுமாக அலைகிறான். இந்தத்தேர்தலை முன்னிட்டுத்தான் பிரதமரே வரப்போகிறார் என்றும், அந்தச்சாக்கில் இந்த ஊருக்கும் வருவார் என்றும், மதுராம்பாளைப் பார்ப்பார் என்றும், வேலாண்டி அதற்கான பல முயற்சிகளைச் செய்வதாகவும் பேச்சுக்கள் அடிபடுகின்றன.

மதுராம்பா முன்பெல்லாம் முப்பதுதரம் வாய்கொப்புளிப்பதும், துடைத்துக் கொள்வதும், இழைபிரியாமல் தலையைச் சீவி முடிப்பதுமாக இருப்பாளே? இப்போது, இந்தச் சிந்தனைகளே இல்லாதவளாகப்படுத்திருக்கிறாள்.

"அம்மா! அம்மா! பல்லுதேச்சுக் காபி குடிக்கிறியா?"

“பாட்டீ ? காபி குடிக்கிறியா?"

சம்பு தொட்டபிறகுதான் உணர்வு பெற்றாற்போல் எழுந்திருக்கிறாள். அவள் பார்க்கும் பார்வை, கண் பார்வையும் சரியில்லையோ என்று நினைக்கும்படி இருக்கிறது.

"சக்கும்மா, பாட்டி எப்படியோ பாக்கறாளே? டாக்டரை வாணா கூட்டிண்டு வரலாமா?"

“ஒண்ணுமில்லைடீ, களைப்பா இருக்கா, ஆர்லிக்ஸ் கரைச்சிக் குடுக்கறேன்.”

சக்குவுக்கு அது ‘சர்வசஞ்சீவினி’ என்று எண்ணம்.

எழுப்பி, புழக்கடைக்குச் சம்புதான் கூட்டிச்செல்லத் தாங்கிக்கொள்கிறாள்.

"வாசக்கதவைச் சாத்திட்டு இங்கேயே முத்தத்தில போச்சொல்லேண்டி,

தண்ணிய ஊத்தித் தள்ளிட்டாப் போச்சு!"

மதுராம்பா சட்டென்று தன் கையைப் பற்றியிருக்கும் பெண்ணை நிமிர்ந்து பார்க்கிறாள்.

’பேபியா? சக்குவா? ருக்குவா? நானா? அந்தக் குழந்தை ரேகா... அந்தப் பிள்ளை... அவளையே வரைந்தானே, அவனா? நான்தானா?’

“நீ எப்ப ஊரிலேந்து வந்தே?"

”நான் சம்பு பாட்டீ! இன்னிக்கு ஆபீஸ் இல்ல. நான் ஊருக்குப் போனாத்தானே வரணும்?”

“ஓ... நீ சம்புவோ? பேபி மாதிரி இருந்தது!”

"பாட்டி சரியில்லை மா!” என்று சம்பு கிசுகிசுக்கிறாள்.

வாயில் பற்பொடியே போகவில்லை. தண்ணீர் விட்டால், “போதும்” என்று கை காட்டுகிறாள்.

“நன்னா அலம்பிக்கோ பாட்டீ! நான் துடைச்சுவிடட்டுமா?”

"வாண்டாம்மா, தண்ணியப் பாத்துச் செலவழி, சக்குவுக்கு ஓட்டைக் கை; ஓட்டை வாய், அதா அவளால் இழுத்துப்பிடிக்க

முடியல பாவம்..."

யாரும் பேசவில்லை.

முற்றக் குறட்டில் உட்கார்ந்து, புடவைத்துணியால் முகத்தைத் துடைத்துக் கொள்கிறாள். சம்புவே ஆர்லிக்ஸை ஆற்றிக் கொடுக்கிறாள். சுப்பு சக்குவிடம் சென்று, "சக்கு, அம்மா முகமும், போக்கும் எப்படியோ இருக்கு. குஞ்சானும் இல்லை... கையில எதானும் பணம் இருக்கா?" என்று வினவுகிறாள்.

"சுப்பக்கா! எனக்குக் கையும் ஓடல, காலும் ஓடல. எங்கம்மா... அவள் இல்லன்னா எனக்குத் தெம்பில்ல..." கண்களில் நீர் நிறைகிறது.

"அசடு! மனுசச்சரீரம் கல்லால கட்டி, சாந்தால பூசிருக்கா? துக்கப்பட்டுத், துயரப்பட்டு எத்தனையோ சகிச்சுட்டா.."

"சொல்லாத சுப்பக்கா! எங்கம்மா எனக்கு சிரஞ்சீவியா இருக்கணும். லோகத்து அம்மாவைப் போல் அம்மா இல்ல அவ... எனக்கு எந்த இரத்த பந்தமும், சுகமா நிரந்தரமா ஒட்டல, அவதான் எனக்கு ஆதரவு. அவளும் நானும் ஒண்ணாப் போகணும்..."

"தத்துப்பித்துன்னு பேசாதே!"

அடுத்தநாள் திங்கட்கிழமை, சம்பு பாட்டிக்குப் பணிவிடை செய்துவிட்டு,

"ஓ... மணி எட்டாயிடுத்தா?" என்று பறக்கிறாள்.

குளியல்; தலைவாரல்; நின்றபடியே கையில் தட்டை வைத்துக்கொண்டு சாப்பாடு...

"இது என்ன சாப்பாடோ? இரந்து குடிச்சாலும், இருந்து குடிம்பா. மண்ணோடு

ஒட்டல், மனுசாளோடு உறவு-குடும்பம்..."

மதுராம்பா தொடர்பாகப் பேசுவதைக்கேட்டு சம்பு பார்க்கிறாள்.

அப்போது, "நிறுத்து... நிறுத்தப்பா! இந்த வீடுதான்..." என்ற குரலும், ஒற்றை மாட்டுவண்டி நிற்கும் சத்தமும் கேட்கிறது.

"வாசல்ல யாருன்னு போய்ப்பாரு!"

பாட்டி பரபரக்கிறாள். சம்பு கையிலுள்ள தட்டைத் தூணடியில் வைத்து விட்டுப் போகிறாள்.

▲▲▲

20

ருக்கு..! ருக்கு இறங்கி வண்டிக்காரனுக்கு ஒன்றரை ரூபாய் கூலியைக் கொடுக்கிறாள். இரண்டு பெட்டிகள்... இறக்கிக்கொண்டு உள்ளே கட்டையனே கொண்டு செல்கிறான்.

"ஹாய்! நீ மட்டுமா வரே? அவரெங்கே?"

அவள் பதில் கூறவில்லை. பெட்டிகள் இரண்டையும் கொண்டு உள் அறையில் வைத்துவிட்டு வருகிறாள்.

"ஆமா, நீ இன்னும் ஆபீசுக்குப் போகல?"

புழக்கடைப்பக்கமிருந்து சக்கு பரபரத்து வருகிறாள். முருகன் பள்ளிக்குக் கிளம்புபவன், "அம்மா! ருக்கு வந்திருச்சி! அத்தை...!" என்று கத்துகிறான்.

"வா... வாம்மா! மாப்பிள்ளை வந்திருக்காரா?"

ருக்கு புன்னகை செய்கிறாள்.

"இல்லை..."

சம்பு உடனே தாயிடம் ஓடுகிறாள், செய்தியைப் பரப்ப... சுப்பு விரைந்து வருகிறாள்.

"நான் இப்பதான்டீ நினைச்சேன். ருக்குவான்னு சம்புவைப் பாத்துக்கேட்டா பாட்டி! பாட்டி, மாமா போனப்புறம் நன்னால்ல. ஏன்டீ? தனியாவா வந்தே? அவன் என்னதான் சொல்றான்?"

"அவா சொல்றதை நான் இனிமே மதிக்கத் தயாரா இல்லை, மாமி. எங்கம்மாவுக்கு ஷாக்கா இருக்கலாம். உங்களுக்கு இருக்காது. சம்பு ஒரு கேஸ்-என்னுடையதும் ஏறக்குறைய அதே. பெட்டில, அக்கா கொண்டுபோன வெள்ளி தங்கமெல்லாம் திருப்பிக் கொண்டுவந்துட்டேன். உயிரோட..."

சக்கு திடுக்கிட்டுப்போகிறாள். கழுத்தில் ஒரு மஞ்சள் சரடிருந்ததே?

"ஏண்டி, என்னடீ சொல்ற?"

"என்ன சொல்ல... மனுசனா நடந்துண்டா, ஒட்டுதல் உறவு, குடும்பம், சமூகம் எல்லா மதிப்பும் உண்டு. மிருகமா நடக்கறவாளுக்கு...? நீங்க வந்தன்னிக்கு அவன் ஊரிலதான்

இருந்தான்..."

"பின்ன ஏண்டி அப்படிச்சொன்னே?"

"நான் ஹோஸ்டைலா ஆயிட்டேன்னா, என் திட்டம் எப்படிப் பலிக்கும் ? என் மாமியார் ரொம்ப நல்லமாதிரி. போன அன்னிக்கே நகை, பாத்திரம் எல்லாம் குடுத்தா. பத்துப் பதினஞ்சுநாள் ரொம்ப நன்னாத்தானிருந்தது. ஆனா, திடீர்னு அவ ஒரு நா கிளம்பி வந்திட்டா. என் வீட்டில் வந்து, நீ யாருன்னு

கேட்கறா. ஒரே ரசாபாசமாச் சண்டை. அவன் நல்லபிள்ளை போல, காலம

ஆபீசுக்கு போயிடுவான்... அப்பப்பா வெளில என்னமா வேஷம்

போடுவா... இந்த மனுஷன் கேரக்டர் மகாமோசம். கிரி, இதனாலேயே

உசிரை விட்டிருப்பா. நான் அன்னிக்கே முடிவு பண்ணிட்டேன். குடுத்ததை வசூல் பண்ணத்தான் நாம கழுத்தைக் குடுத்திருக்கிறோம்னு...

இந்த நகை, சாமானெல்லாம் இரும்புப்பெட்டில அங்க கொண்டு வச்சுக்கோன்னுதான் மாமியார் சொன்னா. நல்லவேளை... என் மைத்துனர், ஓரகத்தி எல்லாம் நல்லவா. இவங்க ரெண்டுபேரும், ஃபிஷர்மென் கோவில் ஏதோ பார்ட்டின்னு போயிட்டாங்க. கிடுகிடுன்னு தோட்டக்காரன் கிட்ட, அடுத்த தெருவுக்கு அம்மாளப் பார்த்துவிட்டு வரேன்னு சொல்லிட்டுவந்தேன்.

பாத்திரம், பண்டம், நகை எல்லாம் எடுத்துண்டு, நீ உங்க வீட்டுக்கு போயிடுன்னிட்டார். அவண்ணாவே வண்டி வச்சு, ஆளனுப்பி, என்னை அவரே பஸ்ஸிலும் ஏத்திவிட்டார். வந்துட்டேன்..."

'கல்யாணமாகுமா ஆகுமா என்று மருகி, ஆயிரங்காலத்துப்பயிர்னு சம்பிரதாயம் சடங்கெல்லாம் மதிச்சு, கோயிலில் கொண்டுபோய், அந்தக் கல்யாண முருகன் சந்நிதியில் கட்டிய தாலி..! இப்படியெல்லாம் பொய்யாகப் போகுமா? குருசாமி வாய்க்கு வாய், உங்கம்மா, 'ஈசுவரனுக்குக் குடுத்த வாக்கை முறிச்சா, அதுதான் இப்படி அலையலையா வரது' என்றாரே, அது தானோ?'

சக்கு பேதையாக நிற்கிறாள்.

"ஏண்டி, அவனில்லாதபோது நகை நட்டை எல்லாம் எடுத்துண்டு ஓடி வந்திருக்கியே? அவன் போலீசு, கோர்ட்டுன்னு போனா என்னடி செய்வம்?"

ருக்கு சிரிக்கிறாள்.

"போலீசு கம்ப்ளெயின்ட் குடுக்கட்டுமே. குடுக்க என்ன வக்கு இருக்கு? கோர்ட்டுக்கு வேணாலும் போய்ப்பார்க்கட்டும்! எவளோ இருக்கறப்ப என்னை வந்து கல்யாணம் பண்ணிண்டான்னு சந்தி சிரிக்கவைப்பேன். வீட்டிலேயே குடிப்பதும் கூத்தாடுவதும், என்னைக் கேலி செய்வதும்.. ச்சீ..! அம்மா, குளிர்குளிர்னு உக்காந்திருக்கும் வரையிலும் துணிவு கிடையாது. இறங்கினாக், குளிர் விட்டுடும். நானும் அவனும் ஒருவரை ஒருவர் மதிச்சு, பலம் பலஹீனம் புரிஞ்சு, ஒத்துவாழணும்ங்ற லட்சியம் முதலா இருக்கறதுன்னாலும் அந்தத் தாலிக்கயிறுக்கு அவசியம் இல்ல. இல்லன்னா,

ரெண்டுபேரும் புரிஞ்சிண்டு உன் வழி வேற, என் வழி வேறன்னு வரதுன்னாலும் அதுக்கு அவசியம் இல்ல. சாமி முன்னாடிப் பண்ணுவது, சம்பிரதாயச் சடங்கு எல்லாமே அர்த்தமில்லாம, வேரே அழுகின பிறகு எதுக்கு அதை வச்சுக்கணும்? என் மாமியார் இன்னும் எத்தனை நாளிருப்பாளோ? அவ சொன்னா, 'அவனோட அப்பா இப்படித்தான். கண்ட பெண்ணையும் துரத்திண்டு போவார். அப்பனுக்குப் பிள்ளை தப்பல. எங்கிட்ட வந்து அவ நகையைக் குடுன்னான். அவாகிட்ட ஒப்புவிக்கணும், குடுக்கமாட்டேன்னேன். திடும்னு வந்து அவாத்துப் பொண்ணைப் பண்ணிக்கிறேன்னான். சரி திருந்துவான்னு நினைச்சேன். அவன் திருந்தப்போறதில்ல. நீ எதுக்கு எவகிட்டயோ ஊழியம் செய்யனும், போயிடும்மா'ன்னு சொல்லிட்டார்...

சக்குவினால் ஜீரணிக்கமுடியவில்லை.

"குஞ்சிதம் என்னிடம் சண்டைபோட்டான். இரண்டுநாள் இருந்து, அவனைப் பார்த்து இரண்டில் ஒண்ணு ஏன் தீத்துண்டு வரக்கூடாதுன்னு. இதுக்காகவா கல்யாணம் பண்ணிக் குடுக்கறோம்? ஏறத்தாழ இருக்கும். சரியாப் போகும்னு சொன்னேன். அவனுக்குக் கூடக் கோபம்!"

"ச்சீ, மனுச நாகரீகம் இவ்வளவு மோசமாயிடுமா அம்மா? அந்த ஆளு, அவன்... குஞ்சண்ணாவையும், என்னையும் கள்ள உறவுன்னு சொன்னாம்மா. அன்னிக்கே காறி உமிஞ்சிட்டு வரணும்னு இருந்தது. ஆனா, சண்டை போட்டு, அசிங்கமா

வரக்கூடாது. மேலும் எம்மேல அவங்களுக்கு நம்பிக்கை விழணும். நகையெல்லாம் அலமாரில வச்சிருந்தா. முதல்லல்லாம் பூட்டிப் பூட்டி சாவிய அவ படுக்கைக்கடில வச்சிப்பா. நான் எதுவும் கேக்கறதில்லன்னு ஆன பிறகுதா நம்பிக்கை வந்தது. சாவி வைக்கிற இடமெல்லாம் பாத்துட்டேன். சமயம் வந்தது, வந்திட்டேன். கோர்ட்டுக்கு போகட்டுமே?"

விடுபட்ட மகிழ்ச்சி அவளைச் சிறுமியாக்கியிருக்கிறது.

"பாட்டி...! பாட்டி...!"

பாட்டியின் கைகளைப் பிடித்துக்கொள்கிறாள்.

"வாயைத் திறங்க பாட்டீ...!"

கொட்டையில்லாத பன்னீர் திராட்சை. இனிப்பு, உள்ளும் புறமும் சுரக்கிறது.

"இப்பதான் வரியா?"

"ஆமாம்..."

"நீ மட்டும்தான் வந்தியா?"

"ஆமா எப்பவும் இனி நா மட்டும்தான்!"

"சிதம்பரத்து மாமாவை, போயிப்பாத்தியா? பொண்ணு, புள்ள எல்லாம் வந்திருந்தாளா?"

"இல்லியே, பாட்டீ! ரேடியோல, டி.வி.ல சொன்னா. டி.வி.ல பாடி இறங்கறதக் காட்டினா. பொண்ணு, புள்ள எல்லாம் இருந்தாங்க. என்ன யாரு கூட்டிட்டுப் போவா? நாகு கூட, அங்க கும்பல்ல பாத்தேன். வெறும தலை முழுகினேன்.

சொந்த மாமா... அப்படிச் சொன்னதைக் கூட அவ கேலி பண்ணினா. அவரு அன்னிக்கு ஊரிலியே இல்ல. உறவெல்லாம் கொண்டாடினாத்தானே? நாகு அண்ணன் வந்து கூட்டிப் போகலாமா? அவங்கூட வரல..."

"காவேரில தண்ணியே இல்லியாமே?"

சம்புவும், தாயும் பொருள் பொதிந்த பார்வையைப் பதிக்கின்றனர்.

"குஞ்சண்ணா இல்லையா சம்பு?"

"என்ன இழவு எலக்ஷனோ? எல்லாம் முடிக்கப்போயிருக்கா."

"ஓ... நினைவில்லை. நீ இன்னிக்கு ஆபீசு மட்டமா?"

"ஆமாண்டி! நீ வந்துட்டயே, கொண்டாடணும். எனக்குப் போகப்புடிக்கல. லீவு லெட்டர் அனுப்பறேன்."

இவர்கள் பேசிக்கொண்டு செல்வதைப் புரிந்தும் புரியாமலும் மதுராம்பா பார்க்கிறாள்.

“சுப்பு”

"ஏம்மா?"

உக்காரு என்று சாடை காட்டுகிறாள்.

மெல்லிய குரலில் இதயத்துடிப்புகள், அந்தரங்கத்து ஆசையை இசைக்கின்றன.

"சுப்பு, எனக்கு ஒரே ஒரு ஆசை, ரொம்ப அடிச்சிண்டிருக்கு. சக்குகிட்ட சொன்னா புரிஞ்சுக்கமாட்டா. நீ ஒருத்திதான் புரிஞ்சிண்டவ. பெத்த பொண்ணுக்கு மேல..."

"சொல்லேம்மா?"

குரல் இன்னும் இறங்கி இரகசியமாகிறது. "ஒரு காயிதம் எழுதணம்டீ!"

"எழுதினாப் போச்சு. ஆருக்கு?"

"அவாளுக்கெல்லாம் தெரியவேண்டாம். குஞ்சானிடம் கூடச் சொல்ல வேண்டாம். ஒரு கடுதாசி எழுதணும்."

"சொல்லு, யாருக்கு எழுதணும்?"

அவளுக்கு... நாட்டுப்பொண்ணுக்கு. அந்தக்குழந்தை வந்துதே அவம்மாவுக்கு, சிதம்பரத்தின்..."

“ஆகட்டும். எழுதறேன்..."

’"அவள ஒருதரம் பாக்கணும். மனசு ரொம்பக் கஷ்டப்படறதுடீம்மா! பெத்த குழந்தை, தாயார் வேண்டாம்னு துண்டிச்சுட முடியுமா? அந்தக் குழந்தை, அப்படிச் சொல்லிட்டுப்போனா. அவ என்னப் பாக்கல. உலகத்துக்கு எங்க தொடர்பு விட்டதா இருக்கலாம். நீ கூட நினைப்பே. ஆனா, மனசை விண்டு காட்ட முடியாது. ஒரு பொண்ணாப் பிறந்தவளால, மனுஷ உறவும், நேசமும் துடைச்செறிய முடியாது. கஷ்டமும், சுகமும் அவகிட்டேந்துதான் பொறக்கறது. நீ எழுது, அம்மாவுக்கு உன்னையும் குழந்தைகளையும் பார்க்கணும்னு ரொம்பத் தாபமா இருக்கு. ஒருதரம் வந்து, அந்தக் கடசீக் குழந்தை, பேரென்ன.. ரேகா! அவ கூடப் புறப்பட்டு வந்து முகத்தைக் காட்டிட்டுப் போ. இல்லாட்ட, ஒரு காகிதமானும் போடும்மான்னு எழுதிப் போடறியா?"

“என்ன விட்டகுறை தொட்டகுறையோ? சரிம்மா, போடறேன். உன் ஆசை, தாபம், தீரட்டும் அவள் வரட்டும்.”

அவர்களுக்கெல்லாம் தெரியாமல் கடிதம் எழுதுவது சிரமம்தான். அதுவும் சுப்பு, இப்போதெல்லாம் எழுதுவதே இல்லை. கடல் கடந்து சென்ற, பெரிய அதிகாரியின் பெண்டாட்டிக்கு, இவள் எப்படி எழுதப்போகிறாள்?

சம்பு அலுவலகம் சென்ற பின், குஞ்சிதத்தின் 'அட்ரஸ்' நோட்டைத் தேடி எடுத்து, சிதம்பரத்தின் மாமனார் வீட்டு விலாசம் கண்டுபிடிக்கிறாள். அடையாறு... உள்ளே உட்கார்ந்து இரண்டு மூன்று தாளில் எழுதிச் சரிபார்த்து, நகலெடுத்து, மடித்துக் கூட்டில் வைக்கிறாள். முகவரியையும் தமிழில் எழுதுகிறாள். அது மதுராம்பாளுக்கே தெரியும். பாலுக்குப் போகுமுன், புடவைத்தலைப்பில் மறைத்துக் கொண்டுபோய்ப் பெட்டியில் சேர்க்கிறாள்.

"ஏ, திரவி? குச்சி குடுத்திட்டுப்போ...!" ருக்கு கூப்பிடுகிறாள்.

"ஏம்மா? மட்றாசிலேந்து வந்துட்டியளா?"

ஒண்ணரைக்கண்ணன் கணக்கப்பிள்ளை திரவி, அசட்டுத்தனமாகவே

பார்ப்பான் என்றாலும், அவனுடைய கேள்வியில் முழுப் பொருளும் இருக்கிறது. கழுநீர்க்காரியும், கீரைக்காரியும் ஊர் முழுவதும், 'அந்தப்பொண்ணு, பாத்திரம் பண்டம் முதல் 'சப்ஜாடா' ஒழிச்சிட்டு, தாலியயும் கழட்டிக் குடுத்திட்டு வந்திடிச்சி' என்று சொல்லி இருக்கிறார்களே? குருசாமியும்கூட வந்து, நோட்டம் பார்த்து விசாரிக்கிறார்.

"ஏம்மா... ஏன் வந்துட்டியளா? இனிமே போகமாட்டியளா?"

"ஆமா. சொல்றேன், இப்ப கட்டயும் குச்சியும் குடு...!" அளந்து வாங்கிக் கொள்கிறாள்.

'அடி பிடி' என்று தேர்தல் நடந்து ஓட்டு எண்ணிக் கல்யாணம் முடியும்போது, வழக்கம்போல் தூங்காத கண்களும், தொண்டைப் புண்ணுமாக, குஞ்சிதம் வந்து சேருகிறான். ருக்குவைக் கண்டதும் கண்கள் அகலுகின்றன.

"நீ எப்ப வந்தே?"

"நா வந்து ஒரு வாரமாகப் போறது அண்ணா"

அவன் இன்னும் எதையோ எதிர்பார்ப்பவன் போல் நிற்கிறான்.

அவள் கால் விரலால் பூமியைத் தேய்த்துக்கொண்டு. அவனைப் பார்க்காமல் பேசுகிறாள்.

"நான் எங்கள் உடமை எல்லாம் எடுத்துண்டு வந்துட் டேன்.

இவாள்ளாம் போலீசு, கோர்ட்டு, கேசுன்னு பயமுறுத்தறா. அவன்கிட்ட குடித்தனம் பண்ணதுக்கு கிடைச்சது, முகம் நிறைய கண்ணாடி குத்தின வடுதான். பாட்டிலத் தூக்கி எறிஞ்சான். குனிஞ்சவ முகத்தில சில்லு சில்லாத் தெறிச்சுக்

குத்தித்து. அதுக்கு நஷ்டஈடு கேக்கல. இல்லாத சமயம் எல்லாத்தையும் எடுத்துண்டு வந்துட்டேன். ஆக, இப்ப ஒரு இருபத்தஞ்சாயிரம் தேறும். நாமே ஏதானும் பண்ணினா? தீப்பெட்டி பண்றாப்பல-இல்லாட்ட, ஸ்கூல் திறக்கறதா-படிக்கறதா? இல்ல, பிரஸ் மாதிரி வைக்கலாமா?"

"பலே, பேஷ் ருக்கு! இந்த வீட்டில முதமுதல்ல தெம்பா ஒரு விஷயம் இப்பதா காதுல அழுகையில்லாம விழறது."

மதுராம்பாவுக்கு எந்த ஒலியும் இப்போது தெளிவாகக் காதுகளில் விழுந்து, உணர்வுக்கு எட்டுவதில்லை.

வண்டி வருகிறதா? கார் ஒலி...

தபால்காரன் சைகிள்மணியா?

பகல் போகிறது; இரவு வருகிறது. இரவு முடிந்து பொழுது விடிகிறது.

சம்புவுக்குப் பதிலாக ருக்கு, பாட்டியிடம் ஒட்டுதலை நாடி வருகிறாள். பணி செய்கிறாள்.

திராட்சைத்தட்டில் ஈ மொய்க்கிறது. கஞ்சி இரண்டு வாய் மட்டும் விழுங்கி விட்டு, "போறும்" என்று கைகாட்டி விடுகிறாள்.

"சுப்புவக் கூப்பிடு!"

"சுப்பு! பதினஞ்சு நாளாயிடுத்தே?"

எதற்குப் பதினஞ்சுநாளென்று ருக்குவுக்குத் தெரியாது.

"சுப்பு! அன்னிக்குக் குருவிகள்ளாம் வந்து இனிமையாப் பேசிண்டது. யாரோ பைரவி ராகம் அற்புதமா கோட்டு வாத்தியத்துல வாசிச்சா. காத்து, குளுமையா இதமா வந்தது. திங்கறதும் உங்கறதும் காட்டிலும், பாக்கறதும் கேக்கறதும் அந்தராத்மாவைத் தொடறாப்பல வரும் இதம். ருக்கு, சந்தோஷமாயிருக்கா! ஜுரம் அடிச்சு விட்டப்புறம்தான் மளமளன்னு உடம்புல ரத்தம் ஊறப் பசிக்கும். முருகன் ஸ்கூலுக்குப் போறான்! எனக்கு நம்பிக்கை இருக்குடிம்மா..."

சுப்புவுக்கு அவள் எந்த உட்கருவைத் தொட்டுக்காட்ட இத்தனை சுற்றுகிறாள் என்று புரிகிறது. ஆனால் மற்றவர்கள் அவள் நிலைதடுமாறிப் பிதற்றுவதாகக் கருதுகிறார்கள்.

அவள் சுப்புவின் வீட்டில்தான் வாசமாக இருக்கிறாள்.

“தலையெல்லாம் பிசுக்குப் புடிச்சாப்பல இருக்குடி. சம்பு என்னமோ பொடியா வச்சிருப்பாளே. அதைப்போட்டு நுரைவரத் தேச்சு அலசலாமான்னு தோணறது.”

முற்றத்தில் வெந்நீர் போட்டு சக்கு கொண்டுவந்து வைக்கிறாள். கதவைச் சார்த்திவிட்டு ஸ்டூலைப்போட்டு, அவளை உட்கார்த்திவைத்து, ஷாம்பூ போட்டுத் தலை அலசிவிடுகிறார்கள்.

அந்தக்காலத்தில் முழங்கால் வரையிலும் முடி விழும். உட்கார்ந்தால் தரையில் புரளும். எண்ணெய்தேய்த்துக் குளிப்பதென்றால் பெரும்பாடு. வால் கிண்ணத்தில் காய்ச்சிய எண்ணெய் ஆறத் தேய்த்துக்கொண்டு, வாசனைப்பொடி மணக்க நீராடி, சாம்பிராணிபோட்டு அவிழ்த்துவிட்டால், ‘ரவிவர்மா பட இலட்சுமி மாதிரி’ என்று அப்பா சொல்வார். பின்னர், காவிரியில் குளிர முழுகிவிட்டு, அவர் துணையுடன் வீடு வந்த நாட்கள். வீடு வந்துதான் தலையைத் துவட்டிக்கொள்வாள். வெகுநாட்கள் நரைக்கவில்லை. இப்போது பழுத்து, பஞ்சாக, பம்மென்று இலேசாக... ஏதோ பெப்பர்மென்ட் மணம்போல் லேசாக மணக்கிறது. சுருங்கிய உடலைத் துடைத்துச் சேலையைச் சுற்றிக்கொண்டு, ருக்குவின் கையைப் பிடித்துக்கொண்டு மேலே ஏறிக் கட்டிலில் உட்கார்ந்துகொள்கிறாள்.

வாசலில் சைக்கிள் மணி கேட்கிறது.

தபால்காரன் அப்போதே போய்விட்டானென்றாளே... யாரு?

குஞ்சுவைத் தேடிக்கொண்டு யாரேனுமா?

"டெலக்ராம்! தந்தி! மதுராம்பா அம்மா!”

இயக்கங்களனைத்தும் நின்றுபோகின்றன.

புடவைச் செருகலை அவிழ்த்துக்கொள்ளாமலே ருக்கு, தந்தியை வாங்கிப் பிரித்துப் படிக்கிறாள்.

‘சசி, ரேகா, நான் மூன்றுபேரும் வருகிறோம்... லலிதா.’

சசி, ரேகா, நான் மூன்று பேரும்... சசி.. ரேகா..

சசி யாரு? அமெரிக்காவிலிருக்கும் பிள்ளையா?- லலிதா... மாமி!

சசி, நான்,ரேகா...

மதுராம்பாளுக்கு அந்த வார்த்தைகள் பூக்களாய் மாறி மணம் கூட்டுகின்றன.

ரேகா... அந்தக் குழந்தையும் வருகிறாள்.

"சுப்பு! ஆகாசத்தில் பறக்கறாப்பல இருக்குடீ...!"

சுப்பு நெகிழ்ந்துபோகிறாள். "மொள்ள... அப்படியே படுத்துக்கோம்மா. ருக்கு, அந்தத் தலகாணிய எடுத்து வை!"

சக்கு அப்போதுதான், "தந்தியாடீ, என்னடீ?" என்று ஓடி வருகிறாள்.

"அம்மாக்கு சீரக ரசம் தாளிச்சிட்டிருந்தேன். தந்தின்னாப்பல இருந்ததே? என்னடீ?"

"மாமியும், அவ புள்ளை, பொண்ணும் வராளாம்! தந்தி வந்திருக்கு!"

"திடீர்னு இப்ப என்ன இது? அவன் இருக்கிற காலத்துல, இங்க அவா எட்டிப்பார்க்கல. இப்ப எதுக்குடி வரா?"

"எதுக்கு வருவா? திடீர்னு வீட்டை விக்கப்போறோம், காலி பண்ணும்பாளா இருக்கும்! அவா சொத்துதானே?" என்று ருக்கு அசுவாரசியமாகச் சொல்கிறாள்.

"ருக்கு! இப்படில்லாம் பேசாதே! துக்கப்பட்டவ, அந்தத் தாயாரைப் பார்க்கணும்னு தோணாதா? மனுஷா, சுயமா சிநேகத்தைத் துண்டிக்கறவா இல்லை. அது ஆழத்துல கசிஞ்சிண்டிருக்கும். மேலே ஏதேதோ வந்து மறைக்கறது. துக்கம்னா சாமானியமா? அவளும் பெத்த வயிற்றின்

சங்கடங்களைத் தெரிஞ்சிண்டவதானே? பொண்ணுன்னு பொறந்துட்டா தனக்காக மட்டும் வாழறதில்லன்னு, எப்பன்னாலும் புரிஞ்சுக்கத்தான் புரிஞ்சுப்பா..."

மதுராம்பாளுக்கு இறுக்கம் விட்டாற்போல் வேர்வை பூத்து, கழுத்தெல்லாம் படிகிறது. சுப்பு முகத்தைத் துடைத்து, கைவிசிறியால் விசிறுகிறாள். "சக்கு, குளிச்சிருக்கா, களப்பா இருக்கும். வேணா, ஒருவா ஆர்லிக்ஸ் கரைச்சிண்டு வா."

தம்ளரில் கரைத்துக்கொண்டு சக்கு வருகிறாள்.

அவளே கையில் வாங்கி வாயில் விட்டுக்கொள்கிறாள்.

'அம்மா... என்ன சுகம்...! என்ன இதமடீ!'

'குருவிகள் எல்லாம் வந்து இனிமையாகப் பேசுகின்றன. அம்மம்மா! இதென்ன சுகமடீ! '

மூச்சுத்திணறுவது போல் தோன்றுவதைக்கண்ட சுப்பு, நெஞ்சை நீவி விடுகிறாள்.

"அப்படியே சாஞ்சுக்கோ!"

கண்களில் ஒரே பளபளப்பு.

அம்மா... அம்மா... நீதான் நானா? நான்தான் அவளா? அம்மா...!

"ருக்கு, சட்டுனு போய் குஞ்சன் மண்டபத்துல இருந்தாக் கூட்டிண்டுவா! டாக்டரை அழைச்சிண்டு வரச் சொல்லு."

எங்கோ தொலைதூரத்துக்கப்பால் இந்த ஒலிகள் மறைகின்றன.

காபி நாராயணி ராகத்தில் 'மீவல்ல குணதோஷமேமி' பாடுகிறார்கள். நாதசுர இசை, கூரை வீட்டின் திண்ணை... மகரந்தப் பூக்களாய் எங்கும் எங்கும் பரவுகிறது. இந்தலோகத்துப் புகைகள், அபசுரங்கள் எட்டாமல்...

அ...ம்மா...! தன்னையே உலகம் பூராப் பகிர்ந்து கொள்ளும் நீயா நான்! நானா, நீ!

சுப்புவின் கையைப் பற்றியிருந்த கைகள் மெள்ள மொட்டவிழ்வது போல் அலர்ந்து வீழ்கின்றன.

சூரிய ஒளி பட்ட நீர்த்தடாகங்களைப் போல் மின்னிய கண்கள், சலனமற்று நிலைக்கின்றன.

"சுப்பக்கா...!" விம்மல் வெடிக்கிறது.

"ஷ்... சக்கு, அழப்படாது..."

"இப்படிப் பொக்குனு ஒரு வாய்வார்த்தை சொல்லாம போயிட்டாளே? காலம நன்னாத்தானே இருந்தா? அந்த... அவ தந்தி அடிச்ச ஷாக்தான், நீ என்னைப் பாக்க வாண்டாண்டீன்னு போயிட்டா! அம்மா...!"

குஞ்சிதமும், ருக்குவும் வரும்போது அவள் அலறல் அதிகமாகிறது.

"ருக்கு சொன்னாப்பல வீட்டை விற்போம்பளா? எங்கம்மா இப்படிப் போயிட்டாளே?"

"சக்கும்மா, குழந்தையா நீ? உங்கம்மா இப்ப பரம திருப்தியுடன் பூரணமாயிட்டா. அவளைப்போல விவேகி யாருமில்லை. மனுஷ உறவுகள், என்னிக்குமே நிரந்தரம், அது அவ்வப்போது நிழலில் மறைஞ்சாலும், சாகாதுன்னு ரொம்ப நம்பிக்கை வச்சிருந்தவ. மாட்டுப்பொண்ணுக்குக் கடிதாசி எழுதி, வரச்சொன்னா. வரேன்னதும், அதிலேயே திருப்தியாயிட்டா. அழாதே, கண்ணைத் துடை!"

சிறிது நேரத்துக்குள் அங்கே கூட்டம் கூடிவிடுகிறது.

"அடடா? போயிட்டாங்களா? நேத்து விழாவில் கூட அமைச்சர்கள் பேசினார்கள், இந்தம்மாவுக்கு ஸ்பெசலா மாநில

அரசு, தியாகி பென்சனா மாசம் ஐந்நூறு ரூபாய் குடுக்கணும்னு ஆணை போட்டதா... அதுக்கு ஒரு விழா வெக்கணும்னிருந்தேனே..." என்று வேலாண்டி அங்கலாய்க்கிறார்.

குஞ்சிதம், பாட்டியின் மருமகளை வரவேற்க நெல்லைக்கு ஓடுகிறான்.

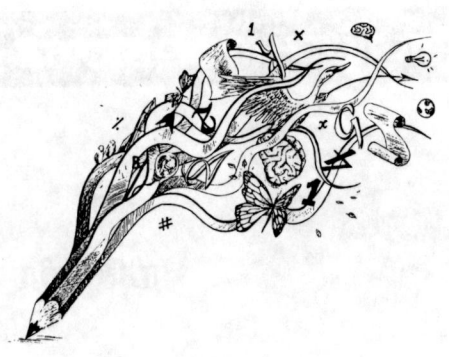

சாகித்ய அகாடமி விருது வென்ற
முதல் தமிழ்ப் பெண் எழுத்தாளர்
களப்பணி மூலம்
புனைவுக் கதைகள் எழுதிய முன்னோடி

ராஜம் கிருஷ்ணன்

நிவேதிதா லூயிஸ்

"1977 ஆம் ஆண்டு எட்டயபுரத்தில் நடந்த பாரதி விழாவில் தான் நான் முதல்முறை அவரை சந்தித்தேன். எழுத்தாளர் பொன்னீலனிடம் ஆட்டோகிராஃப் வாங்கிக்கொண்டு நின்றிருந்தார் இவர். எனக்கு ஆச்சர்யமாக இருந்தது. இலக்கியம் குறித்து விவாதித்துக் கொண்டிருந்த போது சங்க இலக்கியங்களுக்குப் பின் நெய்தல் நிலத்தின் கதைகள் அவ்வளவாக உயிரோட்டத்துடன் சொல்லப்படவில்லை என்ற என் வருத்தத்தை அவரிட சொன்னேன். மதிய உணவு இடைவேளையில் கடற்கரை மனிதர்கள் பற்றிய புனைவு எழுத விரும்புவதாகவும் களப்பணிக்கு மீனவர் கிராமம் ஒன்றுக்கு அழைத்துச் செல்லமுடியுமா என்றும் கேட்டார்".

"அடுத்த நாளே அவரையும் அவர் கணவரையும் இடிந்தகரை கிராமத்துக்கு அழைத்துச் சென்றேன். சரசரவென நாங்கள் அறிமுகம் செய்துவைத்த வீட்டுக்குள் சென்றவர் அங்கிருந்த பெண்களிடம் சகஜமாக உரையாடத் தொடங்கிவிட்டார். ஒன்றரை மணிநேரம் அங்கிருந்து வெளியே வரவில்லை. அது தான் ராஜம் கிருஷ்ணன். களப்பணி என்று வந்துவிட்டால், மக்களுள் ஒருவராகவே மாறிவிடுவார்" என்று அறிமுகச் செய்தி தருகிறார் எழுத்தாளரும் மானுடவியல் ஆய்வாளருமான பேராசிரியர் ஆ. சிவசுப்பிரமணியன்.

எங்கோ நான்கு சுவர்களுக்குள் நாற்காலியில் அமர்ந்து எழுதுவது மட்டுமே இலக்கியமல்ல என்பதை அழுத்தமாகப் பதிவு செய்தவர் எழுத்தாளர் ராஜம் கிருஷ்ணன். 1925ஆம் ஆண்டு முசிறியில் பிறந்தார் ராஜம். பள்ளிக் கல்வியை முடிக்கும் முன்பே 15 வயதில் ராஜத்துக்கு, அந்தக் காலத்தைய வழக்கப்படி திருமணம் செய்து வைக்கப்படுகிறது. கணவர் முத்துகிருஷ்ணன் மின்துறைப் பொறியாளர் என்பதால் தொடர்ச்சியாக தமிழகம் முழுவதும் வெவ்வேறு இடங்களில் பணியாற்றும் வாய்ப்பு முத்து கிருஷ்னனுக்கு கிடைக்க, மனைவி ராஜமும் மகிழ்வுடன் பயணமானார். புதிய ஊர்களில் தனிமையை விரட்ட மனைவியை எழுத ஊக்குவித்தார் முத்துகிருஷ்ணன். சார்லஸ் டிக்கென்ஸ், ஜேன் ஆஸ்டென் என ஆங்கில எழுத்தாளர்களின் படைப்புகளை வாசித்து உள்வாங்கத் தொடங்கினார் ராஜம். திருமணம் முடிந்து நான்கு ஆண்டுகள் கழித்து 1944ஆம் ஆண்டு ராஜம் கிருஷ்ணனின் முதல் ஆங்கிலச் சிறுகதை இந்திய சிவிக் கார்ப்ஸ் புத்தகத்தில் பதிப்பிக்கப்பட்டது. அப்போது அவருக்கு வயது 20தான்!

முறையே பள்ளிக்கல்வியற்ற, கல்லூரியில் காலடித்தடம் கூடப்பதிக்காத ராஜம் இன்று உலகமெ போற்றும் எழுத்தாளராக வளர அவரது விடாமுயற்சியும், தன்னம்பிக்கையும், கடின உழைப்பும் தான் காரணம் எனலாம். 200 சிறுகதைகள், மூன்று வாழ்க்கை வரலாற்று நூல்கள், 20 வானொலி நாடகங்கள், 20க்கும் மேற்பட்ட புதினங்கள் எழுதி தமிழ் மொழியின் போற்றத்தக்க பெண் எழுத்தாளர்களில் ஒருவராகத் திகழ்பவர் ராஜம். 1946ஆம் ஆண்டு முதல் ராஜம் கிருஷ்ணனின் தமிழ் சிறுகதைகள் பல்வேறு இதழ்களில் வெளியாகத் தொடங்கின. அவரது கதைமாந்தர்கள் அன்றாடம் நாம் காண்பவர்களாக, கடந்து செல்பவர்களாகவே இருந்தார்கள். பெரும்பாலும் பெண்களை மையப்படுத்தி, அவர்களது போராட்டங்களைச் சொல்பவையாக இருப்பவை ராஜத்தின் படைப்புகள். 1950ஆம் ஆண்டு நியூயார்க் ஹெரால்ட் டிரிப்யூன் நடத்திய சர்வதேச சிறுகதைப் போட்டியில் பரிசு வென்றது ராஜம் கிருஷ்ணனின் சிறுகதை. கூட்டுக் குடும்பம் ஒன்றில் வாழச்செல்லும் பெண்மணி ஒருவரது வாழ்க்கைப் போராட்டத்தைச் சொன்ன ‘பெண் குரல்’ ராஜம் கிருஷ்ணனின் முதல் புதினமாக 1953ஆம் ஆண்டு வெளிவந்தது.

கணவரது பணியை முன்னிட்டு பயணித்த இடங்களையே கதைக்களமாகக் கொண்டு புனைவுகள் எழுதத் தொடங்கினார் ராஜம். அப்படித்தான் குந்தா மின்சார நிலையத்தில் பணியாற்றிய போது நீலகிரி மாவட்டப் பழங்குடிகளான படுகரை ஆராய்ந்து எழுதிய நாவல் தான் 'குறிஞ்சித் தேன்'. அவரது பிரபல புதினமான 'முள்ளும் மலர்ந்தது' சம்பல் பள்ளத்தாக்கின் முடிசூடா மன்னனான ராபின்

ஹூட் பாணி கொள்ளைக்காரன் டாகு மான்சிங்கின் கதையை வெளிச்சம் போட்டுக் காட்டியது. இந்த புதினத்தை எழுத காவல் துறையால் கூட நெருங்க முடியாத கொள்ளையன் மான்சிங்கை ராஜம் நேரில் சந்தித்து பேட்டி கண்டிருக்கிறார் என்பது ஆச்சர்யம்! ராஜம் கிருஷ்ணனின் கதையில் வரும் மனிதர்கள் ரத்தமும் சதையுமாக வாழ்ந்தவர்கள்; அவர் நேரில் கண்டவர்கள்; தங்கள் வாழ்க்கையின் சிறு துளி ஒன்றை அவரோடு பகிர்ந்து கொண்டவர்கள். இது ராஜத்தின் எழுத்தில் நேர்மையை, உண்மையைக் கொணர்ந்தது.

நீலகிரி மாவட்ட படகர் இன மக்களை நேரில் சந்தித்து, கள ஆய்வு செய்து அவர்களின் வாழ்க்கைமுறையை மையமாக வைத்து ராஜம் கிருஷ்ணன் எழுதிய 'குறிஞ்சித்தேன்' புதினம், உவரி பகுதி மீனவர்களின் வாழ்க்கையை மையமாக வைத்து பின்னப்பட்ட 'அலைவாய்க்கரையில்', உப்பளத்தின் உழைக்கும் மனிதர்களின் உவர் வாழ்க்கைச் சுவையை வெளிச்சம் போட்டுக் காட்டிய 'கரிப்பு மணிகள்', சிவகாசியின் தீப்பெட்டி தொழிற்சாலைகளில் வெடிமருந்துக்கிடையே வளர்ந்த சின்னஞ்சிறு குழந்தைகளின் வலியை உணர்த்திய 'கூட்டுக் குஞ்சுகள்', உசிலம்பட்டி பகுதிகளில் பெண் பிஞ்சுகளை நஞ்சு தந்து கொன்ற அவலத்தை தோலுரித்துக் காட்டிய 'மண்ணகத்துப் பூந்தளிர்கள்', தஞ்சை, நாகை என காவிரி டெல்டாப் பகுதிகளின் சேற்றில் உழன்று சோற்றைப் பார்த்த எளிய வேளாண் குடிகளின் கதையைச் சொன்ன 'சேற்றில் மனிதர்கள்', பெண்ணுரிமை, நில உரிமைப் போராளியாக சைக்கிளில் நாகைப் பகுதிகளில் வலம் வந்து சமூகத்துக்காகவே உயிரையும் தந்த மணலூர் மணியம்மாளின் தியாகத்தை வெளிக்கொணர்ந்த 'பாதையில் பதிந்த சுவடுகள்' என அவரது புதினம் ஒவ்வொன்றும் சமூக சிக்கலைப் பேசியது. மக்களின் குரலாக, மனிதத்தின் எதிரொலியாக இருந்தவை ராஜம் கிருஷ்ணனின் படைப்புகள்.

அலைவாய்க்கரையில் புதினத்தின் முன்னுரையில் " நாவல் புனைகதை தான். ஆனால் மனித வாழ்க்கையின் பல்வேறு பிரச்னைகளிலும், நிலைகளிலும் 'பிரத்யட்சங்கள்' எனப்படும் உண்மை வடிவங்களைத் தரிசித்த பின்னர் அந்த அனுபவங்கள் எனது இதய வீணையில் மீட்டிவிட்ட கரங்களைக் கொண்டு நான் இசைக்கப் புகும் புதிய வடிவையே நாவலென்று கருதுகிறேன். இவ்வாறு புதிய புதிய அனுபவங்களை நாடி புதிய புதிய களங்களுக்குச் செல்கிறேன்", என்று நாவல் குறித்த தன் தெளிவான கருத்தை எழுதியிருக்கிறார் ராஜம். 'அலைவாய்க்கரையில்' புதினத்தை 1978ஆம் ஆண்டு இறுதிவாக்கில் அவர் தன் கணவருடன் சென்று இடிந்தகரை, உவரி பகுதிகளில் ஆய்வு செய்ததை விவரிக்கிறார் சிவசுப்பிரமணியன். "எந்த தயக்கமும்

இன்றி மீன் வலைக்குவியல் மீது அமர்ந்தவாறு மீனவர்களிடம் உரையாடுவதையும், மீன்பிடி வள்ளங்களிலிருந்தும் கட்டுமரங்களிலிருந்தும் அள்ளிவரும் மீன்களைக் கையால் தூக்கிப் பிடித்து அவற்றின் பெயர் குறித்து விசாரிப்பதையும், கடற்கரைப் பெண்களுக்கிடையே நிகழும் வாய்ச்சண்டைகளை ஓரமாக நின்று அவதானிப்பதையும் கண்டு வியப்படைந்துள்ளேன்", என்று காலச்சுவடு இதழில் ராஜம் கிருஷ்ணனுக்கு தான் எழுதிய அஞ்சலிக் கட்டுரையில் குறிப்பிடுகிறார் அவர்.

அவருடன் 'கரிப்பு மணிகள்' நாவல் எழுதிய போது களப்பணியாற்றிய பத்திரிகையாளர் சிகாமணி, "அவர் மனதில் என்ன ஓடிக்கொண்டிருக்கிறது, எந்த கதைமாந்தர் எப்படி தோன்றுவார் என்பது நமக்குத் தெரியாது. ஆனால் அந்த கதாபாத்திரம் உயிர்பெற்று நாவலில் வரும்போது அவ்வளவு ஆச்சர்யமாக இருக்கும். அதே போல அந்தந்த பகுதியின் வட்டார வழக்கை சட்டென பிடித்துக் கொள்ளக்கூடிய திறமை அவரிடம் உண்டு. அவரது நாவல்களில் கதாபாத்திரங்கள் பேசும் மொழி கண்டிப்பாக அந்த வட்டார வழக்காகவே வெகு இயல்பாக இருக்கும்", என்று கூறுகிறார். 1973ஆம் ஆண்டு அவரது 'வேருக்கு நீர்' படைப்புக்கு சாகித்ய அகாடமி விருது வழங்கி கௌரவித்தது. இதன் மூலம் சாகித்ய அகாடமி விருது பெற்ற முதல் பெண் எழுத்தாளர் என்ற பெருமையைப் பெற்றார் ராஜம் கிருஷ்ணன். விடுதலைக்குப் பின்னான சூழலில் காந்திய சிந்தனைகளின் முக்கியத்துவம் பற்றிப் பேசியது இந்த படைப்பு. உள்ளார்ந்த காந்தியவாத சிந்தனை கொண்டவர் ராஜம் என்று சொல்கிறார் அவரைப் பின்னாளில் அமுதசுரபி இதழுக்குப் பேட்டி கண்ட சித்ரா பாலசுப்ரமணியம்.

பெண்களின் மேன்மைக்காக வெறும் எழுதுகோலை மட்டுமே கையில் கொண்டு போராடாமல், களத்திலும் பணியாற்றிவர் ராஜம் கிருஷ்ணன். "கிழக்கு தாம்பரத்தில் அவர் குடியிருந்த தெருவில் உள்ள குழந்தைகளை ஊருக்கு செல்லும் பெற்றோர் இவரிடமே விட்டுச் செல்வார்கள், இவரும் அந்தக் குழந்தைகளுக்கு உணவு சமைத்து பள்ளிக்குக் கட்டித்தந்து வழியனுப்புவார்", என்று சொல்கிறார் சிவசுப்ரமணியன். 1976 முதல் 1980ஆம் ஆண்டு வரை தேசிய இந்தியப் பெண்கள் ஃபெடரேஷன் அமைப்பின் தலைவராகப் பணியாற்றினார். 1979ஆம் ஆண்டு ரஷ்ய அரசின் அழைப்பை ஏற்று அங்கு சென்ற உயர் நிலைப் பெண்கள் குழுவில் இடம்பெற்றார் ராஜம். ரஷ்யப் பயணம் அங்குள்ள பெண்களின் நிலையையும், இந்தியப்பெண்களின் நிலையையும் ஒப்பிட்டுப் பார்க்க அவருக்கு நல்லதொரு வாய்ப்பாக அமைந்தது. தொடர்ந்து இலங்கை, பிராக் போன்ற இடங்களுக்கும் பயணமானார். கலைமகள் நாராயணசாமி ஐயர் விருது, ஆனந்த

விகடன் நாவல் விருது, சோவியத் நாடு நேரு விருது, இலக்கியச் சிந்தனை விருது, பாரதிய பாஷா பரிஷத் விருது, 1987ஆம் ஆண்டு தமிழ்நாடு அரசு வழங்கிய இலக்கிய விருது, 1991ஆம் ஆண்டு தமிழக அரசின் திரு.வி.க. விருது, ஷஸ்வதி நஞ்சங்குடு திருமலம்பா விருது என விருதுகள் வாங்கிக்குவித்தார் ராஜம். 1993ஆம் ஆண்டு தமிழ் சாகித்ய அகாடமியின் கௌரவ ஆலோசகராகவும் பதவி வகித்தார். ஜப்பானிய மொழியில் இவரது நூல் ஒன்று மொழியாக்கம் செய்யப்பட்டதை நின்னைவுகூர்கிறார் சிவசுப்பிரமணியன்.

பெண் விடுதலை குறித்து தொடர்ச்சியாக கட்டுரைகளும் எழுதிவந்தார் ராஜம். 1981 முதல் 1984 வரை இந்தியப் பெண்கள் ஃபெடரேஷனின் துணைத் தலைவராகவும் பதவி வகித்தார் ராஜம். தன் 'விலங்குகள்' படைப்பில் இப்படி எழுதிச் செல்கிறார் ராஜம்- 'பெண் மென்மையானவள்; உலகில் அவளது வீடு மட்டுமே அவளுக்குப் பாதுகாப்பானது- இந்தக் கண்ணுக்குத் தெரியாத விலங்குகளைக் கொண்டே அவள் சிறைவைக்கப்படுகிறாள்'.

கணவர் முத்துகிருஷ்ணன் பக்கவாத நோயால் தாக்கப்பட, நிலைகுலைந்து போனார் ராஜம். பேனாவுக்கு மை நிரப்பக் கூட கணவரை எதிர்நோக்கி இருந்தவர், 2002ஆம் ஆண்டு அவர் இறந்த பின் கசப்பான அனுபவங்களை எதிர்கொண்டார். கிழக்கு தாம்பரத்திலுள்ள அவரது வீட்டை உறவினர்கள் அபகரித்துக் கொள்ள, அவரது பொருள்கள், எழுதிக் கொண்டிருந்த படைப்புகள் அத்தனையும் தொலைத்துவிட்டு நிர்க்கதியாக நிற்கும் சூழல் உருவானது. அதன் பின் மயிலாப்பூர் இளைப்பாற்றி மாத கோயில் தெரு, துரைப்பாக்கம், திருவான்மியூர் என வாடகை வீடுகளுக்கு மாறினார்.

"திருவான்மியூரில் எந்தப் பொருளும் இல்லாத ஒரு காலியான பழைய ஃபிளாட்டில் அவரைப் பேட்டி கண்டபோது உடைந்து போனேன்", என்று சொல்கிறார் சித்ரா பாலசுப்ரமணியம். இதற்குமேல் உதவிக்கு ஆளின்றி அவரால் தனியே வாழ இயலாத நிலை வந்தபோது மூத்த கம்யூனிஸ்ட் கட்சித் தலைவர் நல்லக்கண்ணுவின் வழிகாட்டலில் முன்னாள் காவல்துறை அதிகாரி திலகவதி, நீதியரசர் சந்துருவின் மனைவியான எழுத்தாளர் பேராசிரியர் பாரதி ஆகியோர் உதவியுடன் விஷ்ராந்தி இல்லத்தில் அனுமதிக்கப்பட்டார்.

உடல்நலம் மோசமானதால் அங்கிருந்து போரூர் ராமச்சந்திரா மருத்துவமனையில் சேர்க்கப்பட்டார். ராமச்சந்திரா மருத்துவமனையில் வயதான ஆதரவற்ற பெண்மணி ஒருவரை அனுமதிக்க வேண்டும் என்ற வேண்டுகோளை உடன் பணியாற்றிய மருத்துவர் ஒருவர் வைத்தபோது, வரும் நபர் யார் என்றே தெரியாமல் தான் அனுமதித்தார்

மருத்துவர் மல்லிகேசன்.

"அவர் ஒரு எழுத்தாளர் என்பதே எனக்குத் தெரியாது. அவரது நூல்களை அதன்பின் வாசித்துத்தான் அறிந்துகொண்டேன். சிகிச்சை முடித்து அனுப்பினால், செல்வதற்கு வேறு இடம் அவருக்கு இல்லை என்பது தெரிந்ததும் மருத்துவமனை வேந்தர் வெங்கடாசலம் அவர்களிடம் மருத்துவமனையிலேயே அவரை வைத்துக் கொள்ள முடியுமா என்று அனுமதி கோரினேன். என் பணி அவ்வளவே. முழுக்க முழுக்க வெங்கடாசலம் ஐயாவின் முயற்சி தான் இறுதி மூச்சு வரை ராஜம் கிருஷ்ணனை ராமச்சந்திரா மருத்துவமனை பத்திரமாகப் பாதுகாக்க உதவியது", என்று சொல்கிறார் மல்லிகேசன். இதற்கென மருத்துவமனை நிர்வாகம் ஒரு ரூபாய் கூட கட்டணம் வாங்கவில்லை என்பது மனதை நெகிழவைக்கும் செய்தி.

ராஜம் கிருஷ்ணனின் இறுதி நாள்கள் கசப்பானவை; வலி நிறைந்தவை என்று பதிவு செய்கிறார் அவரை இறுதி காலத்தில் கவனித்துக் கொண்ட பத்திரிகையாளர் சிகாமணி. "வெகு நாள்கள் அவரது தொடர்பு இல்லாமல் தான் இருந்தேன். ஆனால் வசிக்க வீடு கூட இன்றி சிரமப்படுகிறார் என்பது தெரிந்ததும் என்னால் தாங்கிக்கொள்ளவே முடியவில்லை. அவரைத் தேடிச் சென்றேன். தி.நகர் மருத்துவமனை, திருவான்மியூர் வீடு, ராமச்சந்திரா மருத்துவமனை என்று அவரை ஒவ்வொரு இடமாக வசதிக்குத் தக்க மாற்றினோம். இறுதி வரை அவரை எழுதச் சொல்லி உற்சாகப்படுத்தினேன். எதோ செலவுக்கு ஆகட்டுமே என்று நினைத்தாரோ என்னவோ அவரும் படுக்கையில் இருந்தே கட்டுரைகள் எழுதிவந்தார். அவரது நூல்களை நாட்டுடமை ஆக்குவதில் அவருக்கு விருப்பமே இல்லை. அதனால் பதிப்பகத்தார் மறுபதிப்பு செய்ய இயலாமல் சிரமப்படுவார்கள் என்று சொல்லி மறுத்தார். நாங்கள் தான் விடாப்பிடியாக இரா. ஜவஹர், சின்னக் குத்தூசி போன்றவர்கள் மூலம் அவரது நூல்களை நாட்டுடமை ஆக்க முயன்றோம். அதில் கிடைத்த 3 லட்ச ரூபாய் பணத்தை வங்கியில் சேமித்தோம். அவரது மருத்துவ செலவுக்கு ராமச்சந்திரா மருத்துவமனை அந்தப் பணத்தை எடுத்துக் கொள்ளவேண்டும் என்பது அவரது ஆசையாக இருந்தது. இப்போது வரை அதையே தான் நானும் வலியுறுத்துகிறேன்", என்று குறிப்பிடுகிறார் சிகாமணி.

உயிருடன் ஒருவர் இருக்கும்போதே அவரது நூல்களை நாட்டுடைமையாக்கியது அதுவே முதல்முறை. ஆனால் அதன்மூலம் வந்த பணத்தை வாங்க மறுத்துவிட்டது ராமச்சந்திரா மருத்துவ நிர்வாகம். "அவரை நேரில் சந்தித்து கலைஞர் கருணாநிதியும் பணமுடிப்பு ஒன்றை மருத்துவமனையில் இருக்கும்போது வழங்கினார்.

அதையும் அவரது வங்கிக்கணக்கில் செலுத்திவிட்டோம். அவரிடமிருந்து எந்தப் பணமும் வாங்கிக்கொள்ளக் கூடாது என்பது எங்கள் வேந்தர் எங்களுக்கு தந்த அறிவுரை", என்று சொல்கிறார் மருத்துவர் மல்லிகேசன். "ஒவ்வொரு வாரமும் சனிக்கிழமையன்று ராஜம் அம்மாளைப் பார்க்க ஜெயக்குமார் பகவதி தம்பதி மருத்துவமனைக்கு மைலாப்பூரிலிருந்து வருவதுண்டு. அவர் செம்மொழி ஆய்வு நிறுவனத்தில் பணியாற்றியவர்; பகவதி ஆசிரியை. இருவரும் அவருக்கு தேவையானவற்றை வாங்கிக்கொண்டு வந்து வாரம் தவறாமல் பார்த்துச் செல்வார்கள். இத்தனைக்கும் அவர்கள் ராஜம் அம்மாளுக்கு உறவினரோ, நண்பர்களோ கூடக் கிடையாது. அவரது எழுத்தால் ஈர்க்கப்பட்டு அவரைத் தேடி வந்தவர்கள்", என்று நன்றியுடன் நினைவுகூர்கிறார்.

ஆண் எழுத்தாளர்களுக்கு கிடைக்கும் அங்கீகாரமும், பெருமையும் பெண் எழுத்தாளர்களுக்கு கிடைப்பதில்லை என்ற உள்ளார்ந்த சினம் ராஜம் கிருஷ்ணனுக்கு உண்டு என்று பதிவு செய்கிறார் பத்திரிகையாளர் சிகாமணி. அதே போல கள இலக்கியம் இலக்கியமே அல்ல, அது வெறும் அறிக்கை தான் என்று அவரது நாவல்கள் மீது வைக்கப்பட்ட மோசமான விமர்சனங்களும் அவரது மனதை காயப்படுத்தி இருந்தன என்றும் சொல்கிறார் அவர். மக்களது எழுச்சியை, அவர்களது போராட்டத்தைப் பதிவு செய்து அதைக் கொண்டாடியவர் ராஜம் கிருஷ்ணன். அக்டோபர் 20, 2014 அன்று போரூர் ராமச்சந்திரா மருத்துவமனையிலேயே உயிர் நீத்தார் 90 வயதான ராஜம். அவரது உடல் அவரது விருப்பத்தின்படி அந்த மருத்துவமனைக்கே வழங்கப்பட்டது. தமிழின் தலையாய எழுத்தாளரின் இறுதி நாள்கள் அவருக்கு மட்டுமல்ல நமக்கும் ஒரு பாடம் சொல்லித் தருகிறது. அது- 'செல்லும் இடமெல்லாம் அன்பையே விதைத்துச் செல்லுங்கள். அது எப்படியும் உங்களைத் தேடி வரும்'.

நிவேதிதா லூயிஸ் எழுதிய
'முதல் பெண்கள்' நூலிலிருந்து...
மேலும் விவரங்களுக்கு:
ஹெர் ஸ்டோரிஸ்
+91 75500 98666

ஹெர் ஸ்டோரிஸ் பற்றி...

காலம் காலமாக பெண் குரல்களை சமூகம் நசுக்கியே வந்திருக்கிறது. உயிர்க்காற்று தவிர வேறெதற்கும் பெண் வாய் திறந்திடா வண்ணம் அவளது குரல்வளையை காலமும் சூழலும் சமூகமும் நெறித்துக் கொண்டேதான் இன்னமும் இருக்கின்றன. தனி வெளியோ, பொது வெளியோ, எங்காகினும் பெண்ணின் பார்வை உள்நோக்கியதாகவே, சுயத்தை, தன் குடும்பத்தை, தன் உறவுகளை நோக்கியே சிந்திக்கவும் ஆசிக்கவும் கட்டமைத்திருக்கிறது,

ஆயிரமாயிரம் ஆண்டுகால அடிமைத்தளை. தளை உடைக்க, சுவாசிக்க பெண்ணுக்குத் தேவை ஒரு துளி விடுதலை உணர்வு, கொஞ்சமே கொஞ்சம் தனக்கான வெளி. அந்த வெளியில் அவளுடன் இணைந்து பறக்கத் தயாராக இருக்கும் கூட்டுப் புழுக்கள் ஒன்று கூடினால்?

தங்கள் கதைகளை அவை தங்களுக்குள் பேசி, ஒருவரை ஒருவர் தாங்கினால், ஏந்திப் பிடித்தால், கை கொடுத்து சிறகு தடவினால்... பறக்கலாம். வானை வசப்படுத்தலாம். கதைகள் பேச இதுவே வெளி, தளையை உடைக்க இதுவே களம். வெற்றி கொள்ள இதுவே உரம். Her Stories - நம் வெளி, நம் கதைகள், நம் வெற்றி. இணைந்து பறப்போம். பட்டுப் பூச்சிகளாவோம்.

ராஜம் கிருஷ்ணன்

HER Stories

பிற வெளியீடுகள்

- துப்பட்டா போடுங்க தோழி - கீதா இளங்கோவன்
- கேளடா மானிடவா - சே.பிருந்தா
- தேவதைகள் சூனியக்காரிகள் பெண்கள் - மருதன்
- விலங்குகளும் பாலினமும் - நாராயணி சுப்ரமணியன்
- அடுக்களை டு ஐநா - ரமாதேவி ரத்தினசாமி
- தமிழ்ப் பொண்ணும் துபாய் மண்ணும் - சாந்தி சண்முகம்
- மரிக்கொழுந்து கற்பகம் அழகம்மாள் மற்றும் சில மதுரைப் பெண்கள் - தீபா நாகராணி
- நான் எனும் பேரதிசயம் - ஜான்சி ஷஹி
- சந்திரகிரி ஆற்றங்கரையில் - சாரா அபூபக்கர்
- கதவு திறந்ததும் கடல் - பிருந்தா சேது
- பெருங்காமப் பெண்களுக்கு இங்கே இடமிருக்கிறதா? - கனலி
- பாதைகள் உனது பயணங்கள் உனது - ஹேமா
- பாதை அமைத்தவர்கள் (முதல் பெண்கள் II) - நிவேதிதா லூயிஸ்
- விடுதலைப் போரில் வீர மகளிர் - உமா மோகன்
- பூப்பறிக்க வருகிறோம்! - பாரதி திலகர்
- வாழ்க்கை வாழ்வதற்கே! - பிருந்தா சேது
- நாங்க வாயாடிகளே! - சாந்த சீலா
- வயிரமுடைய நெஞ்சு வேணும்! - சு.உமா மகேஸ்வரி
- குத்தமா சொல்லல... குணமாவே சொல்றோம்! - ஜெ.தீபலட்சுமி
- உலகை மாற்றிய தோழிகள் - சஹானா
- தடம் பதித்த தாரகைகள் - சஹானா
- அகம் - தொகுப்பு: மதுமிதா
- பெண் உடல் எனும் தண்டனைக் களம் - சுகிதா சாரங்கராஜ்
- அப்புறம் என்பது எப்போதும் இல்லை! - பிருந்தா சேது
- சட்டம் பெண் கையில்! - வழக்கறிஞர் வைதேகி பாலாஜி